QUY NGUYÊN TRỰC CHỈ

QUY NGUYÊN TRỰC CHỈ

NGUYỄN MINH TIẾN

Việt dịch và chú giải

NGUYỄN MINH TIẾN

Việt dịch và chú giải

QUY NGUYÊN TRỰC CHỈ

TUYỂN TẬP VĂN CHƯƠNG PHẬT GIÁO KHUYẾN TU TỊNH ĐỘ

NHÀ XUẤT BẢN LIÊN PHẬT HỘI

LỜI NÓI ĐẦU

Quy nguyên trực chỉ là một trong số rất ít tác phẩm văn học Phật giáo được truyền lại từ cách đây cả ngàn năm. Mặc dù mục đích chính của sách này là khuyên người tu tập, làm lành lánh dữ, niệm Phật cầu vãng sanh, nhưng với văn tài của các tác giả, tập sách này đã thực sự có được một giá trị văn chương rất độc đáo.

Sách ra đời vào triều đại Nam Tống của Trung Hoa, có lẽ đã được soạn trong khoảng cuối thế kỷ 11. Nhờ được lưu giữ trong Đại tạng kinh, nên văn bản có thể nói là khá hoàn chỉnh, không có nhiều nghi vấn. Ngược lại, một số đoạn văn trích dẫn trong sách này còn gợi ra những vấn đề khá thú vị cho việc nghiên cứu. Chẳng hạn, có đoạn dẫn sách Tam giáo pháp số cho biết chính xác Lão tử sinh vào năm 605 trước Công nguyên. Dĩ nhiên, chúng ta không thể tin chắc vào một trích dẫn đơn thuần như thế này, nhưng với một vấn đề đã làm đau đầu các nhà nghiên cứu từ nhiều năm nay như niên đại của Lão tử, thì đây rõ ràng là một thông tin hết sức thú vị. Hoặc như bản kinh Thi-ca-la-việt lục phương lễ bái được khắc in nguyên vẹn trong sách này lại hoàn toàn khác hẳn với bản kinh cùng tên do ngài An Thế Cao dịch được lưu giữ trong Đại tạng kinh...

Với giá trị văn chương phong phú cũng như nội dung chứa đựng nhiều tư tưởng, lập luận sâu sắc, chúng tôi tin rằng bản dịch được giới thiệu lần này kèm theo nguyên tác Hán văn sẽ đóng góp được phần nào cho công việc nghiên cứu cũng như sự tu tập hành trì Phật pháp. Rất mong sớm nhận được sự góp ý xây dựng cũng như những lời chỉ giáo từ quý độc giả gần xa.

Dịch giả
NGUYỄN MINH TIẾN

LỜI TỰA SÁCH QUY NGUYÊN TRỰC CHỈ

Sa-môn Nhất Nguyên Tông Bổn, chùa Diên Khánh ghi chép

Sa-môn Đạm Vân Phước Ân, chùa Bửu Vân và cư sĩ Lộc Viên đọc duyệt

Cư sĩ Không Chư đọc duyệt lần thứ hai

Sa-môn Luật Truyền soạn phần âm nghĩa

Tôi thường suy nghĩ:[1] Chỗ lợi hại trong việc tu hành có bốn điều. Một là thầy dạy không sáng suốt, tà kiến phát triển, làm mất đi sự chân thật. Hai là không thực hành theo giới luật, khiến cho giềng mối rối loạn, phạm vào những điều nghiêm cấm. Ba là không thấu hiểu giáo lý, biện luận sai lệch ý nghĩa, làm cho kẻ khác mê lầm. Bốn là không tu các hạnh nguyện, mê lạc vào đường tà, rơi xuống đường ma.

Do những điều ấy mà rất nhiều nghĩa lý bị rối loạn, sửa đổi, làm cho những kẻ hậu học phải như đui như điếc, không còn thấy nghe được Chánh pháp, thật đáng xót thương thay!

Ôi! Đạo Tổ từ lâu đã không truyền nối,[2] muốn cho người ta không lầm lạc thật là rất khó!

---

[1] Lời tự thuật của ngài Nhất Nguyên Tông Bổn.

[2] Từ lâu đã không truyền nối: đây nói sự truyền nối theo cách trực tiếp như trước kia, lấy y bát làm tín vật. Cách truyền nối như thế đã dừng lại từ sau đời Lục Tổ Huệ Năng. Các Tổ sư đời sau chỉ còn "lấy tâm truyền tâm", người chứng đạo tuy nhiều nhưng thảy đều tự biết, không lấy gì làm bằng cứ.

Nhất Nguyên này tuy chẳng đủ tài trí nhưng thật sự có lòng thương xót, nên cố sức tìm cầu trong Chánh giáo, đọc khắp các bản văn hay, rồi theo đó mà xác định lại tông chỉ chân chánh, trừ phá những luận thuyết sai lệch.

Nhân đó mà soạn ra quyển sách này, với mục đích phân biện rõ ràng mọi lẽ chánh tà, rộng khuyên mọi người cùng gắng sức tu trì.[1]

[1] Trong bản khắc gỗ, lời tựa này được đặt ở đầu quyển hạ, còn ở đầu sách là lời tựa của những lần khắc bản in lại, do nhiều vị khác viết ra và đưa thêm vào mỗi lần in. Chúng tôi xem kỹ nội dung thấy lời tựa này tuy ngắn gọn nhưng đầy đủ ý nghĩa, và đặc biệt là do chính ngài Tông Bổn soạn ra, nên đã bỏ đi các bài khác mà thay vào bằng bài này.

QUY NGUYÊN TRỰC CHỈ
QUYỂN THƯỢNG

1. Chánh tín niệm Phật sẽ được vãng sanh[1]

Sách Liên Tông Bảo Giám[2] nói rằng: "Tâm thể chính là cõi Cực Lạc[3] trải khắp mười phương.[4] Tự tánh là đức *Di-đà*[5] tròn đầy trí giác.[6] Mầu nhiệm ứng theo thanh sắc nơi ngoại cảnh,[7] tỏa sáng nơi tự tâm.[8] Bởi vậy, bỏ mê vọng liền về chân thật, thẳng lìa trần ai tức là giác ngộ."[9]

"Thuở trước ngài Pháp Tạng phát lời nguyện lớn, khai mở

---

[1] Bài văn này nói ý nghĩa của việc niệm Phật, lấy chánh tín làm nhân, lấy vãng sanh Tịnh độ làm quả.

[2] Liên tông bảo giám là bộ sách 10 quyển, của ngài Ưu-đàm Tông chủ (cũng có tên là Phổ Độ), giảng thuyết và xiển dương pháp tu Tịnh độ.

[3] Kinh Duy-ma nói: "Tùy tâm mình tịnh thì cõi Phật tịnh."(Tùy kỳ tâm tịnh tắc Phật độ tịnh. - 隨其心淨則佛土淨 。)

[4] Trải khắp mười phương: Mười phương hư không đều do nơi tâm mà hiển hiện ra; tâm thể bao quát tất cả các cõi thế giới nhiều như số hạt bụi nhỏ li ti.

[5] Tự tánh là đức Di-đà: Tự tánh của mỗi chúng sanh tức là Phật, bởi vì hết thảy chúng sanh đều sẵn có Phật tánh.

[6] Tròn đầy trí giác: Tất cả các chúng sanh đều tự có sẵn trí huệ của Như Lai, chỉ do vô minh che lấp, mê muội nên không phát lộ được.

[7] Mầu nhiệm ứng theo thanh sắc nơi ngoại cảnh: Âm thanh và hình sắc là hai trong sáu yếu tố ngoại cảnh, gọi là sáu trần (lục trần): hình sắc, âm thanh, hương thơm, mùi vị, xúc chạm, pháp trần. Nói thanh sắc là cách nói gọn, thật ý là muốn chỉ cả sáu trần. Nếu tâm thanh tịnh thì ứng hiện ra sáu trần cũng thanh tịnh, mầu nhiệm như thật tướng.

[8] Tỏa sáng nơi tự tâm: Nguyên văn là "lưu quang ư tâm mục chi gian". Phần sớ giải có ghi: "Cử tâm xúc mục tức thị Bồ-đề, cố viết lưu quang" (舉心觸目即是菩提, 故曰流光 。) Nối theo ý của câu trên, tức là khi tâm thể thanh tịnh, mọi sự xúc chạm, thấy nghe đều là cảnh trí giác ngộ. Nên nói là "tỏa sáng nơi tự tâm".

[9] Tự tánh trí giác vốn sẵn có xưa nay, chỉ cần dứt bỏ mê vọng, lìa khỏi trần cấu thì trí tuệ tự nhiên hiển hiện. Nên Thiền tông nói: "Tâm địa nhược thông, tuệ nhật tự chiếu." (心地若通, 慧日自照 。)

con đường nhiệm mầu sang Cực Lạc.[1] Cho nên đức Thế Tôn mới chỉ về phương Tây mà dạy cho bà *Vi-đề-hy* biết rõ cõi diệu huyền.[2] Khi ấy, mười phương chư Phật đều hiện tướng lưỡi rộng dài mà xưng tán.[3] Nên báo trước rằng khi các kinh khác đều đã mất, sẽ chỉ riêng lưu lại bộ kinh *A-di-đà*.[4]

"Bởi vì, tâm hỷ xả làm lợi ích chúng sanh càng nhiều thì lượng từ bi ứng hóa càng thêm lớn. Giáo pháp phân chia chín phẩm, riêng mở phép tu này làm phương tiện; một lòng xét rõ, thật đây là nẻo tắt quay về nguồn cội. Thánh phàm gặp gỡ là duyên, như khách phương xa trở về quê cũ; cảm ứng giao thông là đạo, như trẻ thơ quấn quít mẹ hiền.

"Những ai mê muội không hiểu rõ lý này, đối trước ngoại cảnh thảy đều lầm lạc; những ai có lòng tin trọn vẹn, mọi sự ắt đều hiểu thấu. Huống chi lại còn được sức nguyện lực khôn lường của đức Phật, phóng hào quang từ bi tiếp độ, như thuyền

[1] Kinh Cổ Âm ghi rằng: "Về thời quá khứ cách nay vô số kiếp, có đức Phật Tự Tại Vương ra đời độ chúng sanh. Khi ấy có vị Luân vương tên Kiều-thi-ca nghe pháp giác ngộ, bèn bỏ ngôi vua, theo Phật xuất gia, hiệu là Pháp Tạng. Khi ấy, ngài Pháp Tạng đối trước Phật phát 48 lời nguyện lớn thanh tịnh, tiếp dẫn chúng sanh về cõi Cực lạc. Tỳ-kheo Pháp Tạng thuở xưa, nay chính là đức Phật A-di-đà, quả thành như nguyện."

[2] Kinh Quán Vô Lượng Thọ Phật ghi rằng: "Thái tử A-xà-thế tại thành Vương-xá, nghe lời xúi giục của Đề-bà-đạt-đa nên giam cầm vua cha là Tần-bà-sa-la, chẳng cho ăn uống. Mẹ của thái tử là bà Vi-đề-hy đem bánh bột và nước lén dâng lên vua. Thái tử nghe biết chuyện ấy, muốn giết mẹ đi. Các quan đại thần ngăn cản, A-xà-thế bèn giam mẹ vào ngục tối. Phu nhân sầu khổ, lễ Phật, nguyện được sanh về thế giới không có sự ác nghịch. Phật vì bà mà phóng hào quang hiện cho thấy các cõi thế giới trong sạch mười phương để bà lựa chọn. Phu nhân vui mừng, nguyện sanh về thế giới Cực Lạc ở phương tây. Phật nhân đó ngợi khen pháp môn niệm Phật, dạy bà chuyên tâm niệm danh hiệu đức Phật A-di-đà, sẽ được vãng sanh về thế giới Cực Lạc của đức Phật ấy.

[3] Khi đức Phật Thích-ca giảng thuyết kinh A-di-đà, chư Phật trong mười phương đều hiện tướng lưỡi rộng dài bao trùm các cõi thế giới, tỏ lời xưng tán đức Phật Thích-ca và kinh A-di-đà. Tướng lưỡi rộng dài là tướng trạng hiện ra để minh chứng cho lời nói chân thật không hư dối.

[4] Phật dạy rằng khi Chánh pháp sắp diệt mất, kinh Thủ Lăng Nghiêm sẽ bị mất trước nhất, sau đó các kinh khác cũng dần dần mất đi, duy chỉ còn kinh A-di-đà sẽ còn lại cho đến giai đoạn cuối cùng để cứu độ vô lượng chúng sanh.

xuôi theo nước, chẳng cần nhọc sức; cửa đẩy cối rơi, quyết chắc như vậy. Đã lập nguyện tất được đón về; không cơ duyên nào không ứng tiếp. Như tảng đá nặng nhờ thuyền có thể nổi trên mặt nước;[1] như lửa địa ngục có thể nhờ sức niệm Phật mà tức thì diệt mất.[2]

"Hàng Bồ Tát, Thanh văn vãng sanh về cõi ấy số nhiều không kể xiết. Bậc hiền thánh từ trước về sau, người đắc đạo có thể thấy biết rất nhiều. Chim anh vũ, tần-già[3] mà còn diễn xướng pháp âm; nên những loài biết bay biết chạy, hẳn đều được nhờ ơn lành giáo hóa.

"Cảnh giới bậc thánh vốn không hư vọng; lời Phật nói ra không thể sai lầm. Vì sao lại chìm đắm giữa giòng sông ái luyến[4]

[1] Kinh Tỳ-kheo Na-tiên ghi đoạn vua Di-lan-đà hỏi ngài Na-tiên rằng: "Sa-môn các ngài dạy rằng: Người ta dù làm đủ các điều ác, cho đến lúc sắp chết quay lại niệm Phật. Như vậy sau khi chết liền được sanh về tịnh độ. Trẫm không tin điều ấy. Lại còn nói rằng: Chỉ cần giết hại một sanh mạng, khi chết phải đọa vào địa ngục. Trẫm càng không thể tin được!" Na-tiên hỏi vua: "Này đại vương, như có người cầm hòn đá nhỏ ném xuống mặt nước. Đá ấy nổi hay chìm?" Vua đáp: "Tất nhiên là chìm." Na-tiên lại hỏi: "Như có người lấy cả trăm hòn đá to mà xếp lên thuyền lớn, thuyền ấy có chìm không?" Vua đáp: "Không chìm." Na-tiên nói: "Hàng trăm hòn đá to nhờ có chiếc thuyền nên không bị chìm. Người ta cũng vậy, tuy có làm các điều ác nhưng nhờ biết hồi tâm niệm Phật nên không bị đọa vào địa ngục. Sau khi chết được sanh sanh về tịnh độ. Chỉ một hòn đá nhỏ rơi xuống nước tất phải chìm, cũng như người làm việc ác nhưng không được học biết kinh Phật. Sau khi chết nhất định phải đọa vào địa ngục."

[2] Trương Thiện Hòa đời nhà Đường, làm nghề giết bò, lúc lâm chung thấy có chiếc xe toàn lửa hiện ra, mới vội vả thỉnh thầy tăng mà cầu cứu. Thầy tăng dạy cho niệm Phật A-di-đà. Hòa nói rằng: "Địa ngục đến nơi rồi." Bèn cấp tốc đi kiếm chiếc lư hương và nâng lên trán. Niệm Phật vừa được mười lần, thì nói rằng: "Có Phật đến rước tôi." Nói xong liền thác.

[3] Theo kinh A-di-đà thì chim anh vũ (chim két) và chim ca-lăng-tần-già là những loài chim do Phật A-di-đà hóa hiện ở cõi Cực Lạc, ngày đêm thường hót lên âm thanh vi diệu và thanh nhã để diễn đạt những bài thuyết pháp về Ngũ căn, Ngũ lực, Thất Bồ-đề phần, Bát chánh đạo. Người nghe chim diễn xướng liền sanh tâm niệm Phật, niệm Pháp, niệm Tăng.

[4] Sông ái luyến: ái hà (愛河) hay ái dục hà (愛欲河), nghĩa đen là con sông ái luyến, tham dục. Vì lòng ái luyến, tham dục của chúng sanh khiến cho người ta phải chìm đắm mãi trong đó, cũng như dòng sông cuộn sóng nhận chìm người, nên so sánh mà gọi tên như vậy.

cuộn sóng mà chẳng biết lo; ở trong căn nhà lửa[1] cháy bừng đốt thiêu hoài mà không sợ? Lưới si mê dày đặc, lưỡi gươm trí huệ nếu không sắc bén làm sao chém phá? Mối nghi ngại trồng sâu, đức tin nếu cạn cợt dễ đâu nhổ bỏ? Vậy nên cuối cùng rồi cam tâm nhụt chí, đành lòng mà nhận lấy tai ương. Với cõi thanh tịnh lại chê bai, với đời phiền não thì tham luyến!

"Bướm thiêu, kén cháy, toàn chốn tai ương; cá vạc, chim lồng, lấy làm khoái lạc! Thảy đều là do ác nghiệp nặng hơn căn lành; gốc tội sâu hơn đức tin.

"Cho nên ba cõi mênh mang, bốn loài[2] lăn lộn. Thảy đều vì tham sống mà lận đận, nào biết đường về? Cuối cùng đều theo nghiệp mà lao đao, chẳng lo tìm cách thoát ra. Chết đi sống lại trong quá khứ đã vô số kiếp,[3] đường luân hồi sắp đến cũng lâu xa không sao tính hết![4]

"Nếu chẳng nhờ duyên lành thuở trước, dễ đâu gặp được nhân này? Trống đánh mở cửa ngục tù, nên mau ra khỏi; gặp thuyền vớt nạn trầm luân, chớ nên chậm chạp. Kính thuận lời vàng, khéo nương học Phật. Những ai chẳng nghe, chẳng hiểu,

---

[1] Nhà lửa: hỏa trạch (火宅), căn nhà đang cháy. Trong kinh Phaps Hoa, Phật dạy rằng ba cõi (hay Tam giới, gồm có Dục giới, Sắc giới và Vô sắc giới) như căn nhà đang cháy đỏ. Chúng sanh ở trong ba cõi cũng như đang ở trong căn nhà cháy đỏ. Các mối phiền não: tham dục, sân hận, si mê trong ba cõi tỷ như những ngọn lửa nung đốt họ mãi, thế mà họ chẳng biết sợ mà tìm lối thoát ra. Muốn ra khỏi căn nhà lửa ấy, phải sớm biết tu tập theo pháp Phật.

[2] Bốn loài (tứ sanh): các loài trong luân hồi thảy đều sanh ra bằng một trong bốn cách: thai sanh (sanh từ bào thai), noãn sanh (sanh ra từ trứng), thấp sanh (sanh ra do nơi ẩm thấp), hóa sanh (do biến hóa mà sanh), nên gọi chung là bốn loài.

[3] Nguyên văn là "kiếp thạch", kiếp đá. Thuật ngữ này có nghĩa là thời gian lâu xa vô cùng. Ví như có một hòn đá vuông vức 40 dặm; cứ một trăm năm dùng mảnh lụa mềm mà phất vào hòn đá một lần. Như vậy cho đến khi hòn đá phải mòn hết, đó là quãng thời gian một "kiếp thạch", nên nói là vô số kiếp.

[4] Nguyên văn là "giới thành": thành hạt cải. Thuật ngữ này chỉ một khoảng thời gian lâu xa không tính hết được. Ví như có một cái thành lớn, bề cao và chu vi đều 40 dặm; bỏ đầy hạt cải vào trong thành ấy. Cứ qua một trăm năm thì lấy ra một hạt cải. Như vậy, chừng nào lấy hết hạt cải trong thành thì vừa trọn một kiếp. Nên nói là lâu xa không sao tính hết.

thật đáng xót thương! Huống chi, cõi ác có năm món ô trược này,[1] lửa đốt bốn bề, muốn được nhờ cứu vớt ra khỏi, duy chỉ có Phật mà thôi!

"Đã được nghe pháp nhiệm mầu, nên trồng lấy duyên thanh tịnh. Một niệm thành tín, muôn đức do đó vun bồi.[2] Dù như hiền triết thuở xưa, cũng khó gặp được pháp chân thường. Mong sao mọi người đều theo như lời dạy, kính cẩn vâng làm, hết lòng đảnh lễ tin nhận."

* * *

* Hỏi: Nói là tin, nhưng chưa biết tin ở pháp môn nào?

ª Đáp: Tin ấy là dựa vào Phật thuyết trong kinh: *Niệm Phật nhất định sanh về Tịnh độ*. Tin niệm Phật, chắc chắn diệt được tội lỗi. Tin niệm Phật, chắc chắn được Phật hộ trì. Tin niệm Phật, chắc chắn được Phật chứng biết. Tin niệm Phật, khi lâm chung chắc chắn được Phật tiếp độ.

Tin niệm Phật vãng sanh, chắc chắn được địa vị không thối chuyển. Tin niệm Phật sanh Tịnh độ, chắc chắn không đọa vào ba nẻo dữ.[3] Vì vậy mà khuyên nên tin niệm Phật, tin nhận pháp này, thường niệm như thế này, chắc chắn được vãng sanh Tịnh độ.

Bởi vậy cho nên ba đời chư Phật,[4] chư đại Bồ Tát, các đời Tổ sư tu các công hạnh, đủ nguyện lực lớn, vào cảnh giới của Phật, thành tựu quả *Bồ-đề*, chưa có ai chẳng nhờ nơi một chữ tin ấy mà được vào.

---

[1] Theo trong kinh A-di-đà thì "ngũ trược ác thế" là năm sự ô trược ở cõi ác này. Đó là: kiếp trược, kiến trược, chúng sanh trược, mạng trược, phiền não trược.

[2] Trong pháp tu niệm Phật, lòng thành tín là nhân; còn việc được vãng sanh, thành Phật có đủ muôn đức là quả.

[3] Ba nẻo dữ, hay Tam ác đạo, đó là: địa ngục, ngạ quỷ, súc sanh.

[4] Ba đời chư Phật: Chư Phật trong quá khứ, hiện tại và vị lai.

Kinh Hoa Nghiêm nói: "Lòng tin là gốc của đạo, sanh ra các công đức. Lòng tin có thể nuôi lớn các căn lành. Lòng tin có thể vượt khỏi các đường ma. Lòng tin có thể đắc nhập vào đại định. Lòng tin có thể giải thoát khỏi biển sanh tử. Lòng tin có thể thành tựu quả Phật *Bồ-đề*."

* * *

Than ôi! Người đời nay biết ăn chay, tin vào việc giữ giới, mà chẳng tin pháp niệm Phật; tin thờ Phật mà chẳng tin việc vãng sanh Tịnh độ. Như vậy đều là tự mình bỏ mất đi một điều lợi lớn!

Cho nên kinh *Duy-ma* nói rằng: "*Lòng tin sâu vững kiên cố cũng như chất kim cang.*" Muốn đến cõi Tây phương, trước hết phải do lòng tin sâu vững.

Hãy nhìn xem nơi các cõi thế giới thanh tịnh, chư Phật số đông như cát sông Hằng, thảy đều là những người trước đây đã từng gieo nhân chánh tín.

2. Tôn sùng Tam bảo và giáo pháp [1]

Khắp cõi thiên hạ, Tam bảo là tôn quý. Trong ngoài cõi thế, Tam bảo là trên hết. Tam bảo là gì? Là Phật, Pháp, Tăng vậy.

Tam bảo có ba cách hiểu. Một là Đồng thể Tam bảo.[2] Theo lý chân như, tự tánh sáng tỏ gọi là Phật bảo. Giữ đức theo khuôn phép, tự tánh chân chánh gọi là Pháp bảo. Chỗ động không phạm, không tranh, tự tánh thanh tịnh, gọi là Tăng bảo.

Hai là Xuất thế Tam bảo.[3] Pháp thân, Báo thân và Hóa thân tùy loại ứng hiện, gọi là Phật bảo. Lục độ,[4] Tứ đế,[5] Thập nhị

---

[1] Bài này ý nghĩa tiếp theo bài trước. Bài trước lấy phép "Niệm Phật vãng sanh, tin sâu tự tánh" làm chánh nhân, đó là tự lực. Còn bài này lấy sự "tôn sùng Tam bảo và giáo pháp" làm trợ duyên, đó là tha lực. Nhân và duyên hòa hợp, trợ với chánh xen nhau. Đó là lẽ: xuôi nước giương buồm; lại thêm chèo lái, chẳng nhọc công lao, chỉ khảy ngón tay cũng có thể về Tây phương Cực Lạc.

[2] Phật, Pháp, Tăng, vốn đồng một thể, nên gọi là đồng thể. Thể ấy chính là tự tánh bản lai thanh tịnh. Tự tánh ấy ở nơi chúng sanh không bớt, ở nơi hiền thánh không thêm, chúng sanh với Phật vốn đồng một thể, khi mê tự tánh là chúng sanh, giác ngộ tự tánh là Phật. Cũng theo lý này nên gọi là Đồng thể Tam bảo, cũng gọi là Nhất thể Tam bảo. Vì vậy mà tôn kính Tam bảo theo nghĩa này tức là quay về tôn kính tự tánh trong tâm, chuyên cần tu tập cho được thanh tịnh, sáng suốt, sẽ được như Phật không khác.

[3] Phật, Pháp, Tăng hiện ra nơi thế gian để cứu độ chúng sanh, nên gọi là Xuất thế Tam bảo. Vì có hóa hiện nên có đủ Pháp thân, Báo thân, Hóa thân. Như ở cõi này là đức Thích-ca Mâu-ni đản sanh, lập giáo. Ngài đã tự mình thị hiện việc tu tập và thành Phật ngay nơi thế gian này, truyền dạy các giáo pháp cho Tam thừa là Pháp bảo, độ chúng sanh ngộ đạo, chứng thánh quả, được giải thoát số đông vô kể là Tăng bảo. Vì vậy nên cũng gọi là Hiện tiền Tam bảo, hay Biệt thể Tam bảo.

[4] Lục độ, hay Lục ba-la-mật: Sáu pháp tu tập để đạt đến giải thoát. Đây là pháp môn hành trì của hàng Bồ Tát Đại thừa. Gồm có: 1.Bố thí ba-la-mật, 2.Trì giới ba-la-mật, 3.Nhẫn nhục ba-la-mật, 4.Tinh tấn ba-la-mật, 5.Thiền định ba-la-mật, 6.Trí huệ ba-la-mật.

[5] Tứ đế, hay Tứ diệu đế: Là bốn chân lý cần phải tin nhận và tu tập để đạt được giải thoát. Đây là pháp môn tu tập của Thanh văn thừa. Bốn chân lý ấy là: 1.Khổ đế, 2.Tập đế, 3.Diệt đế, 4.Đạo đế.

nhân duyên,[1] gọi chung là Pháp bảo.[2] Những bậc Tam hiền,[3] Thập thánh,[4] Tứ hướng,[5] Tứ quả,[6] gọi là Tăng bảo.

Ba là Thế gian trụ trì Tam bảo.[7] Tranh vẽ, ảnh tượng dùng thờ phụng, gọi là Phật bảo. Kinh quyển lưu truyền, gọi là Pháp bảo. Những vị cạo tóc mặc áo *cà-sa*, gọi là Tăng bảo.

Người quy y Tam bảo, diệt được vô số tội nghiệp; người chiêm ngưỡng thì phước báo được tăng vô lượng. Nay có kẻ tà ngu chẳng hiểu, giả tạo ra quyển "*Chân tông diệu nghĩa kinh*", nói bậy rằng "*tinh là Phật bảo, khí là Pháp bảo, thần là Tăng bảo*",[8] khiến cho những người đã bước vào nẻo lành, chỉ vì tin theo tà thuyết ấy mà chẳng tôn kính Tam bảo, thật đáng thương thay!

---

[1] Thập nhị nhân duyên: Mười hai nhân duyên mà theo đó vạn pháp được sanh khởi. Gồm có: 1.Vô minh, 2.Hành, 3.Thức, 4.Danh sắc, 5.Lục nhập, 6.Xúc, 7.Thọ, 8.Ái, 9.Thủ, 10.Hữu, 11.Sanh, 12. Lão Tử. Giáo pháp Thập nhị nhân duyên là pháp môn quán xét và hành trì của Duyên giác thừa.

[2] Lục độ, Tứ đế, Thập nhị nhân duyên, tức là các giáo pháp cơ bản của ba thừa. Tuy phân chia như thế, cũng chỉ là phương tiện giáo hóa để phù hợp với căn cơ của mỗi chúng sanh. Xét đến chỗ rốt ráo chân lý thì tất cả các pháp ấy đều là Phật thừa, đều từng bước dẫn dắt người tu đến quả vị giải thoát hoàn toàn là quả Phật. Chỉ những ai cố chấp vào các pháp môn, phương tiện tu tập mới thấy là Phật pháp chia ra có các thừa khác nhau, do đó mà bị trói buộc về cả sự và lý, không thể tiếp nhận được chân lý rốt ráo viên dung là Phật thừa.

[3] Tam hiền: Những bậc tu hành đạt các địa vị Thập trụ, Thập hạnh và Thập hồi hướng.

[4] Các thánh vị từ Sơ địa đến Thập địa Bồ Tát. Tam hiền và Thập thánh là thuộc về Đại thừa.

[5] Tứ hướng: Những bậc tu hành vào giai đoạn hướng đến, sắp sửa chứng đắc Tứ thánh quả.

[6] Tứ quả: Bốn thánh quả là Tu-đà-hoàn, Tư-đà-hàm, A-na-hàm và A-la-hán. Tứ hướng và Tứ quả là thuộc về Tiểu thừa.

[7] Hình tướng Tam bảo để lưu giữ, thờ phụng trong cõi thế gian, nhân đó mà giáo pháp được lưu truyền, nên gọi là Thế gian trụ trì Tam bảo, cũng gọi Trụ trì Tam bảo hay Trụ thế Tam bảo.

[8] Tinh, khí và thần ở đây chỉ 3 yếu tố trong con người. Luận thuyết này ảnh hưởng từ Đạo giáo.

Như chẳng biết tôn kính Thế gian Tam bảo[1] thì do đâu mà được Đồng thể Tam bảo và Xuất thế Tam bảo? Đã đành là tự dối mình, lại còn dối gạt cả người khác nữa! Điều đó chính là ngăn trở con đường chân chánh, che khuất tầm mắt của mọi người, hủy hoại giáo lý chân chánh về nhân quả, khuấy rối nếp lành định huệ. Thật không còn gì tệ hại hơn thế nữa!

Phật dạy rằng: "Hết thảy chúng sanh nếu chẳng quy y Tam bảo, mãi mãi phải chịu đọa trong ba nẻo dữ."[2] Chẳng nghe lời xưa dạy: "Chư Phật mười phương, Giáo pháp trọn đủ, với Bồ Tát tăng Đại thừa, ba ngôi ấy công đức khó nghĩ bàn."

Người quy y Phật thì chẳng đọa địa ngục. Người quy y Pháp thì chẳng đọa ngạ quỷ. Người quy y Tăng thì chẳng đọa súc sanh. Tại sao vậy? Vì Phật là vị vua thầy thuốc,[3] không ai hơn được. Pháp là thuốc hay trừ bệnh. Tăng là bậc tri thức dẫn đường. Ba ngôi ấy đều là ruộng phước chân chánh trong sạch. Đi ngược lại là tà, hướng theo đó là chánh. Phàm được thấy mỗi hình tượng của Phật, nên xem như chính đó là đức Như Lai. Thấy được mỗi phần Thánh giáo,[4] nên nghĩ tưởng rất là khó gặp.[5] Gặp mỗi vị *tỳ-kheo* Tăng, nên xem như đó là bậc tổ sư. Vậy nên phải lễ bái cúng dường, không được khinh khi. Dùng những món trang nghiêm thân Phật mà trang nghiêm thân

---

[1] Tức là Trụ trì Tam bảo đã nói trên, là các hình tướng đang lưu truyền trong cõi thế.

[2] Ba nẻo dữ hay Tam ác đạo: địa ngục, ngạ quỷ, súc sanh. Câu này ý nói, chỉ có quy y Tam bảo là lối thoát vĩnh viễn cho chúng sanh. Nếu chẳng quy y Tam bảo, thì luân chuyển mãi mãi trong ba cõi, tạo tác các nghiệp lành dữ, cho dù nhất thời được sanh ở cõi lành, rồi cũng có lúc sẽ phải đọa vào ba nẻo dữ. Nếu không quy y Tam bảo thì không do đâu mà thoát được ra.

[3] Chúng sanh khổ não ví như bệnh tật, Phật có thể cứu độ cho thoát khổ, ví như vị thầy thuốc. Vì là thầy thuốc giỏi nhất, cao quý nhất, nên gọi là Vua thầy thuốc (Y vương).

[4] Tức là giáo pháp do đức Phật truyền dạy.

[5] Vì biết là rất khó gặp, nên khi được gặp mới sanh lòng vui mừng, cung kính mà học hỏi, làm theo.

mình.[1] Được như vậy thì tự tâm đã trọn đủ Nhất thể Tam bảo.[2]

Này các vị! Nếu muốn đắc đạo, nên y theo lời Phật dạy. Như trái lời Phật dạy mà đắc đạo, quyết không thể được.

* * *

Hoặc có kẻ hỏi rằng: "Ngài *Đạt-ma* từ Tây phương sang đây, chẳng lập văn tự. Chỉ thẳng vào tâm người, thấy tánh thì thành Phật. Như vậy cần gì phải xem kinh giáo rồi mới ngộ đạo sao?"

Đáp rằng: "Giáo thuyết của ngài *Đạt-ma* thật là món thuốc hay ứng theo bệnh mà trị. Người đời nay chẳng đạt tông chỉ của tổ sư, trở lại chấp lấy thuốc mà thành bệnh. Tổ sư vì muốn cho người ta ngộ được tự tâm, hòa hợp theo giáo pháp, cho nên thuyết ra lời ấy. Ngài sợ rằng người học đạo cố chấp nơi văn tự mà chẳng chịu suy xét cầu Phật quả, cũng giống như kẻ mãi nhìn nơi ngón tay chỉ mà chẳng chịu ngó lên mặt trăng vậy![3]

Lục tổ nói: "Ngài *Đạt-ma* nói lý chỉ thẳng là cặn kẽ lắm. Vì sao vậy? Phải biết rằng, chỉ riêng hai chữ "chẳng lập" cũng đã là văn tự rồi. Sao lại bảo rằng không có văn tự? Nếu thật là chẳng lập văn tự, thì người ta chẳng nên nói năng gì. Chỉ việc nói năng cũng là cái tướng của văn tự rồi. Sao nói rằng chẳng lập được sao? Người ngu nghe nói rằng chẳng lập, liền chỉ một lòng chấp không. Chỉ nói chẳng lập văn tự, trở nên hủy báng kinh Phật. Tội chướng sâu nặng lắm, chẳng nên ngăn ngừa sao?

---

[1] Chư Phật vốn trang nghiêm thân mình bằng các công đức thiện căn tích lũy từ vô số kiếp, không phải bằng những hình tướng như người thế gian tầm thường ưa thích. Người tu nên học theo đó, tu tập các công đức lành, nên gọi là trang nghiêm giống như Phật.

[2] Nhất thể Tam bảo, tức là Đồng thể Tam bảo như đã nói ở trước.

[3] Bậc thánh hiền dùng văn tự trong kinh giáo mà chỉ bày đạo lý, chỉ rõ tánh Phật cho người đời, tỷ như người ta lấy ngón tay mà chỉ mặt trăng cho kẻ khác. Nhưng người mê chấp lấy văn tự mà chẳng thấy chân lý, cũng như kẻ nhìn nơi ngón tay mà chẳng chịu theo hướng chỉ của ngón tay để thấy mặt trăng.

Chẳng nghe kệ truyền pháp của ngài *Đạt-ma* rằng:

Vốn ta lại đất này,
Truyền pháp cứu mê tình
Một hoa trổ năm cánh,
Kết quả tự nhiên thành.[1]

Tổ *Đạt-ma* còn nói rằng: "Ta có bốn quyển kinh *Lăng-già*, cũng đem trao cho ngươi.[2] Đây là pháp môn quan trọng của tâm địa Như Lai, khiến cho chúng sanh được mở thông, chỉ bày, hiểu đạo và nhập đạo."[3] Như vậy, ngài *Đạt-ma* há lại không lấy văn tự truyền cho người đó sao?

Người xưa nói rằng: "Xem kinh là để hiểu rõ giáo lý của Phật." Đó là nhờ giáo lý mà hiểu rõ tông chỉ, nên tâm mình với giáo pháp hiệp nhau. Lấy tâm truyền tâm, không hai không khác. Cho nên phải biết rằng, muốn đạt chân thừa, phải nên học hỏi giáo điển. Theo nơi giáo pháp mới rõ được lý. Rõ được lý rồi, sau đó mới tu hành. Hạnh và nguyện đều không thiếu sót, đạo quả có thể chứng đắc. Xem kinh giáo đã có lợi ích như thế, há nên khinh chê hay sao?

Quy sơn cảnh sách[4] nói: *"Lời Phật dạy không chịu ghi lòng*

[1] Một hoa trổ năm cánh: Một bông hoa có năm cánh hoa, chỉ cho giáo pháp mà ngài *Đạt-ma* truyền dạy, sau truyền lưu qua năm vị tổ, từ Nhị tổ cho đến Lục tổ thì việc giáo hóa được thành tựu hưng thạnh, Thiền tông lan rộng khắp nơi, người đạt đạo số nhiều không kể xiết.

[2] Đây là lời nói với Nhị tổ Huệ Khả.

[3] Đây tức là yếu chỉ của kinh, gồm trong bốn chữ: *khai, thị, ngộ, nhập. Khai*, tức là khai mở tri kiến Phật, mở ra chỗ thấy của chúng sanh cho đồng với chư Phật, tức là thấy được những chân lý mà chư Phật truyền dạy. *Thị*, tức là chỉ bày tri kiến Phật, chỉ bày cho chúng sanh thấy biết chỗ tri kiến của chư Phật. *Ngộ*, tức là chứng ngộ, hiểu được tri kiến Phật, khiến cho chúng sanh thấy rõ tâm Phật của mình, tự biết tự tin tự thấy mình cũng tự có chỗ tri kiến không khác chư Phật mười phương. *Nhập*, tức là nhập vào tri kiến Phật, khiến cho chúng sanh tu tập hết thảy các thiện nghiệp thanh tịnh, các giáo pháp huyền diệu, đắc nhập vào chỗ tri kiến đồng với mười phương chư Phật.

[4] Quy Sơn cảnh sách: Bài văn sách tấn việc tu tập của ngài Quy Sơn Linh Hựu thiền sư, là một bài văn rất có giá trị, nổi tiếng trong giới xuất gia.

tạc dạ thì đạo nhiệm mầu không thể do đâu mà tỏ ngộ. Cho đến khi tuổi tác về già, dù xuất gia trải đã nhiều năm mà trong tâm thật chẳng được gì. Vì chẳng chịu gần gũi học người hiền đức, chỉ biết ngông nghênh cao ngạo... Cuối cùng rồi thành ra buông lung thô lỗ, gặp việc bế tắc như quay mặt vào tường. Người mới học đến thỉnh giáo, chẳng có gì để chỉ bày. Như có gượng nói ra cũng chỉ là sai kinh lệch nghĩa. Vậy mà có bị khinh chê, lại trách rằng hậu sanh vô lễ. Chỉ vừa học biết được chút ít, liền tự xưng là bậc sơn tăng.[1] *Lòng cao ngạo chấp lấy nhân ngã, khinh khi ngăn trở kẻ hậu học. Uổng phí cả một đời, khi ăn năn cũng chẳng cứu vớt lại được. Xoay chuyển mãi trong luân hồi, biết bao giờ mới dứt!*

"Ôi! Như có người căn cơ chỉ ở mức bình thường, không thể nhất thời vượt thoát, thì nên hết sức chú tâm mà học hỏi giáo pháp.[2] *Thông thuộc kinh điển, nghiền ngẫm cứu xét nghĩa lý tinh tường, rồi truyền rộng ra khắp nơi, dẫn dắt người hậu học, báo đáp ơn đức Phật. Thời gian trôi qua, chớ nên luống mất, phải nên lấy sự tu tập như trên mà làm chỗ dựa đời mình. Giữ lấy oai nghi, thành bậc pháp khí giữa chúng tăng. Chẳng thấy như dây leo kia, nhờ dựa vào thân cây tùng mà lên được đến tầng cao chót vót. Hãy chọn lấy tác nhân cao trổi mà ký thác đời mình, mới có thể rộng làm lợi ích."*[3]

Như vậy, há có thể khinh thường giáo pháp, khinh thường bậc trí thức hay sao? Nếu khinh thường bậc trí thức, tức là khinh thường giáo pháp. Khinh thường giáo pháp tức là khinh thường chư Phật, chư Tổ. Khinh thường chư Phật Tổ tức là tự

---

[1] Sơn tăng: vị tăng tu ở núi, ý nói là bậc chân tu đạt ngộ, đã dứt hẳn việc đời.

[2] Nguyên văn là "*ôn tầm bối diệp*", nghĩa là tìm tòi học hỏi nơi giáo pháp, kinh điển. Vì thuở xưa kinh Phật được viết bằng tiếng Phạn trên lá cây bối, một loại lá dài, rộng, sáng, mịn, được gọi tên theo tiếng Phạn là *bối-đa-la*.

[3] Chúng tôi đã dịch theo đúng phần Hán văn được trích dẫn trong bản Quy nguyên trực chỉ này. Nếu so với nguyên tác của thiền sư Quy Sơn Linh Hựu thì có một vài khác biệt nhỏ. Xin tham khảo Quy Sơn cảnh sách văn, Nguyễn Minh Tiến dịch và chú giải, Nxb Tôn giáo.

khinh thường tâm thức của mình. Khinh thường tâm thức của mình thì tự phải chìm đắm trong bể khổ vậy!

Than ôi! Đức Thế Tôn *Thích-ca* còn bỏ cả thân mạng mà cầu nghe nửa bài kệ;[1] lấy thân mình làm chỗ nằm ngồi để cầu được pháp mầu.[2] Kìa chẳng thấy trong phẩm Hạnh nguyện nói rằng: "Lột da làm giấy, chẻ xương làm bút, trích máu làm mực, viết chép kinh điển,[3] chất chứa như *Tu-di*,[4] là vì kính trọng giáo pháp vậy." Thân mạng còn chẳng tiếc, huống chi là ngôi vua, thành trì, vợ con, voi ngựa và bảy món báu? Đức Thế Tôn đã kính trọng giáo pháp như vậy, phàm phu lại có thể khinh thường giáo pháp sao?

Bồ Tát Dược Vương lấy thân mình làm đuốc để báo đền ân sâu của Phật,[5] Bồ Tát *Thường-đề* bán tim gan mà học pháp

---

[1] Nửa bài kệ: Kinh *Niết-bàn*, quyển 14 ghi: Thuở xưa, đức Thế Tôn làm một thầy tu khổ hạnh trong núi. Vị Đế-thích hóa thành La-sát đọc nửa bài kệ rằng: 諸行無常，是生滅法 。(Chư hành vô thường. Thị sanh diệt pháp. - Các hành vô thường, Là pháp sanh diệt.) Đức Phật vì muốn nghe trọn bài kệ, phải nguyện xả thân cho *La-sát* ăn thịt. *La-sát* đọc tiếp rằng: 生滅滅以，席滅為樂 。(Sanh diệt diệt dĩ, Tịch diệt vi lạc. - Sanh diệt dứt rồi, Tịch diệt là vui.)

[2] Vì muốn được nghe pháp mầu nên tự nguyện lấy thân mình làm chỗ nằm ngồi (*thân vi sàng tòa*) cho vị pháp sư, để vị ấy giảng pháp cho nghe.

3 Đây chỉ nói là phẩm Hạnh nguyện, nếu gọi tên đầy đủ là phẩm *Nhập bất tư nghị giải thoát cảnh giới* (入不思議解脫境界普賢行願品), được trích từ kinh Hoa Nghiêm, quyển thứ 40. "Lột da làm giấy, chẻ xương làm bút, trích máu làm mực, viết chép kinh điển" là lấy ý từ bộ Đại luận có ghi rằng: "Thuở xưa, đức Phật *Thích-ca* còn làm Bồ Tát, tên là Nhạo Pháp. Vào lúc chẳng có Phật ra đời, ngài đi khắp bốn phương cầu pháp nhưng chẳng được. Lúc ấy, Ma vương hóa làm một thầy *bà-la-môn*, nói rằng: "Ta có pháp Phật, nếu ngươi có thể lột da làm giấy, chẻ xương làm bút, trích máu làm mực mà chép lấy, thì ta sẽ dạy cho." Bồ Tát Nhạo Pháp tức thì lột da ra phơi. Ma vương biến mất. Đức Cổ Phật thấy biết Bồ Tát thành tâm, bèn hiện ra mà thuyết diệu pháp cho nghe. Ngài Nhạo Pháp nghe rồi liền chứng quả "*Vô sanh pháp nhẫn*".

[4] Chất chứa như *Tu-di*: Viết thành số kinh điển nhiều đến nỗi nếu chất lại sẽ cao như núi *Tu-di*, tức là quả núi cao lớn nhất trong cõi *Ta-bà*.

[5] Ngài Dược Vương Bồ Tát lấy thân mình làm cây đuốc, tự thiêu cháy để cúng dường báo đáp ơn Phật. Chuyện này trích từ phẩm thứ 23 (Dược Vương Bồ Tát bổn sự phẩm) trong kinh Pháp Hoa.

Bát-nhã,[1] ngài Thần Quang chặt tay cầu pháp,[2] ngài Thiện Tài đi tham học về hướng nam, khóc chảy máu mắt.[3] Đó đều là những bậc vì pháp quên mình. Nhờ vậy mới hiểu rõ được việc lớn sanh tử.[4]

Kinh Viên Giác dạy rằng: "Chúng sanh muốn tu hành ở đời mạt pháp, nên cầu được bậc có tri kiến chân chánh hiểu biết mọi sự, ắt sẽ được thành tựu quả Vô thượng *Bồ-đề*."

Luận Trí Độ viết: "Đối với các bậc thầy dạy đạo, nên cung kính như đức Thế Tôn. Như ai có thể vì mình mà giảng rõ nghĩa lý sâu xa, giải trừ được những mối ngờ vực trói buộc, đó là làm lợi ích cho mình, phải hết lòng cung kính, chẳng nên nghĩ đến những chỗ xấu bề ngoài của họ. Ví như cái túi xấu mà đựng của báu, chẳng nên vì chê túi xấu mà chẳng dùng của báu. Lại

---

[1] Bồ Tát *Thường-đề* bán tim gan: Trong kinh ghi rằng: Ngài *Thường-đề* ở tại Hương thành học pháp *Bát-nhã*. Được pháp rồi, ân hận vì không có gì cúng dường đức Thế Tôn. Khi ấy gặp một người trưởng giả có bệnh, thầy thuốc bảo phải lấy tủy của người mà hòa với thuốc thì bệnh mới khỏi. Ngài Thường-đề tự hủy mình, đập xương lấy tủy, bán được tiền mà mua các thứ hương hoa cúng dường Phật.

[2] Ngài Thần Quang đến xin học đạo với Sơ Tổ *Bồ-đề Đạt-ma* ở chùa Thiếu Lâm tại Tung Sơn, quỳ một đêm trước cửa động, tuyết rơi ngập đến quá gối. Tổ quở là chưa đủ thành ý, Thần Quang bèn tự lấy dao bén chặt một cánh tay để tỏ lòng chí thành cầu pháp. Tổ hỏi: "Ngươi muốn cầu điều chi?" Thần Quang thưa: "Tâm đệ tử không an, xin thầy an tâm cho." Tổ bảo: "Đưa tâm đây ta an tâm cho ngươi." Hồi lâu, Thần Quang lại thưa: "Đệ tử tìm tâm không thấy. Tổ bảo: "Ta an tâm cho ngươi rồi đó." Thần Quang khi ấy tỉnh ngộ, được Tổ đổi hiệu cho là Huệ Khả. Về sau nối pháp làm Tổ thứ hai.

[3] Trong kinh chép rằng: Ngài Thiện Tài ở phía đông Phước Thành gặp đức Bồ Tát *Văn-thù* chỉ dạy phép phát tâm *Bồ-đề* trọn vẹn. Đức *Văn-thù* khuyến tấn rằng: "Nhà ngươi được cái trí gốc rễ, chứ chưa được cái trí phân biệt." Bèn chỉ cho tới cầu pháp nơi ngài *Tỳ-kheo* Đức Vân, lại theo con đường đi về phía nam, lần lượt trải qua 110 thành, ra mắt 53 vị thiện tri thức, đến cửa này sang cửa nọ, kham khổ nếm trải đủ mùi cay đắng, cho nên nói là "khóc chảy máu mắt". Sau gặp đức Phổ Hiền, mới thành tựu trọn vẹn hạnh Bồ Tát.

[4] Nguyên văn là "*đại sự*", tức là việc lớn của đời người, việc giải thoát sanh tử. Ngài Huyền Giác nói "Sanh tử sự đại, vô thường tấn tốc." (生死事大，無常進速。- Sanh tử là việc lớn, vô thường mau chóng lắm.)

như khi đi đường hiểm lúc ban đêm, có người mặc áo rách cầm đuốc cùng đi, chớ nên vì vẻ ngoài rách rưới của người mà chẳng nhờ lấy ánh sáng."

Kinh Hoa Nghiêm nói: "Đối với người thuyết giảng pháp Phật, nên nghĩ biết là rất khó gặp. Đối với tự thân, nên nghĩ biết đó là bệnh khổ. Đối với bậc thiện tri thức, nên xem như bậc y vương. Đối với pháp được thuyết, nên xem như thuốc hay. Đối với việc tu hành, nên xem như phép trừ bệnh.

"Như nghe được một câu kinh, một bài kệ, đó là pháp chưa từng có, còn hơn là được bảy thứ báu chứa đầy trong cõi ba ngàn đại thiên thế giới, cùng là ngôi vị *Đế-thích*, Chuyển luân vương."

Kinh Pháp Hoa nói: "Đối với người thuyết được kinh này,[1] nên cúng dường như đức Như Lai, nên lấy những vật báu cõi trời mà rải quanh xưng tụng, nên dùng những kho báu cõi trời mà phụng hiến. Vì sao vậy? Vì người ấy hoan hỷ thuyết pháp, nếu nghe qua trong chốc lát thì đạt được chỗ cứu cánh là quả Vô thượng Chánh đẳng Chánh giác.[2]

Luận Khởi Tín nói: "Như trong cây có tánh lửa, lửa tức là *chánh nhân*. Nhưng nếu không ai biết đến, không nhờ dùng phương tiện mà tự tánh ấy thiêu cháy được cây, quyết không thể được! Chúng sanh cũng vậy. Cho dù sẵn có sức *chánh nhân* un đúc lâu đời, nhưng nếu chẳng gặp kinh giáo của chư Phật, Bồ Tát, cùng sự khai thị của hết thảy thiện tri thức, mà tự mình có thể thành Phật, quyết không thể được!"

Người xưa nói: "Sanh ra ta là cha mẹ, giúp ta thành đạt là thầy với bạn." Chẳng phải đúng như vậy sao?

---

[1] Tức là Kinh Pháp hoa.

[2] Vô thượng Chánh đẳng Chánh giác, dịch từ tiếng Phạn là *A-nậu-đa-la Tam-miệu Tam-bồ-đề* (anuttarā-saṃyak-saṃbodhi) tức là quả Phật Thế Tôn.

Cần phải biết rằng, kinh điển Đại thừa là thầy của chư Phật.[1] Quả vị *Bồ-đề* của chư Phật đều do đó mà ra.

Xem khắp những người tu ba tịnh nghiệp[2] và được *Thượng phẩm thượng sanh*,[3] đều thấy nói là có đọc tụng kinh điển Đại thừa, hiểu được chân lý tối thượng.[4] Nếu có thể như vậy, chắc chắn được vãng sanh.

Kinh Đại thừa là gì? Đó là những kinh như Hoa Nghiêm, Pháp Hoa, *Bát-nhã*, *Niết-bàn*, Lăng Nghiêm, *Lăng-già*, Viên Giác, Quán Vô Lượng Thọ Phật .v.v... cùng với tất cả những kinh chuyên luận về Tịnh độ. Người tu tịnh nghiệp nên thọ trì đọc tụng các kinh ấy, y theo lời dạy trong kinh mà tu hành.

* * *

Hỏi: Những người biết chữ có thể đọc kinh được, còn những kẻ không biết chữ thì làm sao?

Đáp: Tuy không biết chữ để đọc tụng, nhưng cũng có thể dự phần trong việc in ấn lưu hành. Lại nếu như thường xuyên lễ bái nương theo, sẽ có ngày tự nhiên thông hiểu. Kìa chẳng thấy như Thiện Tài một đời chứng quả,[5] Long nữ tám tuổi thành

---

[1] Chư Phật đều do tu tập kinh điển Đại thừa mà được thành Chánh quả, nên nói kinh điển Đại thừa là thầy chư Phật.

[2] Tam chủng tịnh nghiệp: Ba loại tịnh nghiệp. Kinh Quán Vô Lượng Thọ nói ba loại tịnh nghiệp ấy là:

1. Hiếu dưỡng cha mẹ, phụng sự sư trưởng, lòng từ tâm chẳng giết hại, tu Mười điều lành.
2. Thọ trì Tam quy, trọn đủ các giới, chẳng phạm oai nghi.
3. Phát *Bồ-đề* tâm, tin sâu lý nhân quả, đọc tụng kinh Đại thừa, khuyến tấn người tu hành.

[3] *Thượng phẩm thượng sanh*: Những người được vãng sanh về cõi Cực Lạc với phẩm vị cao nhất trong chín phẩm.

[4] Nguyên văn là “đệ nhất nghĩa”, tức là chân lý tối thượng. Đệ nhất nghĩa đế là nghĩa cao nhất, so với các nghĩa tùy thuận theo thế gian mà thuyết như Tục đế hoặc Thế đế.

[5] Thiện Tài nhờ chuyên cần cầu pháp, không nệ khó khăn, tìm cầu khắp chốn, nên chỉ trong một đời mà được chứng quả..

Phật[1] hay sao? Đó thật phải là nhờ đã gắng sức trong nhiều đời, há chỉ một ngày mà thành tựu được?

Phẩm Diệu Trang Nghiêm Vương trong kinh Pháp Hoa nói rằng: "Như có những kẻ nam người nữ lòng lành, nhờ trồng sẵn thiện căn, nên đời đời thường gặp các bậc thiện tri thức. Các bậc thiện tri thức ấy có thể làm được Phật sự, chỉ bày dạy dỗ điều lợi ích vui vẻ cho mình, khiến cho đắc nhập quả Vô thượng Chánh đẳng Chánh giác."

Chư đại đức nên biết rằng: Bậc thiện tri thức, đó là nhân duyên lớn. Nhờ người chỉ dạy, dắt dẫn, giúp cho mình được thấy Phật, lại là chuyện lợi ích nhỏ hay sao? Đời nay, những người chẳng rõ lý Phật, đều là do đời trước khinh chê pháp Phật. Như đời nay cũng chẳng biết tôn sùng, đời sau lại càng thêm ngu si, khốn đốn.

Kinh Pháp Hoa dạy rằng: "Đối với những người mà trong ngàn muôn ức kiếp chẳng nghe danh hiệu Phật, cũng chẳng được nghe chánh pháp, thật rất khó cứu độ." Chẳng nghe điều ấy sao?

Khổ thay! Khổ thay! Những kẻ chê bai kinh giáo và nhạo báng pháp sư như vậy, còn nặng tội hơn cả mắng Phật. Lại không biết sợ mà tránh đi sao? Nếu ai chẳng tin lẽ ấy, nên xem qua phẩm Hỏa trạch và phẩm Pháp sư trong kinh Pháp Hoa để rõ.

Nay ta khuyên người học đạo sau này, nếu muốn tu quả Vô thượng *Bồ-đề*, nên tham lễ bậc minh sư và nghe theo lời dạy bảo. Nếu gặp phải vị thầy kém cỏi,[2] thì người học đạo dẫu muốn

---

[1] Long nữ tám tuổi thành Phật: Trong kinh Pháp Hoa, ở phẩm *Đề-bà-đạt-đa* có ghi: Bồ Tát Trí-tích hỏi Bồ Tát *Văn-thù* rằng: "Nhân giả tới Long cung mà giáo hóa, vậy có chúng sanh nào nghe kinh Pháp Hoa mau thành quả Phật?" *Văn-thù* đáp: "Có con gái của Long vương Ta-kiệt-la, mới được tám tuổi, thiện căn lợi trí, sẵn trồng cội đức, nghe kinh điển ấy trong giây lát liền thành Phật đạo.."

[2] Nguyên văn là "*manh sư*" tức ông thầy mù, ý nói người ngu dốt chẳng có đủ tri thức, tự mình chưa biết đường đi.

siêu thăng, hóa ra lại phải chịu chìm đắm mất vậy! Cho nên mới nói rằng:

Qua sông phải dùng bè.
Đến bờ cần chi ghe!

* * *

3. Hiếu dưỡng và báo ơn cha mẹ[1]

Trong Liên Tông Bảo Giám có nói rằng: "Niệm Phật là pháp cốt yếu trong các pháp; hiếu dưỡng là hạnh đứng đầu trong trăm hạnh. Tâm hiếu là tâm Phật, hạnh hiếu khác chi hạnh Phật? Muốn được đạo lớn như chư Phật, trước phải lo hiếu dưỡng song thân."

Cho nên Trạch Thiền sư nói rằng: "Một chữ hiếu là cửa mọi đạo mầu." Lời Phật lấy hiếu làm tông, kinh Phật lấy hiếu làm giới. Trong lời nói chẳng có điều ám muội, ngoài cửa miệng giữ gìn cho sáng suốt, thẳng suốt rõ ràng, mau khai tâm địa.

Phàm trong đạo hiếu, có cái hiếu của người tại gia, có cái hiếu của bậc xuất gia. Hiếu của người tại gia là: cha mẹ có yêu, mình mừng mà chẳng quên; cha mẹ có ghét, mình nhọc mà chẳng oán. Đem hết sức mà phụng dưỡng, lưu tâm thuận theo vẻ mặt của mẹ cha.[2] Hiếu của bậc xuất gia là: cắt đứt tình ái, lìa bỏ người thân, tiết chế việc ăn uống mà quay về hợp với bản tính, hiểu sâu lý vô vi, trên đáp đền ơn đức cao dày, nương theo đường giải thoát, báo hiếu mẹ cha theo cách mạnh mẽ và nhanh chóng, chẳng những được lợi ích trong tương lai, mà ngay đời hiện tại cũng được phần công quả.

[1] Bài trước đã nói về việc tôn sùng Tam bảo, đó là biết ơn trưởng dưỡng *pháp thân*. Bài này nói về việc hiếu dưỡng cha mẹ, đó là biết ơn sanh thành, nuôi nấng *sắc thân*. Có biết ơn Tam bảo, báo hiếu cha mẹ, thì công đức niệm Phật mới được thành tựu trọn vẹn.

[2] Nghĩa là phải biết tùy theo sự buồn vui của cha mẹ mà hết lòng chiều chuộng, để cho cha mẹ được hài lòng.

Cho nên, đức Như Lai vượt thành lúc nửa đêm, thành đạo trên núi Tuyết;[1] tổ Lư Năng để tiền cho mẹ, nối pháp tại Hoàng Mai.[2] Nhưng dù đã tu hành dứt lòng ái luyến, cũng phải lo việc báo đáp ân đức mẹ cha. Bởi vậy nên Phật lên cung *Đao-ly* thăm mẹ,[3] về đền *Ca-duy* viếng cha.[4] Dầu cho nghèo khó không chỗ nương nhờ, cũng nên đích thân phụng dưỡng hầu hạ. Cho nên, vì ông *Tất-lăng-già* tận hiếu mà Phật chế giới,[5] Nhẫn Đại

[1] Đức Như Lai vượt thành lúc nửa đêm: Đức *Thích-ca* Như Lai khi còn làm thái tử, đi ra bốn cửa thành, xem thấy bốn tướng khổ (*sanh, lão, bệnh, tử*), liền phát tâm cầu đạo giải thoát. Vua cha là Tịnh-phạn không thuận theo ý ngài, nên cố tìm mọi cách để giữ ngài lại trong cung vua. Vì thế, thái tử phải nhân lúc đêm khuya mà vượt thành để ra đi theo con đường xuất gia cầu đạo. Về sau ngài tu hành và thành đạo trên Hy-mã-lạp sơn. (*Hymalaya*). Dãy núi này quanh năm tuyết phủ nên cũng được gọi là Tuyết sơn.

[2] Tổ Lư Năng để bạc cho mẹ: Theo kinh Pháp Bảo Đàn, Lục tổ Đại sư họ Lư tên Huệ Năng, người xứ Lãnh Nam. Cha mất sớm, nhà nghèo thường đi đốn củi bán lấy tiền nuôi mẹ. Một ngày kia đến chỗ bán củi, nghe người ta tụng kinh Kim Cang bỗng nhiên tỉnh ngộ, liền hỏi thăm mới biết có Ngũ tổ đang truyền pháp ở huyện Hoàng Mai. Ngài muốn tìm đến học đạo, nhưng nhà nghèo và còn có mẹ già nên không biết làm sao ra đi. Khi ấy có người khách tặng cho mười lượng bạc. Ngài để bạc ở nhà cho mẹ, rồi tìm đến huyện Hoàng Mai tham học với Ngũ tổ. Sau được truyền pháp thành Tổ thứ sáu (Lục Tổ).

[3] Phật lên cung Đao-ly thăm mẹ: Trong Ma-da Kinh có ghi lại chuyện Phật lên cảnh trời *Đao-ly*, đến trong vườn Hoan Hỷ, an cư nơi cội cây *Ba-ly-chất-đa-la* trong ba tháng. Mẹ ngài trước đây là hoàng hậu *Ma-gia* nay đã sanh lên cõi trời này. Ngài liền đến thăm hỏi và thuyết pháp giúp mẹ tiêu trừ phiền não, chứng đạo giải thoát.

[4] Về đền *Ca-duy* viếng cha: Trong *Phật thuyết Tịnh phạn vương bát Niết-bàn kinh* (佛說淨飯王般涅槃經) có ghi rằng: Lúc ấy, đức Thế Tôn ngự tại núi Linh Thứu, nhìn về thành *Ca-duy* (hay *Ca-duy-vệ*, phiên âm từ *Kapilavastu*, thường gặp hơn là cách đọc *Ca-tì-la-vệ*), thấy phụ vương nằm trên giường bệnh sắp băng. Phật liền phóng ra ánh đại quang minh, dùng phép Thần túc mà bay về thành Ca-duy, có *A-nan* và nhiều vị đệ tử khác cùng đi theo. Phật thăm viếng và thuyết pháp với cha, nhờ đó mà vua Tịnh phạn thăng hà một cách an ổn.

[5] Trong bộ Đại luận có ghi việc ông *Tất-lăng-già-bà-tá* (*Pilingavatsa*) xuất gia làm *tỳ-kheo* nhưng cha mẹ nghèo khó, không có gì ăn uống. Ông *Tất-lăng-già* chẳng dám đem của tín thí mà nuôi cha mẹ, mới đem việc ấy bạch với Phật. Phật thấy ông hết lòng hiếu thảo, liền dạy ông khuyên cha mẹ thọ Tam quy, Ngũ giới, rồi sau đó mỗi khi khất thực được phép mang thức ăn về cúng

sư làm nhà nuôi mẹ,[1] Trần Mục châu may dép nuôi mẹ,[2] Lãng Pháp sư gánh cha mẹ đi tham học.[3]

Vậy nên, bậc xuất gia lấy pháp vị làm mùi ngon ngọt, cũng không quên báo đáp công ơn nuôi dưỡng tự ấu thời; dù lấy Phật sự làm việc cần lao, cũng chẳng bỏ lễ nghi đúng đắn của thế tục.

Chẳng những cha mẹ một đời, mà cha mẹ nhiều đời cũng đều phải lo báo đáp; chẳng những cha mẹ của một thân này, mà cha mẹ ở khắp pháp giới cũng đều độ thoát, cùng đến bờ giác ngộ.

Há chỉ có Châu công thuận với đạo trời,[4] cảnh tỉnh kẻ lầm

dường cha mẹ. Phật nhân đó chế thành điều giới, dạy chư *tỳ-kheo* rằng: "Từ nay về sau, nếu ai chẳng làm đúng như vậy mà dùng của tín thí để nuôi cha mẹ thì phạm giới." .

[1] Nhẫn Đại sư nuôi mẹ có nhà: Tức là Ngũ tổ Hoằng Nhẫn Đại sư, được tâm pháp của Tứ tổ Đạo Tín. Ngài từ nhỏ đã sớm không có cha. Khi được Tứ tổ truyền pháp rồi, ngoài việc thuyết pháp độ sanh, ngài cũng không quên cất riêng một căn nhà để sớm hôm phụng dưỡng mẹ già.

[2] Trần Mục Châu: Tức là sư Đạo Minh, họ Trần, vì ở tại thành Mục Châu, nên gọi là Trần Mục châu. Sư gốc người Giang Nam, lúc mới sanh ra có hào quang màu hồng tía chiếu khắp nhà, trên mặt có bảy ngôi sao, hình tướng khác người. Nhân khi đến chùa Khai Quang lễ Phật, liền phát tâm xuất gia, được cha mẹ cho phép. Ngài giữ giới hạnh tinh nghiêm, học thông Ba tạng kinh điển. Khi ở chùa Khai Quang, ngài may dép cỏ bồ để bán lấy tiền nuôi mẹ. .

[3] Lãng Pháp sư gánh cha mẹ đi tham học: Tức là Tôn giả Tả Khê Lãng, ngài mặc một chiếc áo cà sa bảy miếng đến bốn mươi năm chưa bỏ, dùng một cái tọa cụ trọn đời không đổi. Khi Ngài rửa bát, có bầy khỉ theo bưng; khi ngài tụng kinh, có bầy chim bay tụ đến quanh đàn. Trong khi đi tham học, ngài đặt cha mẹ ngồi ở hai đầu gánh mà gánh đi theo để chăm sóc, phụng dưỡng. .

[4] Châu công thuận với đạo trời: Châu công họ Cơ tên Đán, là em của Võ vương Cơ Phát, (1134-1116 trước Công nguyên), người đã diệt nhà Thương của vua Trụ mà lên ngôi, lập ra nhà Châu trị vì trong khoảng 900 năm. Võ vương truy tôn cha là Cơ Xương hiệu Văn vương và phong cho Cơ Đán tước công, nên gọi là Châu công. Châu công giúp Võ vương chế ra nghi lễ của nhà Châu, đặt điều lệ tế tự trời đất, xem vua là bậc Thiên tử (con trời) thuận theo đạo trời mà cai trị thiên hạ. Sau khi Võ vương băng hà, Thành vương nối ngôi cha lại dùng Châu công làm nhiếp chánh. Trong sách Hiếu kinh, đức Khổng tử khen Châu công là bậc đại hiếu.

mê còn có Khảo Thúc được tôn thuần hiếu.[1] Đạo hiếu của hàng xuất gia, lợi ích phổ cập lớn thay! Còn như nhân duyên chưa hòa, cha mẹ chẳng thuận, thì nên gắng hết sức giữ tròn đạo hiếu tại gia, khuyến khích cha mẹ tu trì để tạo mối nhân duyên xuất thế. Nếu có thể biết tục là chân, cũng là con đường thẳng lên cõi Phật.

Những mong noi theo nết cũ, trở lại làm trẻ thơ,[2] đừng rời

[1] Khảo Thúc được tôn thuần hiếu: Trong sách Tả chuyện có ghi rằng: Trang công tên Mục Sanh là con trưởng của Võ công. Mẹ là Khương thị thương con nhỏ là Thúc Đoạn, em của Trang công, bèn bày mưu cho Thúc Đoạn cướp ngôi vua. Việc bất thành, Trang công liền giết em và đày mẹ ra đất Dĩnh. Có một vị quan là Khảo Thúc biết chuyện ấy, nói rằng: "Đành rằng mẹ chẳng ra mẹ, nhưng con không lẽ chẳng ra con!" Bèn kiếm lấy đầu con chim cú dâng lên vua. Trang công hỏi chim gì, Khảo Thúc thưa rằng: "Đó là chim cú, ban ngày nó chẳng nhìn thấy núi Thái sơn, nhưng ban đêm có thể trông rõ mảy lông mùa thu. Vậy nên nó sáng về việc nhỏ mà tối về việc lớn. Lúc nó nhỏ, mẹ nó nuôi nấng, tới chừng lớn lên nó cắn lại và mổ mắt mẹ. Nó là giống chim bất hiếu cho nên phải giết." Vua ngồi lặng thinh. Bỗng có người đầu bếp dâng lên món thịt dê. Vua sai lấy một miếng vai mà ban cho Khảo Thúc. Thúc lựa lấy chỗ ngon mà gói vào ống tay áo. Vua lấy làm lạ, bèn hỏi duyên cớ. Khảo Thúc thưa rằng: "Thần ở nhà còn có mẹ già, thường ngày ăn đồ phụng dưỡng của tiểu thần chớ chưa hề được hưởng ơn vua. Cho nên thần cất đi một miếng đặng đem về dâng cho mẹ." Vua khen rằng: "Khanh đáng gọi là hiếu thảo!" Nói xong, vua thở dài. Khảo Thúc hỏi duyên cớ, vua đáp rằng: "Khanh còn có mẹ già để phụng dưỡng, như quả nhân đây thật chẳng bằng." Khảo Thúc vờ như không biết, hỏi rằng: "Quốc thái phu nhân còn đó, cớ sao lại nói là chẳng bằng?" Vua đem việc đã làm ra kể lại. Khảo Thúc thưa rằng: "Thúc Đoạn đã mất không bàn đến, nay Quốc thái phu nhân hãy còn, nếu không phụng dưỡng, có khác gì chim cú!" Vua nói: "Trước ta có lời thề rằng, nếu chẳng tới suối vàng thì không nhìn nhau nữa. Vậy phải làm sao?" Khảo Thúc đáp: "Thần có một kế có thể giải lời thề ấy. Xin đào đất thành hầm sâu, làm một con suối vàng dưới đó, đưa Thái phu nhân xuống nơi ấy rồi vua mới đến mà ra mắt, xin ăn năn tội. Như vậy có thể chẳng trái với lời thề, rồi mới rước mẹ về phụng dưỡng." Vua mừng rỡ làm y theo lời ấy, mẹ con mới gặp nhau. Vua rước mẹ về triều mà phụng dưỡng như xưa. Người trong nước khen rằng: "Khảo Thúc là bậc thuần hiếu, cảm hóa được Trang công.".

[2] Trở lại làm trẻ thơ: Sách Nhị thập tứ hiếu kể chuyện ông Lão Lai tử đời nhà Châu là bậc cao sĩ, thờ cha mẹ chí hiếu, thường dâng lên những món ngon ngọt. Tuổi ông đã bảy mươi nhưng chẳng tỏ vẻ già yếu, sợ cha mẹ thấy vậy rầu buồn. Ông thường mặc áo năm màu sặc sỡ, giả như trẻ thơ múa hát, đùa cợt

xa giường gối mẹ cha.[1] Đáp đền ơn nuôi dưỡng sanh thành, cũng là đến Nhất thừa trọn vẹn. Nếu người tại gia thật sự giữ tròn được hạnh Bồ Tát, thì những bậc xuất gia cao quý cũng nên noi theo gương ấy. Chẳng nên chăm chăm giữ việc tu hành theo Phật mà chẳng hết lòng hiếu dưỡng mẹ cha. Như ai có hiểu và cảm nhận được lẽ này, nên xét kỹ lại mình cho tròn đạo hiếu.

Than ôi! Ngày tháng trôi qua thấm thoát, công ơn cha mẹ há dễ quên sao? Còn được thấy cha mẹ hiện tiền, khác nào như có Phật tại thế. Lấy sự báo hiếu mẹ cha làm đức, đó chính là niệm Phật thành công.

Nên biết, cha mẹ vui lòng thì chư Phật hoan hỷ, tâm này trong sạch thì cõi Phật thanh tịnh. Có thể nói là:

Đồng nội trải xa không đồi núi.
Nắng soi nước chiếu chẳng phân hai!

4. Trên đường cầu thầy học đạo[2]

Tông Bổn tôi sanh ở nhà họ Trần nơi xứ Tứ Minh, nhờ ơn cha mẹ nuôi dưỡng và rước thầy dạy dỗ từ nhỏ. Đến lúc vào trường đèn sách, cha nghiêm huấn, thầy chỉ bảo, nên cũng hiểu thông được văn chương lễ nghĩa.

Năm 15 tuổi, có người anh họ là Hủ Mộc,[3] nhân có bệnh

bên cạnh cha mẹ để làm vui. Lại có khi bưng nước lên thềm, giả vờ trượt chân ngã rồi khóc oa oa để cha mẹ phải bật cười.

[1] Cha mẹ tuổi già phải chăm sóc mỗi ngày, mỗi giờ, không được rời đi nơi xa. Người xưa nói: "*Phụ mẫu tại đường bất khả viễn du.* 父母在堂不可遠遊" (Cha mẹ còn sống, con chẳng được đi xa.) Cũng chính là ý này.

[2] Bài này là lời tự thuật của ngài Tông Bổn, ghi lại lúc mới phát tâm xuất gia tu tập và gặp thầy dẫn dắt, nhờ đó mới tỉnh ngộ và đắc nhập pháp môn niệm Phật với Mười pháp giới.

[3] Nguyên văn là Hủ Mộc xử sĩ. Xử sĩ là những người có học nhưng vì lý do nào đó không muốn tham gia việc đời, cũng có nghĩa như ẩn sĩ, cư sĩ. Hủ Mộc có lẽ là tên hiệu chứ không phải tên thật. Người này tự cho rằng thân mình không ra giúp đời, cũng như cây gỗ mục chẳng làm được gì, mới tự xưng là Hủ Mộc xử sĩ.

nhẹ mà qua đời, thi thể còn đặt nơi nhà trống. Tôi đi ngang qua cửa, thấy cái thân tứ đại[1] của anh mình thì sợ sệt, lo buồn, tự than rằng: "Ôi! Hình tướng ở đời không hề bền chắc, mạng sống chỉ như ngọn đèn trước gió. Vô thường xảy tới, trốn tránh khó thay!" Liền muốn xuất gia học đạo, cầu được siêu thoát luân hồi.

Nhưng chẳng biết khởi sự tu hành như thế nào, nên lòng còn do dự. Liền đến ngôi chùa nhỏ trong vùng mà lễ Phật. Bỗng gặp một vị tăng đang ngồi thẳng lưng dáng vẻ uy nghi, tôi liền cúi đầu làm lễ thưa hỏi rằng: "Đại đức là ai?"

Vị tăng đáp: "Tôi là người tu thiền[2] đi du phương."[3]

Tôi nghe được lời ấy, mừng khôn kể xiết. Tức thì thỉnh vị tăng ấy về nhà, sắm đủ hương hoa và các thứ vật thực cúng dường.

Lễ cúng dường đã xong, tôi quỳ lạy thiền sư mà thưa hỏi rằng: "Đệ tử muốn thoát khỏi vòng sanh tử, chưa biết nên tu theo pháp gì?"

Thiền sư liền hỏi rõ họ tên và tuổi tác. Tông Bổn này thưa rằng: "Đệ tử họ Trần, tên là Tĩnh Tu, năm nay được mười lăm tuổi."

---

[1] Cái thân tứ đại: Theo quan niệm xưa thì thân thể con người hợp bởi bốn chất, gọi là bốn đại hay tứ đại. Bốn đại ấy là: 1. Địa đại, hay chất đất, cũng chỉ chung những yếu tố thuộc về thể rắn. 2. Thủy đại, hay chất nước, cũng chỉ chung những yếu tố thuộc về thể lỏng. 3. Hỏa đại, hay chất lửa, cũng chỉ chung những yếu tố thuộc về sức nóng, hơi ấm. 4. Phong đại, hay chất gió, cũng chỉ chung những yếu tố thuộc về sự chuyển động. Khi bốn đại tan rã thì thân xác con người không còn tồn tại nữa.

[2] Nguyên văn là "*thiền hòa tử du phương*". Cách dùng "*thiền hòa tử*" ở đây cũng giống như "*thiền tăng*". Từ điển Đinh Phúc Bảo ghi: "Thiền hòa, cũng viết là thiền hòa tử. Thiền hòa tức là người tham thiền." (禪和，又曰禪和子。禪和者,参禪之人也。- *Thiền hòa, hựu viết thiền hòa tử. Thiền hòa giả, tham thiền chi nhân dã.*) .

[3] Du phương: đi nhiều nơi. Vị tăng du phương là người chọn cách du hóa khắp nơi, vừa để hóa độ những kẻ hữu duyên, vừa để tham học với những bậc cao tăng thạc đức.

Thiền sư khen ngợi rằng: "Tuổi còn nhỏ mà phát tâm cao, thật là ít có trong đời! Này thiện nam tử họ Trần, hãy giữ một lòng tịch tĩnh mà nghe ta nói đây: Duy có một pháp tu thẳng tắt là chỉ cần niệm đức Phật *A-di-đà* mà thôi."

Tông Bổn này hỏi lại: "Niệm Phật *A-di-đà* có thể vượt thoát được sanh tử hay sao?

Thiền sư đáp: "Cứ tin theo lời Phật dạy thì trong các pháp tu thoát khổ, chẳng pháp nào bằng niệm Phật. Nếu chẳng niệm Phật, khó mà vượt thoát được sanh tử."

Tông Bổn lại hỏi: "Pháp môn niệm Phật này do đâu mà có?"

Thiền sư đáp: "Pháp môn niệm Phật chẳng phải chỉ có dạy trong một kinh mà thôi. Trong vô số kinh điển, không có kinh nào lại chẳng nói đủ về pháp môn niệm Phật. Nếu y theo phép này mà tu, chắc chắn sẽ được vãng sanh về Tịnh độ."

Lại hỏi: "Công đức niệm Phật được bao nhiêu mà có thể vãng sanh về Tịnh độ?"

Đáp rằng: "Nếu có người đem bảy món báu trong bốn cõi thiên hạ[1] mà cúng dường chư Phật, Bồ Tát, Duyên giác, Thanh văn, La hán, phước đức rất nhiều. Như có người khuyên người khác niệm Phật một tiếng, phước đức lại còn nhiều hơn thế nữa."

Lại hỏi: "Niệm Phật một tiếng, làm sao phước đức lại có thể nhiều hơn?"

Thiền sư đáp: "Sách *Vạn thiện đồng quy* dẫn lời trong Trí luận nói rằng:[2] 'Ví như có người vừa sanh ra rơi xuống đất đã

[1] Bốn cõi thiên hạ: Chỉ chung cõi thế gian này. Theo quan niệm xưa là gồm có bốn châu: 1. Phương bắc là Câu-lô châu, 2. Phương nam là Thiệm-bộ châu, 3. Phương đông là Thắng thần châu, 4. Phương tây là Ngưu-hóa châu.

[2] Nguyên văn ghi là "*Phật quốc Vãng sanh luận*". Tuy nhiên, cho đến nay chúng tôi chưa biết có bộ luận nào mang tên này, nhưng thực sự có tìm được đoạn trích dẫn trên đây trong sách *Vạn thiện đồng quy*, nói là trích từ bộ Trí luận. Có lẽ đây là nhầm lẫn của người biên soạn Quy nguyên trực chỉ. Vì thế chúng tôi xin điều chỉnh lại để tạo sự dễ dàng cho quý độc giả nào muốn tra khảo các văn bản gốc.

có thể đi được mỗi ngày ngàn dặm, đi như vậy trọn ngàn năm, dùng hết thảy bảy món báu trong các cõi thế giới mình đã đi qua mà dâng cúng Phật, cũng không bằng có người ở đời ác trược về sau xưng niệm được một câu *Nam mô A-di-đà Phật.* Phước của người niệm Phật còn hơn cả phước của người kia. Tự mình niệm Phật còn được như thế, huống chi còn khuyên người khác niệm?"

Lại hỏi: "Tuy biết là đức độ của Phật lớn lao như thế, nhưng kẻ phàm phu nghiệp ác vốn đã nhiều, làm sao chỉ niệm Phật trong một đời mà có thể vãng sanh về Tịnh độ?"

Đáp: "Kinh *Thập lục quán*[1] nói: "Chí tâm niệm một tiếng *Nam mô A-di-đà Phật* có thể diệt được tội nặng trong tám mươi ức kiếp sanh tử. Có người trọn đời tạo năm tội nghịch,[2] làm mười điều ác,[3] nhưng lúc lâm chung niệm được mười câu *Nam mô A-di-đà Phật* còn được vãng sanh. Huống chi người trọn đời ăn chay, giữ giới và niệm Phật?"

Tông Bổn lại hỏi: "Do đâu mà đức Phật *A-di-đà* lại có công đức và hạnh nguyện rộng lớn như vậy?"

Đáp: "*Long Thư Tăng Quảng Tịnh độ văn*[4] có dẫn kinh Đại

---

[1] Thập Lục Quán Kinh, tức là Quán Vô Lượng Thọ Phật Kinh.

[2] Năm tội nghịch, hay ngũ nghịch: Năm tội được xem là nặng nề nhất, ngỗ nghịch nhất, và vì thế mà quả báo cũng nặng nề nhất. Đó là: 1. Giết cha, 2. Giết mẹ, 3. Giết *A-la-hán*, 4. Phá hòa hợp tăng, 5. Làm thân Phật chảy máu. .

[3] Mười điều ác, hay thập ác, ngược lại với mười điều thiện hay thập thiện. Mười điều ác là: 1. Sát sanh, 2. Trộm cướp, 3. Tà dâm, 4. Nói dối, 5. Nói hai lưỡi, đâm thọc, 6. Nói điều ác, gây tổn hại 7. Nói lời trau chuốt, 8. Tham dục, 9. Sân nhuế, 10. Si mê, tà kiến.

[4] Nguyên tác ghi là "*Đại A-di-đà kinh vân..*", nhưng chúng tôi tìm thấy chính xác là nguyên văn đoạn trích dẫn ở đây được trích lại từ *Long Thư Tăng Quảng Tịnh độ văn* (龍舒增廣淨土文) của Vương Nhật Hưu đời Tống, nên đã có điều chỉnh để dễ dàng hơn cho sự tra cứu. Trong *Phật thuyết Đại A-di-đà kinh* (Đại chánh tạng, quyển 12, trang 326, số hiệu 364), nội dung của trích đoạn này được trình bày ở phần thứ hai: *A-nan phát vấn* (阿難發問分第二 - *A-nan phát vấn đệ nhị phần*), nhưng kinh văn có một vài khác biệt nhỏ. .

A-di-đà[1] nói rằng: 'Một ngày nọ, đức Phật Thích-ca dung nhan khác thường. Thị giả[2] là *A-nan* lấy làm lạ, bèn thưa hỏi. Phật dạy rằng: 'Lành thay câu hỏi của nhà ngươi, còn hơn là cúng dường cho các vị Thanh văn và Duyên giác trong một cõi thiên hạ, cùng là bố thí cho chư thiên, nhân dân, cho đến những loài chúng sanh nhỏ bé nhất. Dầu cho trải qua rất nhiều kiếp cúng dường và bố thí như vậy, lại đem công đức ấy nhân lên gấp trăm, ngàn, muôn, ức lần, cũng chẳng bằng công đức của câu hỏi này. Tại sao vậy? Bởi vì chư thiên, vua chúa, nhân dân, cho đến những loài chúng sanh nhỏ bé nhất đều sẽ do nơi câu hỏi này mà được độ thoát.'

"Theo đó suy ra, đây chính là lúc Phật *Thích-ca* muốn khởi thuyết về đức Phật *A-di-đà*. Ngài vừa khởi lên điều ấy trong tâm, mà đã hiện ra vẻ mặt khác với ngày thường, thì mối giao cảm của đức Phật *A-di-đà* đối với chư Phật đã là phi thường, huống chi là chỗ giao cảm với hết thảy chúng sanh.

"Vì sao vậy? Xét theo lời phát nguyện ban sơ của đức Phật *A-di-đà* có nói rằng:

Nguyện khi ta thành Phật.
Danh vang khắp mười phương.
Trời, người vui được nghe.
Cùng sanh về nước Phật.
... ...
Địa ngục, quỷ, súc sanh.
Cũng sanh về nước Phật.

"Theo đó thì đã có thể biết rằng hết thảy những chúng sanh đang luân hồi trong ba cõi, sáu đường,[3] không một ai mà ngài

[1] Tức là kinh Vô lượng Thọ.

[2] Thị giả: người đệ tử thường xuyên theo hầu bên cạnh một vị thầy, để phục vụ những công việc thường ngày cũng như để thầy sai bảo. Mỗi vị tôn sư đều có một thị giả tự nguyện theo hầu. Thị giả của đức Phật Thích-ca là ngài *A-nan*.

[3] Ba cõi, sáu đường (Tam giới, Lục đạo) Ba cõi là: Dục giới, Sắc giới và Vô sắc giới. Sáu đường là: cõi trời, cõi người, cõi a-tu-la, cõi địa ngục, ngạ quỷ và súc sanh. Hết thảy chúng sanh trôi lăn trong cõi luân hồi, tùy theo nghiệp lực mà thọ sanh vào một trong ba cõi, sáu đường này.

chẳng muốn cứu độ. Đức Phật *A-di-đà* hiện ở tại thế giới Cực Lạc bên phương tây và các cõi thế giới trong mười phương mà giáo hóa hàng trời, người số đông không kể xiết, cho đến những loài chúng sanh nhỏ bé nhất. Như đến các loài chúng sanh nhỏ bé nhất mà Phật còn hóa độ, huống chi là loài người!

"Đức Phật *A-di-đà* lại có phát nguyện như thế này: '*Như ai niệm danh hiệu ta, ắt sanh về cõi Phật của ta. Nếu chẳng được như vậy, ta thề không làm Phật.*' Do đó mà ngài rộng độ khắp chúng sanh, không có giới hạn. Người phát tâm quy y chỉ trong một niệm, rốt lại cũng được sanh về cõi Phật của ngài. Theo đó mà suy ra, công đức niệm Phật thật không thể nghĩ bàn hết được.

"Đức Phật *A-di-đà* lại có dạy rằng: Nếu chúng sanh nào muốn sanh về cõi Phật của ta vào hàng *thượng phẩm*,[1] thì nên tu tập hạnh từ bi, không giết hại, thương xót che chở hết thảy mọi sanh linh, giữ tròn giới hạnh, đọc tụng kinh điển Đại thừa, hiểu thấu nghĩa chân thật, rõ thông lý sâu xa, cúng dường Tam bảo, hiếu kính mẹ cha, thương xót những kẻ nghèo khổ, giáo hóa hết thảy hữu tình, ăn uống giữ theo đúng pháp,[2] rộng làm việc bố thí cho quỉ thần, không làm các điều ác, thường làm các việc lành. Nếu ai niệm Phật được như vậy, chắc chắn vãng sanh vào hàng *Thượng phẩm thượng sanh*, thẳng đến quả vị Phật.

"Còn như chưa đủ sức làm như vậy, tự mình hãy bền chí ăn chay giữ giới, nhất tâm niệm Phật. Nếu có thể nhất tâm niệm Phật không gián đoạn, thì cũng có thể vãng sanh ở vào hàng *Trung phẩm*.

---

[1] Theo Kinh Quán Vô Lượng Thọ Phật thì người được vãng sanh về cõi Phật, tùy theo công đức niệm Phật và tu tập mà chia làm ba bậc là thượng phẩm, trung phẩm và hạ phẩm; trong mỗi bậc ấy lại chia ra ba bậc nữa là thượng sanh, trung sanh và hạ sanh. Như vậy, cả thảy có chín bậc khác nhau, gọi là *cửu phẩm*. Được kể ra cụ thể theo thứ tự từ bậc cao nhất đến thấp nhất là: thượng phẩm thượng sanh, thượng phẩm trung sanh, thượng phẩm hạ sanh, trung phẩm thượng sanh, trung phẩm trung sanh,trung phẩm hạ sanh, hạ phẩm thượng sanh, hạ phẩm trung sanh và hạ phẩm hạ sanh.

[2] Pháp thực: ăn uống theo đúng pháp, nghĩa là không ăn phi thời (ngày chỉ ăn một bữa vào giữa trưa) và không ăn các thức ăn chẳng trong sạch.

"Pháp niệm Phật này chẳng phân biệt kẻ hiền người ngu, kẻ sang người hèn, kẻ giàu người nghèo, cũng chẳng phân biệt nam nữ, già trẻ, tăng tục, chẳng kể xa gần, hết thảy đều có thể niệm Phật.

"Phương thức niệm Phật cũng chẳng có chi bó buộc: hoặc niệm lớn tiếng, hoặc niệm nhỏ tiếng, hoặc niệm liên tục như nước chảy, hoặc niệm khi đảnh lễ, hoặc nhiếp tâm mà niệm, tham cứu mà niệm, quán tưởng mà niệm, hoặc lần chuỗi hạt niệm, hoặc đi nhiễu quanh điện Phật mà niệm, hoặc đứng thẳng niệm, hoặc ngồi yên niệm, hoặc nằm nghiêng mà niệm, hoặc niệm thầm hay niệm rõ tiếng, hoặc niệm ngàn lần, muôn lần, thảy đều là một niệm. Điều quan trọng nhất là phải có lòng tin chắc quyết và cầu sanh Tịnh độ. Nếu hành trì được như vậy, cần gì phải cầu tìm bậc tri thức khác?

"Như vậy có thể nói là:

Thuyền đi quyết định do người lái,
Nước Phật đón người rõ phép tu.

Tông Bổn lại hỏi rằng: "Thế gian có nhiều người thường nói rằng: Việc nhà bận rộn, việc đời vướng vít, đợi lúc tuổi già rồi sẽ lo niệm Phật. Xin thầy nói cho nghe về hạng người ấy."

Thiền sư đáp rằng: "Khổ thay! Khổ thay! Lời nói ấy thật ngu muội, sai lầm biết bao! Chẳng nghe thiền sư Tử Tâm nói đó sao? Những người thế gian có của báu như núi, thê thiếp đầy nhà, ngày đêm vui thỏa, há lại chẳng muốn sống hoài ở đời hay sao? Nhưng ngặt nỗi đời sống có giới hạn, cái chết luôn chờ chực, mạng dứt phải đi, chẳng thể trì hoãn được. Diêm vương chẳng thuận tình người, quỷ vô thường chợt đến có ai thấy mặt?

"Hãy cứ xét nơi những việc mắt thấy tai nghe của hết thảy mọi người: đường trước ngõ sau, họ hàng thân thích, bạn hữu anh em, có biết bao người chết vào độ tuổi xuân cường tráng! Chẳng nghe người xưa đã nói sao:

Chớ đợi tuổi già theo học đạo,
Mồ hoang bao kẻ mái đầu xanh!

"Từ những năm tuổi trẻ, vất vả bon chen để nuôi dưỡng vợ con, tạo lập nhà cửa, nếm đủ muôn cay ngàn đắng. Chợt khi hơi dứt mạng vong, cũng chưa thể nhất thời dứt sạch.[1] Nếu như con cháu hiếu thuận, biết lo thỉnh thầy làm chay, tụng kinh siêu độ, lại giữ lệ mùa xuân tháng ba,[2] mùa thu tháng chín,[3] vọng cúng vài chén cơm canh, khóc thương mấy tiếng, cũng gọi là thương cha nhớ mẹ. Nếu gặp phải đứa con ngỗ nghịch thì cha mẹ vừa mới qua đời, xương đầu còn ấm nó đã phá tan tài sản, bán sạch ruộng vườn, thỏa ý ăn chơi.

"Lấy đó mà suy ra thì việc tu niệm cần phải gấp rút, khẩn thiết biết bao! Con cháu vốn tự có nghiệp báo thiện ác riêng của chúng, chẳng cần phải vì chúng mà lo xa tính toán.

"Cổ đức có thơ rằng:

Đáng cười lão nhà giàu.
Đời bon chen hối hả.
Gạo trong bồ sanh mọt.
Tiền để mục trong kho.
Ngày cân đong đo đếm.
Tối chong đèn tính sổ.
Thân gầy mòn ốm yếu,
Khư khư giữ nết cũ.[4]

"Thiền sư Tử Tâm đã hết lòng khuyên dạy như thế, há lại có thể cho rằng nên đắm mê thế tục, đợi đến lúc già mới niệm

[1] Người đời có khi vẫn nói: "*Chết là hết.*" Nhưng thật ra thì nghiệp báo thiện ác vẫn luôn đeo đuổi như bóng theo hình, nên ở đây nói là "*chưa thể nhất thời dứt sạch*".

[2] Tức là lễ cúng vào tiết Thanh minh.

[3] Tức là lễ cúng vào dịp Trùng cửu, mồng 9 tháng 9.

[4] Bài này muốn nói lên tính cách tham lam, mê muội của một người nhà giàu, chỉ biết tích cóp, vun bồi tài sản mà chẳng biết được ý nghĩa thực sự của đời sống. Thực ra, đây là một tính cách được phóng đại, nhưng ở một mức độ nào đó thì nhiều người trong chúng ta đôi khi cũng rất dễ rơi vào khuynh hướng này.

Phật hay sao? Phải thường suy xét rằng, đời sống con người thật chẳng được bao lâu, chỉ thoáng qua như nháng lửa, như điện xẹt, vừa chớp mắt đã qua rồi! Vậy nên phải nhân khi tuổi già chưa đến, còn đang độ thanh xuân tráng kiện mà phấn phát thân tâm, dẹp bỏ việc đời. Được sáng suốt một ngày thì niệm Phật một ngày, được công phu một lúc thì tu nghiệp lành một lúc. Cho dù lúc phút lâm chung có lành hay dữ, chỉ quan trọng nhất là hành trang đã chuẩn bị được đầy đủ, thì con đường sắp tới chắc chắn được yên ổn. Nếu chẳng lo liệu từ trước, sau ăn năn chẳng kịp, hãy suy ngẫm cho kỹ điều đó!

"Đáng mừng là, *Di-đà* rất dễ niệm, Tịnh độ rất dễ vãng sanh! Tuy rằng làm người rất khó tránh khỏi những lo toan tính toán việc nhà, nhưng cũng nên sớm chiều đốt hương niệm Phật.

"Pháp môn niệm Phật này, ai ai cũng có thể làm theo. Ví như căn nhà tăm tối lâu năm, chỉ cần một ngọn đèn thắp lên liền sáng tỏ; dầu là những người giết bò mổ heo, buông dao xuống liền có thể tu tập.[1]

"Phép tu này không khó, lại cũng không ngăn trở những sự nghiệp của người ta trong thế sự. Người làm quan niệm Phật cũng không trở ngại cho chức nghiệp, hàng trí thức niệm Phật cũng không trở ngại việc học hỏi, người thương gia niệm Phật cũng không trở ngại việc buôn bán, người nông dân niệm Phật cũng không trở ngại việc cấy trồng. Người phụ nữ niệm Phật cũng không trở ngại bổn phận trong gia đình. Nơi cơ quan Nhà nước, niệm Phật không làm trở ngại việc vâng lệnh cấp trên. Nơi chùa chiền, niệm Phật không làm trở ngại việc tham thiền.

"Nói chung, người tu theo pháp niệm Phật thì hết thảy mọi công việc đều không ngăn trở. Hoặc có thể lễ bái niệm Phật vào

[1] Trong kinh Đại Bát Niết-bàn, quyển 19, có nói việc Quảng Ngạch (廣額) làm nghề đồ tể, ngày ngày sát sanh hại vật. Sau bỏ nghề, phát tâm Bồ-đề, tại gia chuyên tâm tu hành, được Phật thọ ký cho sẽ là một trong số một ngàn đức Phật lần lượt ra đời trong Hiền kiếp này.

lúc sáng sớm hoặc chiều hôm, hoặc cũng có thể trong lúc đang làm việc, dù là gấp rút hay chậm rãi đều có thể niệm Phật. Mỗi ngày hoặc niệm trăm ngàn tiếng, hoặc niệm năm ba trăm tiếng, hoặc niệm mười tiếng... Cốt yếu là phải phát nguyện hướng về việc vãng sanh Tây phương. Nếu được lòng thành như vậy, việc vãng sanh có thể xem như chắc chắn.

"Này thiện nam tử họ Trần! Nếu như ngươi ăn chay giữ giới tinh nghiêm, một lòng niệm Phật mà chẳng sanh về Tịnh độ, thì ta đây ắt phải đọa vào Địa ngục rút lưỡi."[1]

Tôi thấy thiền sư phát lời thề rất nặng nên sợ hãi quì lạy, cảm tạ ơn ngài đã mở mang chỉ bảo cho pháp môn niệm Phật.

Thiền sư dạy rằng: "Nếu nói về pháp môn Tịnh độ, cho dầu có nói trong trăm ngàn kiếp cũng chẳng cùng. Cho nên ta chỉ lược nói ra đây những điều cơ bản nhất mà thôi.

"Người xưa nói rằng:

Kẻ trí một lòng tin chắc.
Mọi việc tức thì hiểu rõ.
Người ngu chẳng dứt mối nghi.
Nghe nhiều lại càng thêm nghi.

Lời ấy đúng thật biết bao!

Những ai đã thật lòng tin chắc tu hành, muốn được vãng sanh Tây phương Tịnh độ, chẳng thể chỉ nói suông rồi bỏ qua. Cần phải ôm ấp trong lòng như việc lớn của một đời, quyết chí phải làm cho được!

Như có thể phát khởi được lòng tin, thì từ nay trở đi phải hết sức dũng mãnh, hết sức tinh tấn, chẳng cần lưu tâm đến việc biết hay là chẳng biết, thấy tánh hay không thấy tánh, chỉ bền giữ trong lòng một câu *Nam mô A-di-đà Phật* mà thôi,

[1] Ý của thiền sư khi nói câu này là muốn xác quyết những điều mình đã nói về pháp môn niệm Phật không hề có chút gì gian dối, sai lệch. Địa ngục rút lưỡi (Bạt thiệt địa ngục): cảnh giới địa ngục mà những người tạo khẩu nghiệp nặng nề phải bị đọa vào. Tại đây, tội nhân phải chịu sự hành hạ đau đớn và lưỡi bị rút ra. .

như dựa vào ngọn núi *Tu-di*, dù có bị quấy rối hay lay chuyển cũng vẫn giữ yên chẳng động. Chỉ một niệm ấy là vị thầy dắt dẫn. Chỉ một niệm ấy là đức Phật hóa thân. Chỉ một niệm ấy là vị tướng mạnh mẽ phá tan địa ngục. Chỉ một niệm ấy là lưỡi gươm báu chém lũ tà ma. Chỉ một niệm ấy là ngọn đèn sáng soi vào chỗ tối. Chỉ một niệm ấy là con thuyền lớn vượt qua biển khổ. Chỉ một niệm ấy là vị thuốc hay cứu thoát sanh tử. Chỉ một niệm ấy là con đường tắt ra khỏi Ba cõi. Chỉ một niệm ấy là Phật A-di-đà trong tự tánh. Chỉ một niệm ấy là cõi Tịnh độ ngay trong tâm mình.

Cốt yếu là phải luôn nghĩ nhớ đến một câu *A-di-đà Phật*, chẳng lúc nào xao lãng. Lúc nào cũng duy trì niệm ấy, lúc nào cũng có niệm ấy trong tâm. Lúc vô sự cũng niệm như vậy, lúc hữu sự cũng niệm như vậy, lúc yên vui cũng niệm như vậy, lúc đau khổ cũng niệm như vậy, lúc đang sống cũng niệm như vậy, lúc sắp chết cũng niệm như vậy. Một niệm sáng suốt rõ ràng như vậy, cần gì phải hỏi thăm đường về ở nơi người khác?

Như vậy có thể nói là:

Một niệm Di-đà không xen tạp,
Thảnh thơi phút chốc đến Tây phương.[1]

Thiền sư lại dặn kỹ rằng: "Này thiện nam tử họ Trần! Nay ta đem pháp môn nói về mười pháp giới mà truyền giao cho ngươi, ngươi phải dùng pháp môn này mà mở mang chỉ bảo cho người sau, cùng nhau tinh tấn tu hành cho đến khi thành tựu quả Phật."

Tông Bổn thưa rằng: "Con xin mang pháp ấy giảng rộng cho người sau, mong rằng sẽ mang lại lợi ích trong tương lai."

Thiền sư dạy rằng: "Lành thay, lành thay! Mười pháp giới ấy là: pháp giới của chư Phật, pháp giới của các vị Bồ Tát, pháp giới của hàng Duyên giác, pháp giới của hàng Thinh văn, pháp

---

[1] Nguyên văn là: *Nhất cú Di-đà vô biệt niệm, bất lao đàn chỉ đáo Tây phương.* Dịch sát nghĩa là: "Chỉ một câu Di-đà, chẳng có niệm nào khác, không cần nhọc sức đến như khảy móng tay đã có thể đến được cõi Tây phương.".

giới của chư thiên, pháp giới của loài người, pháp giới của loài *a-tu-la*, pháp giới của loài ngạ quỉ,[1] pháp giới súc sanh và pháp giới địa ngục.

"Mười pháp giới ấy, trong tâm mỗi người đều có đủ. Tùy nơi chỗ đã tạo ra mà tự thọ nhận lấy, nhân nào quả nấy không sai chạy. Việc làm lành, làm dữ là *nhân* thế gian, mà ba cõi, sáu đường là *quả* thế gian vậy. Việc giữ giới, niệm Phật là *nhân* ra khỏi thế gian, mà cõi Tịnh độ, được thành Phật, đó là *quả* ra khỏi thế gian.

Trong cõi trời người, việc tu phước là nên làm trước nhất. Trong biển khổ sanh tử, việc niệm Phật là hơn hết. Như muốn hưởng sự khoái lạc trong cõi trời người mà không tu phước, muốn ra khỏi biển khổ sanh tử mà không niệm Phật, chẳng khác nào chim không cánh mà muốn bay, cây không rễ mà muốn được tươi tốt, há có thể được sao?

Cho nên, điều cốt yếu là phải lấy việc niệm Phật gieo trồng nhân chính, lấy việc tu phước làm pháp hỗ trợ. Phước đức và trí huệ đều cùng tu mới có thể thành bậc Chánh đẳng Chánh giác.[2] Đó chính là nhân tạo thành quả, quả hoàn toàn phụ thuộc ở nhân; nhân quả không sai khác, trước sau chẳng hề nhầm lẫn. Vì sao vậy? Hình thẳng thì bóng ngay, âm thanh hài hòa thì tiếng vang dễ nghe. Nên biết rằng nhân chân thật thì quả không hư dối. Như cuộc sống thường ngày là nhân, phút lâm chung là quả. Thường ngày làm việc ác, khi lâm chung cảnh ác hiện ra trước mắt; thường ngày niệm Phật, khi lâm chung cõi Phật tự nhiên hiện đến.

Kinh Hoa Nghiêm nói rằng:

Nếu ai muốn rõ biết,
Ba đời, mười phương Phật,[3]

---

[1] Ngạ quỷ: loài quỷ đói, do nghiệp lực mà không lúc nào được no đủ.

[2] Tức là quả vị Phật.

[3] Ba đời là chỉ chung hết thảy thời gian, bao gồm quá khứ, hiện tại và vị lai, mười phương là chỉ chung hết thảy không gian, bao gồm các phương đông, tây, nam, bắc, đông nam, đông bắc, tây nam, tây bắc và hai phương trên, dưới.

Nên thấy tánh pháp giới,
Thảy đều do tâm tạo.

Chính là nói lên nghĩa ấy đó.

Tông Bổn hỏi rằng: "Bạch thầy, tu theo pháp nào thì được quả Phật?"

Thiền sư đáp: "Nên biết rằng chúng sanh trong sáu đường đều sẵn có chân như Phật tánh, bình đẳng như nhau. Đối với hết thảy chúng sanh đều quán xét rằng đó là chư Phật, đó là các bậc cha mẹ của mình. Không phân biệt oán thù hay thân thích, đều nguyện cứu độ hết thảy. Từ nay mãi mãi về sau luôn thực hiện theo hạnh nguyện của đức Bồ Tát Phổ hiền.[1] Nếu tu hành được như vậy là có thể ngang bằng với chư Phật."

Lại hỏi: "Bạch thầy, tu theo pháp nào có thể đạt đến pháp giới của các vị Bồ Tát?"

Thiền sư dạy: "Tu theo hạnh bố thí trừ được lòng tham lam, bủn xỉn; giữ theo giới hạnh trừ được sự hủy phạm; thực hành nhẫn nhục trừ được lòng sân nhuế; nỗ lực tinh tấn trừ được sự giải đãi, lười nhác; thực hành thiền định trừ được sự hôn mê, tán loạn; tu dưỡng trí huệ trừ được ngu si. Nếu tu hành được như vậy là có thể ngang bằng với các vị Bồ Tát."

Lại hỏi: "Bạch thầy, tu theo pháp nào chỉ có thể đạt đến pháp giới của hàng Duyên giác?"

Thiền sư dạy: "Những người trong hạng Trung thừa, vui thích cảnh tịch tĩnh một mình, tuy rõ biết nhân duyên các pháp nhưng chẳng thực hành việc cứu độ chúng sanh, cho nên chỉ có thể đạt đến pháp giới của hàng Duyên giác mà thôi."

---

[1] Hạnh nguyện của đức Bồ Tát Phổ hiền có mười điều: 1. Nguyện thường lễ bái chư Phật. 2. Nguyện thường phụng sự và xưng tán chư Phật. 3. Nguyện thường sám hối các nghiệp chướng. 4. Nguyện thường tu hạnh cúng dường. 5. Nguyện thường vui theo công đức của người khác. 6. Nguyện thường cầu thỉnh bậc đạo sư thuyết pháp. 7. Nguyện thường cầu thỉnh Phật trụ thế để giáo hóa chúng sanh. 8. Nguyện thường theo Phật tu học. 9. Nguyện thường tùy theo ý muốn của chúng sanh mà dìu dắt, hóa độ. 10. Nguyện thường hồi hướng công đức để mình và chúng sanh cùng thành Phật đạo. .

Lại hỏi: "Bạch thầy, tu theo pháp nào chỉ có thể đạt đến pháp giới của hàng Thanh văn?"

Thiền sư dạy: "Những người trong hạng Tiểu thừa, khiếp sợ sanh tử như loài hươu nai trốn chạy, chẳng dám ngó lại. Vì chỉ muốn mau mau ra khỏi Ba cõi, cầu lấy cảnh giới *Niết-bàn* cho riêng mình,[1] cho nên chỉ có thể đạt đến pháp giới của hàng Thanh văn, *La-hán*[2] mà thôi."

Lại hỏi: "Bạch thầy, tu theo pháp nào chỉ có thể được sanh lên cõi trời?"

Thiền sư dạy: "Tu theo Mười thiện nghiệp[3] sẽ được sanh lên cõi trời."

Lại hỏi: "Bạch thầy, tu theo pháp nào chỉ có thể được sanh ở cõi người?"

Thiền sư dạy: "Tu theo Ngũ giới[4] sẽ được sanh ở cõi người."

Lại hỏi: "Bạch thầy, tạo tội nghiệp gì phải đọa lạc vào cảnh giới của loài *A-tu-la*?"[5]

---

[1] Ba cõi, hay Tam giới, bao gồm Dục giới, Sắc giới và Vô sắc giới.

[2] La-hán: Cách nói tắt của *A-la-hán*, thánh quả thứ tư, cao nhất trong Tứ thánh quả của hàng Thanh văn.

[3] Mười thiện nghiệp, hay Thập thiện nghiệp, tức là Mười điều lành, có thể tạo ra thiện nghiệp cho chúng sanh. Bao gồm:.1. Không sát sanh, phải làm việc tha thứ và phóng sanh.2. Không trộm cắp, phải tu hạnh bố thí, cúng dường.3. Không tà dâm, phải chung thủy một vợ một chồng.4. Không nói dối, phải luôn nói lời chân thật.5. Không nói trau chuốt, thô tục, phải nói những lời có ý nghĩa, có ích lợi.6. Không nói đâm thọc, gây chia rẽ, phải nói những lời tạo ra sự đoàn kết, thương yêu nhau,.7. Không nói lời độc ác, gây tổn hại, phải nói những lời ôn hòa, nhu thuận.8. Không tham lam, phải thấy rằng mọi thứ của cải vật chất đều chỉ là giả tạm, không thường tồn.9. Không sân nhuế, phải có tu tập hạnh từ bi, nhẫn nhục.10. Không ngu mê, tà kiến, phải sáng suốt tu tập theo chánh kiến.

[4] Ngũ giới, tức là năm cấm giới của hàng Phật tử tại gia. Bao gồm: 1. Không sát sanh, 2. Không trộm cắp, 3. Không tà dâm, 4. Không nói dối, 5. Không uống rượu. Về ý nghĩa chi tiết và việc hành trì theo Ngũ giới, xin tìm đọc trong sách *Về mái chùa xưa* của Nguyên Minh, Nxb Tôn giáo.

[5] A-tu-la là một hạng chúng sanh có phép thần thông như chư thiên cõi trời, nhưng không có oai đức và hình tướng tốt đẹp như chư thiên. Họ mang tâm sân hận và hiếu chiến, thường xuyên gây gỗ, đánh nhau và sống triền miên trong sự hận thù, ganh ghét.

Thiền sư dạy: "Những ai tu theo thiện nghiệp mà còn giữ lòng tranh chấp hơn thua, hờn giận, khinh ngạo kẻ khác, sẽ đọa vào cảnh giới của loài *A-tu-la*."

Lại hỏi: "Bạch thầy, tạo tội nghiệp gì phải đọa lạc vào cảnh giới của loài ngạ quỉ?"[1]

Thiền sư dạy: "Những ai không xả bỏ được tâm tham lam, bỏn sẻn, khinh thường đại chúng, giành lấy miếng ăn cho riêng mình, sẽ đọa vào cảnh giới của loài ngạ quỷ."

Lại hỏi: "Bạch thầy, tạo tội nghiệp gì phải đọa lạc vào cảnh giới của loài súc sanh?"[2]

Thiền sư dạy: "Những ai tạo các nghiệp ngu si, tà ngụy, độc ác, chắc chắn phải đọa vào cảnh giới của loài súc sanh."

Lại hỏi: "Bạch thầy, tạo tội nghiệp gì phải đọa lạc vào cảnh giới địa ngục?"[3]

Thiền sư dạy: "Những ai chê bai phỉ báng Tam bảo,[4] làm các điều dữ, nhất định sẽ đọa lạc vào cảnh giới địa ngục.

"Mười Pháp giới như vừa nói đó, thảy đều là do nơi việc làm và sự tu tập của mỗi người."

Tông Bổn liền đảnh lễ, cảm tạ thầy và nói rằng: "Nếu chẳng

[1] Ngạ quỷ, hay quỷ đói, là hạng chúng sanh do ác nghiệp mà phải chịu cảnh đói khổ triền miên. Dù họ có được ban cho các món vật thực cũng không thể nào ăn vào để no đủ, hoặc vì có cổ họng rất nhỏ, không thể nuốt thức ăn, hoặc vì nghiệp lực của họ làm cho thức ăn vừa đến miệng đã hóa thành than lửa cháy rực, không sao ăn vào được.

[2] Súc sanh: chỉ chung các loài súc vật, cầm thú.

[3] Địa ngục: chỉ chung các cảnh giới mà những chúng sanh tạo ác nghiệp nặng nề phải thọ sanh vào. Có nhiều cảnh địa ngục khác nhau tùy theo ác nghiệp mà chúng sanh đã tạo, nhưng nói chung đều là những cảnh giới mà chúng sanh phải chịu những sự đau đớn, khổ sở, tương ứng với những ác nghiệp mà họ đã tạo.

[4] Tam bảo: Ba ngôi báu, tức là Phật bảo, Pháp bảo và Tăng bảo. Về ý nghĩa cụ thể và chi tiết của Tam bảo, xin tìm đọc trong sách *Về mái chùa xưa* của Nguyên Minh, Nxb Tôn giáo.

phải duyên may từ đời trước, làm sao được gặp bậc minh sư mở mang chỉ bảo như thế này?"

Khi từ biệt, thiền sư lại còn dạy rằng: "Nếu như ngươi còn có điều gì nghi nan chưa dứt, nên tìm đọc những bộ sách như: Liên Tông Bảo Giám, Tịnh độ chỉ qui, Long Thư Tịnh độ văn, Vạn thiện đồng qui tập, Trí Giả Đại sư Thập nghi luận, Thiên Như Tắc Thiền sư hoặc vấn, Thần Thê An Dưỡng phú, Tịnh độ quyết nghi luận. Nói chung, hết thảy những kinh sách tán dương pháp môn Tịnh độ đều nên tìm đọc."

Tông Bổn thưa rằng: "Kính vâng lời thầy, con xin tin nhận và hết lòng làm theo như vậy."

5. Bài văn quy kính chỉ rõ phép tham thiền[1]

Cửa vào đạo vốn cũng chẳng có chi kỳ lạ, chỉ cần tẩy sạch căn trần,[2] lấy sự đạt ngộ làm chuẩn tắc.

Này quý vị! Nếu muốn tu hành đạt đến quả Vô thượng Bồ-đề, ắt phải kiên trì trai giới. Nếu không nghiêm giữ theo giới luật, quả Bồ-đề rốt cuộc không thể thành tựu. Vì sao vậy? Giới hạnh đi đầu trong muôn hạnh, lại là nền móng của sáu pháp *ba-la-mật*. Như muốn xây nhà, trước phải lo nền móng. Nếu không nền móng, chỉ xây dựng trên khoảng không thì thật là vô ích!

[1] Quy kính (龜鏡): *Quy* là con rùa, xưa dùng mu rùa để bói nên xem là một con vật thiêng. Người xưa bói mu rùa để biết sự lành, dữ. *Kính* là tấm gương soi, giúp cho mỗi người có thể biết được sự đẹp, xấu của chính mình. Bài văn gọi là văn qui kính lấy ý ví như mu rùa thiêng có thể dùng để chỉ ra điều lành nên làm, điều dữ nên bỏ, lại như tấm gương soi có thể giúp thấy được chỗ tốt xấu của chính mình để tự hoàn thiện. Trong bài trước, ngài Tông Bổn đã tự thuật cơ duyên gặp gỡ bậc minh sư trước khi xuất gia, bài này nêu rõ những việc chân chánh phải tu tập sau khi xuất gia.

[2] Căn trần: Tức là sáu căn ở trong đối với sáu trần ở ngoài. Sáu căn là: mắt, tai, mũi, lưỡi, thân và ý. Sáu trần là hình sắc, âm thanh, mùi hương, vị nếm, sự xúc chạm và các pháp, hay đối tượng của ý. Người tu học cốt yếu phải giữ cho sáu căn không đắm nhiễm nơi sáu trần. Khi các căn ở trong được thanh tịnh thì các trần ở ngoài cũng tự nhiên thanh tịnh.

Giới luật là nói chung ba nhóm giới Đại thừa, bao gồm:

1. Nhiếp luật nghi giới:[1] Dứt hết các điều ác, tức là mọi điều ác đều chẳng làm.
2. Nhiếp thiện pháp giới:[2] Tích chứa các điều lành, tức là mọi điều lành đều vâng làm theo.
3. Nhiêu ích hữu tình giới:[3] Không một chúng sanh nào mà không cứu độ, tức là rộng độ hết thảy chúng sanh.

Ba nhóm giới ấy giúp cho hàng Bồ Tát tu hành thành Phật. Người giữ đủ ba nhóm giới ấy mới có thể tu thiền. Nếu không phát tâm như vậy, việc tham thiền có ích gì?

Kinh Phạm Võng nói rằng: "Chúng sanh thọ giới của Phật tức là nhập vào địa vị chư Phật." Há chẳng phải vậy sao?

Kinh Phật Đảnh nói rằng: "Giới có thể sanh ra định, định có thể phát sanh trí huệ. Có trí huệ thì tâm sáng suốt, tâm sáng suốt thì thấy được tự tánh, thấy được tự tánh thì thành Phật." Chưa từng có ai không do nơi giới mà được thành Phật, thành Tổ.

Chỉ riêng một việc tham thiền thật là then chốt nhiệm mầu để vươn lên, chẳng phải là chuyện nhỏ nhoi tầm thường. Cần phải phát tâm hết sức dõng mãnh, hết sức tinh tấn. Cốt yếu cũng phải dứt sạch lo toan tính toán, đoạn tuyệt hết thảy trần duyên, đem sự thấy nghe quay về quán xét tự tánh, chỗ thấy biết thường ngày như tốt xấu, thương ghét, phải quấy đều quét bỏ đi cho sạch hết. Ví như lấy con dao bén cắt một nắm tơ, dứt mạnh một nhát là đứt sạch. Lại cũng như cắt neo phóng thuyền, thẳng đường mà lao tới. Lại cũng như một người đánh

---

[1] Nhóm giới này tạo thành oai nghi của người tu học. Bồ Tát giới có 10 trọng giới và 48 khinh giới, hàng cư sĩ có 5 giới hoặc 8 giới tùy theo phát nguyện, hàng sa-di có 10 giới, tỳ-kheo có 250 giới, tỳ-kheo ni có 348 giới.

[2] Nhóm giới này tạo ra các thiện nghiệp, bao gồm cả việc tu học các pháp môn do Phật dạy, đọc tụng kinh điển..

[3] Nhóm giới này làm sanh khởi và nuôi dưỡng tâm từ bi, làm lợi ích cho hết thảy chúng sanh. .

với muôn người, phải nhanh nhạy đến chẳng kịp nháy mắt, không thể chậm chạp trì hoãn. Nếu có thể phát khởi được cái ý chí quyết liệt như thế, mới gọi là có cái khí tượng tham thiền.

Đã có cái khí tượng tham thiền, giữ lấy một câu *Nam mô A-di-đà Phật*, như dựa vào ngọn núi *Tu-di*, dù có bị quấy rối hay lay chuyển cũng vẫn giữ yên chẳng động. Chuyên tâm, nhất ý, hoặc niệm ba tiếng, năm tiếng, rồi quay con mắt sáng suốt trở lại quán xét chính mình, hỏi rằng: *Ai đang niệm Phật?*[1]

Chỗ nghiền ngẫm cốt yếu là phải thấy được một niệm ấy từ đâu sanh khởi. Lâu ngày khám phá ra được, lại cũng là một niệm ấy. Đã nghi lại càng thêm nghi. Lại tự hỏi rằng: Hỏi rằng ai đang niệm Phật, vậy *ai đang hỏi đó*? Cứ như vậy xét tới, cuối cùng là ai? Đạt được chỗ ấy rồi, phải bám lấy cho đến tận đầu mối, chẳng được buông bỏ. Như gặp được kẻ oan gia đã nhiều đời, phải bám chặt ngay lấy manh mối mà phăng theo cho đến khi biết rõ, không còn có thể nghĩ ngợi, không đợi bàn bạc, cân nhắc gì nữa. Tham thiền được như vậy, ắt phải có ngày được rõ thông.

Còn như chưa được như vậy, cần phải lắng nghe thêm mấy lời này. Người ra công tham cứu phải như kẻ bị rơi xuống giếng sâu ngàn thước, sớm chiều suy tư nghiền ngẫm cũng chỉ duy nhất một lòng cầu thoát ra khỏi giếng, hoàn toàn không có ý tưởng nào khác nữa.

Lại như kẻ bị mất đi một vật gì rất là cần yếu, sáng cũng tìm, chiều cũng tìm, đi ngang cũng tìm, đi dọc cũng tìm; tìm mà không thấy thì lúc nào cũng luôn âm thầm nghĩ tưởng đến.

Lại như con mèo rình chuột, thân tâm kết thành một khối.

---

[1] Hỏi rằng: "Ai đang niệm Phật?" Đó là quay lại mà quán xét cái "bản ngã" từ lâu nay mình vẫn chấp giữ, tự cho cái thân tứ đại này là "ta". Ngay khi "cái ta" đó đang niệm Phật, liền dùng trí tuệ sáng suốt mà quán xét xem có phải thật sự là "ta" đó chăng? Do chỗ quán xét này mà thấy được sự giả hợp của "bản ngã", mới hé mở được chỗ thấy biết về chân như bản tánh.

Lại như kẻ đi trên cầu độc mộc, luôn phải hết sức thận trọng.

Nếu dụng tâm được như vậy, sự hôn trầm và tán loạn sẽ tự nhiên mất đi. Trong khi đi, đứng, nằm, ngồi, lúc nào cũng như đang bế đứa hài nhi, không một chút vội vàng, lơ đễnh.

Muốn tìm hạt châu rơi dưới nước, phải chờ lúc sóng yên nước lặng. Đang khi mặt nước xao động mà tìm thì khó lòng lấy được. Mặt nước định đã lắng trong thì hạt châu tâm thể sẽ tự nhiên hiện rõ.

Người xưa nói rằng:

Đào ao chẳng đợi trăng,
Ao thành trăng tự hiện.

Cho nên, kinh Viên Giác nói rằng:

Trí thanh tịnh không ngại.
Do nơi thiền định sanh.

Nếu quả hành trì được như vậy, chỗ công phu chắc chắn có thể nắm được. Như có đạt được thiền định trong hiện tại, cũng không nên trụ chết vào nơi đó. Phải nghiền ngẫm việc lớn sanh tử cho sáng rõ thấu đáo, thành tựu cho được trọn vẹn cái trí hiểu biết tất cả.

Người xưa nói:

Đâu chỉ quên thân, tâm chết lặng,
Ấy là bệnh trọng càng thêm nặng.
Ngồi yên xét thấu nơi nguồn cội,
Mới mong thấy tánh, rõ thiên chân.

Đó chính là:

Đầu sào trăm thước, thêm bước nữa;
Sườn núi buông tay, chết lại sống.

Như vậy mới có thể gọi là người đã xong việc.

Nhưng tuy đã xong được điều ấy, thì lại có điều khác còn

nghi. Hoặc có câu thoại đầu[1] nêu lên hoặc chẳng nêu lên, phân biệt rõ hoặc không phân biệt rõ, mạnh mẽ hay không mạnh mẽ, nhẹ yên hay chẳng nhẹ yên, hết thảy những điều ấy, cho dầu được hay mất, có hay không đều chẳng để tâm chấp trước, chỉ giữ một lòng tham cứu mà thôi, đó chính là công phu.

Nhưng tuy đã xong được điều ấy, thì lại có điều khác còn nghi. Hoặc có cảnh tốt đẹp hiện ra trước mắt, chẳng nên vui mừng, e rằng chìm đắm theo chỗ vui mừng đó. Hoặc có cảnh xấu ác hiện ra trước mắt, chẳng nên phiền não, e rằng con ma chìm đắm theo chỗ phiền não đó. Phải biết rằng những cảnh tốt xấu ấy chẳng phải từ bên ngoài đến, đều là do tâm bị hôn trầm mà sanh ra, hoặc do nghiệp thức chiêu cảm mà có. Hết thảy những gì tai nghe, mắt thấy đều là hư vọng, chẳng nên chấp trước. Cần phải tinh tấn mà thẳng tiến.

Người xưa nói: "Tài nghề của ngươi có giới hạn, điều ta chẳng nhận vốn không cùng."[2]

Nếu như thân có bệnh, chớ nên gắng gượng mà tham thiền. Nên lễ Phật sám hối, niệm Phật cho qua lúc ấy, chờ khi bệnh khỏi sẽ tiếp tục tham thiền.

Nhưng nếu là người trí huệ, cũng có thể nhân khi có bệnh mà suy ngẫm. Nên biết rằng bốn đại vốn là không, năm uẩn[3]

---

[1] Thoại đầu: Chỗ đầu mối giúp người tham thiền tập trung tâm ý. Thường thì câu thoại đầu hay công án là do vị tôn sư đưa ra để dắt dẫn đệ tử, nhưng cũng có khi thiền giả tự chọn lấy. Thiền giả khi đã tham thoại đầu thì dồn hết thân tâm vào đó, không còn bị chi phối bởi bất cứ vấn đề nào khác, cho đến khi thâu tóm được hết thảy mọi sự việc, tự thấy được chân như bản tánh.

[2] Chỗ tâm thức loạn động, sai lạc tuy nhiều nhưng vẫn có giới hạn. Chỉ cần không mê đắm, chấp trước, một lòng hạ thủ công phu, lâu ngày tự nhiên vọng niệm lắng đọng dứt trừ. Cho nên nói rằng "*điều chẳng nhận*" - không đắm chấp - mới là vô cùng, không có giới hạn.

[3] Năm uẩn (ngũ uẩn, 五蘊 - pañca-skandha), cũng gọi là năm ấm, bao gồm: 1. Sắc uẩn (thân thể và tất cả những hình sắc được nhận biết bên ngoài), 2. Thọ uẩn (thọ cảm vui hay buồn hoặc không vui không buồn), 3. Tưởng uẩn (nhận biết các cảm giác nội tâm và hình sắc bên ngoài), 4. Hành uẩn (khởi tâm ham muốn hoặc ghét giận), 5. Thức uẩn (Hiểu biết và phân biệt). .

chẳng thật có. Bệnh từ đâu đến? Người đang bệnh đây là ai? Nếu có thể soi rọi như vậy, cũng có lúc bừng sáng được.

Nhưng tuy đã xong được điều ấy, thì lại có điều khác còn nghi. Hoặc như tự thấy mình rõ biết thông suốt mọi việc, không nên đắm chấp vào đó, phải gấp rút mà vượt qua. Nếu trụ yên nơi cảnh giới của sự thấy biết ấy, mặt mũi chân thật xưa nay[1] ắt sẽ bị vùi lấp mất.

Người xưa nói: "*Pháp Phật chẳng phải con cá chết, há sợ nó thối nát đi sao?*"

Cũng giống như bóc thân cây chuối, bóc ra một lớp, lại còn lại một lớp. Bóc ra lớp nữa, lại còn một lớp nữa. Cứ bóc mãi cho đến khi nào không còn có chỗ đặt tay vào, mới trọn thành một khối. Sau đó thì mặc áo, ăn cơm, đi tiêu, đi tiểu, khi động, khi tịnh, lúc nói, lúc nín, không lúc nào không xuyên suốt một niệm *A-di-đà Phật*.

Từ đó hoa tâm bừng sáng, chiếu khắp mười phương, như mặt nhật giữa trời quang đãng, như gương sáng trên đài, ngay trong một niệm đã thành bậc Chánh giác. Chẳng những sáng tỏ được việc lớn sanh tử, mà hết thảy các nhân duyên sai biệt từ trước của chư Phật, chư Tổ cũng đều thấu hiểu cặn kẽ; pháp Phật, pháp thế gian cũng đều thấu biết sáng suốt.

Tuy đã đạt tới địa vị ấy, cũng chẳng nên trụ yên, chấp trước. Cần phải chứng biết, thấu rõ nhân duyên tạo tác, chỗ thấy hợp thiền cơ, có thể được ấn khả. Sau khi được ấn khả thì phàm thánh vốn chẳng có, lấy bỏ thảy đều quên, nói chi thiên đường, địa ngục, phân chi nam, bắc, đông, tây? Khắp pháp giới chỉ một tự tánh *Di-đà*, tận hư không chỉ một tâm Tịnh độ!

Khi ấy liền có thể trên đầu sợi lông hiện ra cõi Phật quí báu, ngồi trong hạt bụi nhỏ chuyển bánh xe Pháp,[2] dẫn dắt tiếp độ

[1] Nguyên văn: "bản lai diện mục" - mặt mũi từ thuở ban sơ - cách nói của Thiền tông dùng để chỉ chân như, bản tánh hay tự tánh chân thật.

[2] Chuyển bánh xe pháp (Chuyển pháp luân): tức là thuyết giảng pháp Phật để cứu độ chúng sanh.

đời vị lai, gìn giữ cứu giúp thời pháp mạt. Người tham thiền được như thế mới là bậc trượng phu thoát ngoài khuôn khổ, riêng một mình vượt trên muôn người.

Nếu chưa được như vậy, hãy nương nhờ nguyện lực của đức Phật *A-di-đà* để cầu sanh Tịnh độ. Vì sao vậy? E rằng trong phút lâm chung, cảnh chết hiện ra trước mắt, tâm thần bấn loạn, chẳng thể tự chủ lấy mình, không khỏi bị nghiệp duyên lôi cuốn. Vậy nên cần phải xác thật niệm Phật, phước huệ cùng tu, một lòng hướng về Tịnh độ, nhất tâm đợi phút cuối đời.

Như vậy có thể nói là:

Lầu xưa đất cũ đành là vậy,
Về đó một phen dạ mới yên.

Than ôi! Bậc thánh ra đời đã lâu, pháp Phật ngày thêm chia biệt! Gần đây có một đám người bông lông, mắt trí đã chẳng sáng, Tịnh độ lại không tin; hiểu sai lời then chốt của Tổ sư, luận bậy ý Phật xưa đã dạy. Chẳng biết hết lòng tham cứu, chỉ một bề chấp trước nơi thân tứ đại. Ngày nay hai buổi, ngày mai ba thời, dạy người làm lụng lăng xăng, tới lui hối hả. Hiện thời tâm không định, trí không sáng, sau rồi phải đi đến chỗ điên cuồng, rối loạn. Chẳng đáng nhận của tín thí, uổng phụ linh giác của tự tâm, trôi lăn trong ba đường ác,[1] chịu lấy muôn điều khổ sở. Chỉ bởi trước đây không gặp được bậc thầy thấu đáo, nên tu đến già cũng chỉ là món đồ vô dụng! Những kẻ tu đui luyện mù ấy, dầu cho có trôi lăn đến lúc Phật *Di-lặc* ra đời, cũng không có ngày tỏ ngộ sáng suốt.

Đó chính là:

Không thiền, không Tịnh độ,
Giường sắt, cột đồng chờ.
Ngàn muôn kiếp trôi lăn,
Trọn không người cứu hộ.

Khổ thay! Khổ thay!

---

[1] Ba đường ác: địa ngục, ngạ quỷ và súc sanh. .

Lời thành thật khuyên người hậu học, phải hết sức thận trọng, tinh tế. Nay ta đã phân biệt nói rõ phá trừ; phá trừ lại bị người ghét. Đối với người có trí thì là món đề-hồ ngon quý, đối với kẻ ngu mê không biết lại hóa thành thuốc độc! Như vậy đó, sai lệch trong gang tấc, lạc xa đến ngàn dặm.

Than ôi!

Trời tạnh, vầng dương chiếu sáng,
Mưa xuống, lầy lội đất bùn.
Hết lòng phá trừ mê chấp,
Sợ người chẳng đủ sức tin.

Trân trọng!

6. Chỗ khó dễ của phép tu thiền và Tịnh độ[1]

Có người hỏi rằng: "Thế gian có kẻ chấp vào công án, dạy người theo đó công phu, chỉ cốt tham thiền ngộ đạo, chẳng nguyện vãng sanh Tịnh độ. Pháp ấy thế nào?"

Đáp rằng: "Người căn tánh sáng suốt, trí huệ cao sâu có thể thật tham thật ngộ. Nhưng có đôi chút sai sót liền rơi vào chỗ sai lầm rất lớn."

Hỏi: "Làm sao biết là sai lầm?

Đáp rằng: "Sai lầm là ở chỗ nếu như chưa chứng ngộ thì vẫn trôi lăn trong cõi luân hồi, chẳng bằng việc trì giới niệm Phật tu hành, chắc chắn sẽ được thẳng đường về Tịnh độ.

[1] Bài trước nói rõ về phép tham thiền và niệm Phật, bài này thâu nhiếp chỗ tinh yếu trong phép niệm Phật và tham thiền để phân biệt chỉ rõ: Hai phép tu vốn chẳng ngăn ngại nhau. Đối với bậc thượng trí, tham thiền và niệm Phật vốn không sai khác, tham là niệm, niệm là tham. Đối với hạng trung bình thì có thể vừa tham thiền vừa niệm Phật, tham giúp cho niệm, niệm giúp cho tham. Đối với hàng căn nhỏ trí thấp thì chuyên tâm niệm Phật cũng có thể đạt đến giải thoát. Đó là nhờ nguyện lực của Phật A-di-đà giúp cho, nên việc hành trì có thể nói là dễ dàng mà kết quả rất chắc chắn. .

"Này thiện tri thức! Ta chẳng ngăn việc tham thiền, chỉ sợ người không niệm Phật mà thôi! Vì sao vậy? Tham thiền ngộ đạo là việc khó, niệm Phật vãng sanh là việc dễ.

Người xưa nói rằng: "Chỗ cốt yếu của việc tham thiền là thấu rõ lý sanh tử, trong trăm người chưa có được vài ba người đạt đến. Niệm Phật cầu sanh Tịnh độ, muôn người đều thành tựu." Cho nên nói rằng: "Tu thiền mà không tu Tịnh độ, mười người có đến chín người lạc đường." Chẳng đúng như vậy sao?

Huống chi việc tham thiền và niệm Phật đều không ngăn trở lẫn nhau. Nay xin nêu rõ sự khó dễ của hai phép tu thiền và Tịnh độ.

Tám mươi bốn ngàn pháp môn, thâu tóm lại không qua một câu *Nam mô A-di-đà Phật*; một ngàn bảy trăm công án, cũng không qua một câu *Nam mô A-di-đà Phật*. Vì sao vậy? Trong pháp niệm Phật có nhanh, có chậm, có lý ngày nay, có tích ngày xưa. Bậc trí huệ thượng căn có thể ngay tức thời thấy tánh thành Phật. Những kẻ trung bình và thấp kém chưa thể siêu thoát tức thời, nhưng nương nhờ sức Phật cũng sẽ được vãng sanh.

Cho nên phép niệm Phật vượt hơn tất cả các pháp môn. Như lấy niệm Phật làm công án, công đức so với tất cả các công án, công đức khác vượt trội hơn đến trăm ngàn muôn ức lần. Vì sao vậy? Vì nếu công đức như nhau thì chư Phật ba đời, mười phương đã không cần phải tán thán đức Phật *A-di-đà*, và trong vô số kinh điển cũng chẳng cần chỉ bày phép tu để được về cõi Tịnh độ phương tây. Há chẳng nghe rằng các đời Tổ sư ai ai cũng đều niệm Phật hay sao? Cho đến các bậc danh hiền đời nay, người người cũng đều niệm Phật. Dầu tăng hay tục, dầu nam hay nữ, hết thảy đều niệm Phật. Nếu các pháp môn đều như nhau, sao chẳng nêu riêng biệt? Hãy xem, hết thảy những người tu hành, dù theo pháp môn nào, khi mở miệng cất tiếng cũng đều niệm một câu *A-di-đà* Phật. Vì sao vậy? Nên biết rằng nguyện lực của đức Phật *A-di-đà* là vô biên, cho nên chỉ xưng, chỉ niệm riêng một danh hiệu của ngài.

Hãy nghe bài kệ tán Phật rằng:

Ba đời, mười phương Phật,
A-di-đà bậc nhất.
Bốn mươi tám nguyện độ sinh,
Tòa sen chín phẩm hàm linh nương về.

Do đó suy ra thì công án niệm Phật thật là vượt hơn hết thảy các công án khác.

Lại nói, chín mươi sáu phái ngoại đạo đều vì muốn thoát sanh tử mà tu hành, nhưng đều không được giải thoát. Vì sao vậy? Đều do gặp phải những vị thầy ngu tối, đem pháp chánh giảng giải thành pháp tà, đem pháp Phật thuyết thành pháp ma. Người sai lầm như thế rất nhiều. Tự mình đã sai lầm, lại còn dẫn dắt người khác phải sai lầm theo. Quả thật là:

Người mù dắt lối kẻ đui,
Cùng nhau rơi xuống hầm sâu lửa tràn!

Có lần đức Như Lai dạy ngài *Mục-kiền-liên* rằng: "Ví như muôn con sông cùng chảy, có nhiều cây gỗ nổi trôi theo dòng nước, dù trước dù sau cũng chẳng biết gì đến nhau, nhưng hết thảy đều quy tụ về biển cả. Người thế gian cũng vậy, dầu có những kẻ giàu sang sung túc, thảy đều chẳng khỏi những nỗi khổ sanh, già, bệnh, chết. Chỉ vì chẳng tin kinh Phật nên chẳng được sanh về nơi ngàn cõi Phật. Vì thế ta nói rằng cõi Phật *A-di-đà* là dễ đến, dễ được, nhưng vì người ta chẳng chịu tu hành để được vãng sanh, ngược lại đi thờ phụng chín mươi sáu phái ngoại đạo, nên ta nói rằng những kẻ ấy là không có mắt, không có tai!"[1]

Hơn nữa, trong các sách *Vãng sanh truyện*[2] và *Cao tăng truyện* có ghi lại những trường hợp kẻ hiền người ngu đều được

[1] Đoạn này trích ở sách *Vạn thiện đồng quy.*

[2] Nguyên tác ghi là *Vãng sanh lục* (往生錄), e là nhầm, vì trong các bộ lục xưa không thấy có tên này, chỉ có sách *Vãng sanh truyện* (往生傳), gọi đủ là *Vãng sanh Tây phương Tịnh độ thụy ứng truyện* (往生西方淨土瑞應傳), chính là tập sách kể lại những câu chuyện về những người niệm Phật được vãng sanh.

vãng sanh, xưa nay đều có, thảy đều lìa bỏ nơi uế trược này mà về cõi nước thanh tịnh, sanh ra trong ao thất bảo, lìa được nỗi khổ ở trong bào thai, siêu phàm nhập thánh, đắc đạo chứng chân, không phải trải qua vô số kiếp mà được thành quả Phật. Há chẳng phải là nhờ nương sức Phật khó nghĩ lường đó sao?

Như muốn vĩnh viễn siêu thoát sanh tử luân hồi, hưởng vui *Niết-bàn*, thì không pháp nào hơn được pháp môn vãng sanh.

Vì sao vậy? Cõi Ta-bà uế trược, hội đủ các nỗi khổ nên cầu đạo khó thành, còn nơi Tịnh độ, hội đủ các điều lành nên dễ lên hàng *Bất thối*.[1] Người xưng niệm danh hiệu Phật, chư Phật hộ niệm vãng sanh; người phát tâm Bồ-đề, nhờ đức *Di-đà* chiếu soi càng thêm tinh tấn. *Bồ-tát, La-hán* cùng làm bạn; cây rừng, chim nước thảy đều niệm Phật. Bên tai thường nghe diệu pháp, trong lòng dứt sạch tham sân. Khoái lạc vô cùng, thọ mạng không dứt.

Một khi sanh qua cõi ấy liền được địa vị *Bất thối*,[2] nào phải như trong cõi trời người, trước mắt biết bao điều trái nghịch. Trên đường tu tập *Quyền thừa*,[3] căn lành hiếm khi được trọn vẹn. Ba bậc hiền chưa vào *Thập địa*[4] còn chưa hiểu đạo nên

---

[1] *Bất thối*: nói đủ là *Bất thối chuyển*, nghĩa là các quả vị mà người tu tập vĩnh viễn không còn thối lui nữa, chỉ tiếp tục tu tiến cho đến khi trọn thành quả Phật.

[2] Nguyên tác dùng *A-duy* (阿惟), nói đủ là *A-duy-việt-trí* (nói đủ là A-duy-việt trí (阿惟越致), thường gặp hơn là *A-bệ-bạt-trí* (阿鞞跋致), đều là do phiên âm từ tiếng Phạn là *Avivartika*, chỉ địa vị Bất thối chuyển của người tu học.

[3] Quyền thừa là chỉ chung những pháp môn do quyền biến theo căn cơ người tu mà tạm lập ra. Có hai nghĩa chính: Nếu chỉ xét trong pháp Đại thừa thì có Quyền thừa và Phật thừa. Như các pháp môn thẳng hướng đến quả Phật gọi là Phật thừa, còn các pháp môn tu chứng dần dần qua các địa vị theo hạnh Bồ Tát gọi là Quyền thừa. Nếu nói rộng ra thì ngoài Phật thừa ra, tất cả các pháp môn tạm lập khác thì đều gọi là Quyền thừa, như ba thừa Thanh văn, Duyên giác, và Bồ Tát đều gọi chung là Quyền thừa. Phật thừa cũng gọi là Nhất thừa hay Thật thừa.

[4] Ba bậc hiền chưa vào Thập địa (*Địa tiền tam hiền*): tức là các vị Bồ Tát đang tu Thập trụ, Thập hạnh và Thập hồi hướng trong Đại thừa. Vì chưa chứng thánh quả, nên gọi là hiền.

mất niệm; *Xá-lợi-phất* trụ ở địa vị thứ sáu còn gặp duyên ác mà thối tâm.[1] Cho nên trong hội Pháp Hoa có năm ngàn người lui ra.[2] Trong kinh Bảo Tích, kẻ thất đạo cũng rất nhiều. Xem như lúc Phật còn tại thế mà còn như vậy, huống chi đời nay lại chẳng thế sao? Cho nên biết rằng, người tu hành trong ba thừa[3] trải vô số kiếp mà công hạnh không thành; còn trong pháp môn niệm Phật chỉ như búng móng tay đã được địa vị *Bất thối*.

Vì thế, sanh về Tịnh độ chỉ có tiến mà không lùi, quyết định sẽ thành Phật. Cho nên trong kinh *A-di-đà* có dạy rằng: "Những chúng sanh sanh về cõi Cực Lạc đều là bậc *A-bệ-bạt-trí*." *A-bệ-bạt-trí* nghĩa là địa vị *Bất thối*.

Than ôi! Kẻ mới phát tâm, lòng tin còn cạn cợt, nếu chẳng nương nhờ sức Phật giúp thêm, thật khó mà tu hành tiến tới. Phật A-di-đà có lời nguyện sâu, hết thảy những ai có duyên[4] đều được tiếp độ.

Này các vị! Ngay từ khi đức Phật tổ vừa lập đạo, còn chỉ bày pháp môn niệm Phật, huống chi những người tu thiền đời nay lại chẳng tin việc vãng sanh Tịnh độ hay sao?

Người tu Tịnh độ vốn chẳng hề ngăn ngại việc tham thiền, sao kẻ tham thiền lại chê bỏ pháp Tịnh độ mà chẳng tu?

---

[1] Thập trụ là: 1. Phá tâm trụ, 2. Trì địa trụ, 3. Tu hành trụ, 4. Sanh quí trụ, 5. Phương tiện cụ túc trụ, 6. Chánh tâm trụ, 7. Bất thối trụ, 8. Đồng chân trụ, 9. Pháp vương tử trụ, 10. Quán đỉnh trụ. *Xá-lợi-phất* tu chứng đến địa vị thứ sáu trong Thập trụ, thực hành pháp bố thí. Có người bà-la-môn đến xin đôi mắt, ông liền móc mắt ra cho. Người ấy xin được rồi, bèn nhổ nước miếng. *Xá-lợi-phất* nhân đó sanh lòng giận, liền thối tâm, trở lại địa vị thấp hơn. .

[2] *Xá-lợi-phất* đã ba lần thỉnh Phật giảng Kinh Pháp Hoa. Khi Phật hứa giảng kinh ấy, có năm ngàn người trong chúng hội vì thấy không thích hợp nên chẳng muốn nghe, bèn lễ Phật và lui ra. Đức Phật lặng thinh để cho họ ra đi.

[3] Ba thừa: Thanh văn thừa, Duyên giác thừa và Bồ Tát thừa.

[4] Những ai có duyên: chỉ những người phát tâm niệm Phật. Bởi chính việc niệm Phật đó là kết duyên với Phật A-di-đà, do đức Phật này đã có lời nguyện lớn là sẽ tiếp độ tất cả những chúng sanh nào niệm Phật.

7. Phân biệt lẽ chánh tà để dứt lòng nghi[1]

Đại sư Minh Giáo có dạy rằng: "Đức *Thích-ca* để lại giáo pháp, lấy thiền làm tông chỉ, lấy Phật làm Tổ. Tổ là khuôn thước lớn của đạo; tông chỉ tức là giềng mối lớn của đạo. Giềng mối chẳng sáng rõ thì thiên hạ không thể theo về một đường; khuôn thước chẳng ngay thẳng thì thiên hạ không thể do đâu mà tin chắc."

Những người học Phật từ xưa nay đua nhau lập môn phái riêng, tranh việc phải trái, ấy đều là do tông chỉ không sáng rõ, khuôn thước chẳng ngay thẳng mà gây ra nạn ấy.

Than ôi! Lúc gần đây có bọn tà sư tự đặt ra những lời quái gở như tà ma ngoại đạo, nương theo hiệu Bảo Lâm Pháp Luân,[2] giả soạn tông chỉ chân thật, ý nghĩa mầu nhiệm trong kinh điển, lạm xưng là Pháp bảo vô thượng, lừa dối người sau, gây nhiều nhầm lẫn, sai sử kẻ mê, lắm chuyện đảo điên. Chẳng biết pháp thân Tịnh độ xưa nay, một lòng chấp giữ cái túi da đựng máu mủ.[3] Đem cảnh mộng ấn chứng công phu, trở lại chê bai tham thiền, niệm Phật đều là Tiểu thừa, bố thí, tạo duyên lành cũng là phước không thanh tịnh.

Họ dạy người rằng: Phật chẳng cần lễ, hương chẳng cần thắp, giới chẳng cần trì, kinh chẳng cần tụng. Do đó hiểu sai lời Phật, luận nhầm ý thánh, nói rằng dâm dục chẳng ngăn giác ngộ, sát sanh, trộm cắp chẳng ngại trí huệ. Họ trà trộn trong đạo ta, lần lượt truyền tập cho nhau, chẳng giữ thanh qui, nhiễu loạn chánh pháp.

Đó là bọn yêu tinh quỉ quái, tối nhóm sáng tan, mạo xưng quan pháp đàng hoàng, Phật pháp bí mật. Họ nói rằng cần

---

1 Bài trước đã so sánh hai pháp thiền và Tịnh độ để phân biệt chỉ rõ việc khó dễ trên đường tu. Bài này giảng rõ pháp chánh, chỉ rõ các pháp tà, khiến cho người tu dứt hẳn lòng nghi để tăng trưởng đức tin.

2 Lúc bấy giờ thường gọi là Viên hoạt luận.

3 Tức là thân thể bằng xương thịt này, khác nào cái túi bằng da, bên trong đựng máu mủ. Ý nói là vật bất tịnh, không bền chắc.

phải thổi tắt đèn đuốc để truyền ngầm phép mầu. Lại bảo rằng người theo họ hành trì chỉ bảy ngày là thấy tánh ngộ đạo.

Họ lại dạy đệ tử vào đền thờ phải thề thốt, viết sớ, gọi là hợp với luật trời, rồi đốt dâng lên Thiên đình, như vậy mới được thành Phật. Lại dạy rằng đó là việc mầu nhiệm tốt đẹp, không được để cho người ngoài biết được. Nếu ai để lộ cơ trời, nhất định phải bị đọa vì lời nguyện ấy. Họ lại sai người ngăn giữ ở nhà sau, cửa trước, sợ là có kẻ cách vách thấy nghe nên dùng sự canh phòng cẩn mật.

Than ôi! Sao lại phải khó nhọc như vậy? Nếu là phép Phật chân chánh, thì cứ việc khua chuông, gióng trống, lên thềm nhóm cả Đại chúng, bày tòa diễn giảng, khai thị rõ ràng. Há có lẽ giấu giếm như vậy sao? Chỉ lo không truyền bá được rộng rãi, lẽ nào lại sợ nhiều người được biết?

Do nơi thờ phụng tà ma, nên đi đến chỗ dối người, dối mình. Năm này qua năm khác, họ có nhiều hình thức, gây xáo động nhà người khác, những ai có lòng tin mà chẳng rõ, chẳng biết nên cùng đua nhau chạy theo đường ma.

Ôi! Chỉ dối người ở bước đầu thì còn có thể tha thứ, họ lại còn nói bậy rằng Lục tổ có dạy: "*Thà độ muôn ngàn kẻ tục, chẳng độ nửa ông tăng cửa không.*"[1] Bọn người như vậy chẳng những lừa dối những người đời sau, còn là vu oan cho các thánh đời trước. Há chẳng nghe thiền sư Vĩnh Gia[2] dạy rằng:

Đèn pháp thắp lên từ Ca-diếp.
Hai mươi tám Tổ cõi Tây thiên.
Truyền pháp sang đông đến cõi này,

---

[1] Nguyên văn đoạn biện luận này trích ở *Lô sơn Liên tông bảo giám niệm Phật chánh luận* (廬山蓮宗寶鑑念佛正論), quyển 10, trong phần *Biện minh Tào Khê lộ* (辯明曹溪路). Hai câu được cho là do Lục tổ nói ở đây quả là không thấy trong kinh *Pháp bảo đàn* cũng như trong bất cứ bộ ngữ lục nào của Thiền tông.

[2] Tức thiền sư *Vĩnh Gia Huyền Giác* (永嘉玄覺), tác giả *Chứng đạo ca* (證道歌) rất nổi tiếng trong Thiền tông. Đoạn trích ở đây là lấy từ sách này.

Bồ-đề Đạt-ma là Sơ tổ.
Sáu đời truyền nối ai cũng rõ,
Người sau được đạo nhiều vô số.

Như vậy, há có cái lý độ kẻ tục mà chẳng độ người xuất gia hay sao? Lời ấy thật là hủy báng Tam bảo, làm bại hoại nền nếp tông môn, làm việc tà, phạm luật cấm. Một ngày kia việc đã rõ ràng, lẽ trời khó dung tha. Khi sống ắt bị pháp luật trừng trị, lúc thác rồi đọa địa ngục Vô gián, cho đến một ngàn đức Phật lần lượt ra đời cũng chẳng nhận cho họ sám hối. Vì sao vậy? Khi chịu tội trong địa ngục Vô gián đã hết, lại đọa vào các địa ngục khác. Đến khi nghiệp địa ngục hết rồi, lại chịu nghiệp súc sanh, ngạ quỉ, trôi lăn khổ não, không có lúc nào dừng nghỉ. Quả thật là:

Muốn khỏi rơi vào ngục Vô gián,
Xin đừng báng bổ pháp Như Lai.

Thánh nhân dạy rằng: "Nhìn thấy một điều sai trái như tên xuyên qua tim; nghe biết một điều sai trái, như dùi đâm thủng tai. Hãy mau mau tránh xa, chớ nhìn, chớ nghe những điều ấy. Mỗi người nên tự quán xét tâm mình, không được buông thả."

Này các vị! Những kẻ tà đạo ấy, chỉ vì nghiệp ác từ đời trước nên sanh ra gặp phải tà sư. Nỗ lực làm lành rất khó, trừ dứt tâm ác không dễ. Huống chi những kẻ lầm lạc trong đời này có rất nhiều hình thức. Nay chỉ xin nói qua một số để phá tan sự nghi ngờ cho người học đạo.

Có hạng tà sư mạo xưng là học đạo của ngài *Đạt-ma*, dạy người học đạo chỉ quan sát chữ *Phật* (佛) với chữ *vô* (無) và vận dụng hơi thở vào ra. Họ lại dạy người gắng sức đưa hơi thở lên cao, ép hơi lên đỉnh đầu, bảo đó là phép tinh luyện,[1] cần dũng mãnh gia công. Những người ấy đều là tà kiến ngoại đạo, cho dù trải qua vô số kiếp cũng chẳng thoát khỏi luân hồi.

---

[1] Nguyên văn dùng *tráo ly* (笊籬) chỉ cái sàng, cái rổ hay cái vợt đan bằng tre, dùng để sàng gạo, hoặc tách riêng các loại hạt lớn, nhỏ.

Lại có hạng tà sư dạy rằng vùng đan điền[1] là cõi nước Cực lạc, là nơi trú ngụ của chư Phật, dạy người học phải quán chiếu nơi ấy, nắm bóp xoa nắn, dời tinh chuyển khí, đưa qua ba cửa,[2] nói là trở về nguồn cội, thấy tánh thành Phật. Nghe được một tiếng dội trong bụng, họ nói đó là sáu thứ chấn động,[3] là tiếng sư tử hống. Hạng người như vậy đến già thành ma, chìm mãi trong đường quỉ.

Lại có hạng tà sư chẳng rõ danh hiệu cao cả của Đại Thánh,[4] chẳng biết công đức của việc niệm Phật, dạy người những việc xằng bậy chẳng liên quan như quẻ Khảm là nam, quẻ Ly là nữ... Họ đem sáu chữ *Nam mô A-di-đà Phật* mà giải thích thành sáu thứ khác nhau,[5] dối gạt kẻ mê lầm, khinh mạng Đại Thánh. Tội ấy đồng với tội cắt xẻ thân thể Phật hay làm thân Phật chảy máu.[6] Hạng người như vậy, cả thầy lẫn trò đều đọa vào địa ngục.

Lại có hạng tà sư tự xưng là dạy pháp môn đốn ngộ, bảo người tu chẳng cần niệm Phật. Họ giải thích sai lệch lý âm dương, cởi áo nằm ngửa mà quán lẽ không. Họ lại chỉ hai đường dọc theo xương sống mà nói rằng đó là phái Tào Khê.[7] Họ dạy

---

1 Đan điền: Những người luyện chân khí theo Đạo gia cho rằng từ lỗ rốn trở lên ba tấc (khoảng 12 cm) là *thượng đan*, từ lỗ rốn trở xuống ba tấc (khoảng 12 cm) là hạ đan. Cả vùng quanh rốn gọi chung là đan điền.

2 Ba cửa (tam quan), cũng là một khái niệm của Đạo gia. Theo họ thì mắt là cửa trời (thiên quan), tay là cửa người (nhân quan), chân là cửa đất (địa quan), gọi chung là ba cửa.

3 Sáu cách chấn động (Lục chủng chấn động): 1. động (động cựa), 2. khởi (vùng dậy), 3. dõng (phun ra); 4. chấn (vang dội), 5. hống (gào lên), 6. kích (đánh ra). Ba cách trước là biến hóa về hình thể, ba cách sau là biến hóa về âm thanh. .

4 Tức là đức Phật A-di-đà.

5 Chẳng hạn như, có khi họ giải thích rằng: *Nam* là trời, *Mô* là đất, *A* là cha, *Di* là mẹ, *Đà* là vua, *Phật* là thầy..

6 Tức là một trong năm tội nghịch (*ngũ nghịch tội*), gồm có: 1. Giết cha, 2. Giết mẹ, 3. Giết *A-la-hán*, 4. Phá hòa hiệp tăng, 5. Làm thân Phật chảy máu.

7 Một số người luyện phép tu tiên, tin rằng khi nín hơi ngồi lặng, tự nhiên sẽ có một điểm chân khí linh quang diệu minh xuyên qua hai đường dọc xương sống,

người ta co chân vận khí, mạo xưng là phát quang lớn. Những chuyện lớn nhỏ bịa đặt như vậy đều là kế sanh nhai của bọn ma quỉ. Họ chẳng biết rằng chư Phật đều đã từng tích chứa công đức mà thành, há chỉ dựa theo chỗ không mà thành Phật được sao? Phật pháp còn bị cảnh trần che lấp, há có thể ở nơi lý âm dương? Những người như thế làm bạn với ma, trầm luân mãi mãi.

Lại có hạng tà sư dối truyền 108 chữ gọi là 108 hạt châu *ma-ni*.[1] Họ đặt tên cho các đốt xương trên khắp thân mình: trên, dưới, tả, hữu đều có biểu pháp; họ khiến người ta lần hết các đốt xương ấy một bận, gọi là bằng với công phu một buổi tham thiền! Tuy họ quỳ lạy mặt trời, mặt trăng, sao Bắc đẩu, nhưng cũng chẳng nghiêm chỉnh y phục, hoặc lõa lồ thân hình, hoặc mặc áo nhẹ mỏng hở hang. Họ chẳng kính tổ tiên, cha mẹ, ngăn cản người cúng Phật, trai tăng. Họ nói ngang ngược rằng: "Phật đất chẳng qua được nước, Phật gỗ chẳng qua được lửa, tượng vàng, tượng bạc, tượng đồng cũng chẳng qua được lò nung. Kinh điển là dây sắn, dây bìm, chẳng cần đọc tụng." Họ khinh Phật, ngạo Pháp dường ấy, chỉ làm chuyện bậy bạ mà thôi. Giá như người người đều giống Đan Hà[2] mới cho thiêu

---

thấu lên đỉnh đầu, thông vào tim, cật, trên suốt tới *thiên cốc*, dưới đạt tới *khúc giang*. Nhưng đó là ảnh hưởng thuật Du-già ở Ấn Độ ngày trước, không phải do phái Tào Khê của Lục tổ Huệ Năng truyền dạy.

[1] *Ma-ni* châu (摩尼珠), phiên âm tiếng Phạn là cintāmaṇi, dịch nghĩa là như ý châu hay như ý bảo châu. Người niệm Phật thường dùng xâu chuỗi có 108 hạt để lần tay khi niệm Phật, mỗi câu niệm lần qua một hạt. Vì thế, xâu chuỗi ấy được xem như biểu trưng cho việc niệm Phật, được người ta quý trọng mà gọi là 108 hạt châu *ma-ni*. .

[2] Đan Hà, tức là thiền sư Đan Hà Thiên Nhiên. Một hôm ngài ghé lại chùa Bảo Lâm, nhằm tiết đông lạnh lẽo, liền lấy một tượng Phật gỗ chẻ ra đem đốt đặng sưởi ấm. Thầy trụ trì thấy vậy thấy vậy hỏi duyên cớ, ngài nói: "Ta đốt lấy xá-lỵ đó." Thầy trụ trì hỏi: "Phật gỗ làm sao có xá-lỵ?" Ngài Đơn Hà nói: "Vậy thỉnh thêm một vị nữa." Thầy trụ trì bỗng nhiên rụng cả râu và lông mày. Nên biết việc làm của ngài Đan Hà là nhằm phá bỏ những kiến chấp của người tu vào hình tướng mà quên mất yếu tố tự tâm, chứ thật ra không hề bài xích chuyện thờ kính hình tượng Phật. .

Phật, nơi nơi đều là Bách Trượng,[1] mới nên nói không. Còn như chưa được như vậy thì đọa vào địa ngục trong chớp mắt.

Lại có hạng tà sư bịa đặt ra nhiều pháp, dạy bậy là phải tu cả tánh và mạng, xưng là Đại đạo Kim đan,[2] dối gạt những người thế gian có lòng tin. Họ chẳng biết đến sự tham cứu chân chánh, chứng ngộ đích thật, chỉ chạy theo việc hành trì quỉ quái, lấy mười hai tháng trong năm gọi là mười hai độ công phu; lấy mắt, tai, mũi, lưỡi, thân, ý gọi là chư Phật, Bồ Tát; lấy da, thịt, mạch máu, đốt xương, gọi là Tám bộ thiên long.[3] Khi bên tai chợt nghe có tiếng, liền gọi đó là quả vị Thanh văn, La-hán. Khi trước mắt chợt thấy tối tăm ma mị, liền gọi đó là tô vẽ không thành cảnh giới. Hoặc thấy cát bằng vàng đầy đất, hoặc thấy hoa sen báu ngàn cánh, hoặc thấy lầu đài, cung điện, hoặc thấy sư tử, voi chúa, hoặc thấy rồng ngâm, cọp gầm, hoặc thấy mặt trời, mặt trăng đều sáng, hoặc thấy chư Phật mười phương, hoặc thấy trăm ức Hóa thân lại tự nhận là *Thích-ca*, *Di-đà*, tiếm xưng là đấng Vô thượng Pháp vương! Những người như thế, vĩnh viễn đọa nơi địa ngục, chẳng có ngày ra.

Lại có hạng tà sư luyện thành huyễn thuật, hoặc ngồi lặng tưởng thầm, kéo dài lâu năm chiêu cảm một loài tinh linh quỉ quái đến nhập vào tâm họ. Do đó họ có tài đàm luận, liền khoe

---

1 Bách Trượng, tức là thiền sư Bách Trượng Hoài Hải. Vì ngài tu tại núi Bách Trượng nên thường gọi là Bách Trượng Đại sư. Ngài đắc Pháp với Mã Tổ Đạo Nhất, sau dựng tòng lâm, đặt qui cũ. Phàm những ai đến hỏi đạo đều lấy một chữ Không để dẫn dắt.

2 Đại đạo Kim đan: một khái niệm của Đạo gia. Phái này tin rằng người tu luyện Kim đan nên trở lại nguồn cội, khôi phục bản tánh, có thể làm cho long, hổ về ở trong vạc luyện thuốc, khiến tánh mình hợp với việc làm. Họ cho rằng, long từ trong lửa ra, hổ từ trong nước sanh. Long, hổ giao nhau, liền thành một khí chân nguyên, làm nền luyện đan. Trước ngưng thần ở hỗn độn, sau tịch diệt hàm không, là đạo mầu nhiệm của đệ nhất Kim đan. Đây chỉ là niềm tin và lập luận của Đạo gia, chẳng liên quan gì đến chánh giáo của Phật.

3 Tám bộ thiên long (*thiên long bát bộ*): Tám loài chúng sanh, bao gồm: 1. Chư thiên ở các cõi trời, 2. Loài rồng, 3. Loài Dạ-xoa, 4. Loài Càn-thát-bà, 5. Loài A-tu-la, 6. Loài Ca-lầu-la, 7. Loài Khẩn-na-la, 8. Loài Ma-hầu-la-già. .

khoang rằng: "Ta có ngũ nhãn,[1] lục thông,[2] biết được quá khứ, vị lai." Rồi họ nói bậy những việc lành, dữ, họa, phước chốn nhân gian; ngày nay nói rằng có người này lại, ngày mai lại bảo có việc kia đến. Thấy nhà nào có tai họa thì nói dối rằng có thể trừ được. Đó là vì tham cầu tài lợi. Họ còn dám tự xưng là Phật này, Phật nọ ra đời để cứu độ những kẻ tin theo. Họ dạy người chẳng cần phải kiên trì trai giới, chẳng cần phải lễ thầy nào khác, chỉ cần cúng dường cho họ, họ sẽ dạy cho tự nhiên thành Phật. Có những kẻ ngu si, ngưỡng mộ và tin sâu đến tận xương tủy, gần xa tìm về theo họ. Nhân đó nhóm họp đông đúc, chuyên làm những việc sai trái. Những người như vậy, vĩnh viễn là quyến thuộc của ma, mãi mãi tạo nhân địa ngục.

Trong kinh Lăng Nghiêm có dạy rằng: "Những người tu hành, nếu chẳng dứt dâm dục, sát hại, trộm cướp, nói dối mà muốn đắc đạo thì cũng như nấu cát làm cơm, dầu trải qua vô số kiếp, rốt cuộc cũng chẳng bao giờ thành được."

Này các vị! Nếu học kinh Lăng Nghiêm sẽ rõ biết hết thảy các hạng tà ma ngoại đạo.

Lại có hạng thầy dốt nát, tuy dạy người niệm Phật *A-di-đà* mà chẳng rõ thông đạo lý cao sâu của Phật tổ, nói những điều rối loạn mối đạo, chẳng biết hướng về Tịnh độ, chẳng phát chánh nguyện vãng sanh, chỉ tham cầu được giàu sang trong đời tới. Họ chẳng biết rằng giàu sang cũng có kỳ hạn, khi hết phước vẫn phải luân hồi, nhiều kiếp bị trôi lăn trong các đường ác. Những người như vậy thật đáng đau xót, đáng thương thay!

Lại có hạng thầy dốt nát, chẳng dạy người công án niệm Phật. Mở trường họp chúng dạy việc ngồi thiền tham cứu. Đường lối đã chẳng biết, lại bày ra lắm bậc công phu. Ngày này

---

[1] Ngũ nhãn: Năm thứ mắt, gồm có 1. Nhục nhãn, 2. Thiên nhãn, 3. Huệ nhãn, 4, Pháp nhãn, 5. Phật nhãn.

[2] Lục thông: Sáu phép thần thông, bao gồm: 1. Thiên nhãn thông, 2. Thiên nhĩ thông, 3. Túc mạng thông, 4. Tha tâm thông, 5. Thần túc thông, 6. Lậu tận thông.

sang ngày khác chỉ toàn là nói thiền nói đạo. Hôm nay thân thể nặng nề, hôm qua thân thể nhẹ nhõm. Hoặc nín được hơi thở, liền nói là tinh tấn. Hoặc mửa ra đàm huyết, liền nói là khử trần. Hoặc ngồi mê như chết, liền nói là thiền định. Hoặc té ngã nhảy nhót, liền nói là phát dương. Hoặc trong mắt thấy có Phật vây quanh thuyết pháp, hoặc tai nghe tiếng nhạc tùy ý thỏa thích. Những người như thế, năm tháng trôi qua uổng phí, cô phụ tánh linh, phải chịu luân hồi mãi mãi, không do đâu mà được giải thoát.

Than ôi! Tham thiền học đạo vốn là vị đề-hồ[1] ngon quý, gặp phải những hạng người ấy lại hóa thành thuốc độc! Há chẳng nghe các đời tổ sư đều chỉ thẳng tâm tông, thấy tánh thành Phật hay sao? Người mê chẳng biết tự tâm là Phật, khá thương lắm thay!

Chỉ vì chúng sanh căn tánh cao thấp khác nhau, việc chứng ngộ cũng nhanh chậm khác nhau, nên chư Phật Tổ mới bày ra vô số phương tiện, thí dụ thuyết pháp. Như người đời không ngộ được lẽ đạo thì những việc ấy có ích gì? Lại bị tình trần buộc trói, trôi lăn trở lại trong chốn luân hồi. Bấy giờ ăn năn cũng đã muộn rồi!

Nay khuyên những người học đạo, như không đủ sức đốn ngộ thì hãy giữ chặt lấy một câu *Nam mô A-di-đà Phật*, luôn luôn nhớ đến, nghĩ đến, luôn luôn tỉnh giác chiếu soi. Vì sao vậy? Trong lúc tu niệm cho dù chưa được ngộ đạo, nhưng lúc mạng chung sẽ được vãng sanh vào hàng Thượng phẩm. Đã được vãng sanh, còn lo gì không ngộ đạo?

Này các vị! Nên biết là chỉ một pháp môn niệm Phật quả thật vượt hơn hết thảy các pháp môn khác. Sách *Liên tông bảo giám* có dạy rằng: "Tin theo các pháp môn khác mà học đạo như kiến bò lên núi cao, còn pháp môn Tịnh độ vãng sanh như thuyền buồm xuôi dòng thuận gió. *Di-đà* tiếp dẫn, thẳng tới

---

[1] *Đề-hồ*: món ăn được tinh chế từ sữa bò tươi, được xem là ngon và quý nhất trong các món được làm ra từ sữa.

Bồ-đề, các thánh dắt dìu, vượt ra ngoài ba cõi. Hàng *Thượng phẩm* liền lên quả Phật, dù *Hạ sanh*[1] cũng hơn cõi trời. Xin mọi người đừng nghi ngờ, cùng nhau tu hành tiến lên địa vị Bất thối.

Như người muốn sanh về Tịnh độ, nên chuẩn bị hành trang. Hành trang là những gì? Đó là ba món: đức tin, đạo hạnh và chí nguyện. Có đủ ba món ấy, ắt được sanh về Tịnh độ. Sách *Liên tông bảo giám* có dạy rằng:

Từ đây sang phương Tây,
Mười muôn dặm xa thay!
Hành trang chuẩn bị đủ,
Lo gì chẳng đến ngay?

Thế Chí Viên Thông[2] có dạy rằng: "*Nhớ Phật, niệm Phật, ngay trong đời này hoặc đời sau, chắc chắn được thấy Phật.*" Nhớ Phật, niệm Phật, nghĩa là trong tâm nhớ nghĩ không lúc nào gián đoạn. Được như vậy thì ngay trong đời này được thấy Phật hiện ra trước mắt, hoặc trong đời sau được nhìn thấy Phật.

Cho nên, tinh tấn hay giải đãi cũng đều do ở chính mình. Chỉ cần có lòng tin chắc thì những gì đã nói đều không sai dối.

---

[1] Trong Cửu phẩm vãng sanh thì Thượng phẩm thượng sanh là bậc cao nhất, còn Hạ phẩm hạ sanh là bậc thấp nhất. Đây lấy bậc cao nhất và thấp nhất để chỉ rõ chỗ thù thắng của pháp môn Tịnh độ cầu vãng sanh.

[2] Đây là đoạn trích từ sách *Lạc bang văn loại* (樂邦文類), phần *Thủ Lăng Nghiêm Kinh Thế Chí hoạch niệm Phật viên thông* (首楞嚴經勢至獲念佛圓通), soạn giả gọi tắt là Thế Chí viên thông.

8. Khuyên người phát nguyện chân chánh, quyết định vãng sanh[1]

Ngài Từ Chiếu Tông chủ[2] dạy rằng: "Có hạnh, không nguyện, hạnh ấy ắt là không thành. Có nguyện, không hạnh, nguyện ấy ắt là yếu ớt. Không hạnh, không nguyện, ở mãi chốn Diêm-phù vô nghĩa. Có hạnh, có nguyện, thẳng nhập vào cõi vô vi. Đó là cái căn bản tu nghiệp thanh tịnh của chư Phật Tổ.

Vì sao vậy? Lý do trí dẫn đường, hạnh do nguyện khởi lên. Hạnh và nguyện được như nhau thì lý và trí đều gồm đủ.

Nguyện tức là điều ưa thích, mong muốn. Như mong muốn được sanh về cõi Tịnh độ phương tây; ưa thích được thấy đức Phật *A-di-đà*. Cần phải phát nguyện, sau mới được vãng sanh. Nếu không có tâm nguyện, căn lành rồi sẽ tiêu mất.

Kinh Hoa Nghiêm dạy rằng: "*Nếu chẳng phát nguyện lớn, ắt bị ma dắt dẫn.*"[3] Hết thảy quả Phật đều do từ nguyện lớn khởi lên, nên muốn được quả Vô thượng Bồ-đề, phải có nguyện *ba-la-mật*. Vì vậy, ngài Phổ Hiền khơi rộng biển nguyện vô biên, đức *Di-đà* mở ra bốn mươi tám cửa nguyện. Cho nên biết

---

[1] Bài trước chỉ rõ các lẽ chánh tà, giúp cho người tu hành chân chánh quyết định dứt nghi, phát khởi chánh nguyện. Bài này khuyên lấy sự chánh nguyện vững bền, mạnh mẽ để được vãng sanh.

[2] Từ Chiếu Tông chủ, hiệu Tử Nguyên, cao tăng đời Nam Tống, sáng lập Bạch Liên tông, người đất Côn Sơn, Bình Giang. Ngài họ Mao, nên cũng được gọi là Mao Tử Nguyên, trước có tên là Phật Lai, hiệu là Vạn Sự Hưu. Từ nhỏ đã theo học với ngài Chí Thông ở chùa Diên Tường, thường tụng đọc kinh Pháp Hoa. Năm 19 tuổi cạo tóc xuất gia, tu tập pháp thiền chỉ quán. Sau đó hâm mộ giáo pháp Tịnh độ của ngài Huệ Viễn ở Lô sơn truyền lại, rộng khuyên mọi người quy y Tam bảo, thọ trì Ngũ giới, niệm Phật A-di-đà. Sau đến núi Vu Điến sáng lập Bạch Liên sám đường, tu tập và truyền giảng pháp môn Tịnh độ. Không rõ năm sinh, chỉ biết ngài viên tịch năm 1166, niên hiệu Long Hưng thứ 4 đời Tống Hiếu Tông.

[3] Câu này trích từ quyển thứ 42, phẩm thứ 33 (*Ly thế gian phẩm* - 離世間品) trong kinh Hoa Nghiêm, gọi đủ là *Đại phương quảng Phật Hoa Nghiêm Kinh* (大方廣佛華嚴經).

rằng mười phương chư Phật cho đến thánh hiền xưa nay đều do nơi nguyện lực mà thành tựu *Bồ-đề*.

Luận *Trí độ*, quyển tám,[1] có câu hỏi rằng: "Chư Bồ-đề hạnh nghiệp thanh tịnh, tự nhiên được báo phần hơn, cần gì phải lập thệ nguyện, rồi sau mới được thọ báo? Vả lại, như người làm ruộng tất có lúa, há phải đợi có nguyện hay sao?"

Đáp rằng: "Làm phước không có nguyện, không có chỗ hướng về. Nguyện là sức dẫn dắt, quy hướng, nhờ đó mà thành tựu. Như Phật có dạy rằng: Như người tu hành ít phước, ít giới, chẳng rõ biết chánh nhân giải thoát, nghe nói về sự vui sướng ở cõi người, cõi trời nên thường mong cầu. Sau khi thác đều sanh về những cõi ấy. Đó đều là do nguyện lực dẫn dắt đến. Bồ Tát cầu sanh Tịnh độ là nhờ ở chí nguyện bền vững mạnh mẽ, mới được vãng sanh." Lại dạy rằng: "Tuy tu ít phước, nhưng nhờ có nguyện lực nên được thọ báo Đại thừa."

Luận *Đại trang nghiêm* dạy rằng: "Sanh về cõi Phật là chuyện lớn, nếu chỉ nhờ vào công đức thì không thể thành tựu được. Cần phải có nguyện lực giúp vào mới được vãng sanh, do nơi nguyện mà được thấy Phật."[2]

Kinh *A-di-đà* dạy rằng: "Như người có lòng tin, nên phát nguyện sanh về cõi ấy."[3]

---

[1] Tức là *Đại trí độ luận*. Nhưng nguyên tác bị sai ở đây, vì đoạn này được trích lại từ sách *Liên tông bảo giám*, nhưng sách này lại ghi nhầm, vì thật ra đoạn này trong *Đại trí độ luận* nằm ở quyển 7 chứ không phải quyển 8. Ngoài ra, sách *Liên tông bảo giám* cũng đã lược bỏ một số câu khi trích lại đoạn này từ *Đại trí độ luận*. Xin lưu ý để quý độc giả tiện tra khảo. .

[2] Đoạn này được trích từ sách *Vạn thiện đồng quy* (萬善同歸集), quyển trung, ghi rõ là trích từ *Đại trang nghiêm luận*. Ngoài ra cũng thấy đoạn trích này ở các sách *Pháp uyển châu lâm* (法苑珠林), quyển 16 và Chư kinh yếu tập (諸經要集), quyển 1. Nguyên tác *Quy nguyên trực chỉ* ghi 4 chữ đầu đoạn này là 佛國大事, chúng tôi căn cứ vào sự thống nhất của cả 3 sách vừa dẫn trên để sửa lại là 佛國事大. Như thế hợp lý hơn, vì chữ 大 được dùng như một trạng từ chứ không phải tính từ. Phần dịch nghĩa cũng căn cứ trên sự chỉnh sửa này.

[3] Tức là cõi Cực Lạc, nơi Phật *A-di-đà* đang thuyết pháp.

Kinh Hoa nghiêm, phẩm Hạnh nguyện[1] có dạy rằng: "Vào thời khắc cuối cùng trước lúc mạng chung, hết thảy các căn đều hoại mất, hết thảy thân thuộc đều lìa bỏ, hết thảy oai thế đều không còn, cho đến voi, ngựa, xe cộ, của báu, kho tàng đều không còn nữa. Duy chỉ có nguyện lớn là không lìa bỏ, luôn luôn dẫn đường phía trước, nên chỉ trong khoảnh khắc liền được vãng sanh về thế giới Cực Lạc."

Do đó mà suy ra, nên thường xuyên phát nguyện, mong muốn được vãng sanh, ngày ngày đều cầu mong, đừng để thối mất chí nguyện.

Cho nên nói rằng: Pháp môn dù rộng lớn, không có nguyện cũng chẳng theo. Do đó mà Phật tùy theo lòng người, giúp người được như nguyện.

Than ôi! Nhìn khắp những người đời nay có lòng tin theo về cửa Phật, hoặc vì bệnh tật khổ não mà phát tâm, hoặc vì báo ơn cha mẹ mà khởi ý, hoặc vì muốn giữ lấy cửa nhà, hoặc vì sợ tai họa mà ăn chay. Dầu cho có lòng tin, nhưng chẳng có hạnh nguyện; tuy nói là niệm Phật, nhưng không đạt đến chỗ cội gốc của chính mình.

Phàm những kẻ làm việc thiện đều là mong được thỏa sự mong cầu, hiếm hoi lắm mới có người vì luân hồi sanh tử mà phát nguyện niệm Phật cầu sanh Tịnh độ. Thường khi người ta dâng hương đèn nơi đạo tràng, những lời cầu nguyện đều là hướng đến chỗ bộc bạch với thần minh để cầu cho được tai qua nạn khỏi, tuổi thọ dài lâu. Do đó mà trái ngược với ý nghĩa kinh sám, không phù hợp với bản nguyện của chư Phật. Dầu cho trọn đời tu hành tụng niệm cũng chẳng rõ lý thú, vận dụng công phu sai lầm. Cho nên mới nói là: "Suốt ngày tính đếm châu báu của người, còn tự mình chẳng được lấy nửa đồng tiền!" Đến khi lâm chung chẳng được vãng sanh Tịnh độ, đều chỉ là do chẳng có hạnh nguyện mà thôi!

---

[1] Nói đủ là kinh *Đại phương quảng Phật Hoa nghiêm* (大方廣佛華嚴經), quyển 40, phẩm *Nhập bất tư nghị giải thoát cảnh giới Phổ Hiền hạnh nguyện* (入不思議解脫境界普賢行願品).

Lại có những kẻ ngu si, khi về thọ giới theo Phật liền đối trước Tam bảo mà dâng hương phát lời thề rằng: "Nếu tôi phá giới, xin chịu bệnh dữ đeo đuổi nơi thân, mãi mãi đọa nơi địa ngục." Hoặc thề rằng: "Nếu tôi phá giới, xin chịu nơi mắt trái chảy máu, mắt phải chảy mủ; tự mình cam chịu thọ báo."

Đã từng thấy nhiều người miệng nói ra như vậy mà lòng không nhớ nghĩ, vẫn phá trai, phạm giới, rồi phải chịu tai ương hoạn họa, thọ các ác báo. Hoặc trong hiện tại chịu sự trừng trị của pháp luật, hoặc khi chết rồi phải đọa vào ba đường dữ: địa ngục, ngạ quỷ, súc sanh.

Than ôi! Thật chẳng biết rằng Phật Tổ khởi lòng đại từ bi, có bao giờ dạy người những chuyện như vậy? Đó đều là chỗ lầm lỗi của bọn tà sư, lẫn lộn những thuật chú phạt mà cho là phát nguyện, thật là lầm lẫn biết bao!

Nghĩ mà thương xót, xin khuyên hết thảy mọi người đồng phát chánh nguyện, cầu sanh Tịnh độ, cùng nhau thẳng đến quả Phật.

Hẳn có người nói rằng: "Tôi là phàm phu, đâu dám mong cầu sanh về Tịnh độ, được làm Phật hay sao? Nếu mong cầu như vậy, lại thành ra hoang tưởng mà thôi."

Xin thưa rằng: "Không phải vậy. Này quý vị! Phật tức là giác, Tịnh độ là tâm. Tâm này, ai mà chẳng có? Nếu tâm giác ngộ tức tự mình là Phật, còn khi tâm mê, ấy là chúng sanh. Người đời vì trái với giác, hợp với trần, cho nên phải luân hồi trong ba cõi,[1] sanh ra theo bốn cách[2] trong sáu đường.[3] Nghiệp

[1] Ba cõi (Tam giới), bao gồm Dục giới, Sắc giới và Vô sắc giới. Hết thảy chúng sanh trong cõi luân hồi đều không ra ngoài ba cõi này.

[2] Sanh ra theo bốn cách (Tứ sanh), bao gồm: thai sanh (sanh ra từ bào thai), noãn sanh (sanh ra từ trứng), thấp sanh (sanh ra từ chỗ ẩm thấp) và hóa sanh (sanh ra do sự biến hóa). Chúng sanh trong ba cõi đều sanh ra theo một trong bốn cách này.

[3] Sáu đường (Lục đạo), bao gồm: thiên (cõi trời), nhân (cõi người), a-tu-la, địa ngục, ngạ quỷ và súc sanh. Chúng sanh do nghiệp lực chiêu cảm, đều phải thác sanh vào một trong sáu đường này.

duyên thiện ác, thọ báo tốt xấu, đều do nhận lầm bốn đại[1] là thân, sáu trần[2] thật có. Vì thế mà nương theo những cảnh huyễn ảo bên ngoài, ngày đêm lưu chuyển, chẳng lúc nào chịu quay lại quán chiếu, ăn chay niệm Phật.

Suốt đời từ trẻ đến già chỉ lo việc nhà chẳng xong, tiền bạc của cải chưa được như ý, nhưng càng được nhiều lại càng mong cầu, lòng tham không thỏa! Dầu cho cũng có làm lành làm phước, thờ Phật thắp hương lễ bái, nhưng chỉ mong cầu được phú quí vinh hoa, sống lâu không chết. Vừa làm được đôi chút việc tốt đã khởi tâm mong cầu nhiều việc, muốn cho lúa gạo đầy kho, con cháu hiển đạt, trâu ngựa sanh nhiều... Vừa có một điều không như ý, liền oán trách Phật chẳng phù hộ. Còn như ngày ngày được thêm của cải, gặp nhiều chuyện vui, họ mới gọi là được cảm ứng! Tính toán tham lam như vậy, quả thật là những ý tưởng sai quấy.

Còn nói ngược lại rằng niệm Phật cầu sanh Tịnh độ là ý tưởng sai quấy, há chẳng phải là điên đảo lắm sao? Phàm những việc làm phước hằng ngày đều thuộc về pháp hữu vi,[3] đó là cái nhân hữu lậu thế gian, chẳng phải đạo vô vi xuất thế.

Người Phật tử tu hành nên khéo suy xét. Ngày nay có duyên gặp được Phật pháp, nên tham cứu đến tận cội gốc, đừng vướng nơi những cành nhánh nhỏ nhặt. Chỉ trong một niệm quay về quán chiếu tự tâm, tu theo pháp xuất thế, phát nguyện lìa bỏ cõi *Ta-bà*, cầu sanh về Tịnh độ. Khác nào như người khách tha hương đã lâu, nay nhớ nghĩ muốn quay về quê cũ. Cái tâm

---

[1] Bốn đại (tứ đại), bao gồm đất, nước, gió, lửa (địa, thủy, hỏa, phong), được cho là bốn yếu tố vật thể cấu thành vật chất, thân thể, nhưng thật ra chúng chỉ là giả hợp, không thường tồn, nên không phải là bản ngã chân thật.

[2] Sáu trần (lục trần), bao gồm: hình sắc, âm thanh, mùi hương, vị nếm, xúc chạm và các pháp (sắc, thanh, hương, vị, xúc, pháp).

[3] Pháp hữu vi: những gì thuộc về hình tướng, chỉ theo nhân duyên giả hợp mà thành, không thường tồn, không thật có. Kinh Kim cang có dạy: “Hết thảy các pháp hữu vi đều như mộng ảo, như bọt nước.” (*Nhất thiết hữu vi pháp, như mộng ảo bào ảnh.* – 一切有為法，如夢幻泡影 。).

nguyện muốn sanh về Tịnh độ, muốn thành quả Phật, sao có thể đồng với những ý tưởng sai quấy của kẻ phàm phu?

Trong bài sám Tịnh độ có nói rằng:

Nguyện khi tôi xả bỏ thân này,
Trừ được hết thảy mọi chướng ngại.
Trước mắt thấy Phật A-di-đà,
Liền được vãng sanh về Tịnh độ.

Nên có lời rằng:

Một khi thẳng bước trên đường chánh,
Mới hay từ trước dụng tâm tà.

9. Bài kệ dạy người niệm Phật, phát nguyện

Sách *Di-đà tiết yếu* dạy rằng: "Điều đáng lo nhất của người niệm Phật là chẳng khéo tương ứng."

Vì sao vậy? Tuy nói là trì giới, niệm Phật mà chưa từng phát tâm nguyện sanh về Tịnh độ. Như vậy đều là tự che lấp bản tâm qua ngày, bỏ mất điều lợi ích.

Cho nên, nói chung thì người niệm Phật trước hết phải phát tâm muốn thoát sanh tử, vãng sanh về Tịnh độ, nên lấy đại nguyện làm chủ ý của mình. Thường nên niệm Phật, sớm chiều chuyên tâm lễ bái đức *Di-đà*, không một ngày nào bỏ sót. Mỗi ngày lại càng trở nên gần gũi hơn, trong tâm ngoài miệng đều tương ưng với Phật. Như vậy chẳng còn xa Phật, miệng niệm Phật, tâm tưởng đến Phật, mong được thấy Phật, phát nguyện sâu nặng, lòng tin chắc không nghi.

Qua nhiều năm công phu thuần thục, *Tam-muội* tự nhiên thành tựu. Khi mạng chung được đức Di-đà tiếp dẫn, cảnh Tịnh độ hiện ra trước mắt.

Lại nguyện trong đời hiện tại được gặp bậc thiện tri thức, không gặp những thầy tà kiến. Chẳng khởi lòng ngờ, chẳng sanh biếng nhác. Như niệm Phật, tin sâu, phát nguyện đều được như vậy, đó là được đầy đủ cả tín, hạnh và nguyện.

Khi lâm chung được thấy Phật, đó chẳng phải từ ngoài mà đến, đều chỉ là do tâm khởi hiện. Cũng như hạt giống nằm trong lòng đất, chờ gặp mùa xuân thì nảy mầm, đâu phải từ bên ngoài mà đến, vốn là sẵn có trong lòng đất mọc lên.

Nay người tu hành cũng lấy việc niệm Phật, đức tin và sự phát nguyện mà gieo vào đất tâm là thức thứ tám,[1] đến khi lâm chung phát hiện ra thành Tịnh độ, *Di-đà*. Chẳng phải từ bên ngoài đến, đều là từ trong tâm hiện ra.

Nên có kệ rằng:

Muôn pháp từ tâm sanh.
Lại cũng tùy tâm diệt.
Đức Phật Đại sa-môn,
Thường thuyết dạy như vậy.
Trì giới không tín, nguyện,
Không thể sanh Tịnh độ.
Hưởng phước cõi trời người,
Hết phước lại tái sanh,
Luân hồi khó thoát ra.
Xem kinh thiếu trí huệ,
Chẳng hiểu nghĩa thâm sâu.
Đời sau dù thông minh,
Khó thoát khỏi tâm loạn.
Chẳng bằng chuyên niệm Phật,
Dứt sạch hết lợi danh.
Đứng ngồi không lìa niệm,
Mới thật A-di-đà.
Dùng sức nguyện và giới,
Hồi hướng sanh Cực Lạc.
Hành trì đúng như vậy.

[1] Thức thứ tám (*đệ bát thức*), hay *a-lại-da* thức, cũng gọi là *tạng thức*, được xem là nơi tích chứa hết thảy các chủng tử thiện ác trong đời người.

Muôn người đều thành tựu.
Thích-ca dạy niệm Phật,
Di-đà tự tiếp dẫn.
Chư Phật đều giúp sức,
Chư thiên cùng hộ trì.
Thấy người tu niệm Phật,
Biết rằng Phật chẳng xa.
Rồi sẽ ngồi đạo tràng,
Thuyết giảng pháp Vô thượng,
Độ khắp vô số chúng.
Như có cô gái nghèo,
Mang thai vua Chuyển luân.
Chư thiên thường yêu giúp,
Nhưng tự cô chẳng biết,
Đang mang thai quý tử.
Người niệm Phật cũng vậy,
Tự họ không biết được.
Thường tưởng Phật, niệm Phật
Không lâu sẽ thành Phật.
Được chư Phật hộ trì,
Mà tự mình chẳng biết,
Sẽ được sanh Tịnh độ.
Lại mong cầu đời sau,
Được sanh trong cõi người!
Lại như người nghèo khó,
Đất nhà sẵn của báu.
Có thần kho gìn giữ,
Không để mất vật gì.
Mà tự mình chẳng biết.
Trong nhà có kho báu.
Hằng ngày mãi làm khách,
Tảo tần lo ăn mặc!
Người niệm Phật cũng vậy,
Tự mình không biết được,

Rằng người chuyên niệm Phật,
Tự đủ kho Như Lai.
Vì ngỡ mình không phần,
Nên muốn sanh cõi người!
Lại như người có bệnh,
Tự có phương thuốc hay,
Chẳng biết dùng thuốc ấy,
Nên không trị được bệnh.
Hằng ngày chịu đau đớn,
Lăn lộn, khổ vô cùng!
Người niệm Phật cũng vậy,
Tự mình không biết được,
Rằng chuyên tâm niệm Phật.
Trị dứt được tham sân.
Là vua trị các bệnh,
Là kho báu lớn lao,
Làm lợi khắp mọi người;
Là đấng Đại pháp vương,
Che chở khắp chúng sanh.
Vì ngỡ mình phàm phu,
Chẳng được sanh Tịnh độ.
Nguyện ăn chay, giữ giới,
Mong sao lại làm người.
Tiếp tục tu hành nữa,
Mới được về cõi ấy.
Biết bao người tu hành,
Vẫn thường nghĩ như thế.
Chẳng xứng nguyện Di-đà,
Chẳng hợp kinh Tịnh độ!
Tà kiến che phủ tâm,
Rốt cuộc khó giải thoát.
Trở ngại chẳng bên ngoài,
Đều tự trong tâm mình.
Đời này không vãng sanh,

Trăm đời cũng chẳng được!
Khuyên những người tu hành,
Phải tin lời Phật dạy.
Lời Phật luôn chân thật,
Nào dối gạt ai đâu?
Chỉ tự mình tinh cần,
Một lòng cầu Tịnh độ.
Như thổi lửa, nhờ gió,
Chẳng phải dùng sức nhiều.
May được tâm niệm Phật,
Phải nguyện thoát luân hồi.
Gặp của báu, không nhận!
Trước bàn ăn, chịu đói!
Lạ thay bậc trượng phu!
Chẳng hiểu ý chân thật.
Nay có đôi lời khuyên,
Nghe qua hãy rộng truyền,
Để người người đều biết,
Đều làm sứ Như Lai.
Vậy mới là con Phật,
Vậy là báo Phật ân.
Nguyện mọi người làm đúng,
Cùng sanh về cõi Phật!

10. Đại sư Trí Giả khuyên người chuyên tu Tịnh độ[1]

Như có người hỏi rằng: "Chư Phật, Bồ Tát vốn lấy đức đại bi làm nghiệp. Như muốn cứu độ chúng sanh, chỉ nên nguyện sanh trong ba cõi, ở giữa ba đường dữ, năm sự uế trược[2] mà cứu khổ. Tại sao lại cầu sanh về Tịnh độ, yên lấy thân mình, lìa bỏ chúng sanh? Đó là không có đức đại từ bi, chuyên lo việc lợi mình, ngăn trở đạo *Bồ-đề*."

Đáp rằng: "Bồ Tát có hai hạng: Hạng thứ nhất đã tu hành đạo Bồ Tát từ lâu, chứng đắc *Vô sanh nhẫn*,[3] đủ sức thực hiện việc cứu độ chúng sanh. Hạng thứ hai là những người chưa chứng đắc đã thối lui, cùng là hạng phàm phu mới phát tâm.

Người hành đạo Bồ Tát nếu vẫn còn là phàm phu thì chẳng nên rời xa Phật. Khi nào sức nhẫn đã thành tựu, mới có thể vững vàng trong ba cõi, ở giữa đời uế trược mà cứu khổ chúng sanh.

Cho nên, Trí độ luận dạy rằng: "Như kẻ phàm phu phiền

---

[1] Thiên thai Trí Giả Đại sư: Ngài là Sơ tổ tông Thiên Thai, sanh năm 538, mất năm 597. Vì ngài ở dựng chùa giảng pháp ở núi Thiên Thai nên người đời gọi là Thiên Thai Đại sư. Năm 591, Tấn Vương Dương Quảng (tức Tùy Dạng Đế) ra sắc chỉ tôn xưng ngài là Trí Giả Đại sư. Sau khi ngài viên tịch, đến đời vua Thế Tông nhà Hậu Chu (954-958) lại truy phong ngài là Pháp Không Bảo Giác Tôn Giả. Đến niên hiệu Khánh Nguyên thứ 3 đời Ninh Tông triều Nam Tống (1197) lại gia phong thụy hiệu ngài là Linh Tuệ Đại sư. Trước tác của ngài còn để lại trong Đại tạng kinh có cả thảy 28 bộ, tất cả đều là các tác phẩm soạn thuật, sớ giải.

[2] Năm sự uế trược (Ngũ trược). Theo kinh A-di-đà, năm sự uế trược này là: kiếp trược, kiến trược, phiền não trược, chúng sanh trược và mạng trược. Đây là năm sự uế trược ở cõi Ta-bà, không có ở những cõi Tịnh độ.

[3] Vô sanh nhẫn, hay Vô sanh pháp nhẫn, là đức nhẫn nhục của người tu nhờ sự thấu nhập thật tánh của các pháp, thấy được rằng vạn vật vốn không sanh, không diệt. Do thấu triệt được chân lý này mà tự nhiên dứt hết các sự buồn, giận, phiền não, trải qua hết thảy mọi hoàn cảnh biến động đều giữ được tâm như nhiên bất động, nên gọi là *Vô sanh nhẫn*.

não trói buộc mà có lòng đại bi, nguyện sanh giữa cảnh uế trược để cứu khổ chúng sanh, thật không có lý như vậy."

Vì sao vậy? Ở cõi đời uế trược, phiền não mạnh mẽ, nếu tự mình không có sức nhẫn thì tâm bị chuyển theo trần cảnh, bị âm thanh, hình sắc trói buộc. Như vậy tự mình phải đọa vào ba đường dữ, làm sao có thể cứu độ chúng sanh? Ví như được sanh làm người, cũng khó chứng đạo giải thoát. Hoặc nhờ có trì giới, tu phước mà được sanh làm người, có quyền uy thế lực, giàu sang và tự tại, nhưng khi gặp bậc thiện tri thức lại chẳng chịu tin dùng, chỉ biết tham mê buông thả, tạo các tội lỗi. Do nghiệp ác như thế, một khi sa vào ba đường dữ, phải trải qua vô số kiếp. Khi ra khỏi địa ngục lại phải chịu kiếp nghèo hèn. Nếu chẳng gặp được bậc thiện tri thức, thế nào rồi cũng quay trở lại địa ngục. Luân hồi như vậy cho tới ngày nay, người người đều như thế cả. Đó gọi là khó hành đạo vậy.

Cho nên kinh *Duy-ma* dạy rằng: "Bệnh mình không tự cứu được mà cứu được bệnh người khác, thật không có lý như vậy."

Trí độ luận cũng dạy rằng: "Ví như hai người kia, đều có người thân bị rơi xuống nước. Một người vì quá nóng lòng, nhảy ngay xuống nước để cứu, nhưng vì không đủ sức nên cả hai đều phải chết chìm. Người kia biết nghĩ tìm phương tiện, lấy được thuyền chèo ra, cứu được người thân khỏi chết đuối. Cũng vậy, hàng Bồ Tát mới phát ý chưa đủ sức nhẫn, chẳng thể cứu độ chúng sanh, nên cần phải ở gần Phật. Khi đã được Vô sanh pháp nhẫn rồi, mới có thể cứu độ chúng sanh, như người tìm được thuyền kia vậy."

Luận ấy còn nói rằng: "Ví như trẻ thơ, chẳng nên rời xa mẹ, sợ rằng có thể té xuống hầm, xuống giếng, hoặc khát sữa mà chết. Lại như con chim con, lông cánh chưa đủ, chỉ nên nương cây, dựa cành mà thôi, chẳng bay xa được. Chờ cho lông cánh đủ rồi, mới có thể bay lên trên không, tự nhiên vô ngại."

Phàm phu không có sức, chỉ cần chuyên niệm Phật *A-di-đà*, nhờ đó mà thành tựu *Tam-muội*. Khi thành tựu rồi, thì lúc lâm chung niệm niệm được vãng sanh, chắc chắn không nghi. Được thấy Phật *A-di-đà*, chứng Vô sanh nhẫn rồi, có thể trở lại Tam giới, cưỡi thuyền Vô sanh nhẫn mà cứu độ chúng sanh, rộng làm Phật sự, tùy ý tự tại!

Cho nên Luận Trí độ còn nói rằng: "Hành giả dạo chơi các cảnh địa ngục, sanh qua cõi Phật rồi, được Vô sanh nhẫn, lại trở vào trong cõi sanh tử, giáo hóa ở địa ngục, cứu khổ cho chúng sanh." Vì nhân duyên ấy nên phải chuyên tu Tịnh độ, cầu nguyện vãng sanh.

Này các vị! Nguyện cho hết thảy mọi người đều hiểu được giáo pháp này. Cho nên luận *Thập trụ Bà-sa* gọi đây là pháp dễ hành trì vậy.

11. Thiền sư Vĩnh Minh Thọ răn người chưa ngộ đừng khinh Tịnh độ

Có người hỏi rằng: "Chỉ cần thấy tánh ngộ đạo liền vượt qua sanh tử, cần chi phải chuyên tâm niệm đức Phật kia để cầu sanh qua phương khác?"

Đáp rằng: "Người tu hành chân chánh nên tự mình xem xét, cũng như người uống nước tự biết nóng hay lạnh. Nay còn có bài văn quy kính[1] này, có thể dùng để phá đi nhiều sự sai lầm.

Này các vị! Nên tự xét chỗ hiểu biết và việc làm của mình, có thật được thấy tánh ngộ đạo, được Như Lai thọ ký, được nối ngôi vị Tổ sư, được như các ngài Mã Minh, Long Thọ[2] hay chăng? Được tài biện thuyết không ngại, được *Tam-muội* Pháp

---

[1] Văn quy kính (龜鏡): Xem chú giải ở trang 41.

[2] Bồ Tát Mã Minh (Aśvaghoṣa - 馬鳴) là tổ thứ 12 của Thiền Ấn Độ. Ngài tên là Ānabodhi (A-na Bồ-đề - 阿那菩提), sống vào khoảng đầu thế kỷ 2. Bồ Tát Long Thụ (Nāgārjuna - 龍樹) là tổ thứ 14, cũng sống vào thế kỷ 2. Cả hai vị đều có những trước tác Phật học nổi tiếng để lại đến ngày nay. .

Hoa như ngài Thiên Thai Trí Giả hay chăng? Tông chỉ và giảng thuyết đều thông, chỗ hiểu biết và việc làm đều đầy đủ như ngài Trung Quốc sư hay chăng? Các vị đại sĩ ấy đều để lại lời dạy rõ ràng, hết lòng khuyên bảo pháp vãng sanh. Đó thật là lợi mình lợi người, nào phải đâu dối người dối ta? Huống chi đức Phật đã ngợi khen, tự thân dặn dò cặn kẽ. Noi theo các bậc hiền xưa, kính vâng lời Phật dạy, quyết định không thể sai lầm. Lại như trong *Vãng sanh truyện* có ghi lại, xưa nay nhiều bậc cao sĩ, sự tích rõ rệt, nên thường đọc kỹ các truyện ấy để tự mình soi tỏ.

Lại nữa, phải thường tự biết mình, liệu rằng đến lúc mạng chung, sống chết gần kề, có chắc chắn sẽ được tự tại hay chăng? Nghiệp ác nặng nề từ vô thủy đến nay, liệu sẽ không hiện ra nữa chăng? Báo thân này liệu có chắc chắn được thoát khỏi luân hồi hay chăng? Trong ba đường dữ với các loài chúng sanh khác nhau, liệu có thể tự mình vào ra tự do, thoát mọi khổ não hay chăng? Trong mười phương thế giới, khắp cõi trời người, liệu có thể tùy ý thác sanh không ngăn ngại hay chăng? Nếu mình chưa được như vậy, đừng vì một lúc tự cao mà đến nỗi phải chịu chìm nổi nhiều kiếp. Tự mình bỏ mất điều lợi tốt đẹp, rồi sẽ trách ai? Hỡi ôi! Thương thay! Than vãn cũng không kịp nữa!

Việc tu hành thường rơi vào một trong bốn trường hợp, xin chọn nêu ra dưới đây.

Một là:

Tu thiền, không Tịnh độ,
Mười người, lầm đến chín.
Cảnh âm vừa hiện ra,
Liếc qua, liền theo đó.

Nghĩa là: Nếu chỉ hiểu rõ lý tánh mà chẳng phát nguyện vãng sanh thì sẽ lưu chuyển trong cõi *Ta-bà*, chịu cái họa sa đọa. Cảnh âm đó là trong khi thiền định có ma ấm phát hiện ra. Như trong kinh Lăng Nghiêm có nói rõ: Do năm ấm mà sanh ra năm mươi cảnh ma. Người tu thiền khi mới thấy những cảnh ấy không rõ biết, nên tự nghĩ rằng đã chứng được Vô thượng *Niết-bàn*. Bị mê hoặc không biết, nên phải đọa vào địa ngục Vô gián.

Hai là:

Không thiền, chuyên Tịnh độ,
Muôn người không sai một.
Chỉ cần được thấy Phật,
Lo gì không chứng ngộ?

Nghĩa là: Nếu chưa rõ lý tánh, chỉ nên nguyện vãng sanh. Nhờ nương theo Phật lực, chắc chắn sẽ được về Tịnh độ, chẳng còn gì phải nghi ngờ.

Ba là:

Tu thiền, tu Tịnh độ,
Như cọp mọc thêm sừng.
Đời nay dạy dỗ người,
Đời sau làm Phật Tổ.

Đã hiểu sâu pháp Phật nên có thể làm bậc thầy dạy dỗ người khác. Lại phát nguyện vãng sanh, nên càng nhanh chóng lên địa vị Bất thối. Có thể nói là:

Lưng đeo tiền mười vạn,
Cưỡi hạc lên Dương châu.[1]

Bốn là:

Không thiền, không Tịnh độ,
Giường sắt, cột đồng chờ.
Ngàn muôn kiếp trôi lăn,
Trọn không người cứu hộ.

---

[1] Xứ Dương Châu có núi Bồng Lai tương truyền là nơi thần tiên ở, nên câu này có ý nói là đã được giàu sang lại còn được lên đến cảnh tiên, không còn gì khoái lạc hơn nữa! Ví như người tu thiền đã thông hiểu pháp Phật, lại thêm tu pháp môn Tịnh độ nên được về cõi Phật, chỗ sở đắc trong pháp Phật lại càng sâu rộng hơn.

Nghĩa là: Người đã chẳng rõ lý Phật, lại không nguyện vãng sanh thì muôn kiếp phải trầm luân, không do đâu mà ra khỏi.

Này các vị! Muốn vượt thoát sanh tử, mau chứng đạo *Bồ-đề*, trong bốn trường hợp nêu trên xin hãy chọn lấy trường hợp nào là tốt nhất để làm theo.

12. Thiền sư Trương Lô Trạch khuyên người tham thiền tu Tịnh độ

Như chỉ thấy rằng niệm là niệm, sanh là sanh, ấy là chỗ sai lệch của kẻ chấp thường;[1] còn như thấy rằng không niệm là không niệm, không sanh là không sanh, ấy là chỗ lầm lẫn của kẻ tà kiến.[2] Như có thể niệm mà không niệm, sanh mà không sanh, đó mới là nghĩa lý chân thật cao tột nhất.[3]

Cho nên, xét theo chân lý thật tánh thì không có một mảy trần nào thọ lấy; trên chẳng có chư Phật để xưng niệm, dưới cũng chẳng có Tịnh độ để vãng sanh! Việc trong cửa Phật chẳng bỏ pháp nào, nhưng muốn thâu nhiếp các căn phải nhờ phép niệm Phật *Tam-muội*. Vì quay về nguồn cội, cốt yếu phải mở mang chỉ bảo pháp môn vãng sanh.

Vì thế mà cả ngày niệm Phật nhưng chẳng trái với không niệm, rõ ràng vãng sanh nhưng chẳng trái với vô sanh. Cho nên, phàm thánh cương vị khác nhau nhưng có thể cảm ứng giao hòa mối đạo, hai phương đông tây chẳng hề qua lại nhưng thần thức đi về cõi tịnh. Cho nên, kinh *A-di-đà* dạy rằng: "Như những kẻ nam, người nữ có lòng lành, nghe giảng nói về Phật

[1] Chấp thường, hay Thường kiến, là quan điểm cho rằng các pháp đều thường trụ, chắc thật. .

[2] Tà kiến: những quan điểm sai lầm, không đúng thật.

[3] Nghĩa lý chân thật cao tột nhất (Đệ nhất nghĩa đế): chân lý đúng với thật tánh các pháp, không biến đổi theo thời gian hay không gian, vượt ngoài những kiến chấp sai lệch của người thế gian. .

A-di-đà, bèn chuyên tâm niệm danh hiệu ngài, hoặc một ngày, hoặc hai ngày, hoặc ba ngày, hoặc bốn ngày, hoặc năm ngày, hoặc sáu ngày, hoặc bảy ngày, tâm không tán loạn. Người ấy khi lâm chung liền có đức Phật *A-di-đà* cùng với các vị thánh chúng hiện ra trước mắt. Khi mạng chung tâm không điên đảo, liền được sanh về cõi Cực Lạc của đức Phật *A-di-đà*."

Than ôi! Những kẻ lòng tin nông cạn, ngang ngạnh nghi ngờ, chê bai chẳng tin lời thành thật của chư Phật, chẳng tin sự vãng sanh về Tịnh độ, há chẳng mê lầm lắm sao?

Như tin lời Phật, được sanh về Tịnh độ, thì không còn bị ràng buộc bởi nghiệp duyên, cho đến lửa nạn trong kiếp cũng chẳng thiêu đốt được. Dứt được tám nỗi khổ[1] cõi người, tránh khỏi năm tướng suy[2] cõi trời. Đối với các đường dữ,[3] tai còn không nghe nhắc đến tên, huống là có thật?

Kinh *A-di-đà* dạy rằng: "Nơi cõi ấy chúng sanh không có những sự khổ não, chỉ hưởng các điều vui sướng, nên gọi là Cực Lạc."

Nay đem cõi Ta-bà đối chiếu so sánh với cõi Cực Lạc: Ở cõi này, thân thể là máu thịt, sanh ra thì phải khổ. Ở cõi kia, do hoa sen hóa sanh, không có sự khổ vì sanh.

Ở cõi này, thời tiết đổi thay, già suy ngày càng đuổi đến. Ở cõi kia, chẳng có sự thay đổi nóng lạnh, không có sự khổ vì già.

Ở cõi này, bốn đại khó điều hòa, sanh ra nhiều bệnh hoạn. Ở cõi kia, hình thể biến hóa thơm sạch, không có sự khổ vì bệnh.

---

[1] Tám nỗi khổ (Bát khổ): 1. Sanh, 2. Già, 3. Bệnh, 4. Chết, 5. Chia cách với người thương yêu, 6. Gần gũi, tiếp xúc với người không ưa thích, 7. Mong cầu không được thỏa mãn, 8. Năm ấm xí thạnh.

[2] Năm tướng suy (Ngũ suy): 1. Y phục thường dơ nhớp, 2. Đầu tóc rối bời, 3. Thân thể có mùi hôi, 4. Dưới nách thường ra mồ hôi, 5. Không thích ngôi vị của mình. Năm tướng suy này hiện ra khi chư thiên sắp hết phước ở cõi trời.

[3] Tức là ba đường dữ (Tam ác đạo): địa ngục, ngạ quỷ và súc sanh. Ba đường dữ này, nơi cõi Cực Lạc không hề nghe nhắc đến tên, nên người vãng sanh về đó không còn biết đến nữa.

Ở cõi này, sống đến bảy mươi tuổi đã là ít có, vô thường nhanh chóng. Ở cõi kia, đời sống dài vô lượng, không có sự khổ vì chết.

Ở cõi này, những người thân thuộc yêu thương, có luyến ái là có biệt ly. Ở cõi kia, không cha mẹ vợ con, không có sự khổ vì ly biệt.

Ở cõi này, những người cừu địch hiềm thù, oán ghét nhau mà có lúc vẫn phải gần nhau. Ở cõi kia, tụ hội toàn những kẻ hiền lành, không có sự khổ vì phải gần kẻ mình oán ghét.

Ở cõi này, khốn khổ vì đói rét, tham cầu chẳng bao giờ thỏa ý. Ở cõi kia, đồ ăn đồ mặc cho đến trân châu, bảo vật đều tùy chỗ cần dùng mà tự hiện ra.

Ở cõi này, hình hài xấu xa nhơ nhớp, sáu căn thường khiếm khuyết. Ở cõi kia, tướng mạo đoan trang nghiêm chỉnh, thân thể chói sáng rực rỡ.

Ở cõi này, trôi lăn chìm nổi trong sanh tử. Ở cõi kia, vĩnh viễn được phép Vô sanh.

Ở cõi này, gò đống hầm hồ, gai gốc thành rừng, núi đất núi đá, dơ nhớp dẫy đầy. Ở cõi kia, vàng ròng làm đất, cây báu ngất trời, lầu cao bảy báu, hoa nở bốn mùa.

Ở cõi này, đức *Thích-ca* đã nhập *Niết-bàn* nơi rừng Sa-la song thọ, đức *Di-lặc* chưa đản sanh ở hội Long Hoa. Ở cõi kia, đức Phật *A-di-đà* đang làm Giáo chủ, hiện thời thuyết pháp.

Ở cõi này, kính ngưỡng các vị Quán Âm và Thế Chí. Ở cõi kia, được cùng hai vị ấy kết làm bạn tốt.

Ở cõi này, tà ma ngoại đạo khuấy rối những bậc tu hành chân chánh. Ở cõi kia, đức Phật giáo hóa gom về một mối, dứt sạch tà ma ngoại đạo.

Ở cõi này, ma sắc quỉ dâm mê hoặc người tu hành. Ở cõi kia, chánh báo trong sạch, chẳng có nữ nhân.

Ở cõi này, thú dữ, quỉ ma quấy rộn tiếng tà. Ở cõi kia, chim nước với cây rừng đều nói pháp mầu.

So sánh giữa hai cõi, cảnh duyên khác nhau rất xa. Mà những chỗ vượt trội của Lạc Bang thật là vô cùng, không thể kể ra hết được.

Vì thế mà trong các kinh điển Đại thừa, không kinh nào không chỉ về Tịnh độ. Các vị hiền nhân đời trước cho đến các bậc thánh về sau, hết thảy đều tự mình phát nguyện vãng sanh. Cho nên, muốn độ người thì trước phải nên tự mình niệm Phật.

Than ôi!

Người không lo xa.
Ắt có nạn gần.
Thân người mất đi.
Muôn kiếp khó được.

Cho nên thôi thúc hết thảy đại chúng, ai nấy đều nên niệm Phật *A-di-đà*, trăm, ngàn cho tới muôn ngàn tiếng. Hồi hướng cùng một duyên, nguyện sanh về Tịnh độ.

Gắng cầu Thắng hội Liên trì, đất vàng pháp sáng, dìu dắt lấy nhau ắt mãn nguyện ấy. Ví như bơi thuyền xuôi nước, lại thêm sức người chèo lái, dù đường xa muôn dặm, chẳng nhọc sức cũng tới nơi!

Mùa đông năm Nguyên Hựu thứ tư,[1] Tông Trạch[2] này nằm mộng thấy một người đội khăn đen, mặc áo trắng, chừng ba mươi tuổi, dung mạo thanh tú, cử chỉ khoan thai, chắp tay vái Tông Trạch này mà thưa rằng: "Tôi muốn vào hội *Di-đà*, xin ngài ghi tên tôi." Tông Trạch này liền lấy ra cuốn sổ Liên hoa Thắng hội, cầm bút hỏi rằng: "Ngài tên chi?" Người ấy đáp rằng: "Tôi tên Phổ Huệ." Tông Trạch ghi tên xong, người ấy lại nói: "Tiện thể cũng xin ghi tên anh tôi." Tông Trạch này hỏi rằng: "Anh ngài tên chi?" Đáp rằng: "Tên là Phổ Hiền." Nói

[1] Tức là năm 1089 (Kỷ Tỵ), vào đời vua Tống Triết Tông. .

[2] Thiền sư Trương Lô Trạch tự xưng.

xong, liền biến mất.

Tông Trạch này tỉnh giấc, tìm hỏi những vị đạo đức cao niên, đều nói rằng: Ở phẩm Ly thế gian trong kinh Hoa Nghiêm[1] có tên hai vị Đại Bồ Tát ấy. Tông Trạch nghĩ rằng: "Người Phật tử làm Phật sự, tuyên dương pháp Phật giúp vào việc giáo hóa, ắt có thánh hiền ngầm giúp. Vậy thì người dự Hội này, há phải duyên nhỏ hay sao? Nay tôn hai vị Đại Bồ Tát đứng đầu trong Hội này.

Than ôi! Bậc Đại Thánh còn tôn sùng pháp Tịnh độ, huống chi hạng phàm phu đang tu pháp tham thiền, há lại nên khinh thường mà bỏ qua hay sao?

13. Long Thư Vương cư sĩ khuyên người tu pháp Tịnh độ thẳng tắt[2]

Trong đời có những kẻ chuyên tu tham thiền, luôn nói rằng chỉ riêng tâm này là Tịnh độ, ngoài ra không còn Tịnh độ nào khác, tự tánh vốn là *Di-đà*, ngoài ra chẳng có *Di-đà* nào khác.

Nói như vậy đều là sai lầm. Vì sao vậy? Lời ấy rất cao siêu, chỉ e nói được mà chẳng dễ gì đạt tới. Cõi Tịnh độ bên phương tây, không còn tham, luyến, sân, si. Tâm chúng ta hiện nay, liệu có thể thật không tham, luyến, sân, si hay chăng? Cõi Tịnh độ bên phương tây, chuyện ăn mặc chỉ nghĩ đến là có, muốn

---

1 Tức là phẩm thứ 33, thuộc quyển 36, kinh Hoa Nghiêm (大方廣佛華嚴經).

2 Bài trước so sánh cảnh khổ Ta-bà với cảnh vui Cực Lạc để khuyên người ta tu cả tham thiền và Tịnh độ. Bài này chỉ thẳng con đường tắt Tây phương, khuyên người chuyên niệm Phật, nhờ đức tin và nguyện lực mà được vãng sanh. Tác giả bài văn này là Vương Nhật Hưu, người đất Long Thư, nên gọi là Long Thư Vương cư sĩ. Ông đậu tiến sĩ triều nhà Tống, học rộng kinh sử, thường giáo huấn người trong nước. Một ngày kia bỏ việc giáo huấn, nói rằng: "Đó đều là những việc tạo nghiệp, chẳng phải cứu cánh." Từ đó, tinh tấn niệm Phật, hằng ngày lễ Phật đến ngàn lạy. Ông có trước tác mười quyển văn Tịnh độ, khuyên người niệm Phật. Người tu Tịnh độ lúc bấy giờ, phần nhiều là theo thuyết của ông. Khi ông lâm chung, thản nhiên niệm Phật mà đi.

tĩnh lặng thì tĩnh lặng, muốn đi thì đi. Chúng ta thì nghĩ đến chuyện mặc mà chẳng có áo, nên rét buốt làm cho khổ não; nghĩ đến chuyện ăn mà chẳng có cơm, nên đói khát làm cho khổ não; muốn tĩnh lặng mà chẳng được tĩnh lặng, nên sự xáo động làm cho khổ não; muốn đi mà chẳng đi được, nên những trói buộc làm cho khổ não. Như thế mà nói rằng chỉ riêng tâm này là Tịnh độ, thật chẳng dễ đạt tới.

Đức Phật *A-di-đà*, phước huệ gồm đủ, thần thông quảng đại, biến địa ngục làm hoa sen dễ như trở bàn tay, nhìn khắp các thế giới vô tận dường như trước mắt. Chúng ta nghiệp chướng nặng nề, tự thân còn lo phải đọa địa ngục, huống chi có thể biến ra hoa sen được sao? Chuyện xảy ra cách vách còn không thấy được, huống chi thấy khắp các thế giới vô tận hay sao? Như thế mà nói rằng tự tánh vốn là *Di-đà*, thật chẳng dễ đạt tới.

Người tu thiền đời nay, sao có thể quên Tịnh độ mà chẳng tu? Sao có thể bỏ Phật *Di-đà* mà chẳng muốn thấy? Kinh Đại *A-di-đà* dạy rằng: "Trong mười phương có vô số Bồ Tát vãng sanh về cõi Phật *A-di-đà*." Các vị Bồ Tát còn muốn vãng sanh, chúng ta sao lại chẳng muốn? Liệu ta có thể hơn được các vị Bồ Tát hay sao? Theo như lời ấy thì cái lý "duy tâm Tịnh độ, tự tánh Di-đà" thật là rộng lớn nhưng không trọng yếu, cao siêu mà chẳng cần thiết. Những kẻ tu hành chưa chứng ngộ, lầm lạc rất nhiều.

Nay xin kể ra đôi chuyện để làm chứng cứ.

Thiền sư Thanh Thảo Đường tái sanh là Tăng Lỗ công,[1] thiền sư Triết Lão tái sanh chịu nhiều lo âu, khổ não,[2] Cổ

---

[1] Theo truyền tích kể lại thì thiền sư Thanh Thảo Đường đời nhà Tống, chuyên tu thiền định, thọ đến hơn chín mươi tuổi. Khi ấy, có người đàn bà nhà họ Tăng thường đến cúng dường, thưa thỉnh rằng: "Chẳng hay sau khi thầy trăm tuổi, có chịu đến nhà tôi nữa chăng?" Thiền sư mỉm cười. Sau đầu thai làm con nhà họ Tăng, tức là Tăng Công Lượng, đỗ tiến sĩ, làm quan tới chức Thái phó, tước Lỗ quốc công, nên gọi là Tăng Lỗ công.

[2] Thiền sư Triết Lão trụ trì một ngôi chùa lớn ở kinh thành, bốn mươi năm ngồi thiền chẳng ngủ, sau khi viên tịch để lại ngọc xá-lợi. Nhưng vì không phát

Trưởng lão tái sanh sa vào phú quí,[1] ni sư trì kinh Pháp Hoa lại sanh làm kỹ nữ nhà quan.[2] Đó đều là những người chẳng tin Tây phương, nên phải trôi lăn trong luân hồi mà chịu khổ não. Nếu họ tu trì pháp môn Tịnh độ, chắc chắn đã được dự hàng *Thượng phẩm thượng sanh*! Chỉ tại chẳng tin, thành ra xấu tệ. Chi bằng đứng trên đất thật, trì tụng tu hành, ắt được thẳng sanh về Tịnh độ, thoát khỏi luân hồi. Như vậy, sánh với lời nói hư vọng chẳng thiệt kia, xa nhau như trời với đất!

Hoặc có kẻ hỏi rằng: "Tham thiền vẫn khó thấy tánh, còn học đạo tiên thì sao?"

Đáp rằng: "Chẳng tu Tịnh độ mà muốn học đạo tiên, đó là bỏ hòn ngọc đẹp trước mắt để đi tìm thứ đá giả ngọc mà chưa chắc có. Thật sai lầm lắm thay! Vì sao vậy? Kinh Lăng Nghiêm dạy rằng: Có mười hạng tiên, thảy đều sống được ngàn muôn tuổi. Nhưng khi tận số phải trở lại luân hồi, chưa từng hiểu được chân tánh, cho nên cũng đồng với sáu đường chúng sanh mà thành ra bảy đường,[3] vẫn là trong vòng luân hồi vậy.

Người đời học đạo tiên, muôn người chẳng thành được một. Nhưng dù có thành, cũng chẳng thoát luân hồi. Vì lẽ bám chấp vào hình thần, nên chẳng bỏ được. Nhưng hình thần đó cũng

---

nguyện vãng sanh Tây phương, nên tái sanh vào nhà giàu sang, trọn đời phải chịu nhiều sự lo âu, khổ não.

[1] Trưởng lão Huệ Cổ trụ trì một chùa lớn tại Triết Giang, chuyên tu thiền định. Sau khi thác tái sanh vào nhà quan Tể tướng, đam mê phú quý công danh, tham đắm sắc dục.

[2] Âu Dương Tu đời Tống, khi đi Dĩnh Châu gặp một kỹ nữ nhà quan trong miệng tỏa ra hương sen thơm ngát. Lại gặp một vị tăng nói rằng: "Người kỹ nữ này đời trước làm ni sư, tụng kinh Pháp Hoa ba mươi năm, chỉ vì khởi một niệm sai quấy nên phải thọ thân như ngày nay." Nói rồi liền đưa kinh Pháp Hoa cho người kỹ nữ ấy tụng, thì thông suốt như nước chảy. Thử đưa những kinh khác thì đều không tụng được.

[3] Bảy đường (Thất thú): Trong hầu hết các kinh đều chỉ kể có sáu đường trong luân hồi. Riêng trong kinh Lăng Nghiêm, có kể thêm hạng thần tiên mà thành bảy đường. Đó là: 1. Địa ngục, 2. Ngạ quỷ, 3. Súc sanh, 4. Người, 5. Thần tiên, 6. A-tu-la, 7. Chư thiên.

là vọng tưởng do chân tánh hiện ra, chẳng phải chân thật. Cho nên thơ Hàn Sơn nói rằng:

Cho dù tu được thành tiên,
Khác nào như giữ xác chết.

Chẳng bằng người học Phật tự rõ lẽ sống chết, không gì trói buộc được.

Trong khoảng mấy trăm năm nay, người học đạo thành tiên duy chỉ có Chung Ly và Lữ công mà thôi. Nhưng người theo học Chung Ly và Lữ công, đâu phải chỉ có ngàn muôn người?[1] Chỉ những người mà ta quen biết, số ấy cũng đã chẳng ít, nhưng rốt cuộc thảy đều chết mất, vùi thân dưới ba tấc đất! Đó là uổng phí tâm lực bình sanh, rốt lại chẳng ích gì cả. Há chẳng nghe chuyện Đồng Tân ném kiếm chém Hoàng Long, trở lại bị Hoàng Long hàng phục đó sao?[2] Đến khi gặp được thiền sư Hoàng Long, Đồng Tân mới ngộ được chân tánh và hiểu đạo, đọc kệ rằng:

Bỏ bầu, bỏ túi, đập đàn bể,
Chẳng tham vàng bạc nhiều vô kể.
Từ gặp Hoàng Long được chỉ dạy,
Mới hay từ trước đã sai đường.

Lại chẳng nghe chuyện pháp sư Đàm Loan đời Hậu Ngụy hay sao? Trước nhận được mười quyển kinh tiên nơi Đào Ẩn Quân, tỏ ra hớn hở tự đắc, cho rằng có thể đạt tới địa vị thần tiên. Sau gặp ngài *Bồ-đề Lưu-chi*,[3] thưa hỏi rằng: "Đạo Phật

[1] Nghĩa là còn nhiều hơn thế nữa.

[2] Theo Liệt tiên truyện, Lữ Đồng Tân là người đời Đường, ở phủ Kinh Triệu, họ Lữ, tên Nham, tự là Đồng Tân, theo học đạo tiên với thầy là Chung Ly. Sau được thầy trao cho cây kiếm báu, chu du khắp thiên hạ. Một hôm nghe tiếng thiền sư Huệ Nam ở núi Hoàng Long, Đồng Tân tìm đến chất vấn. Vì đối đáp không bằng thiền sư nên sanh tâm tức giận, liền dùng phép tiên ném kiếm báu để chém thiền sư. Chẳng ngờ bị thiền sư khuất phục. Đồng Tân bái lạy nhận làm thầy, cầu được khai ngộ. Thiền sư thâu nhận, chỉ bày cho đạo chân chánh để tu tập. Đồng Tân nhân đó được khai ngộ, bỏ tiên thuật mà quy y Tam bảo.

[3] Ngài là cao tăng miền bắc Ấn Độ, tên Phạn ngữ là *Bodhiruci*, Hán dịch nghĩa là *Đạo Hỷ*, dịch âm là *Bồ-đề Lưu-chi* (菩提流支). Không rõ năm sanh, chỉ

có thuật trường sanh chăng? Người tu có thể trừ bỏ sự già, chết được chăng?"

Ngài *Bồ-đề Lưu-chi* đáp rằng: "Sống hoài không chết là đạo Phật của ta." Liền đưa cho bộ kinh *Thập lục quán* và nói rằng: "Ngươi nên tụng đọc kinh này, thì chẳng còn phải sanh trong ba cõi, chẳng còn đi vào sáu đường, những cuộc thăng trầm, họa phước, thành bại đều chẳng động tới mình, đời sống dài lâu không cùng. Cho nên, đó là thuật trường sanh của đạo ta vậy."

Đàm Loan tin sâu lời dạy của thầy, bèn đốt kinh tiên mà chuyên tu kinh *Thập lục quán*, cả những khi thời tiết thay đổi hay thân có tật bệnh cũng không biếng trễ. Vua Ngụy cảm vì chí cao thượng của ông, lại khen ông tự mình tu hành và giáo hóa cho đời, lưu truyền rất rộng, nên ban hiệu là Thần Loan.

Ngày kia, pháp sư bảo đệ tử rằng: "Mọi cảnh khổ địa ngục phải biết sợ, chín phẩm vị tịnh nghiệp[1] phải lo tu." Rồi dạy đệ tử lớn tiếng niệm Phật *A-di-đà*. Ngài Thần Loan quay mặt về hướng tây, nhắm mắt, cúi đầu mà tịch. Lúc ấy, tăng chúng và cư sĩ đều nghe có tiếng nhạc vi diệu từ phương tây đến, giây lâu mới ngừng.

Theo đó mà xét thì pháp môn Tịnh độ rất là thẳng tắt. Như phép thần tiên, có được điều chi thì giấu kín mà chẳng truyền, bảo rằng tiết lậu thiên cơ có tội. Còn pháp môn nhà Phật thì chỉ e truyền ra chẳng được rộng, những muốn độ hết chúng sanh mới thôi. Đó là từ bi rộng lớn, chẳng dễ suy lường, chẳng phải đạo thần tiên có thể so sánh được.

---

biết là ngài đến Trung Quốc vào năm 508 (niên hiệu Vĩnh Bình đời Tuyên Võ Đế, triều Bắc Ngụy) và dịch nhiều kinh điển sang Hán ngữ. Tài liệu cũ cho biết khoảng niên hiệu Thiên Bình (534 - 537) ngài vẫn còn sống, nhưng về sau ra sao và thị tịch năm nào không ai rõ. Theo Lịch Đại Tam Bảo Kỷ thì ngài đã dịch được 38 bộ kinh, gồm 127 quyển. Tuy nhiên, hiện trong Đại Tạng Kinh chỉ còn ghi lại được 29 bộ. .

[1] Tức là cửu phẩm vãng sanh, từ thượng phẩm thượng sanh cho đến hạ phẩm hạ sanh. Xem chú giải ở trang 84.

14. Thừa tướng Trịnh Thanh Chi khuyên tu Tịnh độ

Người ta đều bảo rằng tu Tịnh độ chẳng bằng thiền, giáo, luật.[1] Riêng tôi cho rằng các pháp môn thiền, giáo, luật chẳng bằng tu Tịnh độ.

Chân tánh sáng suốt mầu nhiệm, rỗng rang thấu suốt, dù kẻ trí hay người ngu, không ai là không sẵn có đầy đủ. Chỉ do căn trần huyễn cảnh mà cùng nhau chìm đắm, sanh tử luân hồi, cùng kiếp chẳng dứt.

Cho nên đạo Phật lấy *thiền, giáo, luật* mà tạm làm phương tiện, khiến cho người ta theo cửa mà vào, đều được siêu thoát, giác ngộ. Duy có đức Phật *A-di-đà* riêng mở một pháp môn. Ngài dạy rằng: "Tu hành Tịnh độ như phương thuốc trị bệnh, giản dị mà cốt yếu, thẳng thắn rõ ràng. Chỉ chuyên một niệm liền đạt giải thoát. Dù là xuất gia hay tại gia cũng đều có thể làm theo. Người ta chỉ cho rằng đây là giáo thuyết thiển cận để hóa độ những kẻ ngu tục, nhưng thật ra đây chính là con đường tắt nhanh chóng để thành tựu quả Phật.

Người học Phật ngày nay chẳng ngoài ba môn *thiền, giáo, luật.* Cứu cánh rốt ráo thì thiền là vượt trội, nhưng nếu không phải bậc thượng căn lợi khí, thần lãnh ý hội, thì chẳng khỏi sa vào chỗ chấp không. Nghiên cứu ba thừa thì giáo là vượt trội, nhưng nếu không phải đạt đến chỗ được ý quên lời thì chưa khỏi cái bệnh học suông trong đống giấy cũ! Ngăn ác khuyến thiện thì luật là vượt trội, nhưng nếu không phải bậc thân tâm trong sạch, trong ngoài như một, thì chưa khỏi cái khổ tự ràng buộc.

Nói chung thì cửa vào đạo là *thiền, giáo, luật*, mà chỗ nhắm đến là *giới, định, huệ*. Nếu không do *thiền, giáo, luật* mà đạt

---

[1] Thiền, giáo, luật: ba hướng tu trì, chuyên sâu về ba khía cạnh. Thiền là chuyên tu thiền định, giáo là chuyên nghiên tầm giáo điển, luật là chuyên trì giới luật. Do ba hướng tu trì mà thành ra các tông, phái khác nhau.

được *giới, định, huệ* thì chỉ duy có một pháp môn Tịnh độ mà thôi!

Đang khi niệm Phật, ngoài miệng niệm, trong lòng nghĩ nhớ, các điều ác chẳng thể sanh khởi, chẳng phải là *giới* đó sao? Một lòng nghĩ đến cảnh thanh tịnh, các huyễn trần đều diệt mất, chẳng phải là *định* đó sao? Niệm mà thật là không niệm, hoa tâm sáng rõ, chẳng phải là *huệ* đó sao?

Như trừ bỏ được mọi suy tư lo lắng, một lòng hướng về Tịnh độ, thì chẳng dùng lối đánh hét cũng ngộ cơ viên đốn,[1] chẳng đọc qua ba tạng kinh điển cũng vẫn được mắt pháp chân chánh, chẳng giữ bốn oai nghi cũng được đại tự tại.[2] Khi ấy không còn cấu uế hay thanh tịnh, trói buộc hay giải thoát, thì có gì là giới, định, huệ, có gì là thiền, giáo, luật?

Tâm mình và tâm Phật chẳng sai khác nhau, đó là chỗ tột cùng trong phép tu Tịnh độ. Có nước tám công đức,[3] có đài sen vàng, cần chi phải nghi ngờ nữa? Chỗ cốt yếu nhất trong pháp môn Tịnh độ là phải gắng sức mà thực hành.

---

[1] Đánh và hét là hai phương tiện thường được các thiền sư dùng để khai ngộ cho người học khi đủ cơ duyên. Đây nói người tu Tịnh độ nếu được nhất tâm thì không dùng phép thiền cũng ngộ được thiền cơ.

[2] Bốn oai nghi: Tức là bốn việc đi, đứng, ngồi, nằm của người tu tập. Người tu thọ đủ giới luật mọi việc đi, đứng, nằm, ngồi đều theo đúng khuôn thước, tự nhiên tạo thành oai nghi tế hạnh. Đây nói phép tu Tịnh độ khi đã được nhất tâm thì dù không quan tâm đến giới luật mà oai nghi vẫn tự đầy đủ.

[3] Bát công đức thủy: Nước có tám công đức, đó là: .1. Trừng tịnh: lắng gạn trong sạch.2. Thanh lãnh: trong trẻo mát lạnh.3. Cam mỹ: mùi vị ngon ngọt.4. Khinh nhuyễn: nhẹ nhàng mềm mại.5. Nhuận trạch: thấm nhuần tươi mát.6. An hòa: yên ổn hòa nhã.7. Trừ được đói khát và vô số khổ não.8. Trưởng dưỡng thân tứ đại, tăng trưởng các thiện căn

15. Biện minh thuyết Tây phương Tịnh độ của Lục tổ đại sư

Có người tu thiền hỏi rằng: "Như thầy nói rằng niệm Phật chắc chắn sanh về Tây phương. Còn ngài Lục tổ dạy rằng: Tây phương là tự tánh của mình, chẳng cần cầu sanh về đó nữa. Lời nói của hai vị sao chẳng phù hợp nhau?"

Tông Bổn này đáp rằng: "Lời dạy của Lục tổ là dùng lý để quyết định sự, nhưng rốt ráo cũng không có lý nào ngoài sự. Còn lời của ta đây là dùng sự để làm rõ lý, nhưng rốt ráo cũng không có sự nào ngoài lý.

"Cần phải biết rằng, ngoài tâm không có cảnh, hết thảy cảnh đều là tâm. Tâm, pháp biến hóa khắp cùng; sự lý đều bình đẳng. Chỉ bởi có kẻ lợi căn, có người chậm trí, nên mới thành có chỗ thấy sai khác.

"Như thật đến được địa vị của Lục tổ thì không có Phật nào để niệm, làm gì có Tịnh độ để vãng sanh? Còn như chưa được như vậy, hãy lắng nghe chỗ cứu cánh của ta."

Người ấy nói rằng: "Tôi xin được nghe."

Tông Bổn nói: "Đại sư Lục tổ là Phật tái thế, chẳng phải kẻ phàm phu đời nay sánh kịp. Lục tổ thuyết pháp chuyên bàn về tánh lý, cốt yếu muốn cho người học buông bỏ hết các duyên, ngay nơi đó thành Phật. Người đời nay chẳng hiểu được nghĩa chân thật, chỉ học theo lời nói, có khác gì con vẹt. Chim vẹt chỉ học nói theo được tiếng người, không thể làm được những việc như người. Người chưa đạt tới chỗ tâm địa như Tổ sư mà đã lấy câu nói của ngài để bàn giải, đó là chỗ giống như con vẹt, thật đáng cười những kẻ ấy chẳng tự biết mình."

Người tu thiền lại hỏi: "Lục tổ dạy rằng: Người phương Đông gây tội, niệm Phật cầu sanh phương Tây; người phương Tây gây tội, niệm Phật cầu sanh cõi nào?"[1]

[1] Những đoạn trích lời Lục tổ ở đây đều lấy từ kinh Pháp bảo đàn.

Tông Bổn đáp: "Lục tổ chỉ lấy hai phương đông, tây làm thí dụ so sánh với hai giới tăng, tục, chưa từng nói là không có cõi Phật. Cứ xem trong kinh Pháp bảo đàn còn nói: "Tại gia biết hành trì, như người phương đông không có tội, xuất gia chẳng tu, như người phương tây có lỗi." Người đời nay chẳng hiểu thấu được lời dạy của người xưa, khiến cho những lời ấy thành ra ma mị.

"Lục tổ dạy người phải dứt trừ tâm vọng tưởng, tâm tham sân, tâm tật đố, tâm ngu si, tâm phiền não, tâm dối nịnh, tâm tà ngụy, tâm yêu ghét, tâm tán loạn, tâm thị phi, tâm cống cao, tâm năng sở, tâm nhiễm trước, tâm nhân ngã, tâm lấy bỏ, tâm có không, tâm tu chứng. Trừ sạch được những tâm ấy, mới có thể thấy tánh thành Phật."

Người tu thiền hỏi: "Như thầy đã trừ được một tâm nào trong số đó chăng?"

Tông Bổn hỏi lại: "Các ngươi thần thông diệu dụng, kiến giải đặc biệt, trí huệ đạo đức được như đại sư Lục tổ hay chăng? Như chưa được thì chẳng nên nói ra lời ấy. Bằng nói lời như vậy, tức là thuyết của ma. Vì cớ dứt mất hạt giống Phật, sau này địa ngục Vô gián chẳng buông tha. Vì sao vậy? Nếu có người mới tu hành, một lòng tin theo thuyết ấy của ngươi thì chẳng niệm được đức Phật *A-di-đà*, chẳng về được Tịnh độ, chẳng ra khỏi sanh tử luân hồi, chẳng tránh khỏi các khổ địa ngục. Tự mình đọa địa ngục đã đành, làm cho người khác phải vào địa ngục, tội ấy không gì hơn. So với tội của người thường, lại nặng thêm một bậc. Cho nên địa ngục Vô gián sẵn chờ.

"Lại chẳng nghe người xưa dạy rằng: Nếu người chê bai Tịnh độ, chẳng tin vãng sanh, sẽ chịu tội khổ kéo lưỡi. Vì sao vậy? Phải biết rằng chư Phật mười phương cùng một lời khen ngợi pháp môn Tịnh độ, Thiền tông thiên hạ đồng thanh diễn xướng, sao kẻ hậu học lại chẳng nghe theo? Tự mình chê bỏ nhân giải thoát, trở lại làm theo thuyết của ma. Đã chẳng tự mình tu, lại ngăn cản người khác tu, người như thế đọa địa ngục trong chớp mắt. Thật đáng thương thay!

"Nhà ngươi nên sám hối cho mau, một lòng niệm Phật, mai này được hóa sanh từ hoa sen, mới biết lời ta nói hôm nay không sai dối."

Người kia nghe vậy rồi sanh lòng sợ sệt, nguyện vâng theo lời dạy mà làm.

16. Các vị Tổ sư hướng về Tịnh độ

Các vị minh sư chỉ dạy đường về Tịnh độ số nhiều không kể xiết, nay chỉ lược nói về các vị Tổ sư để làm chứng cứ.

Hòa thượng Thiên Như dạy rằng: "Thường thấy những kẻ tham thiền đời nay, chẳng xét nghĩa tột cùng của Phật Như Lai, chẳng biết cơ huyền diệu của Tổ *Đạt-ma*, bụng trống rỗng mà tâm cao ngạo, quen theo thói cuồng điên hư vọng. Thấy người tu Tịnh độ thì cười chê rằng: Ấy là người học theo chuyện làm của kẻ ngu. Thật hèn kém lắm thay!

"Như vậy chẳng phải là khinh chê kẻ ngu, mà là khinh bỉ các vị *Văn-thù*, Phổ Hiền, Mã Minh, Long Thọ. Những kẻ ấy chẳng những tự mình mê tối đối với chánh đạo, tự mình dứt mất hạt giống Phật, lại còn tạo cái nghiệp chê bai chánh pháp, chuốc cái họa khinh bỉ bậc thánh. Há chẳng nên tránh đi sao?

"Các giáo pháp khác, sanh tử vẫn là khó tránh. Niệm Phật tu trì, luân hồi thật dễ thoát khỏi. Cho nên đời mạt pháp chỉ còn lưu lại danh hiệu Phật *A-di-đà* để cứu độ chúng sanh. Những ai chẳng tin mà hủy báng sẽ bị đọa địa ngục, chịu đủ mọi sự khổ."

Pháp sư Linh Chi nói rằng: "Phàm phu khắp trần gian này bị nghiệp sai lầm ràng buộc, lưu chuyển luân hồi, trải trăm ngàn muôn kiếp chịu mọi khổ não. Bỗng nhiên được nghe pháp môn Tịnh độ, chí nguyện cầu vãng sanh. Một ngày xưng danh hiệu Phật, liền được sanh về cõi Phật. Quả thật là:

Muôn đời khó gặp,
Ngàn kiếp một lần.

"Người tin nhận và niệm Phật *A-di-đà* thì vượt hơn hết thảy các điều lành. Ví như có người làm các hạnh bố thí, trì giới, thiền định, tụng kinh, cũng chẳng bằng công đức niệm Phật. Vì sao vậy? Dầu tu hết thảy phước nghiệp, nhưng nếu không có lòng tin chân chánh cầu sanh Tịnh độ, cũng đều là căn lành nhỏ. Còn như niệm Phật *A-di-đà*, phát nguyện cầu sanh Tịnh độ, đó mới gọi là căn lành lớn."

Pháp sư Cô Sơn dạy rằng: "Cầu sanh Tịnh độ, đó là nương nhờ tha lực.[1] Phật *Di-đà* có nguyện dắt dẫn, Phật *Thích-ca* khuyến khích ngợi khen, hết thảy chư Phật cùng hộ niệm, ba điều ấy đều sẵn đủ. Nếu có thêm đức tin, vãng sanh rất dễ. Như người vượt biển, nhờ có thuyền lớn, được người hoa tiêu giỏi, lại thêm thuận chiều gió, ắt có thể mau tới bờ bên kia. Còn như kẻ chẳng chịu lên thuyền, chậm trễ ngừng nghỉ nơi đường hiểm, hãy nghĩ xem đó là lỗi của ai?"

Quan Đề hình họ Dương nói rằng: "Có đức Phật *Thích-ca* là bậc thầy dẫn dắt, chỉ rõ đường sang cõi thanh tịnh, tức là nước An Lạc,[2] Phật *A-di-đà* là bậc thầy nơi Tịnh độ. Này các vị! Nếu sanh về Tịnh độ, ắt không còn các khổ não. Những kẻ không nghe biết pháp môn này, thật đáng thương xót lắm thay!

"Cũng có những người hiền thiện, vì khởi lên ba cách nghĩ mà chẳng cầu vãng sanh, càng đáng tiếc thay! Một là nghĩ rằng mình sẽ hơn Phật, vượt Tổ, nên cõi Tịnh độ chẳng đáng sanh

[1] Tự mình tu tập mọi pháp lành, thành tựu quả Phật, đó là tự lực. Nguyện lực của chư Phật cứu độ chúng sanh, đó là tha lực. Người tu hành nếu tự mình có sức tinh tấn, cộng thêm với sự nương nhờ vào nguyện lực của đức Phật thì cả tự lực và tha lực đều có đủ, có thể nhanh chóng đạt được sự giải thoát.

[2] An lạc, hay Lạc bang, Cực lạc, đều là những tên khác để chỉ cõi Tịnh độ phương Tây, nơi Phật A-di-đà hiện đang thuyết pháp.

về. Hai là nghĩ rằng nơi nơi đều là Tịnh độ, chẳng cần phải sanh qua phương Tây. Ba là nghĩ rằng Cực Lạc là cõi thánh, mình là phàm phu không thể sanh về đó.

"Đức Phổ Hiền tu hạnh vô biên như biển cả, mà còn nguyện thấy Phật *Di-đà*, nước Phật tuy là trống không, ngài *Duy-ma* vẫn thường tu Tịnh độ. Mười phương chư Phật đều hiện tướng lưỡi rộng dài[1] mà khen ngợi, chư Bồ Tát mười phương cũng phát tâm muốn sanh về Tịnh độ. Hãy tự xét mình, có ai sánh bằng các vị thánh? Nói rằng Tịnh độ chẳng đáng sanh về, lời ấy thật là tự dối mình quá lắm thay!

"Đến như Tổ sư Long Mãnh,[2] trong kinh Lăng già có dự báo trước, Tổ Thiên Thân là bậc giáo tông, soạn biết bao nhiêu luận, thảy đều có kệ cầu vãng sanh. Tổ Từ Ân ai nấy đều khen, cũng cúi đầu xưng mười cảnh thắng.[3] Đại sư Trí Giả giỏi việc phân tích nghĩa lý, còn biện rõ mười điều nghi. Các vị ấy đều là những bậc thượng căn sáng suốt, còn tinh tấn trong việc vãng sanh. Nói rằng chẳng cần phải sanh qua phương Tây, lời ấy thật là tự mình sanh ra ngạo mạn lắm thay!

"Xe đốt lửa dữ có thể tắt, thuyền chở đá không thể chìm. Hiện báo hoa sen, chẳng ai hơn Trương Cầu,[4] mười niệm liền

---

[1] Hiện tướng lưỡi rộng dài: là tướng lành chư Phật hiện ra để minh chứng rằng lời chư Phật nói ra không hề sai dối.

[2] Tức là Tổ Long Thụ (Nāgārjuna - 龍樹). Bài kệ dự ký về sự ra đời của ngài được ghi trong kinh Nhập Lăng Già như sau: "Sau khi Như Lai diệt độ rồi, trong tương lai sẽ có người.. .. ở nước lớn phía nam có vị tỳ-kheo đại đức là Bồ Tát Long Thụ, có thể phá bỏ các kiến chấp hữu và vô, vì chúng sanh mà thuyết giảng giáo pháp của Như Lai, pháp Đại thừa cao trổi nhất." (如來滅度後,未來當有人... ...於南大國中,有大德比丘,名龍樹菩薩, 能破有無見, 為人說我法, 大乘無上法 。- *Như Lai diệt độ hậu, vị lai đương hữu nhân.. .. ư nam đại quốc trung, hữu đại đức tỳ-kheo, danh Long Thụ Bồ Tát, năng phá hữu vô kiến, vị nhân thuyết ngã pháp, Đại thừa vô thượng pháp.*)

[3] Nêu lên mười cảnh vượt trội để tán thán ngợi khen cõi Tịnh độ, khuyến khích mọi người cầu được vãng sanh về đó.

[4] Trương Cầu, tức Trương Chung Cầu đời Đường, làm nghề giết gà. Ngày kia, Cầu bỗng thấy một người mặc áo lụa đỏ, xua bầy gà lại và la lớn rằng: "Mổ nó

sang cõi thánh. Đọa vào địa ngục, chẳng ai nhanh hơn Hùng Tuấn,[1] còn sống lại mà được nhân mầu nhiệm. Người đời nay lầm lỗi, chưa chắc đã đến như hai người ấy. Nói rằng mình chẳng thể vãng sanh cõi Phật, lời ấy thật là tự hạ mình quá lắm thay!

Tổ sư Trung Phong có kệ rằng:

Ta-bà khổ! Ta-bà khổ!
Nỗi khổ Ta-bà, ai kể số?
Người đời lại lấy khổ làm vui.
Đành lòng cam chịu nhiều mất mát.[2]
Trong túi da hôi đầu ló ra,
Nuôi lớn vô minh thành mê hoặc.
Mịt mù ba tấc khí tiêu vong,
Tro nguội chôn vùi nơi đất lạnh.
Năm nẻo xuống lên chẳng tạm ngừng,
Trăm kiếp ngàn đời chịu cực khổ!

đi! Mổ nó đi!" Rồi bầy gà bốn phía nhảy lên mổ vào người Cầu, hai mắt chảy máu ra, đau đớn khắp người. Thình lình, Cầu ngửi thấy mùi hương lạ đầy nhà, rồi thấy một vị tăng bày tượng Phật và thắp hương, niệm Phật. Vị tăng dạy Cầu niệm Phật. Cầu đang lúc sợ hãi, hết lòng niệm Phật, được mười niệm liền vãng sanh.

[1] Hùng Tuấn, người đời Đường, có sức mạnh và gan dạ, hung bạo hơn người, theo nghiệp chinh chiến. Sau rời quân ngũ, xuất gia học Phật, nghe trong kinh dạy rằng: "Niệm danh hiệu Phật một lần, diệt được các tội nặng trong tám mươi ức kiếp sanh tử." Tuấn mừng rỡ nói rằng: "Chỉ nhờ nơi pháp này thôi." Từ đó, sửa đổi tánh tình, bỏ việc rong chơi, ngày đêm niệm Phật không biếng trễ. Khoảng niên hiệu Đại Lịch (766 - 779), triều vua Đường Đại Tông, Tuấn chết. Qua một đêm sống lại kể chuyện đã sắp phải vào địa ngục, nhờ công đức niệm Phật mà thoát khỏi, được sống lại. Từ đó Tuấn vào ở trong núi, ăn chay, trì giới, niệm Phật. Qua đến bốn mươi năm, một hôm bỗng nói với những người tăng, kẻ tục quanh mình rằng: "Ta sắp vãng sanh. Các vị nên về thành, nói với những người thân thuộc của ta rằng: Hùng Tuấn nhờ niệm Phật mà được vãng sanh Tịnh độ, đừng nói là người lọt lưới địa ngục." Dặn dò như vậy rồi, vẫn cười nói như thường, ngồi ngay thẳng mà hóa.

[2] Bởi đành lòng ở mãi trong chốn khổ Ta-bà, không biết phát nguyện sanh về Tịnh độ nên không được hưởng hết thảy những điều lợi lạc, tốt đẹp. Do đó mà nói là mất mát rất nhiều.

Này các vị!
Chi bằng sớm niệm Di-đà.
Lìa xa cảnh khổ Ta-bà siêu thăng.
Tây phương vui! Tây phương vui!
Cảnh vui Tây phương, ai rõ biết?
Nhân dân, cõi nước đều tuyệt vời.
Không cả nóng, lạnh cùng ba ác![1]
Từ trong hoa sen vừa sanh ra,[2]
Thường nghe giảng pháp với nhạc trời.
Đất sáng lưu ly, không bụi trần,
Vàng bạc châu báu thành lầu các!
Ăn mặc tự đủ tùy ý muốn,
Thọ mạng kéo dài khôn tính kể!
Này các vị!
Chi bằng sớm niệm Di-đà.
Lạc bang Tịnh độ lên tòa hoa sen.

Ngài Luật sư Biện Tú dạy rằng: "Ta chuyên về luật mà vẫn niệm Phật, ấy là dùng cõi Tịnh độ làm nơi về an dưỡng. Những kẻ trong Thiền tông chưa đạt ngộ thường nói rằng: Niệm Phật là pháp môn quyền tạm nhỏ hẹp. Hoặc nói rằng: Đó là tông Đại thừa chấp tướng. Ấy là lời bàn của những kẻ bồng bột, thiển cận, chẳng phải lý thấu triệt của bậc cao minh. Vì sao vậy? Lời nói ra tức là tánh, ý niệm khởi lên đều như như, trong chỗ sắc hương mà đâu đâu cũng là Trung đạo. Huống chi là chánh niệm?"

Đại sư Tịch Thất chỉ ra chỗ thấy chân thật về Tịnh độ, dạy rằng: "Những kẻ chẳng tu tịnh nghiệp nói bậy rằng: Tâm dạo chơi thiền định, ngộ tánh Chân tông. Hoặc nghe giảng về Tịnh độ, liền nói rằng: Tịnh độ chỉ ở nơi tâm. Tâm tịnh thì cõi nước tịnh, cần gì cầu sanh cõi khác?

[1] Ba ác: hay ba đường ác, bao gồm: địa ngục, ngạ quỷ và súc sanh. Ở cõi Tịnh độ không có sự khổ vì thời tiết nóng quá hay lạnh quá, cũng không có các cảnh địa ngục, ngạ quỷ và súc sanh.

[2] Ở Tịnh độ, chúng sanh không sanh ra từ bào thai mà do hoa sen hóa sanh.

"Tịch Thất này nói rằng: Trong kinh Duy-ma có nói rằng: Khi đức Như Lai dùng ngón chân nhấn xuống đất, đại chúng liền thấy trọn cõi *Ta-bà* trở nên nghiêm tịnh. Nhưng trước đó cả chúng hội chẳng ai thấy được sự nghiêm tịnh này, duy chỉ có ngài Phạm vương *Loa-kế* thấy được mà thôi. Ngày nay, những kẻ xưng rằng mình ngộ tánh, vậy có được như Phạm vương kia, thường thấy cõi này là Tịnh độ hay chăng?

"Nay ở cõi này, những người ở nhà thấp nóc dột, ắt muốn tòa rộng thềm cao; kẻ ăn gạo lức canh rau, ắt thèm món ngon vị quý; người mặc áo rách tay cụt, ắt ham quần mát áo the! Nếu bảo rằng tâm tịnh là Tịnh độ, thì chẳng cần phân biệt như vậy. Huống chi đương lúc chịu những nỗi khổ về già, bệnh, chết, thế gian trái ý, kẻ chứng ngộ cùng kẻ chưa ngộ thân sắc đều như nhau; trong khi miệng nói "*tâm tịnh là Tịnh độ*" thì thân này vẫn bị các mối khổ não ở cõi uế trược này trói buộc, thì chẳng qua là tự dối mình mà thôi. Chẳng theo như vậy thì nên tin vào giáo pháp, kính ngưỡng nghĩa lý, y theo pháp môn Tịnh độ mà tu hành."

Thiền sư Chân Yến Liễu dạy rằng: "Pháp môn thẳng tắt nhanh chóng, duy chỉ có niệm Phật; muốn tu hành được kết quả cao, dễ tiến tới, phải lấy niệm Phật làm đầu. Những ai cầu giải thoát mà không niệm Phật, rốt cuộc sẽ chẳng được gì. Khuyên hết thảy những ai có lòng tin, hãy một lòng niệm Phật, phát nguyện vãng sanh, chắc chắn không thể sai lầm."

Thiền sư Cổ Âm dạy rằng:

Một câu niệm Phật Di-đà.
Tông môn đệ nhất công án.
Như người cưỡi ngựa nương gậy.
Vững vàng một cuộc sanh nhai.
Chẳng phân nam nữ tăng tục,
Niệm Phật liền thấy ứng nghiệm.
Hiện tại được phước, khỏi nạn.
Hậu thân dứt sạch tội khổ.

Nếu ai tin nhận thọ trì.
Mỗi mỗi được tùy tâm nguyện.
Được làm người, gặp pháp Phật.
Như lên núi báu một lần,[1]
Lẽ nào đi không về không?
Việc ấy cần sớm lo liệu.
Diêm vương chẳng cầu ngọc quý.
Chỉ trọng một quyển Di-đà.
Giàu sang chỉ như mây nổi.
Trăm năm chỉ chớp mắt qua.
Xin đừng do dự chần chờ.
Gấp gấp sớm tu chuyển biến.
Phật kia là thuyền vượt khổ.
Khuyên người mau đến bờ kia.
Một là trai giới làm đầu.
Hai là đổi ác theo thiện.
Ba là thầy sáng bạn hiền,
Bốn là chánh nguyện giải thoát.
Năm là rõ biết nhân quả.
Sáu là đủ mọi phương tiện.
Bảy là tích chứa công đức.
Tám là phước duyên giúp sức.
Trong khi đi đứng ngồi nằm.
Một câu Di-đà thường niệm.
Phải tin nhân sâu quả dày.
Dạy người không niệm tự niệm.
Niệm niệm chẳng vào cảnh không,
Lâu ngày niệm thành một khối.
Đang niệm, nhận biết người niệm.
Người niệm với Phật đồng hiện.
Liền chứng niệm Phật Tam-muội.

---

1 Trong kinh dạy rằng: "Thân người rất khó được, pháp Phật rất khó gặp." (人身難得,佛法難遇 。- *Nhân thân nan đắc, Phật pháp nan ngộ.*) Vì thế ở đây ví với người được lên núi có châu báu chỉ một lần duy nhất, không thể trở về tay không. .

Tự biết Cực Lạc trong ta.
Tòa sen ghi rõ họ tên.[1]
Thành tựu tự mình thấy biết.
Tự mình được Phật thọ ký.
Cùng chư Bồ Tát kết bạn.
Thẳng lên quả vị Bồ-đề.
Mãi mãi tùy tâm sanh hóa.
Y theo chánh đạo quay về.
Chắc chắn thành Phật chẳng sai.

Ông Bạch Lạc Thiên có bài tụng rằng:

Nay đã ngoài bảy mươi,
Chẳng thích việc ngâm nga.
Xem kinh e mỏi mắt,
Làm phước sợ bôn ba.
Biết làm gì thoát khổ?
Chỉ một câu Di-đà.
Đi cũng niệm Di-đà.
Ngồi cũng niệm Di-đà.
Dầu khi gặp việc gấp,
Chẳng ngưng niệm Di-đà.
Kẻ biết nhiều cười ta:
Sao niệm mãi Di-đà!
Biết nhiều để làm chi?
Chẳng biết lại có gì?
Khuyên hết thảy mọi người,
Cùng nhau niệm Di-đà.
Muốn thoát khổ luân hồi,
Phải niệm Phật Di-đà.

Cư sĩ Vô Tận nói rằng: "Thân dù ở ngôi tướng, ý lại thích cửa không. Nghĩ vì cõi này có năm thứ uế trược loạn tâm, các

[1] Trong kinh dạy rằng: Người phát nguyện vãng sanh, niệm Phật thành tựu, tự nhiên cảm ứng có một hoa sen nơi cõi Cực Lạc ghi rõ tên họ người ấy, đến khi xả bỏ thân hiện tại liền được hóa sanh từ hoa sen đó.

việc ác lẫn lộn, không có sức xem xét chân chánh, không có sức rõ biết nhân quả.

"Tánh mình vốn là *Di-đà*, chỉ riêng tâm này là Tịnh độ. Nhưng nếu ai chưa ngộ được nghĩa lý ấy, hãy kính vâng lời Phật dạy, chuyên tâm niệm Phật *A-di-đà*, ở cõi Cực Lạc phương Tây, cầu đại nguyện đại lực của ngài giúp sức cho mình, bảo vệ cho mình. Chờ khi xả bỏ thân này, sẽ được vãng sanh Cực Lạc. Cũng như đi thuyền xuôi dòng nước, không nhọc sức mà được đến nơi."

Tổ Sư Viễn Công dạy rằng: "Có người tu thiền thấy những người niệm Phật cầu vãng sanh liền nói rằng: Đó là hạng tu hành chấp tướng, chẳng phải pháp nhiệm mầu. Không bằng tham thiền thấy tánh, đốn ngộ chân thường.

"Những kẻ căn trí cạn cợt, tin theo điều lầm lạc ấy nên chẳng tu niệm Phật, cũng chẳng học kinh điển. Sống giữa cõi trần tục, miệng nói tham thiền mà tâm chẳng theo chánh đạo, khinh chê hủy báng Tịnh độ, chẳng tin việc vãng sanh. Lỗi ấy lớn thay!

"Chẳng biết rằng, một câu niệm *A-di-đà* Phật là phép thiền sâu thẳm không gì qua được. Người nay chẳng rõ nghĩa sâu rộng, sanh ra phân biệt sai lầm. Như muốn tham thiền thấy tánh, cũng chẳng cần nêu lên thoại đầu[1] nào khác, chỉ một câu *A-di-đà* Phật là đủ. Tự mình tham, tự mình niệm, tự mình xét, tự mình nghi, lâu ngày rồi tự nhiên có chỗ sở đắc. Dẫu cho lúc này chưa ngộ, khi mạng chung cũng sẽ được *Thượng phẩm Thượng sanh*. Khi ấy lo gì chẳng được ngộ?

"Hãy xem như thiền sư Bách Trượng Đại Trí Hải là đệ tử đích truyền của Mã Tổ ở đất Giang Tây, người tu thiền khắp thiên hạ đều y theo lời chỉ dạy của ngài, xưa nay chưa ai dám cho là sai quấy. Thanh qui trong thiên hạ cũng y theo chỗ dựng

---

[1] Thoại đầu: đề mục quán chiếu của người tu thiền, dùng để tập trung mọi ý tưởng, sau đó tiến đến dứt sạch mọi ý tưởng.

lập của ngài, hết thảy không một việc gì dám trái phép tắc.[1] Ngài đặt ra quy thức rằng, khi một vị tăng có bệnh, nên tụng niệm như sau:

"Trước hết tập trung đại chúng, đọc lên một bài kệ xưng tán đức Phật *A-di-đà*, rồi đồng thanh xưng niệm *Nam mô A-di-đà Phật* đến trăm hoặc ngàn câu. Sau đó hồi hướng phục nguyện rằng: Nếu các duyên chưa hết, nguyện sớm được khỏe mạnh như xưa. Như mạng số đã đến, nguyện được thẳng lên An Dưỡng.[2] Đó chẳng phải là chỉ đường về Tịnh độ đó sao?

"Lại khi một vị tăng qua đời, đại chúng tụng niệm xong thì hồi hướng phục nguyện rằng:

Thần thức siêu thăng Tịnh độ.
Nghiệp quả dứt hẳn trần lao.
Sen nở lên ngôi Thượng phẩm.
Phật thọ ký bậc Nhất sanh.[3]

"Đó chẳng phải là chỉ đường về Tịnh độ đó sao?

"Đến khi an táng người chết, không có nghi lễ nào khác, chỉ khiến vị *Duy-na*[4] khởi xướng rằng: *Nam mô Tây phương Cực lạc thế giới Đại từ Đại bi A-di-đà Phật*. Xướng như vậy mười lần, đại chúng cũng hòa niệm theo đủ mười lần, gọi là *Thập niệm*. Sau đó hồi hướng rằng: "Mười lần xưng hiệu Phật, nguyện giúp được vãng sanh." Đó chẳng phải là chỉ đường về Tịnh độ đó sao?

"Kể từ ngài Bách Trượng trở về sau, khi tổ chức tang lễ cho

[1] Ngài Bách Trượng là người đầu tiên soạn ra Thanh quy để áp dụng trong các thiền viện, thường gọi là Bách trượng Thanh quy, và từ đời ngài về sau, Thiền tông vẫn lấy bộ Thanh quy này làm phép tắc căn bản trong sanh hoạt của các thiền viện.

[2] An Dưỡng: Tên khác của cõi Cực Lạc hay Tịnh độ.

[3] Nhất sanh, nói đủ là Nhất sanh bổ xứ, là vị Bồ Tát chỉ còn một lần tái sanh nữa sẽ chứng quả Phật.

[4] Duy-na, hay Kiết ma, là vị tăng phụ trách về nghi lễ, phép tắc trong một ngôi chùa.

các vị tăng đều vâng theo nghi thức như vậy. Như vậy được gọi là hợp với cả năm tông phái.[1] Như vậy là hết thảy người tu thiền, cũng không một người nào chẳng tin theo Tịnh độ.

"Cứ theo lời dạy của các bậc lão thành tôn túc, thảy đều cho thấy là các ngài đều chỉ rõ đường về Tịnh độ.

"Những kẻ tham thiền đời nay, đã chẳng hiểu được ý tổ sư, lại chẳng phát tâm tỉnh giác, xưng bậy rằng mình ngộ đạo, chẳng cần nguyện vãng sanh. Sau này ăn năn cũng không trốn khỏi được luân hồi."

17. Các kinh hướng về Tịnh độ[2]

Các kinh dạy về Tịnh độ nhiều như số cát sông Hằng, nay chỉ lược nói ra đây một số để phá bỏ lòng nghi.

Trong kinh Đại Vô Lượng Thọ,[3] đức Phật bảo ngài *Di-lặc* rằng: Ở thế giới *Ta-bà* có bảy trăm hai mươi ức Bồ Tát ở địa vị không còn thối chuyển sanh về thế giới Cực Lạc. Số Bồ Tát ở địa vị thấp hơn thì nhiều không kể xiết, cũng đều được vãng sanh. Không riêng gì thế giới *Ta-bà* này, cho đến các thế giới trong khắp mười phương cũng có vô số các vị Đại Bồ Tát đều niệm Phật *A-di-đà*, phát nguyện vãng sanh về cõi Phật ấy.

Kinh *A-di-đà* dạy rằng, nếu những kẻ nam, người nữ có lòng lành, nghe giảng nói về Phật *A-di-đà*, bèn chuyên tâm niệm danh hiệu ngài. Nhờ niệm danh hiệu Phật nên các tội

[1] Thường gọi là Ngũ gia, gồm các tông Lâm Tế, Quy Ngưỡng, Tào Động, Vân Môn và Pháp Nhãn.

[2] Bài trước nói việc chư Tổ chỉ dạy đường về Tịnh độ. Tiếp theo, bài này giảng thêm rằng các kinh cũng thường dạy về Tịnh độ của đức Phật *A-di-đà*, khuyên người phát nguyện sanh về nơi đó.

[3] Đại Vô Lượng Thọ Kinh: Tức kinh Vô Lượng Thọ,nhưng thường gọi là Đại Vô Lượng Thọ để phân biệt với kinh *A-di-đà*. Cả 2 bản kinh này đều dạy về đức Phật *A-di-đà* và nguyện lực tiếp dẫn của ngài, nhưng kinh *A-di-đà* ngắn hơn nhiều so với kinh Vô Lượng Thọ, nên gọi là Đại Vô Lượng Thọ để phân biệt.

nghiệp đều diệt hết. Người ấy khi lâm chung liền được sanh về cõi Cực Lạc của đức Phật *A-di-đà*.

Cũng trong kinh *A-di-đà*, đức Phật *Thích-ca* dạy rằng: Hết thảy các ông đều nên tin theo lời dạy của ta và chư Phật. Những chúng sanh nào được nghe pháp này, nên phát nguyện sanh về thế giới của đức Phật *A-di-đà*.

Kinh *Thập lục quán*[1] dạy rằng: Nếu kẻ nam, người nữ có lòng lành, chỉ cần nghe danh hiệu Phật và hai vị Bồ Tát[2] đã có thể trừ dứt được tội nghiệp trong vô số kiếp sanh tử, huống chi là nhớ tưởng, thường niệm. Niệm một câu Nam mô *A-di-đà* Phật có thể trừ được những tội nặng trong tám mươi ức kiếp sanh tử. Nếu có người niệm Phật thì nên biết rằng người ấy là đóa hoa *phân-đà-ly*[3] trong cõi người, là bạn tốt của các vị Bồ Tát Quán Thế Âm và Đại Thế Chí.

Kinh Diệu pháp Liên hoa, phẩm Dược vương Bồ Tát Bổn sự dạy rằng: Người nào nghe được kinh này, theo như lời dạy mà tu hành, đến khi mạng chung liền đến cõi thế giới An Lạc của Phật *A-di-đà*, hóa sanh trong hoa sen, ngồi trên tòa báu, có các vị Đại Bồ Tát vây quanh. Người ấy chẳng còn bị các tâm tham lam, sân hận, ngu si làm cho khổ não, cũng không còn bị những sự xấu xa của lòng tự cao, ngã mạn, ganh ghét, đố kỵ làm cho khổ não, đạt được các phép thần thông của hàng Bồ Tát và chứng đắc *Vô sanh Pháp nhẫn*.[4]

Luận *Đại trí độ* dạy rằng: Đức Phật là bậc Pháp vương cao cả nhất, chư Đại Bồ Tát là những bề tôi trong Chánh pháp của ngài. Những bề tôi này chỉ tôn trọng duy nhất bậc Pháp vương

---

[1] Tức kinh Quán Vô Lượng Thọ Phật.

[2] Chỉ đức Phật *A-di-đà* và 2 vị Bồ Tát là Quán Thế Âm, Đại Thế Chí.

[3] *Phân-đà-ly*: tức là loại hoa sen màu trắng rất ít có, nên cũng gọi là hoa *hy hữu* (hoa ít có). Lại vì hoa ấy rất lớn, rất thơm, có cả trăm cánh nên cũng gọi là hoa *bách diệp*.

[4] Vô sanh Pháp nhẫn: Pháp nhẫn nhục của hàng Bồ Tát do chứng đắc được lý vô sanh, không thấy có các hữu tình gây hại cho mình. Bồ Tát chứng đắc pháp nhẫn này thì tâm bình đẳng không phân biệt đối với tất cả chúng sanh.

là đức Phật mà thôi. Có những vị Bồ Tát tự nhớ lại thuở xưa, vì chê bai pháp *Bát-nhã* nên đọa vào các đường ác, chịu vô số nỗi khổ. Lại trải qua vô số kiếp tu tập các hạnh khác[1] nhưng cũng không thể thoát khỏi biển khổ. Sau nhờ gặp bậc thiện tri thức dạy cho pháp niệm Phật *A-di-đà*, liền được dứt trừ tội chướng, sanh về Tịnh độ.

Nay ta nên lễ tạ đức Phật *A-di-đà*. Vì sao vậy? Vì tất cả cha mẹ, thân quyến, bạn bè, cho đến các bậc vua chúa trong cõi trời, người cũng không ai có thể cứu độ ta thoát khỏi biển khổ. Chỉ có đức Phật *A-di-đà* dùng nguyện lực mà tiếp nhận, nhờ đó ta mới được thoát khỏi biển khổ.

Nên có kệ rằng:

Nếu ai muốn thành Phật,
Hãy niệm A-di-đà,
Ngay đời này toại nguyện,
Nên cúi đầu kính lễ.

Lại cũng dạy rằng: "Thời Phật còn tại thế, có một ông già xin xuất gia, ngài *Xá-lợi-phất* không thuận cho. Đức Phật quán xét thấy người ấy trong kiếp trước khi đi kiếm củi trên rừng bị cọp đuổi, chạy leo lên cây, sợ quá nên niệm *Nam-mô Phật* không thành tiếng. Nhờ việc lành nhỏ nhoi ấy mà sau được gặp Phật, được cứu độ và đắc quả *A-la-hán*. Ôi! Chỉ một lần xưng danh hiệu Phật mà còn được giải thoát, huống chi là trọn đời niệm Phật?

Sách Liên tông bảo giám chép rằng: Trong vô số đức Như Lai nhiều như cát sông Hằng, đức *A-di-đà* là bậc nhất; trong vô số cõi Phật mười phương nhiều như số hạt bụi nhỏ, cõi Cực Lạc là nơi hướng về. Vững tin vào cõi Cực Lạc là pháp môn giải thoát chân chánh, nhiệm mầu; xét kỹ về đức *A-di-đà* thật là bậc cha lành của tất cả chúng sanh. Vì thế, một niệm khởi lên mà thần linh đều biết, lòng tin sanh ra mà chư Phật đều hiện. Vừa xưng niệm danh hiệu Phật là đã gieo hạt giống vào thai

[1] Nghĩa là ngoài pháp môn niệm Phật.

trong hoa sen;[1] một khi phát tâm *Bồ-đề* là đã nêu tên nơi cõi đất vàng.[2]

Nhờ có duyên lành mới được gặp, tự mình hiểu ra, tự mình tu tập. Những ai lòng tin cạn cợt không thể tin nhận pháp này, thật rất ngu si, lầm lạc; chỉ biết than vãn rằng gặp thời mạt pháp, quá nhiều những cách hiểu sai lầm, tà vạy, chê bỏ pháp Tịnh nghiệp, cho đó là phép quyền biến tạm dùng, khinh rẻ sự trì tụng, cho đó là việc làm thô thiển. Như vậy há chẳng phải là chìm đắm trong căn nhà đang bốc cháy,[3] tự mình cam chịu mãi mãi trôi lăn; làm trái lời Phật dạy, phải chịu khổ đau mà uổng phí mất một đời đó sao?

Hãy tin rằng: nếu không nương nhờ sức Phật,[4] không thể dứt trừ nghiệp lực; không gặp được pháp môn này,[5] không có đường nào vượt thoát khỏi sanh tử. Cho nên những kẻ khinh rẻ, chê bỏ pháp môn này là tự khinh rẻ, chê bỏ chính bản thân mình. Những việc sai lầm rất dễ huân tập, giáo pháp chân chánh rất khó được nghe. Vì thế phải trôi lăn mãi mãi trong ba đường ác, nhiều kiếp không thể thoát ra!

Sách *Tịnh độ cảnh quán yếu môn* dạy rằng: Pháp môn Tịnh độ chính là con đường thoát ra khỏi sanh tử của chúng sanh thời mạt pháp, là con thuyền vững vàng để vượt qua biển khổ. Một khi được sanh về Cực Lạc thì mãi mãi không còn thối chuyển, được thân màu vàng ròng, bay đi tự tại, việc ăn mặc tự nhiên có đủ, được thấy Phật, nghe pháp, mau chóng chứng đắc Thánh quả.

---

[1] Thai trong hoa sen: người vãng sanh về cõi Cực Lạc không sanh ra từ bào thai trong bụng mẹ mà sanh từ hoa sen, nên gọi là thai trong hoa sen (liên thai).

[2] Cõi đất vàng: chỉ cõi thế giới Cực Lạc, vì Phật dạy rằng cõi ấy đất đai bằng vàng ròng, nên gọi là cõi đất vàng.

[3] Căn nhà đang bốc cháy: Lấy ý trong kinh Pháp hoa, Phật dạy rằng ba cõi như căn nhà đang bốc cháy (Tam giới như hỏa trạch), ý nói đến sự khẩn thiết phải tu hành thoát ly sanh tử.

[4] Nguyên văn dùng tha lực, chỉ sức hộ trì, nhiếp thọ của đức Phật *A-di-đà*.

[5] Tức pháp môn niệm Phật.

Ở đó không có bị quấy rối bởi cọp, sói, sư tử, muỗi, ruồi, sâu bọ; không bị khổ vì sấm sét, gió mưa, lạnh, nóng, đói, khát. Hóa sanh từ hoa sen, tuổi thọ vô lượng. Không có mọi nỗi khổ sanh, già, bệnh, chết, nên gọi là thế giới Cực lạc.

Cho nên, đức *Thích-ca* Như Lai vì muốn chúng sanh mê muội ở cõi này được thoát khổ mới chỉ bày pháp môn đối trị. Đức cha lành *A-di-đà* lại chỉ cho con đường tiếp dẫn. Vì thế mới khổ công mỏi miệng ngợi khen nghiêng về Tịnh độ, rộng khuyên mọi người phát nguyện vãng sanh, nguyên do là như thế.

Vì thế, các bậc hiền thánh, kẻ tăng người tục, nhờ niệm Phật mà được vãng sanh số nhiều không kể xiết. Chỉ vì kẻ phàm phu hèn kém, đắm say vướng mắc nơi trần tục, chẳng cầu ra khỏi, cam chịu trôi giạt trong sanh tử, thật đáng thương lắm thay!

Sách An Lạc tập dạy rằng: Nếu có thể niệm Phật *A-di-đà* thì dứt hết nghiệp chướng, sanh về Tịnh độ. Vì sao vậy? Ví như có người dùng gân con sư tử làm dây đàn, tiếng đàn ấy vừa khảy lên thì âm thanh của những cây đàn khác đều phải dứt. Nếu người phát tâm *Bồ-đề*, thường niệm Phật *A-di-đà* thì hết thảy nghiệp chướng phiền não nặng nề đều phải dứt.

Lại cũng như có người dùng các loại sữa bò, sữa dê, sữa lừa, sữa ngựa cho vào trong một cái chén. Nếu lại cho vào đó chỉ một giọt sữa sư tử thì các loại sữa kia đều hóa thành nước lã.

Nếu có ai phát tâm *Bồ-đề*, thường niệm Phật *A-di-đà* thì hết thảy những ma chướng xấu ác đều tự nhiên tiêu diệt, được sanh về Tịnh độ.

Trong luận *Quyết nghi* dạy rằng: Thân người khó được, Tịnh độ dễ sanh về. Vì sao vậy? Nếu không giữ được năm giới thì không thể sanh trong hai cõi trời, người. Năm giới có giữ gìn trong sạch mới được sanh ra làm người. Nhưng năm giới thật khó giữ trọn, lại không có nguyện lực dắt dẫn, cho nên nói rằng thân người khó được.

Người tu pháp Tịnh độ, chưa nói đến việc giữ giới có được trọn vẹn hay không, chỉ cần niệm danh hiệu đức Phật *A-di-đà* thì dù đang mang tội nghiệp cũng có thể sám hối. Đến khi lâm chung, đức Phật *A-di-đà* cùng các vị Quán Âm, Thế Chí và vô số thánh chúng đều có nguyện lực nên cùng hiện đến tiếp độ, dẫn dắt, cho nên nói rằng Tịnh độ dễ sanh về.

Trong *Tịnh hạnh Pháp môn* dạy rằng: Sám hối cũng giống như siêng lau chùi tấm gương cũ, dần dần làm sạch đi những bụi bặm bám từ lâu ngày. Niệm Phật cũng giống như may mắn gặp được bậc vua hiền, tức thời được ra tay cứu vớt. Suốt bốn mùa xuân, hạ, thu, đông, trong những lúc đi, đứng, nằm, ngồi, thường nghĩ về cảnh Tịnh độ trang nghiêm, thường nhớ tưởng đức Phật *A-di-đà*. Niệm Phật được như vậy thì tức thời được pháp *Tam-muội*, việc sanh về Tịnh độ chẳng cần phải nghi ngờ gì nữa.

Kinh *Đại Tập Nguyệt Tạng* dạy rằng: Thời mạt pháp, vô số chúng sanh thực hành tu tập, chưa chắc đã có được một người thành tựu. Đó đều do nơi cõi đời xấu ác có đủ năm sự uế trược, việc học hỏi lẫn lộn khó thành. Chỉ riêng một pháp niệm Phật là có thể khai thông đường vào. Nên biết rằng, việc tự mình làm thật khó trọn vẹn, nhờ sức hỗ trợ bên ngoài thì dễ thành tựu. Ví như kẻ hèn kém nhưng nhờ sức của bậc Luân vương[1] mà có thể bay lên chơi ở bốn cõi trời, như kẻ phàm tục nhờ có liều thuốc tiên mà đến được miền Tam đảo.[2] Như vậy thật là đạo dễ thực hành mà mau chóng được thành tựu. Lời lành đã chỉ bày tỏ rõ, nên hết lòng khắc sâu trong xương thịt.

Luận *Bảo vương*[3] dạy rằng: Người tắm trong biển cả là đã dùng nước của trăm sông; người trì niệm danh hiệu Phật ắt phải thành tựu *Tam-muội*. Ví như hạt châu quý có thể làm

[1] Luân vương: tức Chuyển luân Thánh vương, vị vua có nhiều thần lực nhờ vào phước báu tích tụ nhiều đời.

[2] Tam đảo: Ba hòn đảo của các vị thần tiên, theo niềm tin của Đạo giáo, đó là đảo Bồng Lai, đảo Phương Trượng và đảo Doanh Châu. .

[3] Luận *Bảo vương*: tức luận *Bảo vương Tam-muội*.

nước lắng trong, khi thả vào trong nước đục, nước ấy không thể không lắng trong. Cũng vậy, tiếng niệm Phật gieo vào tâm tán loạn, tâm ấy không thể không có Phật.

Kinh *Đại phẩm* dạy rằng: Nếu người niệm Phật mà tâm tán loạn cũng được thoát khổ, được phước không cùng. Huống chi là những người niệm Phật với tâm an định, trên đạt mức *nhất tâm bất loạn*,[1] dưới cũng được *thập niệm thành công*.[2]

Kinh *Pháp hoa* dạy rằng:

Dù cho tâm tán loạn.
Bước vào nơi tháp miếu.
Xưng niệm một hiệu Phật.
Đều đã thành Phật đạo.

Lại cũng dạy rằng:

Phật hiệu vang mười phương.
Lợi ích khắp chúng sanh.
Trọn đủ mọi căn lành.
Tâm bồ-đề thêm lớn.

Kinh *Hoa nghiêm* dạy rằng:

Trong tất cả oai nghi,[3]
Thường niệm công đức Phật.
Ngày đêm không tạm dứt.
Việc như thế nên làm.

Lại cũng dạy rằng:

---

1 *Nhất tâm bất loạn*: tâm chuyên nhất không còn bất cứ tạp niệm nào, không bị tán loạn, chỉ chú tâm duy nhất vào việc niệm Phật.

2 *Thập niệm thành công*: cũng gọi là *thập niệm thành tựu* hay *thập niệm nghiệp thành*, chỉ trường hợp niệm Phật với tâm tương tục, niệm nối tiếp niệm, không xen tạp, không rối loạn, nhờ đó mà vừa đủ mười niệm đã được vãng sanh, xem như thành tựu sự nghiệp tu tập.

3 Oai nghi: chỉ chung mọi hành vi, cử động của người tu tập, bao gồm cả những việc đi, đứng, nằm, ngồi. Vì mỗi mỗi đều tuân theo giới luật nên tạo thành oai nghi, khiến người khác kính phục.

Thà chịu khổ địa ngục.
Được nghe danh hiệu Phật;
Còn hơn muôn cảnh vui.
Không nghe danh hiệu Phật.

Kinh *Bảo Tích* dạy rằng: Chúng sanh ở các phương khác được nghe danh hiệu đức Phật *A-di-đà*, chỉ cần có thể sanh khởi một niềm tin trong sạch, vui vẻ, ưa muốn, có bao nhiêu việc lành đã làm đều hồi hướng phát nguyện sanh về cõi Phật *A-di-đà*, liền được theo đúng ý nguyện mà vãng sanh, đạt địa vị không còn thối chuyển, thẳng dần lên quả vị Phật.

Trong kinh *Đại A-di-đà*, phần *Văn pháp nhân duyên*,[1] Phật dạy rằng: Người thế gian được nghe danh hiệu đức Phật *A-di-đà*, nếu khởi lòng từ mà vui mừng, cho đến tâm ý được thanh tịnh, xúc động rơi lệ, đều là những người đã trải nhiều kiếp tu hành đạo Phật, hoặc đã từng tu hành đạo Bồ Tát ở các cõi Phật nơi phương khác, nên chẳng phải hạng người phàm.

Nếu có người không tin lời Phật, không tin việc niệm Phật, không tin vào việc vãng sanh, đó đều là những kẻ từ nơi các đường ác[2] sanh về, nghiệp ác cũ vẫn chưa dứt sạch, vì ngu si không hiểu nên chưa thể được giải thoát.

Có nhiều vị Bồ Tát muốn nghe kinh này mà chẳng được nghe. Nếu được nghe rồi thì đối với đạo *Vô thượng* mãi mãi không còn thối chuyển. Cho nên phải tin nhận mà trì niệm, theo như lời dạy mà tu hành.

Nay ta vì các ông mà thuyết giảng pháp này, khiến các ông được thấy đức Phật *A-di-đà* và cõi nước của ngài. Ta vì thương xót chúng sanh nên mới đặc biệt truyền lại pháp này.

---

[1] Nguyên bản dùng *Chánh pháp nan văn phẩm*, là sự nhầm lẫn của soạn giả, vì câu kinh được trích ở đây nằm ở phần *Văn pháp nhân duyên* thứ 25, không có trong phần *Chánh pháp nan văn* thứ 26, đều ở trong kinh *Đại A-di-đà* (Đại Chánh Tạng, quyển 12, kinh số 364).

[2] Các đường ác: chỉ 3 cảnh giới là địa ngục, ngạ quỷ và súc sanh.

Phần *Chánh pháp nan văn* có kệ rằng:[1]

Nếu chẳng nhiều đời tu phước huệ,
Không thể được nghe chánh pháp này.
Đã từng cúng dường các đức Phật,
Nên đủ nhân duyên hiểu nghĩa sâu.
Cõi Phật Di-đà vui vô hạn,
Chỉ riêng chư Phật mới rõ biết.
Thanh văn, Duyên giác khắp thế gian,
Dù cố hết sức không thể hiểu.
Pháp mầu của bậc Đại Pháp vương,
Cứu độ muôn loài thoát bể khổ.
Nếu ai thường xưng tán, thọ trì,
Ấy thật bạn tốt trên đường đạo.[2]

Phật thuyết kinh này rồi, các vị Bồ Tát, Thanh văn, và tám bộ chúng[3] thảy đều vui mừng, tin nhận vâng làm theo.

---

[1] Câu này do chúng tôi thêm vào cho đúng với kinh văn, vì nguyên tác đã nhầm lẫn cả phần trên với bài kệ này đều thuộc phần *Chánh pháp nan văn*. Thật ra, chỉ có bài kệ này là thuộc phần này mà thôi.

[2] Chúng tôi tìm thấy bài kệ này trong phẩm Chánh pháp nan văn, kinh Đại A-di-đà, có nội dung tương tự nhưng cách diễn đạt khác hơn và dài hơn so với phần trích ở đây. Chúng tôi vẫn chưa thể xác định đây là sự lược trích có thay đổi từ bài kệ này, hay có thể nào đã từng có một bản dịch khác của kinh này lưu hành vào thời điểm biên soạn sách này chăng?.

[3] Tám bộ chúng: Nguyên bản dùng *thiên long bát bộ* (天龍八部), chỉ tám loài chúng sanh thường đến nghe Phật thuyết pháp, gồm có: chư thiên (chúng sanh ở các cõi trời), loài rồng, loài *dạ-xoa*, loài *càn-thát-bà*, loài *a-tu-la*, loài *ca-lâu-la* (cũng gọi là *kim sí điểu*), loài *khẩn-na-la* và loài *ma-hầu-la-già*. .

18. Luận về nguyên nhân, sự, lý của việc niệm Phật[1]

Có người hỏi: Thầy thường khuyên người niệm Phật *A-di-đà*, vậy đức Phật ấy có nguyên nhân quá khứ như thế nào tôi chưa được biết?

Tông Bổn đáp rằng: "Nguyên nhân quá khứ của đức Phật *A-di-đà* được ghi chép rất nhiều trong kinh điển. Này xin lược dẫn đôi điều để trả lời cho câu hỏi này.

Trong kinh *Cổ Âm Vương* có chép rằng: Trong kiếp quá khứ lâu xa, có nước tên Diệu Hỷ. Vua nước ấy tên *Kiều-thi-ca*, ông nội là quốc vương Thanh Thái, cha là Chuyển luân vương Nguyệt Thượng, mẹ là Thù Thắng Diệu Nhan. Vương hậu sanh được ba người con trai: con trưởng là Nguyệt Minh, con thứ là *Kiều-thi-ca*, con thứ ba là Đế Chúng.

Khi ấy, có Phật ra đời hiệu là Thế Tự Tại Vương Như Lai. *Kiều-thi-ca* bỏ ngôi vua, xuất gia theo Phật, hiệu là *tỳ-kheo* Pháp Tạng. Ngài cung kính đối trước đức Như Lai phát bốn mươi tám lời nguyện lớn, rộng độ tất cả chúng sanh trong khắp mười phương. Nếu một trong các lời nguyện ấy không thành tựu trọn vẹn, ngài quyết sẽ không thành Phật.

Khi ấy, chư thiên rảy hoa trời, mặt đất chấn động, giữa hư không có tiếng ngợi khen, nên biết chắc ngài sẽ thành Phật.

Lại trong kinh Bi Hoa có chép rằng: Trong kiếp quá khứ có vị Chuyển luân vương tên là Vô Tránh Niệm, có quan đại thần tên Bảo Hải, là bậc thiện tri thức của vua. Cả hai đều đến cúng dường đức Phật Bảo Tạng, phát tâm *Bồ-đề*. Chuyển luân vương phát nguyện rằng: Khi tôi thành Phật, sẽ ở tại cõi

---

[1] Trong 2 bài trước nói rõ pháp tu Tịnh độ, bài này kể ra nguyên nhân quá khứ của đức Phật A-di-đà, cùng luận về các vấn đề sự, lý. Bài này nói tóm lại về chánh tín, chánh nguyện và chánh hạnh của việc niệm Phật. Trước chư Phật đã giảng dạy Pháp môn Tịnh độ, lại có chư Tổ chỉ bày, như vậy là rốt ráo từ gốc đến ngọn. Bài này nhằm dứt sạch những chỗ nghi của người niệm Phật.

thế giới thanh tịnh và an vui mà nhiếp thọ tất cả chúng sanh. Quan đại thần phát nguyện rằng: Khi tôi thành Phật, sẽ ở tại cõi thế giới xấu ác có năm sự uế trược khổ não mà độ thoát tất cả chúng sanh. Vua Vô Tránh Niệm chính là đức Phật *A-di-đà*, còn quan đại thần Bảo Hải chính là đức Phật *Thích-ca Mâu-ni*. Từ thuở ấy đã có sự hòa hợp giữa vua tôi, gọi là hai pháp môn điều phục và tiếp dẫn.[1] Bởi vậy, đức Phật *Thích-ca Mâu-ni* ở tại cõi *Ta-bà* mà điều phục chúng sanh, còn đức Phật *A-di-đà* ở tại cõi Tịnh độ mà tiếp dẫn chúng sanh.

Kinh *Pháp hoa* có ghi lại chuyện này: Vào thời quá khứ cách đây số kiếp nhiều như số hạt bụi nhỏ, khi đức Phật Đại Thông Trí Thắng ra đời, đức *A-di-đà* và đức *Thích-ca* từng ở trong số 16 vị vương tử thường giảng rộng kinh *Pháp hoa*, phát nguyện cứu độ chúng sanh. Từ đó trải qua vô lượng kiếp, hai ngài chẳng hề làm trái lời nguyện cũ.

Này các vị! Nên biết rằng ơn sâu của hai vị *Di-đà*, *Thích-ca*, dầu cho tan xương nát thịt cũng chưa đủ báo đáp.

Lại hỏi: Trong mười phương có rất nhiều đức Phật, vì sao người đời chỉ niệm riêng đức Phật *A-di-đà*?

Đáp: Đức Phật *A-di-đà*, xét về lý cũng đồng với chư Phật nhưng về sự thì có khác. Vì thế nên chỉ niệm riêng danh hiệu ngài.

Xét về lý, niệm một đức Phật cũng là niệm nhiều đức Phật, niệm nhiều đức Phật cũng là niệm một đức Phật. Vì sao vậy? Vì chư Phật đồng một bản thể. Kinh Hoa nghiêm dạy rằng: "Hết thảy chư Phật đồng một pháp thân chân như bình đẳng không phân biệt." Chẳng phải là nói nghĩa này đó sao?

Nay tôi xin đưa ra một thí dụ để dứt lòng nghi cho ông. Như trong một căn nhà có treo trăm ngàn tấm gương. Giữa nhà đặt

[1] Đức Phật Thích-ca theo sự phát nguyện từ quá khứ nên thị hiện ở cõi Ta-bà chỉ dạy các pháp môn điều phục chúng sanh xấu ác, trong khi đức Phật A-di-đà tại cõi thế giới Cực Lạc ở phương tây dùng nguyện lực mà tiếp dẫn những chúng sanh nguyện sanh về đó.

một ngọn đèn chiếu sáng, tức thì trong tất cả các tấm gương đều có ánh sáng của ngọn đèn. Cũng vậy, nếu người niệm một danh hiệu Phật *A-di-đà* tức là niệm đủ tất cả chư Phật.

Kinh *Bát Châu Tam-muội* dạy rằng: "Bồ Tát *Bạt-đà-hòa* hỏi đức Phật *Thích-ca Mâu-ni*: Chúng sanh đời vị lai làm sao được thấy chư Phật mười phương? Phật dạy nên niệm Phật *A-di-đà* thì sẽ được thấy chư Phật mười phương."

Vì chư Phật đồng thể, cho nên nói là đồng danh đồng hiệu. Chẳng những chư Phật đồng danh đồng hiệu mà thôi, phải biết rằng trong hàng *Tứ thánh*, *Lục phàm*[1] cũng đồng lý ấy. Vì sao vậy? Chư Phật ngộ tánh ấy nên là *thánh*, chúng sanh mê tánh ấy nên là *phàm*. Cho nên hết thảy đều đồng lý ấy.

Xét về sự, đức Phật *A-di-đà* khởi lòng từ bi rộng lớn, hạnh nguyện sâu dày, cho nên riêng niệm danh hiệu của ngài. Kinh *Đại A-di-đà* ghi lời nguyện của ngài rằng: "Sau khi ta thành Phật, cõi đất nơi thế giới của ta trang nghiêm thù thắng hơn hết so với các cõi nước trong mười phương. Nếu không được vậy, ta quyết không thành Phật."

Lại nguyện rằng: "Sau khi ta thành Phật, sự thuyết giảng kinh điển và tu hành đạo pháp đều nhiều hơn gấp mười lần so với chư Phật. Nếu không được vậy, ta quyết không thành Phật."

Lại nguyện rằng: "Sau khi ta thành Phật, chúng sanh nào xưng niệm danh hiệu ta, chắc chắn sẽ sanh về nước ta. Nếu không được vậy, ta quyết không thành Phật."

Vì sự phát nguyện lớn lao, nhân duyên mạnh mẽ, nên cảm động người đời, khiến ai nấy đều xưng niệm danh hiệu ngài.

Lại không nghe bài kệ xưng tán Phật của Bồ Tát Đại Từ đó sao? Kệ rằng:

---

[1] Tứ thánh, Lục phàm: Bốn địa vị thuộc về bậc thánh và sáu địa vị thuộc về phàm tục. Tứ thánh là Phật, Bồ Tát, Duyên giác và *A-la-hán*; Lục phàm là chư thiên, loài người, A-tu-la, địa ngục, ngạ quỷ và súc sanh. Tứ thánh và Lục phàm cũng gọi chung là Thập Pháp giới.

Ba đời, mười phương Phật,
A-di-đà bậc nhất.

Chẳng phải đúng như vậy sao? Chẳng những hàng Bồ Tát xưng tán, mà chư Phật mười phương cũng đều xưng tán, huống chi bọn chúng ta chỉ là hạng phàm phu hèn kém? Bởi đó suy ra, việc chuyên niệm danh hiệu Phật *A-di-đà* còn có gì phải nghi ngờ nữa?

Lại hỏi: Nói rằng những người niệm Phật khi lâm chung được Phật đến tiếp dẫn. Nhưng trong mười phương thế giới có vô số người niệm Phật, làm sao biết được tất cả mà đúng lúc hiện đến tiếp dẫn?

Đáp: Ví như mặt trời, mặt trăng trong một tiểu thế giới, ánh sáng còn chiếu soi được khắp muôn loài, huống chi là hào quang của đức Phật? Kinh *A-di-đà* chép rằng: "Vì sao đức Phật ấy có hiệu là *A-di-đà*? Này *Xá-lợi-phất*! Đức Phật ấy hào quang sáng suốt vô lượng, chiếu khắp các cõi mười phương, không gì ngăn che được, vậy nên có hiệu là *A-di-đà*."

Nên biết rằng hào quang của Phật tỏa rộng không chi so sánh được. Những vị *A-la-hán* hàng Tiểu thừa còn có được *Tam minh, Lục thông*,[1] có thể tùy ý hóa hiện, huống chi là thần thông diệu dụng của Phật. Vì sao vậy? Thân thường lễ Phật thì được Phật nhìn thấy, vì Phật có thiên nhãn thông. Miệng thường niệm Phật thì được Phật nghe biết, vì Phật có thiên nhĩ thông. Lòng thường nhớ nghĩ đến Phật thì được Phật thấu biết, vì Phật có tha tâm thông.

Này các vị! Chỉ cốt tự mình bền chí, kính cẩn tu trì, không nên nghi ngờ Phật không đủ sức tiếp dẫn.

Lại hỏi: Phật có hào quang vô lượng, vì sao tôi không nhìn thấy?

---

[1] Tam minh, Lục thông: Tam minh là Túc mạng minh, Thiên nhãn minh, và Lậu tận minh. Lục thông gồm có Thiên nhãn thông, Thiên nhĩ thông, Túc mạng thông, Tha tâm thông, Thần túc thông và Lậu tận thông. Các phép thần thông và sự sáng suốt này đều do tu tập giác ngộ mà có được.

Đáp: Mặt trời sáng rực nhưng kẻ mù không nhìn thấy. Đó chẳng phải do mặt trời thiếu sáng, mà do kẻ ấy bị mù. Chúng sanh bị nghiệp ác sâu dày che lấp nên không thấy được hào quang của Phật. Như sự tối tăm bên trong cái chậu úp là do bị ngăn che, không phải do ánh sáng mặt trời không muốn chiếu đến.

Nếu người giữ gìn trai giới tinh nghiêm, hết lòng niệm Phật thì lúc lâm chung được nhìn thấy Phật *A-di-đà*, liền được vãng sanh Tịnh độ.

Lại hỏi: Đức Phật đã có công đức như vậy, cần gì phải cất tiếng niệm liên tục? Ví như có ai gọi tên tôi, bất quá cũng chỉ gọi một, hai hay ba tiếng mà thôi. Nếu gọi mãi không ngừng ắt phải làm cho tôi sanh bực tức, chẳng phải vậy sao?

Đáp: Lập luận của ông như thế là sai lầm, khiến cho người khác phải lẫn lộn, mê hoặc. Danh hiệu của chư Phật là bậc Đại thánh, làm sao có thể so sánh như hạng phàm tục ngu si đắm chấp trong thường kiến? Trước đây đã có nói rõ lời nguyện của Phật rằng: "Xưng niệm danh hiệu của ta, chắc chắn được sanh về cõi nước của ta."

Trong *Quán kinh*[1] dạy rằng: "Niệm một câu *Nam-mô A-di-đà* Phật có thể diệt được tất cả tội nặng trong tám mươi ức kiếp sanh tử." Huống chi là niệm liên tục không dứt!

Kinh *A-di-đà* dạy rằng: "Nhờ xưng danh hiệu Phật nên các tội đều diệt mất." Sách *Thế chí viên thông* dạy rằng: "Nhớ tưởng đến Phật, niệm Phật, chắc chắn được thấy Phật. Trên là bậc *nhất tâm bất loạn*, chuyên trì danh hiệu; dưới cũng đạt đến *thập niệm thành công*, vãng sanh Tịnh độ."

Lẽ nào có thể để cho những kẻ nhiều chuyện nói ra lời sai trái? Nay vì sao mà tôi khuyên người thường niệm danh hiệu Phật? Trước hết là để gột sạch nghiệp ác nơi miệng, rồi sau mới có thể làm cho trong sạch thân tâm.

[1] Quán kinh: tức kinh Quán Vô Lượng Thọ Phật.

Than ôi! Kẻ phàm phu khi niệm Phật mà còn có những ý tưởng xấu khởi lên, huống chi là không niệm Phật? Nay tôi quán xét thấy rằng, chẳng những là niệm tưởng đến đức Phật bên ngoài, mà cũng chính là tự thức tỉnh bản tâm, đừng mê muội không thấy được bản tánh. Ngay khi không còn mê muội bản tánh thì *ba nghiệp*[1] tự nhiên thanh tịnh. Khi ấy, Phật *A-di-đà* với ta đồng một thể, không khác gì nhau; ta với Phật *A-di-đà* xưa nay vốn chẳng phải hai, chưa từng phân biệt. Đó chính là sự cảm ứng tương thông trong đạo, như mẹ con gặp nhau; sự và lý đều rõ ràng, tánh và tướng đều gồm đủ.

19. Bài văn của cư sĩ Long Thư khuyên giữ gìn khẩu nghiệp

Cư sĩ Long Thư nói rằng: "Miệng niệm danh hiệu Phật như nhả ra châu ngọc, sẽ được phước báo sanh về cõi trời, nước Phật. Miệng nói việc lành như phun ra hương thơm, đồng với việc khen ngợi ưu điểm của người khác. Miệng nói lời giáo hóa như phóng hào quang, phá tan sự mê tối cho người khác. Miệng nói lời thành thật như tấm vải lụa vuốt phẳng, thật là có ích cho người khác.

"Miệng bàn luận điều vô ích như nhai mạt cưa, không bằng lặng thinh để nuôi dưỡng hơi thở. Miệng nói lời dối trá như che bít hầm bẫy, bước đi ắt phải hại người. Miệng ưa nói lời giễu cợt như múa gươm đao, ắt có lúc phải làm tổn thương người. Miệng nói ra việc dữ như bốc mùi hôi thối, đồng với việc chê bai khuyết điểm của người khác. Miệng nói lời dơ nhớp như có giòi bọ bên trong, sẽ bị tội báo nơi địa ngục hoặc sanh làm súc sanh.

"Đời sống con người không gì ngoài các nghiệp *thân*, *miệng* và *ý*. Giết hại, trộm cướp, tà dâm là 3 nghiệp ác của *thân*. Nói dối trá, nói lời trau chuốt vô nghĩa, nói lời đâm thọc chia rẽ,

[1] Ba nghiệp: tức khẩu nghiệp, nghiệp tạo do lời nói; thân nghiệp, nghiệp tạo do hành động; và ý nghiệp, nghiệp tạo do ý tưởng.

nói lời hung dữ độc ác là 4 nghiệp ác của *miệng*. Tham lam, sân hận, si mê là 3 nghiệp ác của *ý*. Gọi chung là *Mười nghiệp ác*. Nếu giữ gìn không phạm vào các điều trên thì gọi là *Mười nghiệp lành*.

Theo lời Phật dạy thì quả báo do nghiệp của *miệng* nhiều hơn so với hai nghiệp *thân* và *ý*. Vì sao vậy? Ý tưởng phát khởi trong tâm, chưa hiện ra ngoài, nhưng lời nói ra thì người khác đã biết ngay. Đến như thân làm việc ác còn có lúc bị ngăn trở, không giống như miệng rất dễ nói ra lời ác. Nguyên nhân là như vậy.

Không nói chi việc đời trước, chỉ nói việc đời này. Như nay có người khen ngợi kẻ khác một lời, kẻ ấy trọn đời chịu ơn, phước đức còn lưu lại cho đến con cháu. Như nói một lời hãm hại kẻ khác, kẻ ấy trọn đời bị hại, còn liên lụy tới cháu con. Nghiệp của miệng như vậy há chẳng phải là nặng lắm hay sao?

Nói ra điều gì rồi đều phải tự mình nhận lại, nên nghiệp của miệng thật đáng sợ lắm thay! Hết thảy đều do nơi chính mình, nên oán trách trời là bế tắc, còn oán trách người khác là ngu si. Chỉ nên tự mình cẩn thận gìn giữ lời nói mới là hợp lý.

Cho nên tôi mới dẫn lại theo ý các bậc thánh hiền, đặc biệt khuyên răn việc giữ gìn khẩu nghiệp.[1]

---

[1] Sách Quy nguyên trực chỉ, riêng quyển thượng này có tất cả 19 bài. Từ bài 1 đến bài 7 khuyên người phát lòng tin (khuyến tín). Hai bài 8 và 9 khuyên người phát nguyện vãng sanh (khuyến nguyện). Từ bài 10 đến bài 14 khuyên người thực hành pháp niệm Phật cầu vãng sanh (khuyến hành). Như vậy là gồm đủ cả tín, nguyện, hành, ba món hành trang tối cần thiết cho người trên đường về Tịnh độ.Từ bài 15 đến bài 18 nhằm dứt sạch những sự hiểu biết sai lầm hoặc nghi ngại của người tu Tịnh độ, nhằm củng cố, quyết định đức tin.Vì sao đặt nặng việc khuyến tín hơn so với khuyến hành? Vì lòng tin là căn bản và rất khó sanh khởi. Nếu lòng tin không sanh khởi thì chẳng những không thể phát nguyện mà cũng không thể thực hành, lại sanh ra chê bai, phỉ báng. Cho nên cuối cùng lại có một bài khuyên răn giữ gìn khẩu nghiệp.Quyển thượng này riêng dẫn những lời dạy của Thiền tông về pháp môn Tịnh độ, nhằm dứt lòng nghi ngờ cho những bậc thượng căn. Hai quyển sau sẽ gồm dẫn cả Đạo giáo (Lão giáo) và Nho giáo để giải trừ sự nghi ngờ cho những kẻ thuộc hàng trung, hạ.

PHỤ LỤC

Tây phương bách vịnh - Phần âm Hán Việt

1.

Tây phương cổ giáo Thế Tôn tuyên,
Đông độ khai tông hiệu Bạch Liên.
Thập bát đại hiền vi thượng thủ,
Hổ khê tam tiếu chí kim truyền.

2.

Tây phương đại đạo lý ưu trường.
Công đức nguy nguy bất khả lượng.
Phi đãn Thích-ca khai thử lộ,
Hằng sa chư Phật tận xưng dương.

3.

Tây phương giáo khải cảm Mâu-ni,
Chư Phật xưng dương cộng sở tri.
Thập lục quán kinh thân chỉ thị,
Tu hành tối thượng niệm A-di.

4.

Tây phương sơ quán yếu tinh kiền,
Lạc nhật chi hình tự cổ huyền.
Tống tưởng Lạc bang qui nhất xứ,
Thị danh vô thượng thậm thâm thiền.

5.

Tây phương nhị quán thậm phân minh,
Định thủy vô ba triệt để thanh.
Tâm nguyệt cô viên toàn thể hiện
Kiết già phu tọa tưởng thành băng.

6.

Tây phương tam quán: địa lưu ly,
Pháp nhạc minh không liễu liễu tri.
Chúng tướng trang nghiêm quang ánh triệt,
Nhất tâm quyết định vĩnh vô nghi.

7.

Tây phương tứ quán: thọ thành hàng,
Bá bảo trang nghiêm tận phóng quang.
Thọ dụng hiện thành trường khoái lạc,
Chư nhân hà bất tảo thừa đương?

8.

Tây phương ngũ quán đại gia tri,
Tứ sắc hoa khai thất bảo trì.
Đức thủy, linh cầm tuyên pháp ngữ,
Tẩy trừ phiền hoặc, chứng Bồ-đề.

9.

Tây phương lục quán tổng bao hàm,
Trần thế phiền hoa mạc yếu tham.
Bổn tánh Di-đà giai cụ túc,
Hiện thành công án bất tu tham.

10.

Tây phương thất quán, thủy tương ưng,
Bảo tòa nguy nguy, nguyện lực thành.
Đại Thánh đoan cư hằng tự tại,
Thanh văn tiểu quả bất năng thăng.

11.

Tây phương bát quán yếu phân minh,
Chư Phật giai tùng tâm tưởng sanh.
Thác tượng ngưng chân dung lý sự,
Hà sầu Tịnh độ bất viên thành?

12.

Tây phương cửu quán: tử kim thân,
Tướng hảo quang minh vô đẳng luân!
Nhiếp thủ chúng sanh qui Cực lạc,
Thiên chân phụ tử tối tương thân.

13.

Tây phương thập quán dụng thành tâm,
Thường niệm từ bi Quán Thế Âm.
Đãn đắc văn danh, đa hoạch phước,
Lương tai Đại sĩ thệ hồng thâm!

14.

Tây phương thập nhất quán nan lương,
Thế Chí quang trung Phật tán dương.
Xứ xứ phân thân hoằng giáo hóa,
Thệ vi khổ hải tác tân lương.

15.

Tây phương thập nhị quán dung thông,
Nhất niệm tinh thành mật hạ công.
Đương tưởng tự thân sanh Cực lạc,
Nguy nguy đoan tọa bảo hoa trung.

16.

Tây phương Hóa Phật phóng quang minh,
Vô lượng phân thân độ hữu tình.
Y, chánh trang nghiêm giai cụ túc,
Thập tam quán lý tất viên thành.

17.

Tây phương Giáo chủ đại từ bi.
Tiếp dẫn chúng sanh hiệu Đạo sư.
Cửu phẩm hàm linh đăng bỉ ngạn,
Vĩnh vô thối chuyển, chứng Bồ-đề.

18.

Tây phương nhất lộ hướng tiền hành,
Viên phát tam tâm, đế lý minh.
Thượng phẩm thượng sanh đàn chỉ đáo,
Tối tiên kiến Phật ngộ Vô sanh.

19.

Tây phương khoái lạc thật kỳ tai!
Quán tưởng tinh thành, hoa dị khai.
Thượng phẩm trung sanh, tùy nguyện vãng,
Đoan nhiên tự tại tọa kim đài.

20.

Tây phương đãn phát đạo tâm kiên,
Phổ nguyện đồng đăng Bát-nhã thuyền.
Thượng phẩm hạ sanh chung hữu phận,
Mỗi nhân nhất đóa đại kim liên.

21.

Tây phương minh bạch, bất mông lung,
Trai giới kiên trì, đạt khổ không.
Trung phẩm thượng sanh Tam-muội lực,
A-la-hán quả hoạch thần thông.

22.

Tây phương nghi dụng giới hương tu,
Nhất niệm hoa khai dự thánh lưu.
Trung phẩm trung sanh kinh bán kiếp,
Vô sanh diệu quả bất tu cầu.

23.

Tây phương trợ đạo: hiếu vi tiên,
Hành thế nhân từ: chủng phước điền.
Trung phẩm hạ sanh, văn diệu pháp,
Tảo phùng tri thức, thị tiền duyên.

24.

Tây phương hóa chủ nguyện vô biên:
Nhất niệm qui y, diệt tội khiên.
Hạ phẩm thượng sanh, văn Phật hiệu,
Mông sư chỉ thị, đại nhân duyên.

25.

Tây phương Đại đạo cổ thông kim,
Vô nại đương nhân tội nghiệp thâm.
Hạ phẩm trung sanh tri thức lực,
Nhất văn Pháp ngữ tiện hồi tâm.

26.

Tây phương nhất trước tại lâm chung:
Tri thức tương phùng hoạt lộ thông.
Hạ phẩm hạ sanh xưng thập niệm,
Tội tiêu trần kiếp, phước vô cùng.

27.

Tây phương, tinh tấn mạc trì diên,
Nhất đọa nghi thành ngũ bá niên.
Đại thánh phóng quang lai chiếu phá,
Trùng qui Tịnh độ lễ Kim Tiên.

28.

Tây phương sơ địa phát tâm kiên,
Hoan hỷ hành đàn chủng phước điền.
Thân mạng tư tài câu khí xả,
Cao đăng thượng phẩm tọa kim liên.

29.

Tây phương nhị địa yếu kiền thành,
Niệm Phật tiên tu lý quán minh.
Trì giới tinh nghiêm, ly cấu uế,
Tâm điền thanh tịnh, đạo viên thành.

30.

Tây phương tam địa ý căn thanh,
Nhẫn nhục nhu hòa hóa hữu tình.
Chủng chủng thần thông giai cụ túc,
Tử ma kim tướng phát quang minh.

31.

Tây phương tứ địa thể không hư,
Phiền não, tâm ma, tận tảo trừ.
Tinh tấn, tự nhiên sanh diễm huệ,
Thủy chung bất nhị, chứng chân như.

32.

Tây phương ngũ địa tối nan đăng,
Kiến giải minh thông thắng nhị thừa.
Thanh tịnh Pháp thân tri đại ý,
Thâm tu thiền định, hiển chân tình.

33.

Tây phương lục địa đắc viên dung,
Tả hữu phùng nguyên xúc xứ thông.
Bát nhã hiện tiền vô trở trệ,
Toàn thân thủ nhãn đại khai tông.

34.

Tây phương thất địa thủy phân minh,
Bồ Tát bi tâm tại viễn hành.
Niệm niệm quán thông sai biệt trí,
Nhược vô phương tiện, bất viên thành.

35.

Tây phương bát địa ngộ vô sanh,
Chư Phật Như Lai tác chứng minh.
Bất động Pháp thân du khổ hải,
Quảng hoằng đại nguyện cứu mê tình.

36.

Tây phương cửu địa pháp vô biên.
Đại sĩ hoằng dương chí lực kiên.
Tông thuyết giai thông xưng Thiện huệ,
Tứ vô ngại biện tất châu viên.

37.

Tây phương thập địa trí vi tiên,
Pháp vũ từ vân biến đại thiên.
Sư tử hống thời quần thú phục.
Nhất sanh bổ xứ chứng kim tiên.

38.

Tây phương đẳng giác Phật đồng kiên,
Hạnh nguyện nan tư hiệu Phổ Hiền.
Diện thọ Như Lai thân phó chúc,
Lợi sanh tiếp vật, khởi vô duyên.

39.

Tây phương diệu giác quả châu viên,
Cụ nhãn Văn-thù phước trí toàn.
Lô-xá-na thân công đức bị,
Thoát trân trước tệ vị thi quyền.

40.

Tây phương viên giác thánh trung sư,
Đồng thể Quán Âm cụ đại bi.
Thập hiệu tam thân câu mãn túc,
Thị vi vô thượng Phật Bồ-đề.

41.

Tây phương viễn tổ tối tiên tri,
Du hướng sơn trung lễ lục thì.
Nhất bá nhị tam nhân kết xã,
Đồng sanh Tịnh độ, chứng Bồ-đề.

42.

Tây phương Đại thánh Pháp trung vương,
Tiếp dẫn quần mê, phóng bảo quang.
Bất đán bì lao, hoằng nguyện trọng,
Thường du khổ hải, giá từ hàng.

43.

Tây phương dị đáo, mạc trầm ngâm,
Chỉ yếu đương nhân biện khẳng tâm.
Đàn chỉ dĩ siêu sanh tử hải,
Hữu duyên đắc ngộ giới đầu châm.

44.

Tây phương bất viễn, mạc tha cầu,
Nhất cú Di-đà tác thoại đầu.
Đãn đắc tận sanh, vô biệt niệm.
Liên hoa Phật quốc nhậm quân du.

45.

Tây phương dụng lực bất tiêu đa,
Thập niệm viên thành tại sát na.
Phật tổ chỉ minh qui khứ lộ.
Nhất sanh đương đắc thoát Ta-bà.

46.

Tây phương từ phụ động bi ai,
Tiếp dẫn mê lưu qui khứ lai.
Tảo hướng liên đài thân thác chất,
Mạc đầu phàm thế nhập bào thai.

47.

Tây phương đế tín, mạc sanh nghi,
Niệm Phật tu hành, yếu cập thì.
Hữu hạn quang âm, nghi tảo biện.
Khô lâu trước địa, kỷ nhân tri!

48.

Tây phương căn bản giới vi tiên,
Giới nhược tinh hề, định diệc kiên,
Định lực bất khô, sanh diệu huệ,
Huệ minh tâm liễu, tức kim tiên.

49.

Tây phương bất dụng học đa đoan,
Nhất cú Di-đà tại phản quan.
Kiến đắc bản lai chân diện mục,
Thủy tri sanh tử tức Nê-hoàn.

50.

Tây phương kính đáo, mạc thảng dương,
Toàn yếu đương nhân tự chủ trương.
Đãn đắc nhất tâm chuyên niệm Phật,
Liên hoa quốc nội tánh danh hương.

51.

Tây phương trì nội bảo liên khai,
Bảo vật trang nghiêm tự hóa lai.
Bá bảo quang trung thân kiến Phật,
Nguy nguy đoan tọa bảo liên đài.

52.

Tây phương Tịnh độ quả kỳ tai!
Ưu-bát-la hoa biến giới khai.
Chủng chủng hiện thành chân phú quí,
Nhất hoa đài thượng nhất Như Lai.

53.

Tây phương Phật hiệu ngã đồng danh,
Trực hạ thừa đương liễu bất kinh.
Nhược đắc nhất thanh thân hoán tỉnh,
Hà lao thập vạn bát thiên trình.

54.

Tây phương hóa chủ độ mê tình,
Phật lực gia trì, đạo dị thành.
Tán thủ tiện hành, vô dị lộ,
Tối sơ nhất bộ, yếu phân minh.

55.

Tây phương môn lộ thậm phân minh,
Nhất cú Di-đà tốc toán trình.
Tảo đáo kim cang đài thượng tọa,
Đồng danh, đồng hiệu chứng vô sanh.

56.

Tây phương đàn chỉ, ngộ Vô sanh.
Thượng phẩm kim đài, Phật tảo thành,
Diện kiến Di-đà thân thọ ký,
Đương lai thuyết pháp độ quần tình.

57.

Tây phương phú quí, lạc, an nhiên,
Thọ dụng tùy tâm tại diện tiền.
Thiên thượng, nhân gian nan tỷ trại,
Nguy nguy đoan tọa tử kim liên.

58.

Tây phương Phật quốc thắng sanh thiên,
Diệc thắng Bồng lai hữu lậu tiên.
Diệc thắng vương hầu tinh phú hộ,
Yếu tri diệc thắng tọa si thiền.

59.

Tây phương khoái lạc thắng Thiên cung.
Thọ mạng nan lương, phước bất cùng.
Vô tín chúng sanh điên đảo báng,
Hữu duyên Phật tử đắc tương phùng.

60.

Tây phương Phật tử cụ thần thông,
Phóng khứ, thâu lai khoảnh khắc trung.
Tùy loại hiện thân, thi diệu dụng,
Khai quyền, hiển thật, chấn tông phong.

61.

Tây phương cảnh trí thắng Bồng lai,
Phục khí, xan hà, dưỡng họa thai.
Mạc học xuất thần, tu luyện pháp,
Trực giao khô mộc phóng hoa khai.

62.

Tây phương Tịnh độ hữu liên thai,
Phổ khuyến chúng sanh qui khứ lai.
Nhất niệm hoa khai, thân kiến Phật,
Vĩnh vô bát nạn cập tam tai.

63.

Tây phương phú quí thắng vương hầu,
Chủng chủng trang nghiêm, sự sự châu.
Đãn biện khẳng tâm cầu bỉ quốc,
Luân hồi ác đạo nhất tề hưu.

64.

Tây phương cập tảo hướng tiền tu,
Nhàn thị, nhàn phi nhất bút câu.
Phóng hạ thân tâm, cần niệm Phật,
Dã vô phiền não, dã vô ưu.

65.

Tây phương thọ dụng thắng hào gia,
Thất bảo trì trung tứ sắc hoa.
Y thực hiện thành phi tạo tác,
Quang minh tướng hảo, tuyệt tiêm hà.

66.

Tây phương mãn nhãn thị liên hoa,
Bá bảo trang nghiêm, phú khả khoa.
Chư thượng thiện nhân câu nhất xứ,
Bất tri kỳ số, bội Hằng sa.

67.

Tây phương tiệp kính thắng tham thiền,
Nhất cú Di-đà khoái trước tiên.
Thập vạn ức trình đàn chỉ đáo.
Vị nhân chỉ khiếm tự tâm kiên.

68.

Tây phương chỉ yếu biện tâm kiên,
Nỗ lực cần tu tốc hướng tiền.
Thuận thủy hành thuyền gia lỗ trạo,
Đạo sư tiếp dẫn nguyện thằng khiên.

69.

Tây phương bất trạch phú hòa bần,
Bất giản hiền ngu quý tiện nhân.
Bất vấn nữ nam tinh lão ấu,
Bất phân tăng tục cập oan thân.

70.

Tây phương pháp quyến tối tương thân,
Tận thị tu hành niệm Phật nhân.
Ngã đẳng dục qui An Dưỡng quốc,
Tức kim tiện chủng vãng sanh nhân.

71.

Tây phương khải giáo cảm Năng Nhân,
Nhất cú Di-đà, Tịnh độ nhân.
Lục đạo tứ sanh giai cụ túc,
Yếu tri tác Phật tại nhân luân.

72.

Tây phương, công đức thủy vô ngân,
Niệm Phật, tiên tu đạt bổn căn.
Phi đãn nhân luân sanh Tịnh độ,
Quyên phi, nhuyễn động dã triêm ân.

73.

Tây phương kim cổ trấn trường tồn,
Từ phụ ai liên độ tử tôn.
Bát vạn tứ thiên môn lộ biệt.
Di-đà nhất cú, chúng xưng tôn.

74.

Tây phương Cực Lạc, chúng xưng tôn,
Phổ khuyến chư nhân nhập thử môn.
Hữu khẩu bất tu nhàn giảng luận,
Đan đề Phật hiện độ triêu hôn.

75.

Tây phương hữu Phật hiệu Di-đà,
Phổ độ chúng sanh xuất ái hà.
Lục bát nguyện môn thông cửu phẩm,
Nhân nhân khả đáo, mạc sa đà.

76.

Tây phương tại cận, lộ vô đa,
Trực hạ thừa đương tại sát-na.
Xúc mục, ngộ duyên giai Cực Lạc,
Thủy lưu, phong động diễn Ma-ha.

77.

Tây phương kính lộ hảo tu hành,
Dũng mãnh gia công tốc toán trình.
Cửu phẩm liên đài đô hữu phận,
Hoa khai tảo vãn ngộ vô sanh.

78.

Tây phương tiệp kính dị cầu sanh,
Chỉ tại đương nhân nhất niệm thành.
Tinh tấn, tái gia tu phước, huệ,
Kim đài thượng phẩm đắc tiêu danh.

79.

Tây phương bộ bộ đạp liên hoa,
Chỉ lộ, khai môn tạ Thích-ca.
Tam phúc đinh ninh, vô biệt thuyết,
Nhất tâm niệm Phật, tảo quy gia.

80.

Tây phương đoan đích thị ngô gia,
Nhất cú Di-đà lộ bất sai,
Tín đắc cập thời, hành đắc thật,
Trực giao thiết thọ dã khai hoa.

81.

Tây phương dị vãng, thiểu nhân tri,
Kính lộ tu hành, bất dụng nghi.
Lục tự chân kinh thuần thục liễu.
Kim liên đài thượng lễ A-di.

82.

Tây phương từ phụ hiệu A-di,
Tiếp dẫn nhân sanh cửu phẩm trì.
Tiệp kính pháp môn dung dị đáo,
Khả liên đa thị tự hồ nghi!

83.

Tây phương khải giáo, hiệu Liên Tông,
Đông độ hưng duyên, tạ Viễn Công.
Niệm Phật, tham thiền vô biệt lộ,
Bổn lai diệu hữu, tức chân không.

84.

Tây phương hoằng thệ quảng lưu thông,
Nhất cú Di-đà hảo dụng công.
Lịch lịch phân minh vô gián đoạn,
Thanh thanh hoán tỉnh chủ nhân ông.

85.

Tây phương trực chỉ dị tu trì,
Bổn tánh Di-đà thục đắc tri.
Lục đạo, tam đồ sanh tử chuyển,
Tư lương chẩm bất thống thương bi?

86.

Tây phương công án, tảo hành trì,
Tịch tịch tinh tinh trước ý nghi.
Nghi đáo tình vong, tâm tuyệt xứ,
Nguyên lai tự kỷ thị A-di.

87.

Tây phương nhất cú, thị đan truyền.
Bất giả tu trì, dĩ hiện tiền,
Chư thượng thiện nhân như kiến tánh,
A-di-đà Phật tiện đồng kiên.

88.

Tây phương đại đạo, lưỡng vô thiên,
Nhất cú Di-đà, sự lý toàn.
Minh đắc cá trung vi diệu chỉ,
Thủy tri niệm Phật tức tham thiền.

89.

Tây phương chúng khổ bất năng xâm.
Tiên yếu đương nhân liễu tự tâm.
Hội đắc mục tiền chân Cực Lạc,
Niêm lai xích thổ thị hoàng kim.

90.

Tây phương đại địa thị hoàng kim,
Bảo thọ tham thiên diễn pháp âm.
Như thử danh vi An Lạc quốc,
Tam đồ, bát nạn vĩnh vô xâm.

91.

Tây phương nhất cú, thượng thừa cơ,
Mạc tín tà sư thuyết thị phi.
Tích nhật Thế Tôn thân phó chúc,
Tu hành kính lộ niệm A-di.

92.

Tây phương công đức thật nan tư,
Phản báng Di-đà thị xiển-đề.
Địa ngục đọa thân vô lượng kiếp,
Bất tri hà nhật xuất đầu thời.

93.

Tây phương hữu lộ, thiểu nhân đăng,
Nhất cú Di-đà, tối thượng thừa.
Bả thủ khiên tha hành bất đắc,
Đãn đương tự khẳng nãi tương ưng.

94.

Tây phương dị đáo, khả tu hành,
Thập niệm tinh chuyên, tiện vãng sanh.
Phụng khuyến thế gian nam cộng nữ,
Đại gia tốc cấp toán quy trình.

95.

Tây phương cố quốc, tảo hồi hoàn,
Nhân mạng vô thường, hô hấp gian.
Hữu hạn quang âm, đương ái tích,
Kim sanh sa quá, xuất đầu nan.

96.

Tây phương bất đáo quả nhiên nan,
Nhất thất nhân thân, lực bạt san.
Phân phó thế gian anh liệt hán,
Cấp tu thái bảo, mạc không hoàn.

97.

Tây phương qui khứ, mạc trì nghi,
Nhất cú Di-đà, tảo thọ trì.
Cao trước nhãn hề, mang hạ thủ,
Bất lao đàn chỉ chứng Bồ-đề.

98.

Tây phương cấp cấp tảo tu trì,
Sanh tử vô thường bất khả kỳ.
Song ngoại nhật quang đàn chỉ quá,
Vi nhân năng hữu kỷ đa thời.

99.

Tây phương nhất trước mạc trì diên.
Đẩu tẩu tinh thần tốc hướng tiền.
Hưu đãi khát lai tài quật tỉnh,
Chỉ nghi tảo sấn bạch liên thuyền.

100.

Tây phương bách vịnh dĩ châu viên,
Phổ khuyến chư nhân thướng pháp thuyền.
Bất vị tự thân cầu hoạt kế,
Đại gia quy khứ diện Kim tiên.

TRĂM BÀI THƠ VỊNH TÂY PHƯƠNG

Ngài Tông Bổn trong khi biên soạn sách này có trước tác 100 bài thơ vịnh Tây phương, mỗi bài trong nguyên tác Hán văn đều bắt đầu bằng hai chữ *Tây phương* nên gọi là *Tây phương bách vịnh*, được đưa vào làm phụ lục của quyển thượng này.

1.

Pháp xưa Phật dạy tại Tây thiên,[1]
Sang Đông lập giáo hiệu Bạch Liên.[2]
Mười tám bậc hiền cùng tiếp nối,[3]
Khe Cọp cười vang, tích lưu truyền.[4]

2.

Đạo lớn Tây phương lý rộng sâu,
Công đức vô biên dễ biết đâu!
Nào phải Thích tôn riêng chỉ lối,
Chư Phật đều khen pháp nhiệm mầu.[5]

---

[1] Câu này nêu việc xưa kia đức Phật *Thích-ca* truyền dạy pháp môn niệm Phật A-di-đà tại Ấn Độ (phương Tây).

[2] Câu này nêu việc pháp Tịnh độ truyền sang Trung Hoa (phương Đông) ngài Huệ Viễn (tức Viễn công) sáng lập Liên tông (Bạch Liên xã), quy tụ những người thực hành Pháp môn niệm Phật ở Trung Hoa (Đông độ).

[3] Từ ngài Viễn công về sau có 18 vị Đại hiền cùng nối nhau xiển dương pháp Tịnh độ.

[4] Ngài Huệ Viễn ẩn tu trong núi sâu, chẳng hề bước chân về chốn phố thị. Đường lên núi có cây cầu nhỏ bắc ngang qua con suối gọi là Hổ khê (Suối cọp). Từ khi lên núi rồi, ngài thề chẳng bao giờ bước chân qua suối ấy nữa. Một hôm, có hai ông Lục Tu Tĩnh và Đào Uyên Minh đến thăm chơi, cùng nhau đàm đạo rất hợp ý. Lúc đưa khách về, mãi vui chuyện nên ngài bước luôn lên cầu, nhìn thấy bóng mình soi dưới nước bỗng nhớ lại lời thề. Cả ba người cùng phá lên cười về việc ấy. Người sau kể lại chuyện này gọi là Hổ khê tam tiếu (Ba người cùng cười nơi suối Cọp).

[5] Bài này tiếp theo ý bài 1, nêu rõ giáo lý Tịnh độ rộng sâu, đầy đủ, người tu tập được công đức không thể đo lường. Khi đức Phật Thích-ca chỉ bày pháp Tịnh độ bằng cách giảng kinh A-di-đà thì chư Phật mười phương nhiều như cát sông Hằng cũng đều ngợi khen pháp môn này.

3.

Ơn sâu Phật chỉ hướng về Tây,
Chư Phật ngợi khen rõ pháp này.
Mười sáu phép quán, kinh ghi rõ,[1]
Niệm Phật Di-đà, tối thượng thay![2]

4.

Tây phương Sơ quán phải tinh chuyên,
Hình mặt nhật rơi tợ trống huyền.
Chỉ hướng tâm về An Lạc quốc,[3]
Là pháp thâm sâu Vô thượng thiền.[4]

5.

Tây phương Nhị quán rõ ràng thay,
Nước đứng trong veo chẳng sóng lay.
Tâm nguyệt tròn vành toàn thể hiện,
Ngồi ngay quán tưởng lớp băng dày.[5]

6.

Tây phương Tam quán: đất lưu ly,
Nhạc pháp vang rền, khắp liễu tri.

---

[1] Đây nói đến 16 phép quán tưởng được Phật dạy trong Quán kinh, tức kinh Quán Vô Lượng Thọ Phật.

[2] Trên đã nói rõ về giáo lý Tịnh độ, bài này nói việc y theo lý mà lập hạnh, phát nguyện niệm Phật A-di-đà.

[3] Nguyên tác dùng Lạc bang, chỉ cõi Tịnh độ, cũng là An Lạc quốc.

[4] Bài trước có nêu 16 phép quán được chỉ dạy trong Quán kinh. Từ bài này cho đến bài 26 sẽ lần lượt nêu đủ 16 phép quán tưởng này. Bài này nói phép quán tưởng đầu tiên (sơ quán): quán tưởng cho thấy hình mặt trời lặn, dường như cái trống treo ở hư không về phương Tây. Về sự, phép quán này giúp người tu xác định chắc chắn chỗ qui hướng của mình. Về lý, đó là mặt trời trí tuệ phá tan sự mê ám của vô minh.

[5] Phép quán thứ hai là quán tưởng nước. Thấy nước rồi, lại quán tưởng nước đông thành băng. .

Mọi tướng trang nghiêm đều sáng suốt,
Một lòng quyết định dứt hẳn nghi.[1]

7.

Tây phương Tứ quán: cây thành hàng,
Trăm báu trang nghiêm tỏa hào quang.
Thọ dụng hiện thành thường khoái lạc,
Ai ơi sao chẳng sớm thừa đang?[2]

8.

Tây phương Ngũ quán thấy làu làu,
Ao thất bảo khai hoa bốn màu.
Nước đức, chim thiêng rền tiếng pháp,
Tiêu phiền, chứng đạo, pháp thêm mầu.[3]

9.

Tây phương Lục quán thấy bao hàm,
Cõi tục hoa phiền chớ đắm tham.
Tánh thật Di-đà đầy đủ cả,
Hiện thành công án chẳng cần tham.[4]

---

[1] Đây là phép quán thứ ba: quán tưởng thấy đất bằng lưu ly, từ mặt đất có dựng lên một cây cờ bằng bảy báu, trên không có bảo đài, gió mát thổi khua động những nhạc khí làm trổi lên tiếng nhạc như tiếng thuyết pháp. Người thành tựu phép quán này xem như được thấy sơ qua cõi Cực Lạc, chắc chắn sẽ được vãng sanh.

[2] Bài này nói về phép quán tưởng thứ tư, quán tưởng những hàng cây báu ở cõi Cực Lạc, cho đến khi thấy rõ ràng thân, lá, hoa, trái của cây.

[3] Bài này nói về phép quán tưởng thứ năm, quán tưởng nước tám công đức trong ao thất bảo, dưới ao có các tòa sen. Tiếng nước chảy trong khoảng hoa và tiếng chim kêu vang lên thành tiếng thuyết pháp nhiệm mầu.

[4] Bài này nói về phép quán tưởng thứ sáu, là quán tổng quát về cõi Cực lạc. Trụ ở phép quán tưởng này, người tu nhìn thấy hết thảy cây báu, đất báu, ao báu nơi cõi Cực Lạc. Vì thế chẳng cần tham cứu pháp môn nào khác, chẳng cần tu tập phép thiền nào khác, chỉ y theo phép tổng quán này để vãng sanh về cõi Cực Lạc của đức Phật *A-di-đà*.

10.

Tây phương Thất quán vừa tương ưng:
Tòa báu nguy nga, nguyện lực thành.
Đại Thánh ngồi trên thường tự tại,
Thanh văn quả thấp, sức chẳng thành.[1]

11.

Tây phương Bát quán cần rõ phân,
Chư Phật đều từ tâm tưởng sanh.
Mượn tượng gửi chân, hòa sự lý,
Lo gì Tịnh độ chẳng viên thành?[2]

12.

Tây phương Cửu quán thân vàng ròng,
Tướng hảo quang minh chẳng chi bằng.
Nhiếp độ chúng sanh về Cực Lạc,
Tình thân như thể đấng cha lành.[3]

13.

Tây phương Thập quán nhờ tâm thành.
Thường niệm Quán Âm đấng Đại từ,

---

[1] Bài này nói về phép quán thứ bảy, quán tưởng tòa sen của đức Phật *A-di-đà*. Đại Thánh ở đây chỉ đức Phật. Thanh văn quả kém là chỉ các quả vị Tiểu thừa từ *A-la-hán* trở xuống.

[2] Bài này nói về phép quán tưởng thứ tám, quán tưởng lần lượt đức Phật *A-di-đà* ngồi trên tòa sen ở giữa, các vị Bồ Tát Quán Thế Âm ngồi trên tòa sen bên trái, Bồ Tát Đại Thế Chí ngồi trên tòa sen bên phải. Người tu tập nếu quán tưởng thấy Phật tức là được phép Niệm Phật Tam-muội.

[3] Bài này nói về phép quán tưởng thứ chín, quán tưởng sắc thân đức Phật *A-di-đà*, thấy rõ tướng hảo trang nghiêm (tức là 32 tướng tốt và 80 vẻ đẹp). Muốn quán tưởng đức Phật *A-di-đà*, trước hết nên quán tưởng chòm lông trắng giữa hai chân mày. Khi thấy rõ được tướng lông trắng ấy thì tự nhiên các tướng tốt đều sẽ hiện ra. Ai thấy được thân Phật thì cũng thấy được tâm Phật, tức là lòng đại từ bi, thương tất cả chúng sanh. Và ai thấy được đức Phật *A-di-đà* tức là thấy được tất cả vô lượng chư Phật trong Mười phương và Ba đời.

Vừa nghe danh, được vô lượng phước,
Lành thay Đại sĩ nguyện rộng sâu![1]

14.

Tây phương Thập nhất quán khôn lường,
Thế Chí hào quang Phật tán dương.
Vì chúng bắc cầu qua biển khổ,
Phân thân giáo hóa khắp muôn đường.[2]

15.

Tây phương Thập nhị quán dung thông,
Một niệm tinh thành tự thành công.
Nên tưởng tự thân sanh Cực Lạc.
Nghiêm trang ngồi tịnh giữa sen hồng.[3]

16.

Tây phương Hóa Phật phóng hào quang,
Phân thân vô số độ chúng sanh.
Y, chánh trang nghiêm đều đủ cả,
Phép quán mười ba lý viên thành.[4]

---

[1] Bài này nói về phép quán tưởng thứ mười, quán tưởng thân sắc đức Phật *A-di-đà* rồi, người tu nên quán tưởng đức Quán Thế Âm ở bên trái đức Phật *A-di-đà*. Muốn quán tưởng đức Quán Thế Âm, trước hết nên quán tưởng tướng nhục kế trên đỉnh đầu ngài, sau đó sẽ dần dần thấy được trọn thân tướng của ngài. Do nguyện lực của ngài sâu rộng, nên chúng sanh chỉ cần nghe đến danh hiệu ngài đã được vô lượng phước báo, huống chi là quán tưởng thấy được hình tượng ngài! .

[2] Bài này nói về phép quán tưởng thứ mười một, quán tưởng đức Bồ Tát Đại Thế Chí ở bên phải đức Phật *A-di-đà*. Nếu quán tưởng thấy được Bồ Tát Đại Thế chí thì không còn phải thọ sanh vào thai bào, thường được thấy khắp các cõi Tịnh độ của chư Phật.

[3] Bài này nói về phép quán thứ mười hai, quán tưởng thấy tự thân sanh về cõi Cực Lạc, ngồi giữa tòa sen báu, nhìn thấy đức Phật *A-di-đà* và chư Bồ Tát.

[4] Bài này nói về phép quán thứ mười ba, quán tưởng thấy đức Phật *A-di-đà*, đức Bồ Tát Quán Thế Âm và đức Bồ Tát Đại Thế Chí. Người tu được thấy cả Chánh báo (tức Phật, Bồ Tát) và Y báo (tức cảnh giới Cực Lạc).

17.

Tây phương Giáo chủ đại từ bi.
Đạo sư tiếp dẫn chúng sanh quy.
Chín phẩm đều cho lên Bến giác,
Mãi không thối chuyển, chứng Bồ-đề.[1]

18.

Một nẻo Tây phương thẳng bước nhanh,
Trọn phát ba tâm, chân lý thành.
Thượng phẩm thượng sanh trong chớp mắt,
Sanh ra gặp Phật, chứng Vô sanh.[2]

19.

Tây phương khoái lạc thật kỳ thay!
Quán tưởng tinh thành, hoa nở ngay,
Thượng phẩm trung sanh, tùy nguyện đến,
Trang nghiêm ngồi tịnh, đóa sen bày.[3]

---

[1] Từ bài 17 đến bài 26 lần lượt nói về Chín phẩm vãng sanh nơi cõi Tịnh độ của đức Giáo chủ *A-di-đà*. Chín phẩm này bao gồm 3 hạng: Thượng phẩm, Trung phẩm và Hạ phẩm; mỗi hạng lại chia ra 3 bậc: Thượng sanh, Trung sanh và Hạ sanh. Như vậy cả thảy là 9 phẩm, từ cao nhất là Thượng phẩm thượng sanh cho đến thấp nhất là Hạ phẩm hạ sanh. Riêng 3 bài 18, 19 và 20 nói về các trường hợp vãng sanh thuộc về Thượng phẩm là phép quán thứ mười bốn trong Quán kinh.

[2] Có ba hạng chúng sanh được vãng sanh: 1. Người có lòng từ không giết hại, giữ tròn giới luật. 2. Người đọc tụng kinh điển Đại thừa, hiểu thấu nghĩa lý. 3. Người tu tập sáu niệm (niệm Phật, niệm Pháp, niệm Tăng, niệm Giới, niệm Thí, niệm Thiên) và hồi hướng công đức, phát nguyện sanh về Cực lạc. Những người tu hành được như vậy, nếu phát khởi đủ ba loại tâm là: 1. Tâm chí thành, 2. Tâm sâu vững, 3. Tâm phát nguyện hồi hướng, liền tức thời được vãng sanh về cõi Cực Lạc, vào hàng Thượng phẩm thượng sanh, tức là bậc cao nhất trong các bậc vãng sanh. Khi ấy, người vãng sanh vừa hóa sanh từ hoa sen liền được thấy Phật trước hết, chứng ngộ pháp Vô sanh.

[3] Bài này nói về trường hợp Thượng phẩm trung sanh (bậc thứ nhì). Người tu tuy không thọ trì kinh điển Đại thừa nhưng hiểu rõ nghĩa lý, giữ tâm an định, tin sâu nhân quả, dùng công đức ấy mà hồi hướng phát nguyện sanh về Cực lạc. Sau khi lâm chung được đức Phật *A-di-đà* và chư Bồ Tát tiếp dẫn, hóa sanh vào trong đài sen vàng, trải qua một đêm thì đài sen nở ra. Trong bảy ngày chứng được địa vị không còn thối chuyển. .

20.

Tây phương lòng đạo nếu kiên trì.
Thượng phẩm hạ sanh có khó chi,
Nguyện thảy cùng lên thuyền Bát-nhã.
Sen vàng đã sẵn đợi người đi.[1]

21.

Tây phương sáng rõ chẳng mơ hồ,
Kiên trì trai giới, thấu Khổ, Không.
Trung phẩm thượng sanh, nhờ sức Định,
Quả A-la hán được thần thông.[2]

22.

Tây phương tu Giới được trọn lành,
Một niệm hoa khai, Thánh quả thành.
Trung phẩm trung sanh, chờ nửa kiếp,
Diệu quả Vô sanh ắt tự thành.[3]

---

[1] Bài này nói về trường hợp Thượng phẩm hạ sanh (bậc thứ ba). Người tu tin sâu nhân quả, kính ngưỡng kinh điển Đại thừa, phát tâm cầu thành Phật đạo. Khi lâm chung được đức Phật tiếp dẫn về Cực lạc, hóa sanh vào hoa sen, qua một ngày một đêm hoa sen mới nở. Lại qua bảy ngày mới bắt đầu được thấy Phật. Lại qua ba lần bảy ngày mới thấy rõ được thân Phật, được nghe thuyết pháp, chứng ngộ.

[2] Bài này nói về trường hợp Trung phẩm thượng sanh (bậc thứ tư). Người tu kiên trì giữ theo giới luật (hoặc Ngũ giới, hoặc Bát trai giới, hoặc Cụ túc giới), hồi hướng công đức phát nguyện vãng sanh. Nhờ đó khi sắp mạng chung được hào quang của Phật soi chiếu đến, thấu rõ được những lý: Khổ, Không, Vô thường, Vô ngã, liền được vãng sanh, hóa sanh vào hoa sen. Sau đó tòa sen dần dần nở ra, hành giả được nghe giảng pháp Tứ diệu đế, liền chứng quả *A-la-hán*, có đủ Lục thông.

[3] Bài này nói về trường hợp Trung phẩm trung sanh (bậc thứ năm) Người tu chỉ cần giữ trọn giới luật qua một ngày một đêm, nhờ sự thành tựu ấy mà hồi hướng phát nguyện vãng sanh thì khi lâm chung được hóa sanh vào hoa sen nơi cõi Cực Lạc. Qua bảy ngày bảy đêm hoa sen nở ra, được nghe Phật thuyết pháp, liền chứng được Thánh quả đầu tiên, tức là Sơ quả. Trải qua nửa kiếp mới chứng quả Vô sanh, tức quả *A-la-hán*.

23.

Tây phương giúp Đạo: hiếu làm đầu,
Xử thế nhân từ: ruộng phước mầu.
Trung phẩm hạ sanh, nghe diệu pháp,
Nhờ duyên đời trước gặp bạn lành.[1]

24.

Tây phương Hóa chủ, nguyện vô biên:
Một niệm qui y, diệt tội khiên.
Hạ phẩm thượng sanh, nghe hiệu Phật.
Nhờ thầy chỉ bảo, đại nhân duyên.[2]

25.

Tây phương Đạo lớn từ xưa nay,
Chẳng bỏ người tạo nghiệp sâu dày.
Hạ phẩm trung sanh nhờ chỉ dạy,
Vừa nghe pháp Phật vững tin ngay.[3]

26.

---

[1] Bài này nói về trường hợp Trung phẩm hạ sanh (bậc thứ sáu), nhờ những công đức hiếu dưỡng cha mẹ, thường làm việc nhân từ, nên lúc lâm chung gặp được bạn lành giảng nói cho nghe Pháp môn Tịnh độ. Nghe rồi hoan hỷ tin theo, liền được hóa sanh vào hoa sen bên cõi Cực Lạc. Qua bảy ngày, được nghe giảng Diệu pháp mà chứng Sơ quả. Lại trải qua một Tiểu kiếp sẽ chứng quả *A-la-hán*. Các bài số 21, 22 và 23 đều nói về phép quán tưởng thứ mười lăm trong Quán Kinh.

[2] Bài này nói về trường hợp Hạ phẩm thượng sanh (bậc thứ bảy). Những người tuy tạo tội ác nhưng lúc sắp mạng chung được nghe bậc Thiện tri thức giảng pháp Đại thừa và dạy niệm Phật bèn tin theo, thực hành niệm Phật cung kính, chí thành, liền được Hóa Phật và Hóa Bồ Tát hiện đến tiếp dẫn về Cực Lạc, đó là hàng Hạ phẩm thượng sanh.

[3] Bài này nói về trường hợp Hạ phẩm trung sanh (bậc thứ tám), gồm những người tuy đã tạo nhiều ác nghiệp nặng nề nhưng nhờ nghe lời chỉ dạy của bậc thiện tri thức, vừa được nghe giáo pháp của Phật đã sanh lòng tin kính làm theo, nhờ đó mà hết thảy tội nghiệp đều được tiêu trừ, khi lâm chung nhờ sức tiếp dẫn của đức A-di-đà Phật mà hóa sanh vào hoa sen nơi cõi Cực Lạc, thuộc về hàng Hạ phẩm trung sanh.

Tây phương quyết định lúc lâm chung:
Nhờ gặp bạn lành đường mở thông,
Hạ phẩm hạ sanh trong mười niệm,
Tội trừ bao kiếp, phước vô cùng.[1]

27.

Tây phương tinh tấn chớ trì diên,
Nghi thành chờ đợi nửa nghìn năm.
Hào quang Đại Thánh soi chiếu đến,
Được về Tịnh độ lễ Kim Tiên.[2]

28.

Tây phương, Sơ địa phát tâm kiên,
Bố thí lòng vui, gieo phước điền.
Thân mạng, của tiền đều bỏ hết,
Được lên thượng phẩm giữa tòa sen.[3]

29.

Tây phương, Nhị địa phải tâm thành,
Niệm Phật trước nên quán lý minh.

---

[1] Bài này nói về trường hợp Hạ phẩm hạ sanh (bậc thứ chín), gồm những kẻ phạm vào các tội Ngũ nghịch, Thập ác, đáng phải rơi vào địa ngục, nhưng lúc sắp lâm chung nhờ gặp được bậc thiện tri thức chỉ bày cho pháp niệm Phật liền phát khởi lòng tin. Dù khi đã sắp dứt hơi, không còn niệm được ra tiếng nhưng vẫn cố sức niệm đủ mười lần, liền được vãng sanh về cõi Cực lạc, thuộc vào hàng Hạ phẩm hạ sanh. Ba bài số 24, 25 và 26 trên đây nói về phép quán tưởng thứ mười sáu trong Quán kinh.

[2] Bài này nói về những trường hợp niệm Phật cầu vãng sanh nhưng còn có lòng nghi ngờ, chưa thực sự vững tin. Nhờ công đức niệm Phật kiên trì mà được vãng sanh, nhưng phải hóa sanh tại Nghi thành, tức là nơi ở của những người còn nghi hoặc. Ở đó đến 500 năm, hưởng các sự vui sướng nhưng không được thấy Phật, nghe pháp. Sau nhờ đức Phật soi chiếu hào quang phá sạch lòng nghi mới được hóa sanh về cõi trung tâm Tịnh độ, được thấy Phật, nghe pháp, chứng đắc Thánh quả.

[3] Bài này và chín bài tiếp theo nói về mười địa vị tu chứng của hàng Bồ Tát. Địa vị đầu tiên nói trong bài này là Hoan hỷ địa, được chứng đắc nhờ hoan hỷ thực hành hạnh bố thí, dứt bỏ hết thảy tài sản và thân mạng.

Trì giới tinh nghiêm, lìa cấu uế,
Ruộng tâm thanh tịnh, đạo viên thành.[1]

30.

Tây phương, Tam địa ý căn thành,
Nhẫn nhục nhu hòa, dạy chúng sanh.
Mọi phép thần thông đều đủ cả,
Tướng thân vàng rực tỏa quang minh.[2]

31.

Tây phương, Tứ địa thể không hư,
Phiền não, lòng ma, thảy quét trừ.
Tinh tấn, tự nhiên sanh trí tuệ,
Xưa nay không khác, chứng chân như.[3]

32.

Tây phương, Ngũ địa khó tựu thành,
Thấy biết hai thừa đâu dễ sánh.
Pháp thân thanh tịnh, rõ ý chính,
Tu sâu thiền định, lộ chân tình.[4]

33.

Tây phương, Lục địa đạt viên dung,
Bốn phía toàn chân, mọi việc thông.
Bát-nhã hiện tiền không vướng mắc,
Toàn thân tay mắt mở toang dòng.[5]

---

[1] Bài này nói về địa vị tu chứng thứ hai của hàng Bồ Tát, gọi là Ly cấu địa (địa vị lìa khỏi sự uế trược), nhờ nơi việc trì giới tinh nghiêm mà thành tựu.

[2] Bài này nói về địa vị tu chứng thứ ba của hàng Bồ Tát, gọi là Phát quang địa (địa vị tỏa hào quang), nhờ nơi việc tu hạnh nhẫn nhục mà thành tựu.

[3] Bài này nói về địa vị tu chứng thứ tư của hàng Bồ Tát, gọi là Diễm huệ địa (địa vị có trí huệ sáng chói), nhờ tu hạnh tinh tấn mà thành tựu.

[4] Bài này nói về địa vị tu chứng thứ năm của hàng Bồ Tát, gọi là Tối nan thắng địa hay Cực nan thắng địa (Địa rất khó đạt và thù thắng), nhờ tu thiền định mà đạt được.

[5] Bài này nói về địa vị tu chứng thứ sáu của hàng Bồ Tát, gọi là Hiện tiền địa, nhờ tu tập cả thiền định và trí huệ mà thành tựu.

34.

Tây phương, Thất địa vừa rõ phân,
Bồ Tát vượt xa nhờ lòng lành.
Mỗi niệm rõ thông, sai biệt trí,
Nếu không phương tiện, chẳng viên thành.[1]

35.

Tây phương, Bát địa ngộ Vô sanh,
Chư Phật Như Lai thảy chứng thành.
Chẳng động Pháp thân qua biển khổ,
Nguyện sâu rộng cứu khắp chúng sanh.[2]

36.

Tây phương, Cửu địa pháp vô biên,
Đại sĩ hoằng dương chí lực kiên.
Tông, thuyết đều thông, xưng Thiện huệ,
Biện tài bốn đức thảy châu viên.[3]

37.

Tây phương, Thập địa trí trước tiên,
Mưa pháp mây từ khắp Đại thiên.
Sư tử gầm vang, muông thú phục.
Nhất sanh bổ xứ, quả Phật thành.[4]

---

[1] Bài này nói về địa vị tu chứng thứ bảy của hàng Bồ Tát, gọi là Viễn hành địa, nhờ tu tập phương tiện trí huệ mà thành tựu.

[2] Bài này nói về địa vị tu chứng thứ tám của hàng Bồ Tát, gọi là Bất động địa, nhờ tu tập nguyện lực sâu rộng mà thành tựu.

[3] Bài này nói về địa vị tu chứng thứ chín của hàng Bồ Tát, gọi là Thiện huệ địa, nhờ tu tập đủ Tứ biện tài mà thành tựu. Tứ biện tài là: 1. Pháp vô ngại biện, 2. Nghĩa vô ngại biện, 3. Từ vô ngại biện, 4. Lạc thuyết vô ngại biện. Bồ Tát nhờ có Tứ biện tài nên có thể tùy cơ duyên, tùy đối tượng mà thuyết giảng Chánh pháp không ngăn ngại.

[4] Bài này nói về địa vị tu chứng thứ mười của hàng Bồ Tát, gọi là Pháp vân địa, nhờ tu tập trí tuệ rốt ráo mà thành tựu. Bồ Tát ở địa vị này cũng gọi là Nhất sanh bổ xứ, nghĩa là chỉ còn một lần thọ sanh cuối cùng trước khi thành quả Phật.

38.

Tây phương giác ngộ, Phật sánh vai,
Vô biên hạnh nguyện xứng Phổ Hiền.
Đối diện Như Lai nhận giao phó,
Lợi sanh tiếp vật, khởi Vô duyên.[1]

39.

Tây phương Diệu giác, quả châu viên,
Đủ mắt Văn-thù phước trí nguyên.
Thân Lô-xá-na, đủ công đức.
Bỏ lành, mặc rách, phương tiện truyền.[2]

40.

Tây phương Viên giác, bậc thánh sư,
Đồng Thể Quán Âm đủ đại bi.
Mười hiệu, Ba thân đều trọn vẹn,
Ấy ngôi Vô thượng Phật Bồ-đề.[3]

41.

Tây phương Viễn tổ sớm tiên tri,
Còn hướng về non lễ sáu thì.
Một hội trăm hai mươi ba vị,
Cùng sanh Tịnh độ, chứng Bồ-đề.[4]

---

[1] Bài này nói về hạnh nguyện của ngài Bồ Tát Phổ Hiền, nghĩa là nhân quả đầy đủ, trọn vẹn. Chữ Vô duyên trong câu cuối chỉ Vô duyên từ, nghĩa là lòng từ không có sự vướng mắc theo ngoại cảnh.

[2] Bài này nêu rõ nghĩa Diệu giác quả mãn, tức là phước đức và trí huệ của ngài Văn-thù. Tuy đã tu hành viên mãn, nhưng ngài *Văn-thù* vẫn thị hiện dùng quyền nghi mà hỗ trợ Phật pháp, tùy phương tiện mà hóa độ chúng sanh.

[3] Bài này nêu rõ nghĩa Viên giác, nhân gồm, quả suốt, như đức Quán Âm vì lòng đại bi mà thị hiện ra mọi hình tướng khác nhau để hóa độ chúng sanh. Trong ba bài 38, 39 và 40 trên đây, lần lượt nêu lên đủ ba ý nghĩa tu tập quan trọng nhất: Đại hạnh của ngài Phổ Hiền, Đại trí của ngài Văn-thù và Đại bi của ngài Quán Âm.

[4] Ngài Huệ Viễn sáng lập Tịnh độ tông ở Trung Hoa, tu tập đạt phép Niệm Phật Tam-muội. Mỗi ngày đêm sáu thời ngài thường quay về hướng Tây mà lễ bái đức Phật A-di-đà. Ngài lập ra hội Liên xã, gồm 123 vị đồng tu tập pháp Niệm Phật, phát nguyện vãng sanh.

42.

Tây phương Đại Thánh, vua các pháp,
Tiếp dẫn chúng mê, phóng hào quang.
Mỏi nhọc chẳng nề hoằng nguyện nặng.
Thường chơi biển khổ, cưỡi thuyền từ.[1]

43.

Tây phương dễ tới, đừng ngần ngại,
Chỉ cốt người tu phải quyết tâm.
Chớp mắt vượt qua dòng sanh tử,
Có duyên ắt gặp việc khó tầm.[2]

44.

Tây phương gần đó, chớ cầu xa,
Một niệm Di-đà hãy thiết tha,
Giữ được suốt đời không niệm khác,
Hoa sen nước Phật đợi người qua.[3]

45.

Tây phương chẳng phải phí sức nhiều,
Mười niệm viên thành, chốc lát siêu.
Phật tổ chỉ đường nhanh bước tới,
Đời này ắt được thoát trầm phiêu.[4]

---

[1] Bài này xưng tán đức Phật A-di-đà, bậc vua pháp ở cõi Tây phương. Ngài chẳng nề mệt nhọc, theo đại nguyện mà thường hiện đến nơi biển khổ để tiếp dẫn chúng sanh.

[2] Bài này nêu rõ ý vãng sanh Tịnh độ là việc dễ dàng, không cần phải ngần ngại, chỉ cần hạ đủ quyết tâm tu tập ắt sẽ thành tựu. Nếu đủ lòng tin mà niệm Phật thì có thể trong chớp mắt đã vượt qua được biển khổ sanh tử.

[3] Đối với người đủ lòng tin niệm Phật, cõi Tây phương thật chẳng xa. Chỉ thiết tha quán niệm duy nhất một câu Nam mô A-di-đà Phật là đủ, đừng cho xen dấy bất cứ một niệm nào khác thì chắc chắn sẽ được sanh ra từ hoa sen nơi cõi Phật. .

[4] Bài này nêu ý nghĩa việc tu Tịnh độ nhờ nơi nguyện lực của đức Phật A-di-đà nên không phải mất nhiều công sức như các pháp môn khác. Chỉ cần mười niệm thành tựu cũng đủ thoát khỏi cõi Ta-bà ngay trong đời này.

46.

Tây phương Từ phụ cảm thương đời,
Tiếp dẫn chúng mê về tận nơi.
Sớm tới tòa sen vui gửi thể,
Đừng vào cõi tục gá bào thai.

47.

Tây phương tin chắc, chớ ngờ đây,
Niệm Phật tu hành mau kịp ngày.
Ngày qua ngắn ngủi nên sớm liệu.
Xương khô vùi đất, mấy người hay![1]

48.

Tây phương cội rễ, giới trước tiên,
Giới luật tinh nghiêm, định cũng kiên,
Sức định chẳng khô, sanh trí sáng,
Trí sáng, tâm thông, tức Kim tiên.[2]

49.

Tây phương chẳng đợi học đa đoan:
Một tiếng Di-đà trở mối sang.
Thấy được ban sơ mày mặt thật,
Mới hay sanh tử tức Niết-bàn.[3]

50.

Tây phương thẳng đến, chớ lân la,
Thành bại nay đều do chính ta.

---

[1] Bài này khuyên người sớm tỉnh ngộ mà niệm Phật tu hành, vì thời gian qua nhanh, đời sống có hạn, mà cái chết có thể đến không báo trước.

[2] Bài này nói về ba môn Vô lậu học là: Giới, Định, Huệ. Nhờ trì giới nên có thể đạt được sức định; nhờ sức định mới phát sanh trí huệ. Trí huệ sáng suốt, tâm thức khai thông tức thành tựu quả Phật (Kim tiên).

[3] Bài này nêu ý người tu Tịnh độ chẳng cần phải tham học nhiều nơi, nhiều pháp, chỉ cần để hết tâm ý vào một câu niệm Phật mà thôi. Nếu nhân đó mà thấy được cái "bản lai chân diện mục" của mình, tức là thấu đạt chân tánh, thì sẽ thấy được rằng luân hồi với Niết-bàn vốn không phải hai, không phải khác.

Chỉ cần niệm Phật không xen tạp,
Hoa sen Cực Lạc sẵn chờ ta.[1]

51.

Tây phương ao báu nở hoa sen,
Vật báu trang nghiêm tự hóa thành.
Hiện giữa hào quang, tự thấy Phật,
Trang nghiêm ngồi giữa đóa sen lành.[2]

52.

Tây phương Tịnh độ diệu kỳ thay!
Hoa ưu-bát-la khắp cõi khai.
Muôn việc hiện thành nền phú quí,
Mỗi đài hoa báu, mỗi Như Lai.[3]

53.

Tây phương danh hiệu Phật đồng mình,
Nghe biết tin sâu chẳng khiếp kinh.
Nếu nhân một niệm bừng tỉnh dậy,
Nhọc chi mười vạn tám ngàn trình.[4]

---

[1] Bài này nêu ý pháp môn Tịnh độ là con đường thẳng tắt đạt đến giải thoát, người tu chớ nên phân tâm theo những con đường khác. Chỉ cần hết lòng niệm Phật thì sự vãng sanh về Cực Lạc có thể xem như chắc chắn.

[2] Bài này mô tả người được vãng sanh về Cực Lạc. Khi hoa sen giữa ao báu nơi cõi Cực Lạc vừa nở ra thì người được vãng sanh từ trong hoa sen ấy hóa sanh, các món báu vật trang nghiêm tự nhiên hiện đến đầy đủ. Ở giữa trăm đạo hào quang chói sáng, người ấy tự mình được thấy Phật, nghe pháp, và bản thân cũng được ngồi trang nghiêm trên một tòa sen báu.

[3] Bài này mô tả cảnh diệu kỳ nơi Cực Lạc, có giống hoa ưu-bát-la nở khắp mọi nơi và mọi thứ đều trang nghiêm, xinh đẹp, trên mỗi tòa sen báu đều có một đức Như Lai.

[4] Bài này nêu lý viên dung trong pháp môn Tịnh độ, nếu người ngộ được thì đồng một danh hiệu với Phật. Nhờ tin sâu lý ấy nên khi nghe biết không sanh lòng khiếp sợ, kinh hãi. Nếu có thể nhân nơi việc niệm danh hiệu Phật một lần mà được tỉnh ngộ thì cõi Phật như ở ngay trước mắt, không cần phải nhọc công vượt qua mười muôn tám ngàn dặm (ý nói khoảng cách rất xa).

54.

Tây phương Hóa chủ độ mê tình,
Sức Phật gia trì đạo dễ thành.
Buông tay thẳng tiến không đường khác,
Bước đầu phải thấu rõ ý kinh.[1]

55.

Tây phương giáo pháp đã đành rành,
Một niệm Di-đà cất bước nhanh.
Quyết định sớm lên tòa Sư tử,
Đồng danh, đồng hiệu chứng Vô sanh.[2]

56.

Tây phương chớp mắt ngộ Vô sanh,
Lên ngôi Thượng phẩm, quả Phật thành.
Từ phụ Di-đà, thân thọ ký,
Về sau thuyết pháp độ chúng sanh.[3]

57.

Tây phương nghiêm tịnh chốn an vui,
Vật dùng tùy ý hóa hiện thôi.
Các cõi trời, người không sánh kịp,
Trang nghiêm tòa báu hiện ngồi trên.[4]

---

[1] Bài này nêu rõ ý nghĩa tha lực trong pháp môn Tịnh độ. Nhờ có sức gia trì của đức Phật nên việc tu đạo có thể dễ dàng thành tựu, nhưng người tu ngay từ khi mới phát tâm cần phải xác lập một niềm tin chắc chắn và sự hiểu biết thấu đáo về pháp môn Tịnh độ, không sai lệch với lời dạy của Phật như trong kinh ghi lại. .

[2] Bài này nêu rõ ý nghĩa thành tựu của pháp môn Tịnh độ, nếu theo đúng sự chỉ dạy trong giáo pháp thì chỉ một câu niệm Di-đà cũng có thể quyết định được về cõi Phật, ngồi tòa Sư tử (tòa kim cang), chứng quả Vô sanh, cùng với Phật đồng một danh hiệu.

[3] Bài này nói về việc người được vãng sanh vào hàng Thượng phẩm ắt sẽ được nhanh chóng chứng quả Vô sanh, sớm thành quả Phật, được đức Phật A-di-đà đích thân thọ ký, về sau lại tiếp tục việc thuyết pháp độ sanh.

[4] Bài này mô tả cảnh thanh tịnh, trang nghiêm và an vui ở cõi Tây phương. Nơi đó mọi vật cần dùng như thức ăn, y phục.. đều tùy ý hiện ra đầy đủ. Sự an vui đó không một cõi trời, cõi người nào có thể sánh kịp. Mỗi người lại có một tòa sen báu hiện ra làm chỗ ngồi. .

58.

Tây phương cõi Phật vượt chư thiên,
Hơn cả Bồng Lai cõi chư tiên;
Hơn cả giàu sang cùng vua chúa.
Và hơn cả hạng ngu si thiền.[1]

59.

Tây phương vui khoái vượt Thiên cung,
Tuổi thọ khôn lường, phước chẳng cùng.
Kẻ thiếu niềm tin nghịch báng bổ,
Phật tử đủ duyên được về chung.[2]

60.

Tây phương Phật tử đủ thần thông,
Thâu lại, buông ra phút chốc xong.
Tùy loại hiện thân, dùng phép lạ,
Mở quyền, hiển thật, dậy tông phong.

61.

Tây phương cảnh trí vượt Bồng Lai,
Uống khí, ăn mây, nuôi họa thai.
Đừng học xuất thần, tu luyện phép,
Cây khô há khiến được hoa khai?[3]

---

[1] Bài này nêu rõ sự thù thắng của cõi Cực Lạc phương Tây, vượt xa các cõi trời của chư thiên, cũng hơn cả cảnh Bồng Lai tiên giới mà người đời thường mơ tưởng. Nếu so với hiện cảnh nhân gian thì dù được giàu sang hay làm bậc vua chúa cũng không thể sánh bằng đời sống ở Cực Lạc. Điều quan trọng hơn nữa là những người tu thiền mà không có trí tuệ (ngu si) thì càng không thể sánh kịp người tu pháp môn niệm Phật.

[2] Bài này nêu rõ những niềm vui và tuổi thọ, phước báu của người được sanh về Cực Lạc. Tuy vậy, những kẻ không đủ đức tin thường điên đảo báng bổ, bài xích. Chỉ những người Phật tử có đủ duyên lành mới phát khởi được đức tin, chắc chắn sẽ được cùng nhau sanh về cõi Phật.

[3] Bài này dùng cách so sánh để bác bỏ những kẻ ngu mê tu luyện theo tiên đạo, chỉ theo đuổi mãi việc uống khí, ăn mây, rốt cuộc cũng không khỏi luân hồi khổ não. Dù học lấy những cách xuất thần hay phép lạ thì cũng chẳng ích gì cho việc giải thoát sanh tử, như cây khô không thể nào nở hoa.

62.

Tây phương Tịnh độ sen hóa sanh,
Khuyên khắp chúng sanh niệm Phật danh.
Hoa nở tức thời được thấy Phật,
Dứt trừ mãi mãi điều chẳng lành.[1]

63.

Tây phương phú quí vượt vương hầu,
Mọi thứ trang nghiêm, tự đủ đầy.
Chỉ quyết một lòng cầu Tịnh độ,
Dứt ngay nẻo dữ chốn trầm luân.

64.

Tây phương đường trước sớm tu trì,
Muôn việc thị phi chẳng lo chi.
Buông xả thân tâm, chuyên niệm Phật,
Đã không phiền não, dứt lo âu.

65.

Tây phương thọ dụng kém ai đâu,
Ao bảy báu đầy bốn sắc hoa.[2]
Thức ăn, y phục tự hóa hiện,
Vẹn toàn tướng hảo với quang minh.

66.

Tây phương nhìn khắp thảy hoa sen,
Trăm báu trang nghiêm trọn phô bày.
Chư thượng thiện nhân cùng hội tụ,
Số nhiều vô lượng vượt cát sông.[3]

---

[1] Bài này nói về cách hóa sanh nơi Tịnh độ. Chúng sanh được hóa sanh vào hoa sen, chờ khi sen nở cũng là lúc sanh ra, liền được tự thân gặp Phật, nghe pháp, mãi mãi không còn phải chịu những tai nạn như ở cõi Ta-bà. .

[2] Bốn sắc hoa: chỉ bốn loại hoa sen quý, có đủ bốn màu. Bốn thứ hoa sen ấy là: hoa ưu-bát la màu xanh, hoa câu-vật-đầu màu vàng, hoa ba-đầu-ma màu đỏ, hoa phân-đà-lỵ màu trắng.

[3] Bài này nêu rõ một trong những ưu điểm của người vãng sanh Cực Lạc là được sống chung với các bậc thượng thiện nhân, tức là những người đã trọn tu tất cả

67.

Tây phương lối tắt vượt tham thiền,
Một niệm Di-đà, pháp trước tiên.
Chớp mắt vượt qua mười vạn ức,[1]
Chỉ e người chẳng nhận tin liền.

68.

Tây phương chỉ sợ thiếu kiên trì,
Gắng sức chuyên cần thẳng bước đi.
Như thuyền xuôi nước, chèo lái đủ,
Di-đà tiếp dẫn có khó chi![2]

69.

Tây phương chẳng luận kẻ nghèo, giàu,
Sang, hèn, khôn, dại chẳng khác nhau.
Chẳng luận gái, trai, già với trẻ,
Chẳng phân tăng, tục, oán hay thân.[3]

70.

Tây phương quyến thuộc cùng dòng pháp,[4]
Cùng tu niệm Phật, kết tình thân.

---

các pháp lành. Những người như vậy số nhiều không thể tính đếm, nhiều hơn cả số cát sông Hằng.

[1] Nguyên tác dùng "đàn chỉ", dịch sát nghĩa là "khảy móng tay", dùng với ý chỉ một khoảng thời gian rất ngắn, cũng hàm ý việc rất dễ dàng, nên chúng tôi dịch là "chớp mắt". Người chuyên tâm niệm Phật thì chỉ trong khoảnh khắc đã có thể vãng sanh về Cực Lạc, vượt qua cả đường xa mười vạn ức dặm.

[2] Bài này nhấn mạnh yếu tố kiên trì trong việc tu tập pháp môn niệm Phật. Chỉ cần có thể gắng sức chuyên cần, cộng với nguyện lực tiếp dẫn của đấng Đạo sư A-di-đà thì việc vãng sanh không có gì là khó, cũng giống như con thuyền .

[3] Bài này nêu rõ pháp môn Tịnh độ là dành cho tất cả mọi người, không phân biệt địa vị hay tuổi tác, ai cũng có thể phát tâm tu tập. Tuy nhiên, cần chú ý rằng sự không phân biệt này không có nghĩa là ai ai cũng sẽ đạt kết quả tu tập như nhau. Điều đó còn tùy thuộc vào sự nỗ lực tự thân của mỗi người cũng như những căn lành mà họ đã gieo trồng từ những đời trước.

[4] Quyến thuộc cùng dòng pháp: những người cùng tu tập một pháp môn nên kết nhân duyên thân tình với nhau như quyến thuộc ở thế gian. Nguyên tác gọi là "pháp quyến".

Cùng phát nguyện sanh về nước Phật,
Nên cùng gieo cấy vãng sanh nhân.

71.

Tây phương mở đạo cảm Thích-ca,
Gieo nhân Tịnh độ niệm Di-đà.
Ba cõi sáu đường đều trải khắp,
Mới hay quả Phật, cõi người ta.[1]

72.

Tây phương công đức nước trong ngần,
Thấu triệt cội nguồn niệm Phật nhân.
Không chỉ riêng người sanh Tịnh độ,
Muôn loài bay chạy cũng nhờ ân.

73.

Tây phương kim cổ mãi thường còn,
Cha lành thương xót độ cháu con.
Tám vạn bốn ngàn phương tu tập,
Di-đà một tiếng vượt trội hơn.[2]

74.

Tây phương Cực Lạc vượt trội hơn,
Rộng khuyên hết thảy tu pháp này.
Giữ miệng chớ nên bàn chuyện nhảm,
Niệm Phật sớm chiều chẳng đổi thay.

---

[1] Bài này nhắc việc khi đức Phật Thích-ca khai mở pháp môn Tịnh độ bằng cách giảng kinh A-di-đà thì sự giao cảm giữa hai đức Phật hiện ra nơi sắc mặt của ngài. Vì thế, người tu Tịnh độ có thể tin chắc việc gieo nhân Tịnh độ chỉ cần chuyên niệm Phật A-di-đà là đủ. Hơn nữa, cần biết rằng trong khắp muôn loài chúng sanh chỉ có loài người mới là đủ nhân duyên dễ tu tập chứng thành quả Phật, vì không quá sung sướng (như chư thiên..) cũng không quá khổ não (như các cảnh giới địa ngục, ngạ quỷ..). Tuy nhiên, đối với pháp môn Tịnh độ, như bài tiếp theo sẽ nói rõ, thì không chỉ riêng loài người được lợi ích, mà khắp muôn loài chúng sanh cũng đều được hưởng nhờ ân đức.

[2] Bài này nêu ý pháp môn Tịnh độ được xem là thù thắng nhất trong tất cả các pháp môn. Đó là nhờ có nguyện lực của đức Phật A-di-đà trợ giúp, khác nào như người cha lành luôn thương xót cứu giúp cháu con.

75.

Tây phương có Phật hiệu Di-đà,
Sông mê độ hết chúng sanh qua.
Bốn mươi tám nguyện bày chín phẩm,
Sẵn đợi muôn người, chớ luống qua.

76.

Tây phương duy một nẻo không xa,
Một niệm vững tin phút chốc qua.
Chạm mắt, gặp duyên đều Cực Lạc,
Gió lay, nước chảy giảng Ma-ha.[1]

77.

Tây phương đường tắt khéo tu hành,
Dũng mãnh chuyên cần tiến bước nhanh.
Chín phẩm đài sen đều sẵn đợi,
Hoa khai chắc chắn ngộ Vô sanh.

78.

Tây phương mau tắt dễ cầu sanh,
Chỉ tại đời nay một niệm thành.
Tinh tấn lại thêm tu phước, huệ,
Đài vàng thượng phẩm được nêu danh.

79.

Tây phương mỗi bước đạp liên hoa,
Tạ đức Thích-ca mở lối qua.
Ba lần thuyết giảng, không sai khác,
Một lòng niệm Phật, sớm về nhà.[2]

---

[1] Bài này khuyên xác lập tín tâm để phát nguyện vãng sanh về Cực Lạc, nơi đó mọi sự xúc chạm đều không có khổ não, mọi âm thanh được nghe đều diễn giảng pháp Đại thừa (Ma-ha). .

[2] Người phát nguyện vãng sanh xem cõi Phật A-di-đà là nơi chốn duy nhất để hướng về, nên được vãng sanh về đó cũng như được quay về nhà, không còn lưu lạc nữa. Sớm về nhà tức là sớm được vãng sanh về cõi Phật.

80.

Tây phương đích thật ấy nhà ta,
Một niệm Di-đà đúng nẻo qua.
Tin sâu, niệm vững, được quả thật,
Dẫu cho cây sắt cũng nở hoa.

81.

Tây phương dễ đến mấy ai hay?
Đường tắt chớ ngờ, quyết tu ngay.
Chân kinh sáu chữ khi thuần thục,
Trên đài sen báu lễ Di-đà.[1]

82.

Tây phương Từ phụ hiệu Di-đà,
Chín phẩm hoa sen dẫn người qua.
Tu tập dễ dàng, nhanh chóng đến,
Đáng thương kẻ nghi ngại thành xa!

83.

Khuyên tu Tịnh độ, lập Liên tông,
Tôn sư Huệ Viễn hoằng cõi Đông.
Niệm Phật, tham thiền chung một đích,
Xưa nay diệu hữu tức chân không.[2]

84.

Tây phương nguyện lớn khắp mênh mông,
Một niệm Di-đà khéo dụng công.
Niệm niệm đành rành không dứt đoạn,
Lời lời thức tỉnh Chủ nhân ông.[3]

---

[1] Người tu pháp môn Tịnh độ lấy việc niệm sáu chữ "Nam-mô A-di-đà Phật" làm công hạnh tu hành, cũng như tụng đọc chân kinh, nên khi thuần thục niệm ấy thì việc vãng sanh xem như chắc chắn, có thể lên đài sen báu lễ Phật A-di-đà.

[2] Bài này nhắc việc ngài Huệ Viễn ở Trung Hoa (Đông độ) hoằng truyền pháp môn Tịnh độ, lập một hội niệm Phật là Bạch Liên xã, sau gọi là Liên tông, cũng tức là Tịnh độ tông. Ngài cũng đề xướng quan điểm thiền tịnh song tu, kết hợp và dung hòa cả hai phương pháp niệm Phật và thiền tọa để đạt đến giải thoát.

[3] Chủ nhân ông: chỉ cho tự tánh thanh tịnh xưa nay của mỗi chúng sanh, chỉ vì mê muội chạy theo trần cảnh nên đánh mất đi sự tự chủ của mình.

85.

Tây phương thẳng hướng dễ tu trì,
Mấy ai rõ biết tánh A-di?
Ba cõi sáu đường mê sanh tử,
Suy cùng, sao chẳng xót thương chi?

86.

Tây phương công án sớm hành trì,
Lẳng lặng ngồi yên, khởi tâm nghi,
Nghi đến tình quên, tâm dứt tuyệt,
Hiểu ra, ta vốn thật Di-đà.[1]

87.

Tây phương một tiếng ấy riêng truyền,
Chẳng mượn tu hành, tâm hiện tiền,
Các bậc thiện nhân nếu thấy tánh,
A-di-đà Phật sánh vai liền.[2]

88.

Tây phương đạo lớn chẳng pháp riêng,
Một niệm Di-đà, sự, lý kiêm.
Thấu rõ ý mầu tinh tế ấy,
Mới hay niệm Phật tức tham thiền.[3]

89.

Tây phương muôn khổ não không còn,
Người tu cần thấu triệt tự tâm.

---

[1] Bài này nêu ý dùng câu niệm Phật như một công án thiền, là một trong những biểu hiện của phương pháp thiền tịnh song tu. Người tu chú tâm vào câu niệm Phật cho đến khi dứt sạch mọi vọng niệm, trực nhận được tự tánh xưa nay của chính mình vốn cùng với Phật không hai, không khác.

[2] Bài này nêu rõ ý "thấy tánh thành Phật" của Thiền tông, nên nói người thấy tánh thì cùng đức Phật A-di-đà sánh vai, không hai, không khác.

[3] Bài này nêu rõ ý tương đồng giữa hai pháp niệm Phật và tham thiền, thật ra không phải là hai pháp khác nhau, chỉ vì người tu sanh tâm phân biệt hành trì sai khác. Nếu thấu rõ được ý chỉ nhiệm mầu trong việc niệm Phật, vốn gồm đủ cả sự và lý, thì việc niệm Phật cũng không khác với tham thiền.

Trước mắt thấy liền chân Cực Lạc,
Biết đất nơi đây thật vàng ròng.[1]

90.

Tây phương mặt đất thật vàng ròng,
Vang trời cây báu giảng Pháp Không.
Như thế xưng danh là Cực Lạc ,
Bao nhiêu nạn khổ hóa thành không.

91.

Tây phương niệm Phật: pháp tối cao,
Chớ tin tà thuyết lòng động xao.
Thuở trước Thế Tôn ân cần nhắc,
Đường tắt là đây, đúng lối vào.[2]

92.

Tây phương công đức thật khôn lường,
Không tin, báng bổ chuốc tai ương.
Địa ngục đọa vào vô số kiếp,
Biết bao giờ thoát khỏi đau thương?[3]

93.

Tây phương đường rộng ít người qua,
Vì pháp môn này rất cao xa.
Kẻ chẳng chịu đi, ai kéo được?
Chỉ người tin chắc mới giao hòa.[4]

---

[1] Bài này nêu ý liễu ngộ tự tánh chân tâm thì cảnh Cực Lạc hiện tiền, chẳng do cầu bên ngoài mà được.

[2] Bài này nêu rõ ý pháp môn Tịnh độ do chính đức Phật Thích-ca ân cần thuyết dạy và xác nhận là con đường tu tập nhanh chóng nhất, dễ dàng nhất đối với những chúng sanh còn nhiều nghiệp chướng.

[3] Bài này nêu ý nhắc nhở những kẻ không có lòng tin, chớ nên báng bổ pháp môn Tịnh độ mà tự chuốc lấy ác nghiệp nặng nề. Nguyên văn dùng "xiển-đề" tức "nhất-xiển-đề", chỉ những kẻ mất hẳn lòng tin vào chánh pháp.

[4] Bài này giải thích vì sao pháp môn Tịnh độ dễ dàng như con đường lớn mà chỉ có ít người lên được. Chính vì sự cao xa của pháp môn này nằm ở chỗ xác

94.

Tây phương dễ tới, khá tu hành,
Mười niệm tinh chuyên, ắt vãng sanh.
Khuyên khắp thế gian nam cùng nữ,
Hãy mau sớm liệu việc tu hành.

95.

Tây phương quê cũ sớm về thôi,
Mạng sống vô thường, thở một hơi!
Ngày tháng có chừng, nên tiếc lấy,
Đời nay bỏ luống, khó trông vời.

96.

Tây phương chẳng tới khó lòng thay,
Sức tợ dời non, lỡ kiếp này.
Nhắn nhủ thế gian người trí thức,
Sẵn kho báu vật, chớ về không![1]

97.

Tây phương trở lại, chớ trì nghi,
Một tiếng Di-đà sớm thọ trì.
Nhướng mắt lên cao, tay xuống vội,
Chẳng nhọc, không lâu, chứng Bồ-đề.[2]

---

quyết lòng tin. Người không chịu tin nhận thì giống như kẻ chẳng chịu đi, dù có người khác lôi kéo cũng không thể đến nơi. Chỉ khi tự mình có lòng tin chắc chắn thì mới tương ưng giao hòa cùng Phật lực tiếp dẫn, liền nhanh chóng được vãng sanh về cõi Phật. .

1 Bài này nêu ý pháp môn Tịnh độ quý giá vô cùng, nếu không tin nhận tu tập để được phần lợi ích thì có khác nào kẻ tìm được đến kho báu mà lại ra về tay không.

2 Bài này khuyên người tu pháp môn Tịnh độ cần yếu là phải hạ quyết tâm và nỗ lực (nhướng mắt lên cao) rồi khởi sự thực hành ngay (tay xuống vội). Nếu được như vậy thì không cần phải mệt nhọc, không cần phải chờ đợi trải qua thời gian lâu xa, có thể ngay trong hiện kiếp được vãng sanh, chứng quả Bồ-đề.

98.

Tây phương gấp gấp sớm tu trì,
Sống thác vô thường, chớ hẹn chi.
Ngày tháng qua nhanh như tia chớp.
Thân người há dễ được mấy khi?

99.

Tây phương một nẻo chớ dần dà,
Tinh thần phấn chấn thẳng đường qua.
Đào giếng đừng chờ khi khát nước,
Lên thuyền Tịnh độ sớm đi xa.

100.

Thơ vịnh trăm bài đã trọn vần,
Rộng khuyên tất cả sớm tu thân.
Đừng sá thân mình tìm kế sống,
Tây phương về được, hưởng Phật ân.

QUY NGUYÊN TRỰC CHỈ
QUYỂN TRUNG

1. Tam giáo đều muốn giáo hóa cho ta cuộc sống tốt đẹp

Trong thế gian hiện có Tam giáo lưu hành. Tam giáo đó là: Nho giáo, Phật giáo và Đạo giáo. Những lời dạy của Tam giáo thảy đều hướng đến việc khiến người nghe bỏ ác làm lành, bỏ tà theo chánh.

Người đời không hiểu thấu cội nguồn, sai lầm phân chia theo cành nhánh, cho rằng: "Xét về lý lẽ cai trị thiên hạ, không chi bằng Nho giáo; xét về tâm tánh siêu thoát sanh tử, không chi bằng Phật giáo; xét về việc thuận theo tự nhiên và chế ngự cả trời đất, con người thì không chi bằng Đạo giáo." Lại cũng cho rằng: "Thuyết *tịch diệt* của Phật giáo xa cách tình người, thuyết *hư vô* của Đạo giáo chẳng đủ dùng để trị thiên hạ, còn thuyết *danh nghĩa* của Nho giáo chẳng vượt ra khỏi luân hồi." Những cách hiểu ấy đều chỉ là sai lệch, do thiên kiến mà chê bai hết thảy. Chi bằng mặc áo nhà Nho, đọc sách Nho, thực hành đạo Nho, chỉ nên biết mình là nhà Nho mà thôi; như đắp y nhà Phật, tụng kinh Phật, thực hành lời Phật dạy, chỉ nên biết mình là người tu Phật, vậy thôi!

Có kẻ ngờ vực nói rằng: "Giáo lý đạo Phật vốn là dị đoan, chẳng đủ để tin."

Nhất Nguyên[1] hỏi lại rằng: "Ông biết giáo lý ấy là dị đoan, vậy có thể nói ra giáo lý ấy được chăng?"

Đáp: "Tôi không có thời gian rảnh rỗi mà đọc kinh sách của họ."

Tông Bổn nói: "Ông chưa hề đọc kinh sách của họ, làm sao

[1] Nhất Nguyên: tức ngài Nhất Nguyên Tông Bổn, người soạn sách này.

biết trong đó có chỗ dị đoan? Nay ông chỉ đọc sách Khổng tử, liền nghi ngờ đạo Phật là sai quấy, chỉ như con chó của vua Thuấn![1] Nghe người ta nói là quấy, liền theo đó mà chê bai, chỉ là hẹp hòi thiển cận thôi!

Người kia nghe vậy nổi giận, lớn tiếng rằng: "Giáo lý nhà Phật không có nghĩa vua tôi, không có tình cha con, chẳng phải là dị đoan đó sao?"

Tông Bổn đáp: "Người mù sờ voi, cho đó là dị đoan, chỉ vì không thấy được toàn thân con voi, việc ấy cũng chẳng có gì là lạ. Đạo Phật đối với kẻ làm tôi ắt sẽ dạy nương theo đạo trung; đối với kẻ làm con ắt sẽ dạy nương theo đạo hiếu. Kinh Pháp Hoa có nói: "Cầu cho ta và tất cả chúng sanh đều cùng thành Phật đạo." Đối với tất cả chúng sanh còn có tình, huống chi lại không có tình cha con, nghĩa vua tôi?"

Người kia lại hỏi: "Tội bất hiếu có ba điều, không con nối dõi là tội nặng nhất.[2] Đạo Phật dạy người tu không lập gia đình, như vậy không phải là dị đoan sao?"

Ngài Tông Bổn đáp rằng: "Ông nói vậy là sai rồi. Khổng Mạnh dựa theo nghĩa lý chứ chẳng dựa theo biểu hiện bên ngoài. Thuở xưa, hai ông Bá Di, Thúc Tề đều không con nối dõi, hai ông Sào Phủ với Hứa Do cũng chẳng lưu lại giống dòng,[3]

---

[1] Ý nói do sự trung thành mù quáng với Nho giáo mà chê bai Phật giáo, không có sự phân biệt, lập luận gì.

[2] Đây nói theo ý trong Kinh Lễ: Có ba điều bất hiếu: 1. Thuận theo ý sai quấy, đẩy cha mẹ vào chỗ làm điều bất nghĩa. 2. Nhà nghèo nhưng không chịu ra làm quan để lấy bổng lộc phụng dưỡng cha mẹ. 3. Không có con để nối dõi tông đường, thờ cúng tổ tiên. Trong ba tội ấy, tội thứ ba được xem là nặng nhất.

[3] Bá Di, Thúc Tề, Sào Phủ, Hứa Do đều là những bậc cao sĩ không màng danh lợi. Về sau đều vào ẩn cư trong rừng núi, không người nào có con cả. Tương truyền vua Nghiêu (2357-2256 trước Công nguyên) nghe tiếng Hứa Do là bậc hiền sĩ nên tìm đến, muốn giao phó ngôi vua. Hứa Do không nhận, nghe chuyện ấy rồi bèn đi xuống suối rửa tai. Gặp lúc Sào Phủ dắt trâu đi uống nước dưới suối, thấy lạ liền hỏi: "Ông vì sao phải rửa tai?" Hứa Do nói: "Vua Nghiêu muốn nhường ngôi vua cho tôi. Tôi lỡ nghe chuyện danh lợi ấy nên xuống đây rửa tai." Sào Phủ nghe rồi liền nói: "Nếu ông thật không màng danh lợi thì vua

thế mà đức Khổng tử khen là những bậc thánh có đức thanh khiết chứ không chê là bất hiếu. Huống chi đạo Phật mở rộng pháp mầu, lợi ích chúng sanh, cứu mình, cứu người. Cái đạo hiếu xuất thế đó, công đức chẳng phải lớn lắm sao? Nay ông chỉ biết cách sanh ra từ bào thai của người đời, chẳng biết rằng ở nước Phật còn có cách hóa sanh! Huống chi giáo lý nhà Phật có phương tiện linh hoạt, có quyền biến, có thật đích, có pháp đốn ngộ, có pháp tiệm tu. Người xuất gia thì hàng phục thân tâm, dứt hẳn việc dâm dục; còn người thế tục thì vợ chồng chung thủy, chẳng phạm việc tà dâm. Mục đích là giữ lòng trong sạch, dứt bỏ ham muốn, nào đâu có cấm việc sanh dưỡng nối dòng?"

Người kia lại nói rằng: "Một mảnh da, một sợi tóc đều là do cha mẹ sanh ra. Cha mẹ sanh ta ra toàn vẹn, phận làm con phải giữ gìn cho toàn vẹn trở về mới có thể gọi là hiếu. Nay thấy các thầy tăng đạo Phật cạo bỏ râu tóc thì hiếu ở chỗ nào?"

Tông Bổn đáp rằng: "Lời của ông thật chỉ biết lẽ gần mà chẳng biết lẽ xa, thấy việc nhỏ mà không thấy việc lớn. Xưa kia ông Thái Bá vẽ mình,[1] ông Kinh Kha liều chết,[2] ông Tỷ Can mổ bụng,[3] ông Giới Tử thiêu thân,[4] đều là những sự hủy mình quá

Nghiêu sao biết đến ông?" Nói rồi không cho trâu uống nước nơi ấy mà dắt ngược lên đầu dòng, vì sợ trâu uống phải nước rửa tai của Hứa Do. Về sau, đức Khổng tử nghe việc ấy khen cả hai người là: "Thánh chi thanh.".

[1] Thái Bá là con trưởng vua Thái vương nước Châu. Biết ý cha muốn truyền ngôi cho con út là Quí Lịch, ông liền vẽ mình, cắt tóc, lánh qua xứ rợ Kinh Man để nhường ngôi cho em. Đức Khổng tử khen ông là hiếu, biết thuận lòng cha.

[2] Kinh Kha là người nước Vệ vào đời Đông Châu (255-247 trước Công nguyên). Thái tử Đan nước Yên oán vua nước Tần bạo ngược, cầu người dũng sĩ làm thích khách, thành tâm cầu được Kinh Kha. Kinh Kha nhận lời hành thích vua Tần, sau việc bất thành nhưng vẫn biểu lộ dũng khí khiến người đời sau kính phục. .

[3] Tỷ Can là chú của vua Trụ (1154-1122 trước Công nguyên). Vua Trụ vô đạo, say mê Đắc Kỷ làm nhiều điều sằng bậy, Tỷ Can hết lời can gián. Vua Trụ không nghe còn nổi giận, muốn giết ông. Ông không chút sợ sệt, tự tay mổ bụng mà chết trước mặt vua. .

[4] Giới tử, tức Giới Tử Thôi, theo hầu công tử Trùng Nhĩ trong lúc lưu vong, có công lao rất lớn, đã từng tự tay cắt thịt đùi nấu cho Trùng Nhĩ ăn trong lúc đói.

sức, nhưng thánh hiền đều khen là chí trung chí đức. Há nên vì sự chẳng bảo toàn thân thể mà trách được sao? Huống chi các vị *sa-môn* chuyên trì Giới hạnh, tu tập đạo pháp, cứu người si mê, độ người khổ não, và những việc thiêu thân, mổ bụng kia cũng đã xa xôi lắm rồi, nay còn nệ gì những chuyện nhỏ nhoi như râu tóc?

Người kia hỏi rằng: "Tăng đồ nhà Phật chẳng cày cấy mà ăn, chẳng nuôi tằm dệt vải mà mặc, là nghĩa lý gì?"

Tông Bổn đáp: "Vì chưa bằng Phật nên tạm ăn nhờ người khác, còn có thể được. Nay có những kẻ chưa được như Khổng Mạnh mà cũng ăn nhờ người khác thì sao?"

Đáp: "Nhà Nho ăn nhờ người khác là vì có công với thiên hạ."

Tông Bổn nói: "Sự giáo hóa của đạo Phật cũng là có ích cho thiên hạ. Vì sao vậy? Những điều mà đạo Phật ân cần dạy dỗ người đời, không gì khác hơn là ngăn ngừa điều ác, khuyến khích điều lành. Ông không biết là Nho giáo cũng giống như vậy sao? Nay hãy đem chuyện trước mắt mà nói, đạo Phật dạy rằng những việc giết hại, trộm cắp, tà dâm là ba nghiệp ác của thân, còn Khổng tử thì nói: 'Thắng sự bạo tàn, bỏ sự giết hại.' Vua Thuấn lại chuộng đức hiếu sanh, ghét sự giết hại. Người học Kinh Thi nói rằng: Đức độ của Văn vương bao trùm cả chim muông, sâu bọ. Đó chẳng phải đều là ngăn việc giết hại hay sao?

"Việc ngăn ngừa trộm cắp thì chẳng cần xem ở lời nói. Vào thời đức Khổng tử làm quan, ngoài đường của rơi không có người nhặt, dù một lá cây, ngọn cỏ, nếu không được người trao

Sau Trùng Nhĩ về nước làm vua, tức là Tấn Văn công, khi ban thưởng quên công của Giới Tử Thôi. Ông không chút oán hận, lại muốn nhân đó tránh xa vòng danh lợi, liền cùng mẹ đi ẩn vào Miên sơn. Khi Tấn Văn công nhớ lại sai người tìm kiếm không được, biết ông đã vào núi bèn sai đốt núi, nghĩ rằng ông ắt phải cõng mẹ chạy ra. Không ngờ cả hai mẹ con cùng ôm nhau chết cháy chứ không chịu trở ra khỏi núi.

cho thì chẳng xâm phạm đến. Như vậy làm gì còn có trộm cắp?

"Đức Khổng tử nói rằng: 'Ta chưa thấy ai chuộng đức hạnh như chuộng sắc đẹp.'[1] Kinh Thi lại chê kẻ ưa chuộng đức hạnh vui thú với sắc đẹp. Đó chẳng phải đều là ngăn ngừa việc tà dâm hay sao?

"Phật dạy rằng những lời nói sai sự thật, nói thêu dệt, nói đâm thọc, nói xấu ác là bốn nghiệp ác của miệng. Còn Khổng tử nói: 'Người mà không thể tin được, thật chẳng biết còn làm nên việc gì.' Đó chẳng phải là ngăn ngừa việc nói sai sự thật hay sao? Ngài nói: 'Kẻ nào trau chuốt lời nói và hình sắc hẳn là kém lòng nhân.' Chẳng phải là ngăn ngừa lời nói thêu dệt đó sao? Kinh Thư dạy rằng: 'Ngươi chớ hùa theo trước mặt mà có lời xấu sau lưng.' Chẳng phải là ngăn ngừa lời nói đâm thọc đó sao?

Lời nói xấu ác là chỉ chung từ những bộc lộ sự giận dữ, hung ác, cho đến những lời nhơ nhớp, tục tĩu? Tuân tử nói rằng: 'Lời nói tổn hại người, sâu độc hơn gươm giáo.' Chẳng phải là ngăn ngừa lời nói xấu ác đó sao?

"Phật dạy rằng lấy tham lam, sân hận, si mê là ba nghiệp ác của ý. Khổng tử nói: 'Thấy điều lợi, nhớ điều nghĩa.' Đó chính là ngăn ngừa lòng tham. Ngài nói: 'Bá Di, Thúc Tề chẳng nhớ đến việc xấu ngày trước của người.' Đó chính là ngăn ngừa sân hận, chẳng để tâm giận người khác. Ngài lại nói: 'Đã ngu si mà chẳng chịu khó học tập, đó là hạng người thấp kém vậy.' Đó chính là ngăn ngừa si mê.

"Theo đó mà nói, Nho giáo với Phật giáo chưa hẳn là bao giờ cũng khác nhau. Nếu có chỗ khác nhau, đo là Nho giáo chỉ dừng ở pháp thế gian mà thôi, còn Phật giáo lại có thêm pháp xuất thế gian nữa. Nho giáo chỉ nói có một đời sống này và mọi việc đều quy về cho trời, còn Phật giáo thì thấu rõ được ngọn nguồn của nghiệp duyên nhiều kiếp. Đó là chỗ khác nhau vậy.

---

[1] Ý nói khuynh hướng chung của người đời ai cũng ưa thích sắc đẹp mà ít quan tâm đến đức hạnh. Khổng tử nói câu này là có ý răn đe, nhắc nhở người đời.

"Nếu muốn biết những chỗ sâu xa vi diệu của đạo Phật, nên tìm đọc những kinh Lăng Nghiêm, Lăng-già, Viên giác và phải hiểu thấu được giáo lý kinh Kim cang. Nếu được vậy, có thể vượt ra khỏi vòng luân hồi sanh tử. Còn chưa được như vậy mà đã vội bác bỏ, ắt phải rơi vào chỗ đức Khổng tử cho là: 'Kẻ không biết mà vẫn làm.' Há chẳng nên tự răn lấy mình sao? Nếu thật được vậy, ắt sẽ thấy đạo Phật là đáng tin theo. Như nói về Tịnh độ, lẽ nào lại không tin sao? Nói về pháp xuất thế gian thì Tịnh độ càng là pháp môn cốt yếu, không thể không gắng sức làm theo.

"Lại nữa, *Năm giới* của đạo Phật là không giết hại, không trộm cắp, không tà dâm, không nói dối, không uống rượu, cũng như *Ngũ thường* của Nho giáo là *nhân, nghĩa, lễ, tín, trí.*

"Không giết hại là chỗ cao tột của *nhân*, không trộm cắp là sự liêm chính của *nghĩa*, không tà dâm là lẽ đúng của *lễ*, không nói dối là chỗ đạt đến của *tín*, không uống rượu là sự sáng suốt của *trí.*

"Người xưa nói: 'Trong một làng có trăm nhà, nếu mười người giữ theo *Năm giới* thì có mười người thuần phác, cẩn trọng. Trong một ấp có ngàn nhà, nếu trăm người tu theo *Mười điều lành* thì có trăm người được hòa hợp, thuận thảo. Cho nên, làm được một điều lành thì trừ được một điều xấu, trừ được một điều xấu thì dứt được một hình phạt, mỗi nhà dứt được một hình phạt thì cả nước dứt được muôn vạn hình phạt! Như vậy thì lời dạy của đức Phật quả là rất lợi ích cho việc giáo hóa đời sống tốt đẹp.

"Ôi! Nếu như người ta ai cũng giữ theo *Năm giới*, tu theo *Mười điều lành*, thì mọi hình phạt trong nước có thể bỏ đi không dùng đến, người người đều có thể ngồi yên hưởng cảnh thái bình. Nếu được như vậy thì còn có thể cảm động đến trời xanh, khiến cho mưa thuận gió hòa, mùa màng bội thu, hỏa hoạn chẳng sanh, giặc cướp tiêu tan, tai ương dứt hết. Những lợi ích như vậy chẳng những là đối với sự giáo hóa đời sống nhân dân, mà còn là có lợi cho sự tồn vong của đất nước nữa.

"Sách Liên tông bảo giám chép rằng: 'Nếu một người có thể thực hành theo đạo Phật, đem đạo ấy mà dạy trong nhà, một nhà dạy cho một làng, một làng truyền ra một nước, truyền mãi ra khắp nơi thì người trong thiên hạ đều thấm nhuần đạo đức, tinh thần chói sáng, hình tướng chân thật, có thể thẳng đường tiến lên đến cảnh giới của chư Phật, há chỉ là làm kẻ thiện nhân, người quân tử thôi sao? Được như vậy thì còn lo gì không có những sự trung hiếu, lễ nghĩa?

"Theo đó mà xét, chẳng phải lời dạy của đức Phật với lời dạy của đức Khổng tử là trong ngoài hợp nhau để cùng giáo hóa sự tốt đẹp cho người đó sao?

"Người đời nay phần nhiều chẳng xét chỗ nguyên do, chỉ thấy kẻ hư hỏng trong đạo Phật mà giận lây tới Chánh pháp. Há nên vì một đạo sĩ hư hỏng mà khinh đức Lão tử, vì một nhà Nho thoái hóa mà khinh đức Khổng tử hay sao? Người có trí tuệ không vì sự hèn kém của một người mà chê bỏ lời nói đúng của người ấy, huống chi có thể vì một đệ tử xấu mà khinh chê cả Giáo pháp hay sao? Như vậy có khác chi vì Đan Châu, mà đổ tội cho vua Nghiêu, vì Thương Quân mà đổ lỗi cho vua Thuấn,[1] hoặc vì uống thuốc chẳng đúng liều lại trách vua Thần Nông,[2] vì nhóm lửa cháy nhà lại oán vua Toại Nhân[3] đó sao?

"Kẻ ngu này chẳng có tài, chỉ học đạo Phật được mấy năm thôi, đã lãnh hội được tôn chỉ một cách thô sơ, nhưng có lòng muốn nâng đỡ kẻ vấp ngã, chẳng dám để riêng ở mình mà muốn làm của chung cho mọi người, mong cứu lấy những mối

[1] Vua Nghiêu (2357-2256 trước Công nguyên) là bậc Thánh vương nhưng sanh con là Đan Châu hư hỏng, nên vua Nghiêu truyền ngôi cho ông Thuấn. Vua Thuấn trị vì từ năm 2255 đến 2206 trước Công nguyên, cũng là bậc Thánh vương nhưng sanh con là Thương Quân kém cỏi, nên vua Thuấn lại truyền ngôi cho Đại Vũ.

[2] Vua Thần Nông (2697-2598 tr. CN) vì thương dân nhiều bệnh tật nên tự mình nếm thử tất cả các loại cây cỏ, hoa trái, tìm ra công năng trị bệnh của từng loại. Người đời sau tôn xưng ngài là ông Tổ phát minh ra ngành y học phương Đông.

[3] Vua Toại Nhân là người dạy cho dân biết dùi cây lấy lửa và dùng để nấu nướng thức ăn.

nguy hại sau này.

"Chỉ ước mong sao, người cai trị muôn dân chẳng gây sự nguy hại, Tam giáo cùng truyền bá khắp nơi không ngưng trệ. Nhờ có người cai trị nên giúp cho Tam giáo được hưng thạnh. Nhờ có Tam giáo nên giúp cho sự cai trị giáo hóa của người. Cũng như trời có *Tam quang*,[1] như người có *Tam cang*,[2] như cái vạc có ba chân, không thể thiếu một.

"Hơn nữa, trong hàng tăng sĩ chẳng ai được như ngài Đạo An, mà giao du với ông Tập Tạc Xỉ là vì tôn kính Nho giáo; chẳng ai được như ngài Huệ Viễn, mà ân cần tiễn ông Lục Tu Tĩnh đi quá cầu Suối Cọp[3] là vì trân trọng Đạo giáo. Tôi ngưỡng mộ hai vị cao tăng tôn trọng Nho giáo và Đạo giáo, biết đâu trong hàng Phật tử lại chẳng có người chê trách? Nhưng mình đã tôn trọng họ, lẽ nào họ lại khinh khi mình sao? Xin hãy tin vào việc làm của hai ngài Đạo An và Huệ Viễn, ấy là điều nên noi theo vậy. Kinh Thi chép rằng: 'Muốn đẽo cán búa, phải noi theo cái cán búa cũ thì không khó.' Mạnh tử nói: "Thuận theo thời không bằng lợi về địa thế; lợi về địa thế chẳng bằng hòa hợp lòng người.' Thật đúng là như vậy!

[1] Tam quang: Ba nguồn ánh sáng, chỉ mặt trời, mặt trăng và các vì sao.

[2] Tam cang: Ba giềng mối, chỉ đạo vua tôi, cha con và chồng vợ.

[3] Ngài Huệ Viễn ẩn cư có lời thề không theo đường xuống núi qua khỏi cầu Suối Cọp (Hổ Khê). Khi có đạo sĩ Lục Tu Tĩnh và Đào Uyên Minh đến thăm chơi, ngài ân cần tiễn khách về, vô tình đi quá cầu Suối Cọp. Khi nhìn xuống thấy bóng mình soi dưới nước mới nhớ lại lời thề. Khi ấy cả ba người cùng phá lên cười về việc ấy. .

2. Độc Phong Thiện Thiền sư: Tam giáo đồng một lý

Trước khi vũ trụ này hình thành vốn không có hình tướng, chỉ có cái trí giác, sáng suốt rỗng không, lặng lẽ soi chiếu, là cội nguồn của trời đất. Sa xuống thành gốc, chảy lên thành ngọn, là thủy tổ của muôn vật; quay về nguồn, trở lại gốc, là tông chỉ của một pháp. Tìm theo cũng chẳng thấy phần trước, xét kỹ cũng chẳng rõ phần sau, không thể lấy trí suy xét mà biết, không thể dùng hình tướng mà thấy, duy chỉ có bậc chân thánh do chỗ chứng đắc trong lòng mà tự biết được.

Xưa có một vị tăng hỏi ngài Hương Nham: "Thế nào là Đạo?"

Ngài đáp: "Rồng ngâm trong cây khô."

Lại hỏi: "Thế nào là người trong đạo?"

Đáp: "Tròng mắt trong sọ khô."

Nếu đạt được như vậy mới có thể bàn luận về Tam giáo. Cho nên, trong bài luận *Tam giáo nhất lý* của cư sĩ Như Như có viết:

Cứng tợ bông gòn, mềm tợ sắt,
Tháng sáu đương nóng, trời rơi tuyết,
Cây trụ lồng đèn gật đầu cười,
Người câm chiêm bao nói với ai?
Tam giáo xưa nay gượng đặt tên!
Thích-ca đóng cửa ở Ma-kiệt,[1]
Khổng tử từng bảo: Lặng mà ghi.
Lão tử dạy: Lặng yên đại biện.
Mặc cho phá bể làm một nhà,
Chẳng khỏi rớt ra hai mặt nguyệt.
Lại nhớ lời cư sĩ Đông Pha:
Đem cả Tam giáo mà thổ lộ,

[1] Đức Phật sau khi thành Chánh giác, nhận thấy rằng người đời rất khó nhận hiểu được Chánh pháp nên ngài lặng thinh suy nghĩ mà không Chuyển pháp luân. Sau vì có Phạm vương nhiều lần khuyến thỉnh nên ngài mới bắt đầu tùy nghi phương tiện mà phân ra thuyết thành Tam thừa, dẫn dắt chúng sanh từ dễ đến khó để thể nhập dần dần vào Chánh pháp.

Sắc núi hẳn là thanh tịnh thân,
Tiếng suối thật là lưỡi dài rộng.

Nếu thấu hiểu rõ ràng như thế, thì chẳng những ngay trước Pháp đường cỏ cao một trượng, mà cho đến khắp cõi pháp giới cũng không còn một người nào có thể trồng cỏ nữa.

Từ trước, Phật Thánh ứng lòng từ, vận lòng bi, thương xót người đời trôi giạt, chẳng khỏi bị nhận dưới đầu mây, bèn ở nơi cửa thứ hai là chỗ cạn dần mà dạy dỗ họ, khiến họ bỏ những việc xa cách lâu đời. Nếu Phật Thánh chẳng khai thông cho người đời một nẻo đường, thì những người này ngày càng giả dối, sẽ làm ma làm quỉ mà chẳng quay đầu lại được.

Bởi vậy cho nên ba vị thánh nhân đều sanh ra nhằm đời Hữu Chu,[1] chủ trương hòa hiệp Chánh giáo. Nho giáo dạy người đời cùng lý tận tánh; Phật giáo dạy người đời minh tâm kiến tánh; Đạo giáo dạy đời tu chân luyện tánh. Chỉ một việc ấy là thật, nếu nói khác đi thì chẳng phải thật. Đó là tự nơi lòng mọi người đều sẵn có Tam giáo, không thể hướng ra bên ngoài mà tìm được, cũng như người cưỡi trâu mà đi kiếm trâu thì không khi nào thấy được.

Người xưa có thơ rằng:

Một Phật, một Lão, một Khổng Khâu,
Ba ông trò chuyện đã bao lâu?
Chẳng hay nói việc năm nào đó?
Mãi đến hôm nay cười chẳng thôi!

Bài thơ không có một mảy ý vị ăn khói nuốt lửa,[2] như vậy mới không trái với Tam giáo!

[1] Ba vị Thánh nhân đều sanh ra nhằm đời nhà Chu của Trung Hoa: Đức Lão tử sanh vào đời Chu Định Vương (năm 605 trước Công nguyên), đức Thích-ca sanh vào đời Chu Tương Vương (năm 624 trước Công nguyên; đức Khổng tử sanh vào đời Chu Linh Vương (năm 551 trước Công nguyên, như vậy là đều nhằm đời nhà Chu của Trung Hoa.

[2] Không có một mảy ý vị ăn khói nuốt lửa: Ý nói không liên quan, dính dấp gì đến việc tu đạo.

Nếu nói "*tu sửa tự thân, chấn chỉnh gia đình, giúp vua trị dân*", đó chẳng qua là những việc thừa của nhà Nho mà thôi. Nếu bảo "*chứa tinh dưỡng thần, thành tiên bay cao*", đó chẳng qua là vết thô của nhà Đạo mà thôi. Nếu nói "*siêu sanh thoát tử, lợi mình lợi người*", đó cũng chẳng qua là phương tiện của nhà Phật mà thôi.

Than ôi! Một chữ viết lại ba lần, chữ *ô* (烏) thành chữ *yên* (焉) rồi thành chữ *mã* (馬)! Người đời sau truyền trao lầm lạc, đều chỉ nói được chỗ hình tích thô phác của Tam giáo mà thôi. Thường chỉ là theo chỗ trống không mà tiếp lấy tiếng đội, quên gốc theo ngọn. Họ chỉ lấy chỗ tai nghe mắt thấy mà tiếp nhận, mà giành phải so quấy thôi. Thậm chí dùng lời nói như ngọn giáo mà đâm nhau, dùng văn từ như mũi tên mà bắn nhau! Thánh nhân nói: "*Ta là bậc đại hiền chăng? Vậy có ai mà ta chẳng bao dung?*"[1] Huống chi, thánh nhân trong Tam giáo đều có tông môn, mà chỗ cao viễn cùng tột chưa từng sai khác! Nhưng người đời chẳng có lượng bao dung kẻ khác, lấy mình làm phải, cho người là quấy. Gặp khi bàn đến chuyện sống chết của chính bản thân mình thì lại thốt ra những lời rỗng tuếch quái gở! Suốt ngày lấy giả làm thật, nhận giặc làm con. Cho đến mỗi ngày thường nhận lấy ân điển, sức lực từ kẻ khác, khi hỏi đến thì chẳng có lấy một lời chân chánh, một chút thấy biết chân chánh! Đã không có chỗ thấy biết, chứng ngộ, thì một ngày kia đến lúc ra đi[2] biết đường nào mà thẳng tiến? Khi ấy mới trở thành ngu si, mê muội, dù đọa lạc đến đâu cũng không tự biết. Kiến giải như vậy chẳng phải là rỗng không quái gở lắm sao?

Như thật giỏi luận về Tam giáo thì nên bỏ những điều cặn bã, riêng tìm lấy một chỗ để quay mình, như vậy mới được. Ôi! Ta đã biết lẽ ấy rồi! Như người muốn dời cái lu, ắt phải ở bên ngoài. Nếu đứng vào trong lu thì làm sao dời đi được? Tự mình

---

[1] Câu này do ngài Tử Trương nói ra, ghi trong sách *Luận ngữ*, chương 19, tiết 3.

[2] Ý nói khi lìa bỏ kiếp sống này, tái sanh về cảnh giới khác.

đã vướng chìm vào trong sự phải quấy, rốt cuộc chẳng đáng gọi là kẻ giỏi luận về Tam giáo!

Cần phải có được cái phương cách bắt lấy cá kình dài, cái cơ phong bắt sống được cọp dữ, riêng thoát ra khỏi cái vẻ ngoài của Tam giáo; cũng như trước phải ra khỏi hầm giếng, rồi sau mới nói tới chuyện biển Đông! Nếu chỉ bo bo nhặt lấy đồ khạc nhổ của tiền nhân, học những lời cũ ghi trên giấy mà muốn nhận lấy điều này, bác bỏ điều kia thì chẳng khỏi bị thiên hạ chê cười!

Kinh Thư nói rằng: "*Biết chẳng phải là khó, thực hành mới khó.*" Khi sự già nua, bệnh tật còn chưa đến, ai ai cũng có thể nói hay nói giỏi. Nào là giảng tâm nói tánh, chê bai cổ nhân, luận huyền thuyết diệu, lỗi lạc hơn người. Đến khi quan sát kỹ mọi hành vi trong ngày, há không có một niệm tham lam, yêu thích, mừng vui, tức giận bám chặt trong lòng đó sao? Há không có một ý nghĩ về rượu thịt, nữ sắc, tài khí làm che mờ sự thấy biết chân chánh đó sao?

Đức Khổng tử dạy lặng nghe mà ghi nhận, xét một lẽ mà rõ thông tất cả. Ngài Nhan Hồi muốn giữ lòng trong sạch, Khổng tử dạy rằng đừng nghe bằng tai, chỉ nghe bằng tâm, nên suốt ngày ngồi lặng thinh mà quên đi hết thảy. Lão tử dạy giữ lấy một lý để trong sạch tinh thần, tự mình giữ lấy thể chất của mình. Trang tử dạy giữ lòng không hệ lụy, như cánh chim bằng bay một mạch chín muôn dặm từ biển Bắc qua biển Nam. Đức Thế Tôn trong pháp hội cầm một cành hoa đưa lên mà chỉ có ngài *Ca-diếp* nhoẻn miệng cười. Ngài *Đạt-ma* truyền pháp, Đạo Phó được phần da, Huệ Khả được phần tủy. Chỉ e rằng những bậc thánh trước kia chưa hẳn đã hành xử giống như các vị. Cho nên đức Khổng tử dạy rằng: "Hãy làm trước, rồi sau mới nói theo chỗ đã làm." Chưa từng nghe như kẻ què chân giảng pháp, chỉ nói được mà không làm được!

Thế nên ngài Tuyết Phong dạy: "Hiểu biết rồi, cần phải hành trì. Nếu chẳng hành trì thì sự hiểu biết ấy chỉ là cái trí chết khô. Gặp khi đối mặt với sống chết, rốt cùng chẳng có chút sức lực." Cho nên biết rằng, chẳng do sự nói nhiều, chỉ xem việc làm được thế nào mà thôi.

Từ xưa, Tam giáo phân ra như ba chân của cái vạc, chỗ dùng nương nhau, chính như nước nhà dùng binh khí, há có thể bỏ được sao? Nếu đời sau ai nấy đều quên mất cái tường ngăn cách tình làng nghĩa xóm, thì mỗi khi gió mát thổi đến, không ngày nào chẳng là ngày thái bình như đời Phục Hy, Hoàng Đế![1]

Ta biết rằng ba vị Thánh nhân quyết chẳng có ý gây sự tranh chấp thị phi, chỉ vì người đời nay khác người đời xưa, chỗ kiến thức khác xưa, mà sự hành xử cũng khác xưa. Cho nên có lời này:

Đầu miệng nói ra ngàn tiếng đạo,
Dưới chân khó mất chút bụi trần!

Cho nên, Thánh nhân không thể không đưa tay cứu vớt người đời!

Đời nhà Tống có cư sĩ Vô Cấu là Trạng nguyên họ Trương, sau khi thi đậu thường dạo chơi khắp các chốn thiền lâm, học phép *Tam-muội*. Một sớm kia đến ra mắt thiền sư Diệu Hỷ bàn về ý nghĩa "cách vật". Ngài Diệu Hỷ nói: "Ông chỉ biết nghĩa *cách vật*, chẳng biết nghĩa *vật cách*." Trương công hỏi: "Sư há không có phương tiện hay sao?" Ngài Diệu Hỷ liền thuật chuyện Đường Minh Hoàng đến đất Thục chém bức chân dung quan Thái thú châu Lãng.[2] Nghe chuyện ấy, Trương công ngộ được ý chỉ huyền diệu, bèn đọc kệ rằng:

---

[1] Phục Hy, Hoàng Đế là hai vị Thánh vương đời Thái cổ ở Trung Hoa. Vua Phục Hy giáo hóa nhân dân, vạch ra Bát quái và sáng lập văn tự. Hoàng Đế mở mang nghề làm thuốc. Người dân sống trong hai đời vua ấy được hưởng cảnh thái bình, an vui.

[2] Vua Minh Hoàng nhà Đường, khi có loạn An Lộc Sơn phải chạy tránh vào đất Thục, đi ngang qua châu Lãng. Thái thú châu Lãng là bạn của An Lộc Sơn, sợ vua bắt tội mới trốn qua Thiểm Tây, để lại một bức chân dung. Vua sai đem chém bức tranh ấy. .

Tử Thiều nói cách vật,
Diệu Hỷ nói vật cách.
Nên biết một xâu tiền,
Là hai lần năm trăm.[1]

Như vậy quả là đủ mắt tri âm. Chỉ xem nơi công án này, há Tam giáo có chỗ ngăn ngại người hay sao? Nếu chẳng vậy, hãy nghe thêm bài kệ này:

Tam giáo từ xưa vẫn có nghe,
Lá vàng dỗ trẻ thôi khóc nhè.
Mở toang mây biếc, tùng ngàn thước,
Chặt đứt bụi hồng, nước một khe.

Tôi thường nói với đồ chúng rằng: "Nho giáo như giày dép dưới chân, Đạo giáo như mão đội trên đầu, Phật giáo như y phục mặc ngoài. Trong ba món ấy, không thể thiếu một món. Ví như có người chân không giày dép mà gượng đi ngàn dặm, đầu không đội mão mà ra mắt khách sang, hoặc để mình trần mà triều kiến Thiên tử, như vậy há có thể gọi là quân tử hay sao?

Như tôi đây cũng chẳng phải dễ gì thấu hết đạo lý của ba vị Thánh nhân! Chỉ là may mắn được nếm qua đôi chút mùi vị, khác nào như con ruồi uống nước biển. Nhân đó phác họa ra văn này, đem theo mình mà chiêm lễ, để tỏ tấm lòng thành trọn vẹn không chi khác. Việc trước thuật bài văn này là cầu cho ai nấy đều lấy lại được tự tánh chân thật sẵn có của mình. Vì cớ ấy mà soạn ra vậy thôi!

---

[1] Một xâu tiền tức là một quan, gồm một ngàn đồng tiền dùng dây xâu lại. Nguyên bản dùng ngũ mạch (五陌) là cách viết cổ của ngũ bách (五百).

3. Diêu thiếu sư: Phật pháp không thể diệt mất

Có người hỏi Thiếu sư rằng: "Phật là người Hồ,[1] đạo của ông ấy gây hại cho Trung quốc đã lâu lắm rồi, há chẳng nên diệt đi hay sao?"

Thiếu sư đáp: "Phật Pháp không thể diệt được."

Người kia nghi ngờ hỏi: "Là đạo của người Hồ, tại sao không thể diệt được?"

Thiếu sư nói: "Chẳng những không thể diệt, mà còn là không ai có khả năng diệt được."

Người kia nói: "Phật pháp làm gây hại cho Trung quốc còn quá hơn nạn nước lụt, nắng hạn, nếu như không thể diệt, chẳng lẽ để cho phát triển mãi sao? Ví như nạn nước lụt còn có cách đối trị, làm cho nước rút đi; như nắng hạn cầu đảo được linh ứng cũng có thể dứt trừ. Phật cũng là người, nếu gặp người có thế lực ắt sẽ trừ diệt được."

Thiếu sư cười đáp rằng: "Về những người có thế lực, ông chẳng nghe chuyện của ba vua Võ[2] và Huy Tông nhà Tống[3] hay sao? Nếu có diệt rồi cũng sẽ hưng thạnh lại. Chẳng những hưng thạnh lại mà còn phát triển mạnh hơn nữa! Vả lại, dù là người có thế lực diệt được, chẳng qua cũng chỉ diệt ở nơi họ cầm quyền mà thôi, làm sao diệt được khắp trong trời đất?"

Người kia lại hỏi: "Người có thế lực không diệt được, thì trời có diệt được chăng?"

---

[1] Người Hồ: người Trung Hoa xưa gọi người Ấn Độ là người Hồ, thậm chí còn xem là mọi rợ nên gọi là rợ Hồ.

[2] Ba vua Võ là vua Thái Võ đời Ngụy, vua Võ đế đời Châu và vua Võ Tông đời Đường. Cả ba người này đều thi hành việc phá Phật diệt tăng, nên đời sau gọi ba thời kỳ này là pháp nạn Tam võ.

[3] Huy Tông nhà Tống, tức Tống Huy Tông, cai trị từ năm 1101 cho đến năm 1125. Vua từ trước vẫn kính thờ Tam Bảo, sau tin lời Lâm Linh Tố, chuyển sang tin theo Đạo giáo hết sức cuồng nhiệt, xuống chiếu bức bách những người theo Phật giáo phải chuyển sang tin theo Đạo giáo. .

Đáp: "Trời có thể diệt, nhưng thật không dám diệt."

Hỏi: "Lời ngài nói sao quái gở vậy? Vì sao mà trời lại không dám diệt?"

Đáp: "Như đạo Khổng và đạo Lão bắt chước theo trời, nên chẳng dám trái với trời. Còn đạo của Phật, các vị trời đều kính cẩn làm theo, sao dám nói đến chuyện diệt đi? Vì sao vậy? Khi Phật còn trụ thế, các vị Phạm vương, *Đế-thích*, chư thiên đều đã từng đối trước Phật phát nguyện lớn rằng: 'Chánh pháp ở đâu thì chúng tôi đều xin đến đó bảo vệ, ủng hộ.' Sao dám nói đến chuyện diệt pháp? Nếu nói về thần lực của chư thiên thì có thể diệt được. Một khi các vị hóa hiện những nạn sấm sét, lửa cháy, tật dịch khắp cõi thế giới từ trong đến ngoài, như chỗ nào có Giáo pháp, Tăng chúng, chùa am đều làm cho tiêu tán hết đi thì cũng chẳng khó gì! Nhưng chư thiên vốn hết lòng kính cẩn làm theo Giáo pháp của Phật còn sợ là chưa đủ, sao dám nói đến chuyện diệt phá?"

Lại hỏi: "Cứ như lời ngài dạy thì Phật pháp quyết không thể diệt mất. Vậy dám xin ngài giảng giải tường tận cho tôi nghe."

Thiếu sư nói: "Được, ta sẽ nói đây, vậy ông hãy lắng nghe. Đức Phật là bậc thánh nhân xuất thế gian ở phương Tây.[1] Ngài sanh tại thành Xá-vệ, trong dòng vua Tịnh-phạn. Năm hai mươi chín tuổi từ bỏ ngôi vua mà xuất gia,[2] lên núi Tuyết sơn tu đạo, trải qua sáu năm khổ hạnh,[3] sau mới tu thành Chánh giác. Khi ấy khắp cõi đất đều chấn động. Ngài thường lấy tâm từ bi thương yêu tất cả chúng sanh như con một của mình, dạy cho họ bỏ ác làm lành, lìa khổ được vui, đạt đến trí huệ hiểu

[1] Phương Tây: đây chỉ Ấn Độ, vì Ấn Độ nằm về hướng tây của Trung Hoa. Cũng vì thế mà các bản sớ giải kinh điển thường dùng danh từ Đông độ để chỉ Trung Hoa, nghĩa là nằm về phương đông của Ấn Độ.

[2] Nguyên bản Hán văn ghi 19 tuổi, e có sai lầm, vì theo hầu hết các tư liệu hiện có thì đức Phật xuất gia năm 29 tuổi. .

[3] Trong nguyên bản có nói đến chuyện ăn lúa ngựa (mã mạch) nhưng không đúng, vì điều này xảy ra về sau khi Phật đã thành đạo, và cũng chỉ trong một thời gian ngắn mà thôi.

biết tất cả. Huống chi, Phật giáo hóa chúng sanh không có lòng mong cầu. Ngài đã bỏ ngôi vua mà xuất gia nên chẳng phải mong cầu phú quí. Trải qua sáu năm khổ hạnh, tu tập tinh cần mới chứng đạo, nên chẳng phải vì cầu lợi dưỡng. Đã không có chỗ mong cầu nơi người khác, chỉ giáo hóa người khác làm việc lành, vậy có thể gây hại cho Trung quốc được sao? Lời nói không hiểu biết của ông thật là quá đáng lắm!

"Bậc thánh của thế gian như Khổng tử, nếu được gặp Phật ắt đã phải tôn làm thầy rồi! Ông chẳng nghe chuyện đức Khổng tử thờ các vị Lão Đam, Đàm tử, Trường Hoằng, Sư Tương làm thầy đó sao?[1] Phải biết rằng, các vị ấy làm sao bằng Phật được? Huống chi đạo lớn của Phật, nước chẳng thể trôi, lửa chẳng thể cháy, gông cùm chẳng thể giữ, gươm đao chẳng thể đâm, thuốc độc không thể làm hại; đạo ấy sanh mà chẳng sanh, chẳng sanh mà sanh, diệt mà chẳng diệt, chẳng diệt mà diệt, ở nơi phàm không giảm bớt, ở nơi thánh cũng chẳng tăng thêm, dường như hư không, vậy làm sao mà diệt được?

Kìa những kẻ như Hàn Dũ đời Đường, Âu Dương Tu đời Tống, dùng những lời rỗng tuếch mà muốn hủy diệt đạo Phật, khác gì chim tinh vệ muốn lấp biển Đông, kiến vàng muốn đào hang chôn núi Thái, thật đáng chê cười là không biết tự lượng sức."

Người kia nghe lời giảng giải, ra vẻ hổ thẹn, liền bái tạ mà lui. Nhân đó mới viết ra bài luận này.

---

[1] Đức Khổng tử năm 25 tuổi đến kinh đô nhà Châu hỏi lễ ở ngài Lão Đam (Lão tử), kính vào bậc thầy, khen rằng Lão Đam hiểu thông việc cổ kim. Năm 38 tuổi, ngài học việc quan ở Đàm tử, lại học nhạc ở Trường Hoằng. Về sau còn học đàn cầm với Sư Tương.

4. Luận về Tam giáo một cách công bằng

Tại Trung Hoa có Tam giáo. Từ vua Phục Hy vạch ra tám quẻ mà Nho giáo khởi thủy;[1] từ đức Lão tử soạn ra Đạo đức kinh[2] mà Đạo giáo khởi thủy; từ Hán Minh đế mộng thấy người vàng mà Phật giáo khởi thủy.[3] Đó là sự tuần tự xuất hiện của Tam giáo tại Trung Hoa.

---

[1] Theo kinh Thượng thư, vua Phục-Hy (khoảng 4500 trước Công nguyên) dùng đức độ mà giao hòa với trời đất, cai trị đất nước thái bình, thịnh vượng. Ngài nhìn thấy con long mã hiện ra ở sông Hà có những gạch thành họa đồ, nhân đó hiểu được lẽ huyền diệu của trời đất, liền bắt chước mà vạch ra tám quẻ là: càn, khảm, cấn, chấn, tốn, ly, khôn, đoài, khởi thành Bát quái. Lại chế định mỗi quẻ có sáu hào, chồng lắp 8 quẻ với nhau thành 64 quẻ. Tới đời nhà Châu, vua Văn vương (khoảng 1200 năm trước Công nguyên) căn cứ vào tượng quẻ của vua Phục Hy mà đặt ra lời quẻ, ông Châu công là con vua Văn vương do tượng hào của vua Phục Hy mà đặt ra lời hào. Về sau, cũng trong đời nhà Châu, đức Khổng tử (551-479 trước Công nguyên) nghiên cứu hệ thống lại tất cả mà soạn thành kinh Dịch, có 12 thiên, gồm 2 thiên kinh và 10 thiên truyện. Vì thế mà ở đây nói Nho giáo khởi thủy từ khi vua Phục Hy chế quẻ. Đây cũng chỉ là ý kiến chủ quan của tác giả, vì Dịch học thật ra không hề đồng nghĩa với Nho giáo, xét theo ý nghĩa như một học thuyết hoàn chỉnh do đức Khổng tử định hình. .

[2] Lão tử được ước định niên đại vào khoảng 570-490 trước Công nguyên, tác giả quyển Đạo đức kinh hiện vẫn còn lưu hành. Tuy nhiên, về lai lịch, con người thật sự của ông thì đến nay chúng ta vẫn chưa được biết chính xác nhiều lắm. Về nội dung quyển Đạo đức kinh, thật ra không hề dạy phép tu tiên luyện đan như các đạo sĩ của Đạo giáo về sau. Người ta chỉ đồng hóa những tư tưởng siêu việt trong Đạo đức kinh và nhân cách thoát tục của ông - theo lời truyền tụng - với mục đích tu tiên của Đạo giáo rồi tôn ông làm Giáo tổ. Nhưng Lão tử thật ra không hề sáng lập Đạo giáo theo ý nghĩa như một tôn giáo.

[3] Vua Minh đế nhà Đông Hán của Trung Hoa (58-75) lên ngôi được ba năm thì vào đêm mồng tám tháng tư mộng thấy hình người vàng rực, cao hơn một trượng, đầu có hào quang chói sáng như mặt trời, ngực có hình chữ vạn (···e), bay bổng trước cung. Sáng ra vua hỏi bá quan, có Vương Tuân là người thông bác, dẫn chuyện đức Phật Thích-ca đản sanh ở Thiên Trúc (Ấn Độ) vào ngày mồng tám tháng tư, đời vua Linh vương nhà Châu (khoảng 563 trước Công nguyên). Vua bèn cử một phái đoàn 18 người, do hai ông Thái Hâm và Vương Tuân dẫn đầu, sang Thiên Trúc thỉnh Kinh, tượng Phật và Tăng. Phái đoàn này mời được hai vị cao tăng sang truyền pháp là Ca-diếp Ma-đằng (Kacyapa-Matanga) và Pháp Lan (Dharma-Aranya). Vì thế, nhiều người cho rằng đạo Phật khởi thủy tại Trung Hoa kể từ sự kiện này. .

Về đại thể, Nho giáo lấy sự chánh trực mà lập giáo; Đạo giáo lấy chỗ tôn kính mà mở đạo; Phật giáo lấy sự quan trọng lớn lao nhất mà dạy người.

Nếu xét ở những điểm như chuộng đức hiếu sanh, ghét sự giết hại, thì cũng đồng với một đức nhân; đối đãi với người khác như với chính mình, thì cũng đồng một lẽ công bằng; kiềm chế sân hận, giảm bớt tham muốn, ngăn ngừa những sự lỗi lầm, sai trái, thì cũng đồng một nghĩa giữ gìn phẩm hạnh, tu sửa thân tâm. Nổ tiếng sấm lớn giữa đám người điếc, hiện mặt trời sáng giữa đám người mù,[1] thì cũng là đồng một phong hóa vậy.

Theo chỗ đại lược mà nói thì lý lẽ trong thiên hạ không ngoài hai đường thiện ác, mà chủ ý của Tam giáo cũng không ngoài việc khiến cho người ta theo về đường thiện. Cho nên Hoàng đế Hiếu Tông[2] ngự chế bài *Nguyên đạo biện* có đoạn rằng: "Dùng Phật giáo mà tu sửa tâm, dùng Đạo giáo mà tu sửa thân, dùng Nho giáo mà tu sửa cách ứng xử với đời." Như vậy thật là biết tâm, biết thân, biết ứng xử. Trong ba điều ấy, chẳng nên bỏ điều nào mà chẳng tu sửa. Và trong ba đạo ấy, lẽ nào có thể bỏ đi một đạo nào?

Cư sĩ Vô Tận soạn bài Hộ pháp luận có nói rằng: "Nho giáo chữa bệnh da thịt, Đạo giáo chữa bệnh huyết mạch, Phật giáo chữa bệnh xương tủy." Thật là biết da thịt, biết huyết mạch và biết xương tủy vậy. Trong ba thứ ấy, chẳng nên bỏ thứ nào mà chẳng liệu trị. Và trong ba đạo ấy, lẽ nào có thể bỏ đi một đạo nào mà không thực hành?

Nho giáo giữ cho cang thường ngay thẳng, nhân luân sáng tỏ; lễ, nhạc, hình, chánh, bốn phép ấy đều có được không sai lệch; trời đất, muôn vật phân rõ trật tự, sanh trưởng tốt đẹp.

---

[1] Nổ tiếng sấm lớn giữa đám người điếc, hiện mặt trời sáng giữa đám người mù: tức là truyền dạy những đạo lý sáng suốt, chân chánh để thức tỉnh người đời đang ngu muội, mê đắm. .

[2] Tức Tống Hiếu Tông, trị vì từ năm 1163 đến năm 1189. .

Thật có công với thiên hạ lớn thay! Cho nên Tần Thủy Hoàng muốn bỏ đạo Nho[1] mà rốt cùng đạo Nho không thể bỏ!

Đạo giáo dạy người dùng đức trong sạch rỗng rang mà ngăn giữ lấy mình, luôn giữ sự khiêm cung, nhún nhường, trừ hết những thói tật rối ren, lộn xộn từ lâu ngày mà theo về cảnh giới vô vi tịch mịch. Thật là rất có ích cho sự giáo hóa người đời! Cho nên Lương Võ Đế muốn trừ Đạo giáo[2] mà rốt cùng Đạo giáo chẳng bị trừ!

Phật giáo dạy người dứt bỏ vẻ ngoài hoa mỹ mà đạt đến sự thành thật, lìa sự giả dối mà quay về chân chánh, nhờ gắng sức tu tập mà đạt đến chỗ an nhiên tự tại, nhờ được lợi mình mà đạt đến chỗ ích lợi cho kẻ khác. Thật là chỗ cho người đời quay nương dựa vững chắc thay! Cho nên ba vua Võ muốn diệt Phật mà rốt cùng Phật chẳng bị diệt!

Đời Tùy, Lý Sĩ Khiêm trong bài Tam giáo luận có viết: "Phật là mặt trời, Đạo là mặt trăng, Nho là năm ngôi sao sáng. Trên bầu trời phải có đủ ba loại ánh sáng ấy, không thể thiếu một. Trong thế gian phải có đủ Tam giáo, không thể thiếu một. Tuy có chỗ hơn kém khác nhau, nhưng đâu có thể vì thiên lệch chẳng dung mà phế bỏ được sao?

Nhưng vì người đời tâm ý khác nhau, quan điểm khác nhau, nên kẻ mộ Đạo giáo thì bảo rằng Phật chẳng đáng tôn kính như Đạo, còn kẻ theo Phật lại nói rằng Đạo chẳng lớn lao như Phật, rồi nhà Nho tự mình hành xử theo lẽ chánh trực, lại bài xích cả Đạo giáo và Phật giáo mà cho là dị đoan. Chuyện thị phi phải quấy chỉ tổ làm rối loạn lòng người, dù qua trăm ngàn năm cũng vẫn như vậy mãi!

Nay tôi muốn phân biện cho rõ những lẽ này, quyết chẳng đem lòng riêng tư mà luận, chẳng đem lòng yêu ghét mà luận,

[1] Vua Tần diệt nhà Châu và sáu nước chư hầu, lên ngôi xưng là Thủy Hoàng đế, trị vì 37 năm (246-210 trước Công nguyên), nghe theo lời Lý Tư mà xuống chiếu đốt hết sách Nho giáo, chôn sống những người học theo đạo Nho. .

[2] Vua Võ Đế (502-549) sáng lập nhà Lương, trước theo Đạo giáo, sau tin theo Phật giáo, có xuống chiếu cấm hẳn các hoạt động của Đạo giáo.

chỉ lấy tâm công bằng mà cứu xét những chỗ thành tựu cao nhất của mỗi đạo, như vậy mới có thể làm cho hết thảy những thành kiến vốn có đều tan rã như băng tuyết dưới nắng.

Chỗ thành tựu cao nhất là nói đến chỗ kết quả cuối cùng đạt được. Trong thiên hạ, mỗi sự việc đều có chỗ thành tựu cao nhất. Chân lấm tay bùn là việc của người làm ruộng, đến khi lúa thóc đầy bồ, đó là chỗ thành tựu cao nhất của người làm ruộng. Lặn lội đường xa, dầm sương dãi nắng là việc của người đi buôn, đến khi vàng bạc đầy đủ, đó là chỗ thành tựu cao nhất của người đi buôn.

Tam giáo cũng vậy. Nho giáo, Đạo giáo, Phật giáo đều có những chỗ thành tựu cao nhất của mỗi đạo. Dựa vào chỗ thành tựu cao nhất mà xét chỗ hơn kém thì không cần biện luận cũng có thể thấy rõ ngay.

Chỗ giáo hóa của đạo Nho, từ một người mà đến một nhà, từ một nhà cho đến một nước, từ một nước cho đến khắp bốn biển, rồi đầy khắp sáu phương, có thể gọi là giữ gìn khuôn thước mà thi hành rộng rãi. Còn như ở ngoài bốn biển, sáu phương thì làm sao? Thuyết của Nho giáo dạy rằng: tận cùng hai phương đông, tây là bốn biển. Nên chỗ xa nhất chẳng qua chỉ là bốn biển, biết đến đó thì ngừng chứ không còn chỗ nào xa nữa. Chỗ biết của nhà Nho là như vậy đó.

Cho nên, kẻ học Nho thì tu tâm dưỡng tánh, theo đường nhân nghĩa, thuần giữ trọn theo lẽ đạo, làm một con người hoàn toàn tốt đẹp, rồi từ đó mới thực hành công việc, dựng lập sự nghiệp, có thể dốc sức giúp vua, làm lợi ích muôn dân, khiến cho quốc gia được an ổn, nước nhà được hưng thịnh, giúp ích xã tắc, giúp việc giáo hóa muôn dân mà dốc sức vì sự thái bình, đem trọn cuộc đời để thành tựu sự nghiệp, lưu danh trong sử sách. Chỗ thành tựu cao nhất của nhà Nho đến đó là cùng. Tăng tử nói: “Lấy cái chết làm mốc cuối cùng, chẳng phải là xa lắm sao?”[1] Cho nên nhà Nho xem cái chết là cuối cùng rồi vậy.

---

[1] Câu này trích từ sách *Luận ngữ*, chương 8 (Thái bá), tiết 8.

Chỗ thuyết dạy của Đạo giáo thì từ nơi tự thân mà cảm thông được tận chốn mịt mù, từ nơi nhân gian mà vượt thấu đến cõi trời cao, từ chốn núi rừng hang hố mà lần cho đến cõi mịt mù giăng bủa, lầu gác cao vời, có thể gọi là siêu phàm nhập thánh. Còn như ở ngoài cõi trời đất vạn vật thì sao? Thuyết của Đạo giáo dạy rằng: "Lớn đến khắp cõi trời, nhỏ như hạt bụi." Vậy thì chỗ lớn nhất chẳng qua cũng là khắp cõi trời, nghĩa là cũng có giới hạn, mà ngoài cái giới hạn ấy thì không còn biết đến nữa. Chỗ thuyết dạy của Đạo giáo là như vậy.

Cho nên, kẻ học Đạo thì tinh thần chuyên nhất, chỗ động chỗ hợp đều không hình tích, vươn đến chỗ trong sạch, ít ham muốn, bỏ điều cũ, tiếp thu điều mới, tích lũy công hạnh, có thể ra khỏi xác phàm, bay lượn trên không trung, sai khiến quỉ thần làm mưa làm gió, giúp theo tạo hóa mà làm nên những việc huyền diệu, tuổi thọ vô cùng, khoái lạc tự tại. Chỗ thành tựu cao nhất của Đạo giáo đến đó là cùng. Bởi vậy, kinh Huỳnh đình nói: "Sống lâu, nhìn lâu cho đến bay lượn được." Cho nên, chỗ thành tựu cao nhất của Đạo giáo là đạt đến sự sống lâu.

Theo Phật giáo, một đức Phật xuất hiện thì lấy Tam thiên đại thiên thế giới làm một cõi giáo hóa. Nay chỉ tách riêng một thế giới mà nói. Trong một thế giới có núi Tu-di từ mặt biển mà vươn lên cao khỏi chín từng mây. Mặt trời, mặt trăng xoay quanh lưng núi mà phân ra ngày đêm. Bốn phía núi Tu-di có bốn châu. Phía đông là châu *Phất-vu-đại*; phía tây là châu *Cồ-da-ni*, phía nam là châu *Diêm-phù-đề*, phía bắc là châu *Uất-đan-việt*.

Trong bốn châu lớn ấy, mỗi châu đều có ba ngàn châu nhỏ. Thế giới này là chính châu *Diêm-phù-đề*, và nước Trung Hoa là một trong ba ngàn châu của cõi *Diêm-phù-đề* phía nam này vậy. Đức *Thích-ca* đản sanh ở Thiên Trúc là khoảng trung tâm của châu này.

Bốn phía núi *Tu-di*, lên đến gần mặt trời, mặt trăng là cảnh giới của bốn vị Thiên vương.[1] Trên nữa là cảnh giới của vị *Đế-*

[1] Trì Quốc Thiên vương ở phương đông, Quảng Mục Thiên vương ở phương tây, Tăng Trưởng Thiên vương ở phương nam, Đa Văn Thiên vương ở phương Bắc.

thích. Lại trên nữa, giữa chốn hư không xán lạn tự nhiên có bốn tầng trời,[1] đều có mây bao phủ. Hết thảy những cảnh giới vừa kể đều thuộc về một cõi, gọi chung là *Dục giới*. Lên cao hơn nữa có mười bảy tầng trời,[2] gọi chung là *Sắc giới*. Lại cao hơn nữa, giữa chốn hư không vô biên có bốn tầng trời,[3] gọi chung là *Vô sắc giới*.

Trong ba cõi ấy,[4] tất cả chúng sanh đều phải chịu sanh, già, bệnh, chết, như vậy là một thế giới. Một ngàn thế giới như thế tạo thành một Tiểu thiên thế giới; một ngàn Tiểu thiên thế giới thành một Trung thiên thế giới, tức là gồm một trăm vạn thế giới. Lại một ngàn Trung thiên thế giới tạo thành một Đại thiên thế giới, tức là gồm một trăm ức thế giới. Vì theo thứ lớp hình thành có ba bậc nên gọi là Tam thiên Đại thiên thế giới, nhưng thật ra chỉ là một Đại thiên thế giới mà thôi.

Như vậy, trong một Đại thiên thế giới có trăm ức núi Tu-di, trăm ức mặt trời, mặt trăng, trăm ức Bốn cõi thiên hạ.[5] Nếu như dùng một trăm vạn xâu tiền nhỏ,[6] cứ mỗi thế giới chỉ đặt một đồng tiền nhỏ, thì phải dùng hết một trăm vạn xâu tiền ấy

---

[1] Bốn tầng trời ấy là: Tô-dạ-ma Thiên, Đâu-suất Thiên, Hóa-lạc Thiên, Tha-hóa tự tại Thiên.

[2] Nguyên bản ghi mười tám tầng trời, nhưng chúng tôi căn cứ số mục liệt kê sau đây thấy trong cõi Sắc giới chỉ có 17 tầng trời. Riêng 5 tầng trời cao nhất còn được gọi là Ngũ tịnh cư thiên. Mười bảy tầng trời bao gồm: 1. Phạm chúng thiên, 2. Phạm phụ thiên, 3. Đại phạm thiên (3 tầng trời này thuộc Sơ thiền), 4. Thiểu quang thiên, 5. Vô lượng quang thiên, 6. Cực quang tịnh thiên (3 tầng trời này thuộc Nhị thiền), 7. Thiểu tịnh thiên, 8. Vô lượng tịnh thiên, 9. Biến tịnh thiên (3 tầng trời này thuộc Tam thiền), 10. Vô vân thiên, 11. Phước sanh thiên, 12. Quảng quả thiên, 13. Vô phiền thiên, 14. Vô nhiệt thiên, 15. Thiện hiện thiên, 16. Thiện kiến thiên, 17. Sắc cứu cánh thiên (8 tầng trời này thuộc Tứ thiền).

[3] Bốn tầng trời này là: 1. Không vô biên xứ thiên, 2. Thức Vô biên xứ thiên, 3. Vô sở hữu xứ thiên, 4. Phi tưởng phi phi tưởng xứ thiên.

[4] Tức là ba cõi Dục giới, Sắc giới và Vô sắc giới.

[5] Bốn cõi thiên hạ: chỉ bốn châu nằm về bốn phía núi Tu-di như đã nói trên.

[6] Mỗi xâu tiền (nhất quán) ngày xưa có một nghìn đồng tiền nhỏ, dùng dây xâu lại.

mới đặt trọn hết một Đại thiên thế giới. Đó là một cõi giáo hóa của một đức Phật vậy.

Khi mỗi một đức Phật xuất hiện thì trong trăm ức thế giới cũng có trăm ức hóa thân Phật đồng thời xuất hiện. Cho nên, kinh Phạm Võng chép rằng:

Một hoa trăm ức cõi,
Mỗi cõi một Thích-ca.
Đều ngồi cội Bồ-đề,
Thảy đồng thành Phật đạo.

Như vậy, trăm ngàn ức thân Phật *Lô-xá-na*, trăm ngàn ức Phật *Thích-ca*, thảy đều tiếp độ chúng sanh nhiều như số hạt bụi nhỏ. Như vậy gọi là trăm ngàn ức hóa thân của Phật. Dùng trăm ngàn ức hóa thân ấy mà hóa độ trăm ngàn ức thế giới, trong đó có các loài sanh ra từ bào thai, sanh ra từ trứng, sanh ra từ chỗ ẩm thấp, hoặc do biến hóa mà sanh ra, gồm đủ các loài không có chân, có hai chân, bốn chân, hoặc nhiều chân, hoặc các loài có hình sắc, không hình sắc; hoặc có tư tưởng, không tư tưởng, cho tới loài chẳng phải có cũng chẳng phải không có tư tưởng, thảy đều được hóa độ. Đó là chỗ giáo hóa của đạo Phật.

Cho nên, người học Phật hiểu rằng năm uẩn[1] đều không, thanh lọc sáu căn thanh tịnh,[2] tu hành *Mười điều thiện*,[3] xa

[1] Năm uẩn (ngũ uẩn gồm có): sắc, thọ, tưởng, hành và thức. Đây là 5 yếu tố cấu thành của mỗi một chúng sanh.

[2] Sáu căn (Lục căn) gồm có: mắt, tai, mũi, lưỡi, thân và ý. Đây là sáu giác quan, sáu cửa ngỏ tiếp xúc với ngoại cảnh. .

[3] Mười điều thiện (Thập thiện), ngược lại với Mười điều ác, gồm có: 1. Không giết hại, thường làm việc phóng sanh. 2. Không trộm cắp, thường làm việc bố thí. 3. Không tà dâm, thường giữ lòng chung thủy trong đạo vợ chồng. 4. Không nói dối, chỉ nói những lời đúng với sự thật. 5. Không nói lời vô nghĩa, chỉ nói những điều có lợi ích cho bản thân và người khác. 6. Không nói đâm thọc, thường nói những lời tạo sự đoàn kết, hòa hợp giữa mọi người. 7. Không nói lời xấu ác, chỉ nói những lời hiền hòa, êm dịu, làm vui lòng người. 8. Không tham lam, thường quán xét tính vô thường, bất tịnh của mọi vật chất. 9. Không sân hận,thường tu hạnh nhẫn nhục, tha thứ. 10. Không si mê, tà kiến, thường tu tập chánh tín, chánh kiến.

lìa *Mười điều ác*,[1] quán xét *Bốn chỗ nhớ nghĩ*,[2] thực hành *Bốn chánh cần*,[3] trừ bỏ *Sáu mươi hai tà kiến*[4] nên không còn chỗ cho những điều sai lệch, lầm lẫn. dứt hẳn *Chín mươi tám điều sai sử*[5] nên phiền não không thể làm rối loạn. Thường cẩn trọng giữ gìn *ba ngàn oai nghi, tám muôn tế hạnh*. Thường tu tập hành trì *Bốn tâm vô lượng*[6] và sáu pháp *ba-la-mật*.[7]

Trong thời gian tu học thường vì pháp mà quên cả thân mạng, như có thể lột da làm giấy, chích máu làm mực để viết kinh; chặt tay, gieo mình mà tham thỉnh, không chút sợ hãi, nghi ngờ. Hoặc vì chúng sanh mà quên thân mình, như chịu đau đớn mà cắt thịt cho chim ưng; xả bỏ mạng sống, đem thân nuôi cọp đói; cũng chẳng hề lo lắng, sợ sệt. Đối với các thứ như tiền tài, trân bảo, thành quách, cõi nước, vợ con... đều vất bỏ như đôi dép xấu; đối với thân thể, tay chân, đầu mắt, tủy não...

---

[1] Mười điều ác (Thập ác) gồm có: 1. Giết hại, 2. Trộm cắp, 3. Tà dâm, 4. Nói dối, 5. Nói lời vô nghĩa, không trong sạch, 6. Nói đâm thọc, 7. Nói lời xấu ác, 8. Tham lam, 9. Sân hận, 10. Si mê.

[2] Bốn chỗ nhớ nghĩ (Tứ niệm xứ) gồm có: 1. Quán thân bất tịnh: thường quán xét thấy thân thể là bất tịnh. 2. Quán thọ thị khổ: thường quán xét thấy mọi cảm thọ, xúc chạm đều là khổ. 3. Quán tâm vô thường: thường quán xét thấy mọi tâm niệm là vô thường, liên tục sanh diệt và thay đổi trong từng sát-na. 4. Quán pháp vô ngã: thường quán xét thấy trong tất cả các pháp không hề có một bản ngã thật sự tồn tại độc lập, chỉ là sự tan hợp của các nhân duyên mà thôi. .

[3] Bốn chánh cần (Tứ chánh cần), bốn sự siêng năng, chuyên cần chân chính, gồm có: 1. Cố gắng trừ dứt những điều ác đã sanh khởi. 2. Cố gắng ngăn ngừa những đều ác chưa sanh khởi. 3. Cố gắng phát triển những điều lành đã sanh khởi. 4 Cố gắng làm cho những điều lành chưa sanh khởi được sớm sanh khởi.

[4] Sáu mươi hai tà kiến (Lục thập nhị kiến): chỉ chung tất cả những kiến giải, quan điểm sai lầm, không đúng thật về bản thân và thế giới chung quanh.

[5] Chín mươi tám điều sai sử (Cửu thập bát sử), cũng gọi là Cửu thập bát tùy miên, gồm 98 điều nhận thức sai khiến chúng sanh thực hiện những hành động sai lầm. Tại Dục giới có 4 điều là tham, sân, si và mạn; tại Sắc giới và Vô sắc giới đều có 3 điều là tham, sân và si. Cộng trong ba cõi có 10 điều, cùng với 88 nhận thức sai lầm phổ biến trong cả Ba cõi, hợp thành 98 điều sai sử.

[6] Bốn tâm vô lượng (Tứ vô lượng tâm): là các tâm từ, bi, hỷ và xả.

[7] Sáu pháp ba-la-mật (Lục ba-la-mật hay Lục độ): là các pháp bố thí, trì giới, nhẫn nhục, tinh tấn, thiền định và trí huệ.

đều xả bỏ như xác ve lột ra. Từ đời này sang đời khác, trải qua trăm, ngàn, vạn, ức kiếp mà tâm chẳng thối chuyển, lại ngày càng tinh tấn hơn. Nhờ đó mà trải qua ba a-tăng-kỳ kiếp được trọn vẹn kết quả, muôn đức hạnh đầy đủ.

Người tu tập thành tựu thì lìa khỏi bốn sự vướng mắc,[1] dứt hẳn trăm điều sai lệch, thông đạt vô số pháp môn, đắc nhập vô số *tam-muội*, thành tựu *Năm căn*,[2] *Năm sức*,[3] đầy đủ *Ba sự thông suốt*,[4] *Ba sự sáng tỏ*,[5] hiển bày trọn vẹn *Bốn trí*,[6] *Ba thân*,[7] chứng đắc *Sáu thần thông*,[8] đủ *Năm thứ mắt*,[9] được *Bốn biện tài không ngăn ngại*[10] nên diễn thuyết vô cùng; chứng nhập

---

[1] Bốn sự vướng mắc: Bốn quan điểm sai lầm khi nhận thức về sự vật, cố chấp theo một định kiến nhất định, gồm có: 1. Chấp sự vật là có. 2. Chấp sự vật là không, 3. Chấp sự vật là vừa có vừa không, 4. Chấp sự vật là chẳng phải có cũng chẳng phải không. Các quan điểm sai lầm này được diễn đạt khái quát thành bốn câu: Hữu nhi bất không, Không nhi bất hữu, Diệc hữu diệc không, Phi hữu phi không. Vì thế thường gọi là Tứ cú.

[2] Năm căn (Ngũ căn), là 5 điều căn bản làm phát sanh tất cả các pháp lành, gồm có: 1. Tín căn, 2. Tinh tấn căn, 3. Niệm căn, 4. Định căn, 5. Huệ căn. .

[3] Năm sức (Ngũ lực), do thành tựu Năm căn mà có được sức mạnh phá trừ phiền não, tăng trưởng pháp lành, nên các sức ấy gồm có: 1. Tín lực, 2. Tinh tấn lực, 3. Niệm lực, 4. Định lực, 5. Huệ lực.

[4] Ba sự thông suốt, tức Tam đỗng, gồm có: đỗng chân, đỗng huyền và đỗng thần.

[5] Ba sự sáng tỏ (Tam minh), rõ biết tất cả mọi sự việc, bao gồm: 1. Túc mạng minh (rõ biết việc trong nhiều đời, quá khứ, hiện tại và vị lai), 2. Thiên nhãn minh (rõ biết mọi việc ở khắp nơi, không bị giới hạn bởi không gian), 3. Lậu tận minh (rõ biết và dứt trừ được tất cả phiền não).

[6] Bốn trí (Tứ trí): ở đây chỉ bốn trí của chư Phật là: 1. Đại viên cảnh trí, 2. Bình đẳng tánh trí, 3. Diệu quán sát trí, 4. Thành sở tác trí.

[7] Ba thân (Tam thân): Ba thân của chư Phật gồm có Pháp thân, Báo thân và Ứng hóa thân.

[8] Sáu thần thông (Lục thông), gồm có: 1. Thiên nhãn thông, 2. Thiên nhĩ thông, 3. Túc mạng thông, 4. Tha tâm thông, 5. Thần túc thông, 6. Lậu tận thông.

[9] Năm thứ mắt (Ngũ nhãn), gồm có: 1. Nhục nhãn, 2. Thiên nhãn, 3. Huệ nhãn, 4. Pháp nhãn, 5. Phật nhãn.

[10] Bốn biện tài không ngăn ngại (Tứ vô ngại biện), gồm có: 1. Pháp vô ngại biện, 2. Nghĩa vô ngại biện, 3. Từ vô ngại biện, 4. Nhạo thuyết vô ngại biện.

Bốn phần như ý[1] nên được thần thông tự tại. Hiện tại thường ở trong *Tám chỗ thù thắng*,[2] *Tám cảnh giới giải thoát*,[3] sẵn có đầy đủ *Bốn pháp không sợ sệt*[4] và *Bốn pháp nhiếp phục*.[5] Thành tựu *Tám thánh đạo*,[6] *Mười tám pháp chẳng chung cùng với Ba thừa*.[7] Có đủ *ba mươi hai tướng tốt, tám mươi vẻ đẹp*,

[1] Bốn phần như ý (Tứ như ý túc), gồm có: 1. Dục như ý túc, 2. Niệm như ý túc, 3. Tinh tấn như ý túc, 4. Tư duy như ý túc.), .

[2] Tám chỗ thù thắng (Bát thắng xứ), tám trạng thái tinh thần thù thắng, vượt trội, đạt được do sự tu tập quán tưởng, gồm có: 1. Nội hữu sắc tưởng, quán ngoại sắc thiểu, 2. Nội hữu sắc tưởng, quán ngoại sắc đa, 3. Nội vô sắc tưởng, quán ngoại sắc thiểu, 4. Nội vô sắc tưởng, quán ngoại sắc đa. 5. Nội vô sắc tưởng quán ngoại chư sắc thanh, 6. Nội vô sắc tưởng quán ngoại chư sắc hoàng, 7. Nội vô sắc tưởng quán ngoại chư sắc xích, 8. Nội vô sắc tưởng quán ngoại chư sắc bạch. .

[3] Tám cảnh giới giải thoát (Bát giải thoát), bao gồm: 1. Sơ thiền, 2. Nhị thiền, 3. Tam thiền, 4. Tứ thiền, 5. Không vô biên xứ định, 6. Thức vô biên xứ định, 7. Vô sở hữu xứ định, 8. Phi tưởng phi phi tưởng xứ định.

[4] Bốn pháp không sợ sệt (Tứ vô sở úy), gồm có: 1. Nhất thiết trí vô sở úy, 2. Lậu tận vô sở úy, 3. Thuyết chướng đạo vô sở úy, 4. Thuyết tận khổ đạo vô sở úy.

[5] Bốn pháp nhiếp phục (Tứ nhiếp pháp), bốn phương pháp thu phục lòng người, bao gồm: 1. Bố thí nhiếp, 2. Ái ngữ nhiếp, 3. Lợi hành nhiếp, 4. Đồng sự nhiếp.

[6] Tám Thánh đạo, cũng gọi là Tám chánh đạo (Bát chánh đạo), gồm có: 1. Chánh tri kiến, 2. Chánh tư duy, 3. Chánh ngữ, 4. Chánh nghiệp, 5. Chánh mạng, 6. Chánh tinh tấn, 7. Chánh niệm, 8. Chánh định.

[7] Mười tám phép chẳng chung cùng với Ba thừa (Thập bát bất cộng pháp), là các pháp chỉ có chư Phật đạt đến, không giống như hàng Thanh văn, Duyên giác. Các pháp này gồm có: 1.Thân vô thất (Thân không lỗi), 2. Khẩu vô thất (Miệng không lỗi), 3. Niệm vô thất (Ý tưởng không lỗi), 4. Vô dị tưởng (Không có ý tưởng xen tạp), 5. Vô bất định tâm (Không có tâm xao động), 6. Vô bất tri dĩ xả (Chẳng phải không biết chuyện đã bỏ), 7. Dục vô diệt (Sự mong muốn không diệt), 8. Tinh tấn vô diệt (Sự tinh tấn không diệt), 9. Niệm vô diệt (Ý tưởng không diệt), 10. Huệ vô diệt (Trí huệ không diệt), 11. Giải vô diệt (Giải thoát không diệt), 12. Giải thoát tri kiến vô diệt (Giải thoát tri kiến không diệt), 13. Nhất thiết thân nghiệp tùy trí huệ hành (Hết thảy nghiệp của thân tùy theo trí huệ mà thi hành), 14. Nhất thiết khẩu nghiệp tùy trí huệ hành (Hết thảy nghiệp của miệng tùy theo trí huệ mà thi hành), 15. Nhất thiết ý nghiệp tùy trí huệ hành (Hết thảy nghiệp của ý tùy theo trí huệ mà thi hành), 16. Trí huệ tri quá khứ thế vô ngại (Trí huệ rõ biết đời quá khứ không ngại.), 17. Trí huệ tri vị lai thế vô ngại (Trí huệ rõ biết đời vị lai không ngại.), 18. Trí huệ tri hiện tại thế vô ngại (Trí huệ rõ biết đời hiện tại không ngại.) .

pháp thân trang nghiêm vi diệu! Đối với các kiếp quá khứ, vị lai nhiều như số hạt bụi cát, thảy đều rõ biết; đối với các cõi thế giới trong hiện tại nhiều như số hạt bụi cát, trong đó có vô số tâm chúng sanh cũng nhiều như số hạt bụi cát, thảy đều rõ biết.

Trọn thành *Mười hiệu* chói sáng,[1] được tôn kính; cao vút vượt ngoài *Ba cõi*. Đó là bậc trời trên các vị trời, bậc thánh trên các vị thánh. Đó là bậc *Vô thượng pháp vương*, bậc *Chánh đẳng Chánh giác*, vượt qua phương tiện, thành tựu đủ *Mười sức*,[2] trở lại cứu độ hết thảy chúng sanh trong cõi pháp giới. Chỗ thành tựu cao nhất của đạo Phật là như vậy.

Kinh Pháp Hoa dạy rằng: "*Đức Như Lai vì một đại sự nhân duyên mà xuất hiện ở đời.*" Đại sự nhân duyên đó là rộng độ cho tất cả chúng sanh đều đắc đạo. Nói chung, đại nguyện lớn lao đó là: quyết sẽ cùng với hết thảy chúng sanh chứng đắc quả Vô thượng *Niết-bàn*.

Cho nên, muốn biện luận về Tam giáo, chẳng nên đem lòng riêng tư mà luận, chẳng nên đem lòng yêu ghét mà luận. Chỉ nên lấy tâm công bình mà cứu xét chỗ thành tựu cao nhất của mỗi đạo. Như vậy ắt sẽ biết rằng: người đời học theo Nho giáo, kết quả cuối cùng không ngoài sự nghiệp công danh; kẻ học theo Đạo giáo, kết quả cuối cùng không ngoài việc được sống lâu. Còn người đời học theo đạo Phật, kết quả cuối cùng có thể dứt hẳn vòng luân hồi, đạt đến *Niết-bàn*, rộng độ khắp thảy chúng sanh đều thành Chánh giác. Như vậy, chỗ hơn kém giữa Tam giáo há chẳng đã thấy rõ ràng lắm sao?

---

[1] Mười hiệu (Thập hiệu), là mười danh hiệu tôn xưng đức Phật, gồm có: 1. Như Lai, 2. Ứng cúng, 3. Chánh biến tri, 4. Minh hạnh túc, 5. Thiện thệ, 6. Thế gian giải, 7. Vô thượng sĩ, 8. Điều ngự trượng phu, 9. Thiên nhân sư, 10. Phật Thế Tôn.

[2] Mười sức (Thập lực), mười khả năng siêu việt của chư Phật, gồm có: 1. Tri thị xứ phi xứ trí lực, 2. Tri tam thế nghiệp báo trí lực, 3. Tri chư thiền giải thoát tam-muội trí lực, 4. Tri chúng sanh tâm tánh trí lực, 5. Tri chủng chủng giải trí lực, 6. Tri chủng chủng giới trí lực, 7. Tri nhất thiết sở đạo trí lực, 8. Tri thiên nhãn vô ngại trí lực, 9. Tri túc mạng vô lậu trí lực, 10. Tri vĩnh đoạn tập khí trí lực.

Cho nên tôi thường dùng cách nói thí dụ rằng: Chỗ thực hành của Nho giáo chỉ giới hạn trong một nước. Chỗ thực hành của Đạo giáo chỉ giới hạn trong hai cõi trời, người. Còn chỗ thực hành của Phật giáo thì cùng khắp hư không, khắp cả Pháp giới.

Lại nữa, Nho giáo ví như cai trị trong một gia đình, ảnh hưởng không ra khỏi tường rào. Đối với việc bên ngoài tường rào thì chẳng thể tạo được ảnh hưởng gì. Đạo giáo ví như cai trị trong một ấp, ảnh hưởng không ra ngoài đường biên giới bốn phía. Đối với việc bên ngoài biên giới ấy thì không thể khống chế được nữa. Phật giáo ví như cai trị khắp bốn biển, như vị vua đứng đầu trong thiên hạ, cùng trời cuối đất không ai không là thần dân, lễ nhạc chinh phạt đều do lịnh vua ban ra. Đó là chỗ bàn về chỗ rộng hẹp của Tam giáo.

Kẻ học đạo Nho chết rồi thì hết, nên sự nghiệp không quá trăm năm. Kẻ học Đạo cầu được sống lâu, sự nghiệp cũng không quá ngàn vạn năm. Kẻ học Phật dứt đường sanh tử, lặng lẽ an nhiên thường còn, nên trải qua vô số kiếp nhiều như số hạt bụi cát, không bao giờ cùng tận.

Nho giáo ví như ngọn đèn nhỏ chiếu sáng trong một đêm, qua đêm rồi thì cạn dầu, đèn tắt. Đạo giáo ví như ngọn đèn trăm năm do vua *A-xà-thế* làm ra để soi sáng *xá-lỵ* Phật, qua hết trăm năm thì đèn cũng tắt. Phật giáo ví như mặt trời sáng tỏ, soi chiếu muôn đời, lặn ở phương tây lại mọc ở phía đông, tuần hoàn chẳng dứt. Đó là bàn về chỗ lâu mau của Tam giáo.

Trên đây chỉ là lược nói sơ qua chỗ đại ý về Tam giáo, nhưng cũng đã thấy được rõ ràng đầy đủ.

5. Hoàng môn Thị lang đời Bắc Tề:[1] Bài luận trừ những chỗ sai lầm

Tin có việc trong ba đời[2] là vì thật có chứng cứ. Nghiệp nhà quay về nơi tâm chớ nên khinh mạn. Ý chỉ nhiệm mầu ấy có đủ trong kinh luận, nếu chẳng xem lại trong đó thì cũng rất khó thuật lại mà xưng tán. Chỉ e rằng có những người còn chưa được vững chắc nên tôi lược nói lại đôi điều ở đây mà khuyên nhủ đó thôi.

Ban sơ, khi bốn trần[3] và năm ấm[4] phân tách hữu hình; sáu thuyền[5] và ba xe[6] chuyên chở muôn loại chúng sanh. Hết thảy các hạnh đều quy về lẽ không, hết thảy các môn tu đều là việc thiện. Biện tài trí huệ há chỉ có bảy kinh?[7] Trăm họ rộng lớn lắm thay, dẫu có trí sáng như Nghiêu, Thuấn, Châu, Khổng cũng không kịp được!

---

[1] Bắc Tề (479-501), Nguyên là nhà Tề, vì đặt kinh đô ở đất Kiến Nghiệp về phía Bắc nên gọi là Bắc Tề.

[2] Ba đời: tức là quá khứ, hiện tại và vị lai. Ở đây nói tin có việc trong ba đời là muốn nói đến những kiếp sống quá khứ trước đây và những kiếp sống sau này trong tương lai, hay nói cách khác là tin có sự luân hồi, có sự tái sanh chứ không phải sau khi chết là dứt hết.

[3] Bốn trần (Tứ trần, tức là Tứ đại), gồm địa, thủy, hỏa, phong (đất, nước, lửa, gió), được xem là 4 yếu tố tạo thành vật chất.

[4] Năm ấm (Ngũ ấm, cũng gọi là Ngũ uẩn), gồm sắc ấm, thọ ấm, tưởng ấm, hành ấm và thức ấm.

[5] Sáu thuyền (Lục châu), chỉ sáu pháp ba-la-mật, tức Lục độ, ví như sáu chiếc thuyền đưa người vượt qua biển khổ, gồm có: bố thí, trì giới, nhẫn nhục, tinh tấn, thiền định, trí huệ.

[6] Ba xe (Tam giá), chỉ Tam thừa trong đạo Phật, theo ý kinh ví với ba loại xe là xe dê, xe nai và xe trâu. Tam thừa là Thanh văn thừa, Duyên giác thừa và Bồ Tát thừa. Đức Phật thuyết dạy giáo pháp Tam thừa là đủ các phương tiện để đưa tất cả chúng sanh đạt đến Niết-bàn, giải thoát.

[7] Bảy kinh: chỉ bảy bộ sách của Nho giáo, gồm kinh Thi, kinh Thư, kinh Dịch, kinh Lễ, kinh Nhạc, kinh Xuân thu và Hiếu kinh.

Hai đạo trong ngoài[1] vốn là một thể, dần dần thành khác đi, chỗ sâu cạn chẳng đồng. Kinh điển đạo Phật dạy Năm giới[2] cho người mới học, cũng là phù hợp với kinh sách Nho giáo nêu lên Ngũ thường.[3] *Nhân* cũng chính là không giết hại, *nghĩa* cũng chính là không trộm cắp, *lễ* cũng chính là không tà dâm, *trí* cũng chính là không uống rượu, *tín* cũng chính là không nói dối.

Cho đến như những việc săn bắn, giết chóc, vì là tánh nết lâu ngày của dân, không thể nhất thời dứt được, nên khiến cho bớt dần đi, đừng lạm dùng quá lắm. Như thế mà lại cho rằng Châu công, Khổng tử là nghịch với thuyết Phật, há chẳng sai lầm lắm sao?

Người đời kích bác đạo Phật, nhìn chung không ngoài năm điều này:

1. Cho rằng những việc ở ngoài cõi thế cùng những việc thần hóa vô phương là những chuyện viễn vông, không thật.
2. Cho rằng những việc lành, dữ, họa, phước hoặc sự báo ứng chưa đến là những việc dối trá, lừa phỉnh.
3. Cho rằng hạnh nghiệp của tăng ni phần nhiều chẳng trong sạch, thuần khiết, thường là dối trá, gian tà.
4. Cho rằng đạo Phật lãng phí vàng bạc, châu báu, làm giảm bớt những sự đóng góp công quỹ nên có hại cho nước nhà.
5. Cho rằng dẫu có nhân duyên, quả báo lành dữ cũng chẳng cần phải khó nhọc khổ sở, vì việc làm của ta trong đời này chỉ có lợi cho kẻ khác ở đời sau, vì khi tái sanh đã là một người khác rồi!

Nay tôi sẽ lần lượt giải thích tất cả năm điều ngờ vực ấy.

Về điều thứ nhất, phàm những sự vật xa xôi, to lớn, há có

[1] Hai đạo trong ngoài (nội giáo và ngoại giáo), đây nói theo cách của người theo đạo Phật, thường gọi đạo mình là nội giáo, gọi Nho giáo là Ngoại giáo; cũng như kinh điển đạo Phật gọi là Nội điển, kinh sách thế tục gọi là Ngoại điển.

[2] Năm giới (Ngũ giới): Năm giới căn bản của người tin theo Phật, gồm không giết hại, không trộm cắp, không tà dâm, không nói dối và không uống rượu.

[3] Ngũ thường: gồm nhân, nghĩa, lễ, trí và tín.

thể đo lường được sao? Điều mà người nay được biết không gì xa và lớn hơn trời đất. Trời là do khí tích tụ, đất là do khối tích tụ, mặt trời là tinh của khí dương, mặt trăng là tinh của khí âm, các vì sao là tinh của muôn vật. Đó là theo sự sắp xếp của nhà Nho.[1] Dù vậy, có biết bao điều trong vũ trụ mà chúng ta vẫn không sao hiểu biết hết được.

Đất vẫn là chất nặng và rắn, chìm xuống thành khối dày, thế mà đào xuống đất thì gặp mạch nước, hóa ra đất lại nổi trên nước? Sông suối lớn nhỏ hàng trăm dòng đều xuôi chảy về biển, vì sao biển chẳng đầy tràn? Thủy triều lên xuống có chừng mực là do đâu vậy? Trời đất bao la rộng lớn, tại sao phân vạch bờ cõi chỉ chú trọng riêng có Trung Hoa là chính? Chẳng phải còn có các nước Hung Nô, nước Hồ ở phía tây, nước Việt ở phía đông, nước Điêu Đề, nước Giao Chỉ nữa đó sao? Lấy đó mà xét, còn có rất nhiều việc mà không bao giờ ta hiểu cho hết được. Há nên dùng việc tầm thường của người mà suy lường hết ngoài vòng vũ trụ hay sao? Chỗ tin nhận của người phàm chỉ là do tai nghe, mắt thấy mà thôi. Ngoài những điều tai nghe, mắt thấy thì tất cả đều nghi ngờ!

Nhà Nho mô tả về trời, thường dùng nhiều nghĩa. Hoặc cho đó là *hỗn*, hoặc là *cái*, hoặc là *tuyên*, hoặc là *an*,[2] thảy đều do dùng trí suy diễn mà biết, chẳng phải dùng mắt thấy, tai nghe. Vì sao có thể tin lời ức đoán của phàm phu mà không thấu hiểu ý nghĩa mầu nhiệm của bậc Đại thánh, lại cho rằng không có số thế giới nhiều như cát sông Hằng, không có số kiếp nhiều như số hạt bụi nhỏ? Xưa ông Trâu Diễn đời Chiến quốc luận về chín châu, nói rằng người ở miền núi chẳng tin loài cá có thể

---

[1] Từ đây trở xuống chúng tôi có lược bỏ một số đoạn vì không còn phù hợp với kiến thức hiện nay.

[2] Hỗn, cái, tuyên, an: Vua Chuyên Húc soạn sách *Hỗn thiên, hỗn* nghĩa là một khối to lớn, có tri giác nhưng còn hỗn độn, chưa có khai tịch. Vua Hoàng Đế soạn sách *Cái thiên, cái* nghĩa là che trùm tất cả. Nhà Hạ và nhà Ân soạn sách *Tuyên thiên, tuyên* nghĩa là bày tỏ cho mọi người đều biết. Nhà Hậu Ngu soạn sách *An thiên, an* nghĩa là làm cho yên định, an ổn. Cả bốn sách ấy đều mở rộng các nghĩa trên mà mô tả về trời.

lớn như cây đại thụ, còn người sống ở vùng biển lại chẳng tin rằng có những cây lớn bằng loài cá to. Hán Võ đế không tin là có loại keo dùng nối được dây cung đứt,[1] Ngụy Văn đế chẳng tin rằng có thể dùng lửa mà giặt vải chống lửa.[2] Người Hồ nhìn thấy vải lụa, chẳng tin rằng do con tằm ăn lá dâu, nhả tơ mà dệt nên. Xưa ở Giang Nam, người ta chẳng tin có tấm trướng long chiên chứa được ngàn người; trên miền Hà Bắc, dân chúng chẳng tin có chiếc ghe chở đến muôn hộc! Thế mà tất cả những điều ấy đều có thật.

Các pháp sư, nhà ảo thuật thường làm được những chuyện dị kỳ như bước vào lửa, đi trên lưỡi dao sắc... biến hóa ra vật này, vật khác. Sức người thường còn làm được như vậy, huống chi là sự thần thông cảm ứng, chẳng thể suy lường như lọng báu che ngàn dặm, như tòa báu rộng trăm do-tuần, như hóa thành cõi Tịnh độ, như đột nhiên mọc lên tháp báu?

Về điều thứ hai, nên biết những sự thành tín hay hủy báng dù nhỏ nhặt cũng đều có ảnh hưởng. Tai nghe mắt thấy những việc như vậy đã có rất nhiều. Nhưng đôi khi vì sự thành tín chưa đủ sâu xa, vì nghiệp duyên chưa đủ cảm ứng nên chưa thấy được. Hoặc có khi xảy ra vào lúc khác, muộn màng hơn, nhưng rốt cuộc thì mọi hành vi đều sẽ có quả báo. Làm thiện thì phước đến, làm ác thì họa theo, tất cả học giả trong thiên hạ[3] đều nói như vậy, đâu chỉ riêng trong kinh điển Phật giáo mà gọi là hư vọng?

---

[1] Đời Hán Võ đế, có một nước ở bờ biển miền Tây dâng cho vua thứ keo có mùi thơm, sứ giả nói rằng có thể dùng keo ấy mà nối dây cung đứt. Vua không tin, sai người cất vào kho ngoài. Về sau, vua bắn cung tại điện Cam Tuyền, dây cung bị đứt. Vua chợt nhớ liền sai người lấy keo ấy ra nối, quả nhiên dây cung liền được như cũ.

[2] Đời Ngụy Văn đế có một nước Tây vực dâng lên vua loại áo bằng vải chống lửa. Sứ giả nói rằng mặc áo ấy vào lửa thì chẳng bị lửa đốt, và khi áo bị bẩn phải dùng lửa mà giặt. Vua không tin, sau thử nghiệm thấy quả đúng như vậy.

[3] Nguyên văn dùng "cửu lưu, bách thị" (trăm họ chín phái), chỉ cho tất cả các học thuyết đương thời. Chín phái gồm có: 1. Phái Nho gia, 2. Phái Đạo gia, 3. Phái Âm dương gia, 4. Phái Pháp gia, 5. Phái Danh gia, 6. Phái Mặc gia, 7. Phái Tung hoành, 8. Phái Tạp gia, 9. Phái Nông gia.

Những việc như Hạng Thác, Nhan Hồi chết yểu, Bá Di, Nguyên Hiến phải chịu đói lạnh,[1] Đạo Chích, Trang Kiêu được hưởng phước thọ, vua Tề Cảnh, tướng Hoàn Khôi được cường thịnh, giàu sang,[2]nếu muốn thấu hiểu được thì cần phải rõ biết những nghiệp đời trước, vì do đó mới chiêu cảm quả báo đời sau. Bằng như thấy người làm thiện bỗng chịu tai họa, kẻ làm ác lại gặp phước lành, rồi đem lòng oán trách cho rằng trời đất chẳng công minh, chẳng hóa ra vua Nghiêu, vua Thuấn nói bậy, các vị Châu, Khổng dạy sai? Vậy còn biết tin vào đâu mà lập thân?

Về điều thứ ba, nên biết xưa nay những người làm ác thì nhiều, người làm lành rất ít, như vậy lẽ nào lại đòi hỏi tất cả mọi người đều phải trong sạch, tinh khiết cả hay sao? Người đời khi thấy hàng danh tăng đức hạnh thì bỏ qua mà không nói đến, còn gặp những kẻ phàm tăng tục nết thì sanh lòng hủy báng, chê bai. Hơn nữa, người học nếu không chuyên cần, há đổ lỗi cho khoa giáo hay sao? Hàng tăng sĩ học kinh luật nào có khác chi nhà Nho học Kinh Thi, kinh Lễ? Những lời dạy trong kinh Thi, kinh Lễ đều là để giúp người trở nên chân chánh, thế mà người học chẳng có ai được hoàn toàn cả! Cũng vậy, giới luật nhà Phật là để giúp người xuất gia tu sửa, nhưng lẽ nào lại chẳng có ai phạm vào? Những người làm quan, dù không đủ đức độ vẫn cầu được bổng lộc tước vị, huống chi hàng tăng lữ hủy cấm, đâu lẽ từ chối sự cúng dường? Cho nên, đối với giới hạnh cũng không khỏi có kẻ hủy phạm. Nhưng một khi đã mặc áo cà-sa là được tính vào hàng tăng lữ, chỉ tính trong khoảng một năm trai giới, tụng trì kinh luận thì so với những người thế tục cũng đã là hơn xa rồi vậy.

Về điều thứ tư, nên biết kinh luận Phật giáo dạy rất nhiều đường tu tập mà xuất gia chỉ là một trong số đó thôi. Nếu người có lòng thành hiếu, lấy nhân huệ làm gốc, như ông *Tu-đạt*, ông

[1] Đây là những trường hợp người làm việc thiện mà chịu khổ nạn, tai họa.

[2] Đây là những trường hợp người làm việc ác mà được hưởng phước lành.

Lưu Thủy, thì chẳng cần cắt tóc cạo râu, há phải bán hết ruộng vườn mà tạo tháp miếu, bỏ cả nhà cửa mà làm tăng ni hay sao? Chỉ vì không có sự tiết chế, quản lý, để cho những ngôi chùa phi pháp dựng lên, hại mất chỗ cày cấy của dân, để cho những thầy tăng không hạnh nghiệp vào đó trốn thuế sưu của Nhà nước. Nhưng đó đâu phải là chủ ý của đấng Đại giác.

Lại nữa, việc cầu đạo là giải thoát thân mình, phát triển kinh tế là việc của Nhà nước. Trong hai đường ấy không thể đồng thời thực hiện. Như bề tôi theo giúp vua thì phải bỏ mẹ cha, con hiếu lo việc nhà thì bỏ việc nước. Mỗi người phải chọn đường riêng của mình. Nho giáo cũng có những người chẳng lòn cúi bậc vương hầu, giữ tiết khí cao thượng. Các vị danh sĩ cũng có kẻ nhường ngôi vua, từ quan chức, lánh thế tục vào sống trong rừng núi, lẽ nào cũng cho rằng những bậc ấy là trốn sưu thuế, có tội với xã hội hay sao?

Nếu có thể khai hóa cho dân, độ cho tất cả đều vào đạo tràng, như vua Hướng Khư ở cõi Diệu Lạc,[1] thì tự nhiên đất nước sẽ được sung túc, giàu có vô tận, cần chi những mối lợi nhỏ mà buộc người tu phải lo việc làm ruộng, nuôi tằm?

Về điều thứ năm, nên biết rằng hình thể dù chết mà tinh thần vẫn còn. Người đời khi đang sống nghĩ đến kiếp sau thấy dường như chẳng có sự liên hệ, phụ thuộc. Nhưng đến khi chết rồi thì đối với kiếp trước cũng gần gũi tựa như già với trẻ, sớm với chiều.

Trong cuộc sống đôi khi cũng thấy có thần hồn hiện ra trong mộng tưởng, hoặc giáng đồng thiếp, hoặc cảm ứng vợ con hay tôi tớ, đòi hỏi việc cúng kính... những việc như vậy chẳng phải là ít. Những kẻ đời nay nghèo hèn, bệnh hoạn, khốn khổ, đều tự trách mình đời trước chẳng tu phước nghiệp. Theo lẽ đó mà luận, há chẳng nên lo việc tu hành tinh tấn hay sao?

[1] Vua Hướng Khư: Trong kinh *Di-lặc* hạ sanh thành Phật và nhiều Kinh khác có nói rằng: Vào thuở đức *Di-lặc* ra đời làm Phật, sẽ có vị Luân vương tên là Hướng Khư, rộng làm mười đều thiện, tự nhiên trong nước dân được no đủ, vui sướng.

Như khi ta sanh ra con cháu, chỉ là tự nhiên mà có giữa khoảng trời đất này, nào có liên quan gì đến ta mà lại yêu thương, bảo bọc, lo kiến tạo nền móng để lại. Huống chi phần tinh thần của chính mình lại muốn bỏ đi hay sao?

Kẻ phàm phu ngu muội, chẳng thấy đời vị lai, nên nói rằng thân sanh ở đời sau với đời này là khác nhau. Nếu được có thiên nhãn sẽ thấy rằng mỗi một giây phút tiếp nối nhau đều có sự sống liên tục, đời này truyền sang đời khác, chẳng bao giờ dứt, chẳng phải là đáng sợ lắm sao?

Lại nữa, người quân tử sống trong đời quí ở chỗ biết bỏ thân mình mà theo lẽ phải, giúp ích cho xã hội. Giữ việc nhà thì muốn cho gia đình thịnh vượng, giúp việc nước thì muốn cho đất nước an lành. Xét lại, những kẻ tôi tớ, thê thiếp, quần thần, dân chúng đối với mình có quan hệ gì mà mình phải vì họ cần khổ tu đức? Lẽ nào đó cũng là các bậc thánh nhân như Nghiêu, Thuấn, Châu, Khổng bỏ phí mất sự an lạc của thân mình đó sao?

Một người tu hành đạo Phật tế độ cho bao nhiêu kẻ thoát khỏi nhiều đời tội lụy! Hãy nghĩ kỹ mà xem. Nếu những ai còn phải lo liệu việc đời, gầy dựng nhà cửa, chẳng bỏ vợ con, chưa thể xuất gia, thì hãy thường tu giới hạnh, lưu tâm đọc tụng kinh diển, lấy đó làm chỗ hướng đến cho đời sau. Thật rất khó được sanh làm người, vậy chớ nên bỏ luống qua!

Người quân tử của đạo Nho còn xa việc bếp núc, thấy con thú sống chẳng nỡ làm nó chết, nghe tiếng nó kêu la thì không ăn thịt nó. Cao Sài,[1] Chiết Tượng tuy chưa biết đạo Phật nhưng đều không giết hại. Đó là người có nhân, dụng tâm một cách tự nhiên. Muôn loài sanh linh thảy đều tham tiếc mạng sống, cho nên mình phải cố gắng tránh việc giết hại. Những kẻ ưa thích làm việc giết hại, khi lâm chung thì quả báo hiện ra, rồi về sau

[1] Cao Sài là học trò đức Khổng tử. Trong sách Tiểu học có chép: "Tử Cao (tức Cao Sài) khi đi chẳng đạp lên bóng người khác, vào mùa thú vật đang sanh nảy chẳng giết vật sống, về mùa cây đang lớn không chặt bẻ cành lá..".

con cháu còn phải chịu tai ương. Những trường hợp như vậy nhiều không kể xiết, dưới đây chỉ tạm ghi ra một số trường hợp:

Gần đây có người thường lấy lòng trắng trứng gà hòa với nước mà gội đầu cho mượt tóc. Suốt đời không biết đã dùng đến biết bao nhiêu là trứng gà. Đến lúc sắp chết bỗng nghe trong mái tóc có tiếng gà con kêu chíp chíp.

Lại ở Giang Lăng có người họ Lưu làm nghề bán canh lươn. Về sau sanh ra một đứa con, đầu mặt như lươn, từ cổ trở xuống mới là hình người.

Quan thái thú quận Vĩnh Gia là Vương Khắc. Một hôm có người đem biếu một con dê. Vương Khắc bày tiệc mời khách đến ăn thịt dê. Khi ấy, sợi dây buộc con dê bị sút ra, dê chạy tới trước một người khách, quì xuống, lạy hai lần và chun vào núp trong áo của người ấy. Nhưng người ấy không nói gì, cũng không xin cứu mạng dê. Liền đó, nhà bếp bắt lấy con dê, làm thịt mang lên đãi khách. Người khách ấy vừa nuốt một miếng thịt vào miệng thì hơi nóng lan ra khắp thân thể, làm đau đớn vô cùng. Người ấy rên la hồi lâu, phát thành tiếng kêu như dê rồi chết!

Đời Hiếu Nguyên nhà Lương, tại Giang Châu có quan huyện lệnh Vọng Thái. Khi có loạn Lưu Kính Cung, dinh quan huyện bị đốt cháy, quan phải tạm trú ở một ngôi chùa. Dân trong vùng đem bò và rượu đến làm lễ. Quan huyện lệnh sai người buộc con bò vào cột chùa, dẹp hết tượng Phật, sắp đặt bàn ghế làm chỗ ngồi tiếp khách và ăn uống trước chánh điện. Lúc chưa bị giết, con bò bỗng sút dây chạy thẳng tới thềm mà lạy. Quan huyện lệnh cả cười, sai quân bắt đi làm thịt. Ăn uống no say rồi, liền nằm dưới bức rèm mà ngủ. Chừng tỉnh dậy, thấy trong mình phát ngứa, móng tay cào gãi những mụt chỗ kín, nhân đó phát thành bệnh cùi, đau đớn kéo dài hơn mười năm rồi chết.

Dương Tư Đạt làm quan thái thú quận Tây Dương, nhằm lúc có loạn Hầu Cảnh (548 - 552), lại thêm nắng hạn mất mùa, dân đói khổ đi ăn trộm lúa trong ruộng. Tư Đạt sai một viên bộ khúc đem quân giữ lúa, bắt được kẻ trộm liền chặt cánh tay và giết hơn mười người. Về sau, viên bộ khúc ấy sanh ra một đứa con trai không có cánh tay.

Đời nhà Tề có người nhà giàu xa xỉ, thích ăn thịt bò, nhưng phải tự tay giết bò thì ăn mới ngon. Đến khoảng ba mươi tuổi bỗng mắc bệnh nặng, nhìn thấy cả bầy bò kéo đến. Liền đó, khắp cả người như bị dao đâm, kêu gào mà chết.

Cao Vĩ quê ở Giang lăng, theo tôi[1] vào sống ở nước Tề nhiều năm, thường đến châu U, vào trong đầm lạch mà bắt cá. Về sau bị bệnh, thường thấy có bầy cá cắn xé mình, cảm thấy đau đớn cho đến chết.

6. Tam giáo dạy về chân như bổn tánh

Chân như bổn tánh là cái thể hoàn toàn chân thật, không một mảy may hư vọng, sẵn có từ khi cha mẹ còn chưa sanh ra, cũng gọi là *bổn lai diện mục*. Thiền tông gọi đó là *Chánh pháp nhãn tạng*; Liên tông[2] gọi là *Bổn tánh Di-đà*. Khổng tử gọi là *thiên lý*. Lão tử gọi là *cốc thần*. Kinh Dịch gọi là *thái cực*. Tên gọi tuy khác mà kỳ thật cũng đồng như nhau.

Tánh ấy rỗng không mà linh diệu, vắng lặng mà mầu nhiệm. Từ thuở trời đất chưa phân đã có cái lý ấy rồi. Trải qua nhiều kiếp như số hạt bụi nhỏ cũng chẳng mất; dầu cho thế giới có hư hoại cũng chẳng thay đổi.

Tổ sư dạy rằng: "Có một vật hiện hữu trước cả trời đất, vắng lặng cô tịch không hình tướng, thường làm chủ mọi hiện tượng, không thay đổi theo bốn mùa." Chính là nghĩa của *chân như bổn tánh* vậy.

Than ôi! Người ta chẳng biết gìn giữ cái chân tánh tự nhiên sẵn có của mình nên bị buộc trói vào cái thể xác vật chất do

[1] Tác giả, tức quan Thị Lang tự xưng.

[2] Tức Tịnh độ tông.

bốn món đất, nước, lửa, gió hợp thành. Đang khi thọ lấy hình hài đã bị âm huyết và trược khí làm cho mê tối thể tánh bổn nhiên thanh tịnh. Đến lúc sanh ra đời lại mê say, điên đảo với năm món dục, sáu trần cảnh, nên đối với cái thiên chân sẵn có càng thêm mờ mịt! Vì thế, Phật dạy tám muôn bốn ngàn pháp môn đều nhằm dắt dẫn người đời bỏ vọng về chân. Trong đó, pháp môn thẳng tắt và dễ thực hành hơn hết là pháp môn niệm Phật. Người tu tập pháp này, lòng không tán loạn thì *tam-muội* hiện tiền. Đó là trở về với bổn tánh vậy.

Đức Khổng tử dạy người kiềm chế lòng tham muốn của riêng mình để trở lại với thiên lý. Chỗ tham muốn của riêng mình đã dứt sạch thì thiên lý tự sẽ lưu hành.

Đức Lão tử dạy người ta bỏ lòng tham muốn, giữ yên thần trí, đó chính là *cốc thần* không hư hoại. *Cốc* là nghĩa rỗng không, *thần* là nghĩa linh diệu. *Cốc thần* nghĩa là rỗng không linh diệu không mê tối. Đó chính là cái chân tánh không thể hủy diệt.

Kinh Thư dạy rằng: Do thành thật mà được sáng suốt, đó gọi là *tự tánh*; do sáng suốt mà được thành thật, đó gọi là *chỉ dạy*. Cho nên, thành thật ắt được sáng suốt, sáng suốt ắt được thành thật. Chỉ người chí thành trong thiên hạ mới thấu hiểu được tự tánh. Thấu hiểu được tự tánh thì thấu hiểu được tánh của người khác. Thấu hiểu được tánh của người khác thì thấu hiểu được tánh của muôn vật. Thấu hiểu được tánh của muôn vật thì biết được rằng tánh của thánh nhân với phàm phu cũng đồng một thể.

Kinh Kim Cang dạy rằng: "*Pháp này bình đẳng, không có sự cao thấp.*" Nói "*pháp này*" là chỉ cho bổn tánh. Bổn tánh ấy ví như kim cương, là vì nó rắn chắc, không thể hư hoại. Nói "*không có sự cao thấp*" là vì, trên từ chư Phật, Bồ Tát, dưới cho đến các loài sâu bọ, côn trùng thảy đều có tánh Phật, cho nên nói là bình đẳng.

Tâm kinh dạy rằng: "*Không thêm không bớt.*" Chân tánh

ấy ở nơi bậc thánh cũng không thêm, ở nơi phàm phu cũng không bớt, cho nên nói là "*không thêm không bớt*".

Nho giáo cũng dạy rằng: "Muôn loài có sự sống, thảy đều có đủ một khí thái cực." Đó cũng là lý chân như bổn tánh vậy.

Than ôi! Thánh, phàm, người, vật vốn đồng một tánh. Chỉ bởi mê, ngộ mà khác nhau; chỉ tại nhiễm ô hay thanh tịnh mà thành phân biệt! Cho nên mới có thánh, có phàm, có người, có vật. Như vậy thì đối với các loài vật, lẽ nào lại nên giết để ăn thịt hay sao? Ngày nay nếu giết nó mà ăn, ngày sau ắt nó cũng sẽ giết mình mà ăn lại. Kinh Lăng Nghiêm dạy rằng: "Người chết làm dê, dê chết làm người, ăn nuốt lẫn nhau." Lẽ nào trốn tránh được sao?

Có kẻ nói rằng: "Trời sanh muôn vật là để nuôi người. Nếu mình chẳng giết đi mà ăn, thì cầm thú ngày càng nhiều biết làm sao mà trị?"

Đáp rằng: "Bởi số người giết vật ăn thịt quá nhiều, cho nên phải đọa làm vật cũng nhiều. Nếu người ta chẳng giết hại, chẳng ăn thịt, thì khỏi bị cái nạn phải lần hồi thường mạng. Vì sao vậy? Nếu mọi người khắp thế giới đều giữ theo trai giới, tự nhiên chẳng còn ăn thịt. Không ăn thịt thì không còn giết hại. Không giết hại thì không phải sa đọa. Khi ấy, địa ngục sẽ hóa thiên đường, phàm phu cũng thành Phật Thánh."

Kinh Phạm Võng dạy rằng: "Bậc tỳ-kheo giữ giới không làm chết cây cỏ, huống chi là đối với loài hữu tình! Hữu tình là các loài vật sẵn có tánh Phật, vô tình là các loại cỏ cây, ngói sỏi. Theo đó mà suy ra thì hết thảy các loài vật có mạng sống, dầu lớn, dầu nhỏ cũng chẳng nên giết hại.

Các người nên chín chắn chuyên tâm niệm Phật, thấu rõ cội nguồn chân thật. Nếu tu tập đến mức tự mình thấu suốt tất cả, muôn pháp hiển bày trước mắt, đó gọi là kiến tánh thành Phật, vượt thoát luân hồi. Chỉ cần một niệm sai lệch chậm chạp thì muôn kiếp phải chìm trong biển khổ. Có thể nói rằng: "Súc sinh từ đó đọa, thành Phật cũng do đây."

7. Đông Pha Học sĩ thuyết về việc ăn uống

Giữa khoảng âm dương trong vòng trời đất phát sanh muôn loài muôn vật. Muôn vật đều có ích cho sanh linh, mà trong tất cả sanh linh thì con người là cao trổi nhất. Tuy là cao trổi nhất nhưng vẫn phải nương vào việc ăn uống làm gốc. Có ăn uống no đủ rồi mới có thể lập thân, lập hạnh.

Muốn nuôi thân cần phải dùng những vật như lúa, nếp, bắp, đậu cùng là dưa, trái, cà, rau... Muốn lập hạnh, ắt phải thực hành những đức nhân, nghĩa, lễ, trí, tín và theo những nghề nghiệp thuộc các giới sĩ, nông công, thương. Cho nên, người đời đều có thể tùy ý mà lập thân và lập hạnh.

Vả lại, loài vật cũng là sanh linh, cũng có mạng sống, cũng có cái lý ngũ thường, cũng biết vui mừng, nóng giận, buồn đau, sợ sệt, cử động tới lui, lên xuống. Chúng cũng biết đau đớn, ngứa ngáy, biết no, biết đói, có sự sanh sản, trìu mến, đùm bọc nhau như ta vậy. Than ôi! Người đời vì tham ăn uống nên bắt chúng mà nướng, mà trui, thật đáng thương thay!

Ôi! Hình thể tuy chẳng đồng với ta, nhưng mạng sống vẫn không khác! Nấu nướng thân xác chúng để nuôi dưỡng thân ta, giết hại mạng sống của chúng để nuôi sống mạng mình, thật không phải là lòng nhân, chính là ý tưởng ngu si. Phàm những kẻ ăn thịt đều là phạm vào Ngũ thường.

Giết mổ thân chúng để được miếng ăn ngon béo, đó là không có *nhân*. Chia lìa quyến thuộc chúng, nhóm họp người thân của mình, đó là không có *nghĩa*. Đem xác thịt chúng mà hiến cúng thần linh của mình, đó là không có *lễ*. Nói rằng được hưởng lộc mà chúng phải chịu nạn dao thớt băm vằm, đó là không có *trí*. Đặt mồi nhử, mưu mô lừa phỉnh, khiến chúng phải sa vào hầm bẫy, đó là không có *tín*.

Than ôi! Người sống ở đời đều phải nương theo ngũ thường, biết mà vẫn cố ý phạm vào, thật chẳng đáng làm người!

Lại nữa, người đời thường nói rằng: "Vì thiếu nợ tiền bạc nên phải làm thú để trả. Đó là lộc đáng hưởng, không có tội lỗi."

Xét kỹ ra, lời ấy chẳng đúng. Nhân vì các loài sanh linh đều có đồng mạng sống như con người. Mạng là mạng của riêng mình, nợ là chuốc lấy ở đời. Nợ có thể bỏ được, nhưng mạng thì không thể bỏ. Nếu cứ luân chuyển oán thù, thay nhau mà chịu hại; nay sắp bị giết thịt chẳng đáng thương sao?

Ôi! Kẻ ăn thịt là bất nhân. Người có lòng nhân thì chẳng ăn thịt! Tiên sinh Minh Đạo nói rằng: "Người là đồng bào với ta, thú là đồng khí với ta." Bùi Tướng quốc nói: "Những loài có huyết khí đều có tri giác, hễ có tri giác thì đồng thể với ta." Mạnh tử dạy rằng: "Đã thấy con thú đang sống, chẳng nỡ nhìn nó chết; nghe tiếng nó kêu la, chẳng nỡ ăn thịt nó."

Cho nên, người quân tử phải thường kiêng tránh việc giết hại.

8. Bài văn giới sát của Tổ sư Ưu Đàm

Tất cả những loài sanh ra từ trứng, từ bào thai, từ nơi ẩm thấp, từ sự biến hóa, bao gồm các loài biết bay trên trời, biết chạy dưới đất, cá lặn trong nước, cho đến côn trùng, sâu bọ... hết thảy đều là chư Phật trong tương lai,[1] hoặc là cha mẹ nhiều đời của ta trong quá khứ.

Lại xét cho đến lẽ hết lòng sợ chết, gấp rút tham sống, tránh điều khổ, tìm điều sung sướng, thì giữa ta và muôn vật đều như nhau cả. Cầu được yên thân nuôi dưỡng mạng sống, lẽ ấy muôn loài đều không khác. Vì sao đã nghe tiếng kêu thảm thiết mà còn lôi dắt đến chỗ giết mổ; đã thấy mắt nhìn sợ sệt van cầu mà lại đẩy xô đến nơi phải chết?

Lại bẫy rập đầy núi, lưới giăng khắp ruộng đồng, đốt lửa đầy núi non; khói xông khắp chốn; ngựa khỏe rượt theo, chim

[1] Vì Phật có dạy rằng: "Tất cả chúng sanh đều là Phật sẽ thành.".

ưng bắt lấy.[1] Vượn nhìn mũi tên bay mất hồn; chim thấy dây cung buông khiếp vía! Nỗi chua cay nát óc bể đầu, làm sao chịu nổi? Niềm khổ đau mổ bụng lóc xương, thật khá thương thay! Huống chi, muôn loài đều chẳng khác với ta, đều quý thân mạng, đều có tánh Phật, cũng đủ tâm tình cảm xúc, cũng đủ tánh linh.

Sao nỡ bày việc giết hại, thịt xương chất thành núi, nấu nướng chiên xào? Miếng ngon ở miệng mình mà hủy hoại tim gan chúng! Chẳng biết rằng giết hại chúng sanh tức là làm thân Phật chảy máu; ăn thịt chúng sanh chính là ăn thịt cha mẹ đời trước của mình. Dứt mất hạt giống từ bi, tạo thêm tội nghiệp sát hại. Phước thọ trong đời này phải tiêu mòn, đứt đoạn; sau khi chết còn phải chìm đắm trong rừng kiếm, núi đao; rồi phải sanh trở lại làm gà, heo, cá, thỏ... lần lượt trả nợ, cũng sẽ bị nấu nướng, mổ xẻ, nhân quả tương tợ. Cho nên, xét kỹ việc ăn thịt thật đáng khiếp sợ!

Cho đến như kẻ chuyên mua bán thịt cũng không tránh khỏi tội nghiệp nặng nề. Bồ Tát thà chịu nát xương chứ không ăn nuốt xương thịt chúng sanh. Cho nên, thỏ trắng tự thiêu để cúng dường mà tiên nhân không thọ dụng.[2] Đến cây cỏ còn không nhổ hại, há lại ăn thịt chúng sanh hay sao?

Có lời dạy rằng: Nên xa chỗ bếp núc, nghe tiếng kêu la của con vật thì chẳng nỡ ăn thịt.[3] Nuôi dưỡng súc vật để bán thì cũng đồng tội như kẻ giết hại, ăn thịt. Đức Phật rủ lòng từ bi

[1] Ở đây mô tả cảnh đi săn ngày xưa, người đi săn cưỡi ngựa bắn tên, có mang theo chó săn và chim ưng để lùng sục, bắt mồi.

[2] Thuở xưa, có một vị tiên nhân tu hành trong một động đá trên núi. Đến năm trời hạn, trong núi chẳng còn hoa, quả và nước. Ông muốn đi xuống chợ hóa trai. Có con thỏ trắng ở đó, không muốn ông bỏ việc tu tập nên tự nhào mình vô lửa thiêu mình để cúng dường cho ông ăn. Ông chạy đến lấy con thỏ ra khỏi lửa, dù đã chết rồi mà vẫn chẳng nỡ ăn thịt nó, rồi ông quyết chí ở lại trong núi mà tu hành.

[3] Đây là lời dạy của Nho gia, nguyên ý là: Người quân tử chẳng gần việc bếp núc, nghe tiếng kêu của con vật khi bị giết thì không ăn thịt của nó.

nên chế định giới không giết hại. Như dứt hẳn được việc giết hại, thật là đức lớn thay! Người tu Tịnh độ phải gắng giữ gìn.

Nên có thể nói rằng:

Chẳng tham mùi hương nhử,
Mới thật bậc chân tu!

9. Văn giới sát của Thiền sư Phật Ấn

Hết thảy muôn loài lông, cánh, vảy...
Chúng sanh cùng Phật đồng một tâm.
Chỉ bởi xưa kia dụng tâm nhầm,
Nay mới thọ hình hài muôn thú.
Từng nước thẳm, rừng xa vui thửa,
Sao nỡ đem làm bữa hằng ngày?
Phút đâu bắt sống về đây,
Hoặc dùi đập, hoặc là dao mổ,
Nồi chảo đun, cực khổ xót xa!
Cạo lông, nhổ cánh, lột da,
Róc xương, rạch ruột, thở ra hơi tàn.
Nấu nướng dọn lên bàn vừa miệng,
Khuyên vợ con no miếng ngon lành.
Chỉ thường buông thả vô minh,
Tạo nhân, tác nghiệp có ngày khổ thân.
Oan nghiệp để tới khi chung mạng,
Chạy đường nào thoát lưới nghiệp nhân?
Xưa nay quả báo tỏ tường,
Vạc dầu, lò lửa, không đường tránh qua!
Khuyên thiện hữu để lòng răn giữ,
Chớ xem thường sanh mạng chúng sanh.
Miếng ăn, miếng trả ắt chẳng sai,
Lời chư thánh xưa không hư dối:
Giới sát, niệm Phật, thường phóng sanh,
Quyết về Tây phương, bậc Thượng phẩm.

10. Văn giới sát của Thiền sư Chân Yết

Đáng thương trần thế lầm to!
Thường đem việc khổ làm trò vui chơi.
Tiệc bày đãi khách tơi bời,
Sanh linh giết hại để mời người ăn.
Bên tai còn tiếng kêu than,
Liền đem nước nóng xối thân nỡ nào!
Hoặc là nồi chảo nấu xào,
Hoặc là than lửa đưa vào nướng quay.
Trên thềm nhóm họp đủ đầy,
Dưới thềm âm nhạc vui vầy đờn ca;
Một đời buông thả xa hoa,
Biết đâu tội nghiệp đắm sa ngàn đời?
Một mai tuổi thọ dứt rồi,
Oan gia đòi mạng khắp nơi đuổi tìm.
Dầu cho chối cãi lẽ cùng,
Quỉ thần bắt trói, khỏi vòng được sao?
Hoặc rơi rừng kiếm núi đao,
Hoặc vào vạc nấu, hoặc vào lò nung.
Trả y nợ cũ trong đời,
Dao đâm búa bổ không lời biện minh!
Bấy giờ đau đớn một mình,
Xót vay nào kẻ thân tình là ai?
Đến chừng mãn tội đọa đày,
Súc sanh lại phải đầu thai mới vừa;
Mang yên, ngậm sắt, ngựa, lừa..
Tớ tôi phận chó, cày bừa thân trâu!
Thiện nam, tín nữ đâu đâu,
Khuyên mau trở gót, quay đầu đường ngay.
Sao bằng tu sửa thân tâm,
Khỏi ba đường ác, khỏi đày trầm luân.
Nhược bằng lỡ bước sa chân,
Muôn đời đọa lạc khó phần thoát ra,
Chỉ chuyên niệm Phật Di-đà,
Cầu sanh Cực Lạc, thoát về Tây phương.

11. Văn giới sát của Tổ sư Phổ Am

Thương thay kẻ tục nhân ngu muội,
Tạo nhiều tội ác lại thắp hương!
Đình thần, miếu vũ khắp làng,
Thảy đều là chốn đàn tràng gây oan.
Nơi nơi giết vịt, mổ bò.
Chốn chốn quay gà, luộc lợn;
Kẻ khéo cầm dao đâm cổ.
Người vụng nấu nước, quạt than.
Việc giết hại lăng xăng, nhộn nhịp,
Cùng cạo lông, mổ bụng tơi bời.
Nấu ra rồi nửa sống, nửa chín,
Lại tranh nhau xẻo lấy ít nhiều.
Thật chẳng khác dạ-xoa, la-sát,
Cũng không thua cọp dữ, hùm beo.
Cúng dâng quỉ dữ, thần tà,
Những thần chánh trực ắt là tránh xa!
Quỉ thần biết có dùng no chán?
Mà thân mang tội ác ngút trời!
Mèo kia khỏi nạn giết ăn,
Thì yên một chỗ thân tàng thảnh thơi.
Heo, dê lắm kẻ quen mùi,
Tái sanh chen chúc vào đường súc sanh.
Muôn loài bị giết thảm thương,
Mà người giết cũng không đường thoát thân.
Tội giết hại, tai ương trời giáng,
Được thân người sao chẳng nghĩ suy?
Nếu cần báo đáp thần minh,
Thì nên trai giới giữ mình hiền lương.
Khuyên mọi người hãy suy xét kỹ,
Mạng đổi mạng lẽ kia khó tránh,
Sớm hồi tâm chuyển được tai ương.
Súc sanh vốn trước là người,
Người nay làm ác sau thành súc sanh.
Muốn thân khỏi rơi vào loài thú,
Chớ hoài mang tâm địa súc sanh.

12. Răn việc sát sanh để cúng tế trời đất

Có kẻ nói rằng: "Nghe sư từ bi nên đến đây nhờ chỉ rõ chỗ sai lầm."

Tông Bổn đáp: "Tôi là kẻ phàm ngu, chỉ biết đem lẽ ngay thẳng mà nói thôi."

Liền hỏi: "Sư khuyên làm lành, dạy người niệm Phật, tránh sự giết hại, làm việc từ bi. Nhưng người đời tế trời đất thì dùng trâu, ngựa làm vật hy sinh; hiến thần minh thì giết heo, dê, súc vật. Việc ấy thế nào?"

Đáp: "Trời đất nhân từ, lấy đức hiếu sinh làm chính; thần linh trung chánh, lấy sự ghét việc giết hại làm đầu. Tại sao lại nghịch với lẽ trời mà làm chuyện giết hại điên đảo? Nếu làm chuyện điên đảo, ắt phải gặp tai họa. Vì vậy nên nói rằng: Đắc tội với trời không thể cầu đảo mà thoát được."

Hỏi: "Không giết hại là tốt rồi, nhưng biết lấy gì tế lễ?"

Đáp: "Tế lễ cốt ở sự thành kính chứ không nằm ở việc giết vật. Đức Khổng Tử dạy: Dù cúng tế bằng cơm gạo lức với canh rau, nhưng sự nghiêm trang, tề chỉnh không khác. Đối với vua Vũ nhà Hạ, ta không có chỗ chê. Ngài ăn uống đạm bạc nhưng cung kính quỉ thần. Trong chốn mênh mông, dường như là ở trên, lại dường như ở khắp quanh ta, chẳng phải vậy sao?

"Trong kinh có nhắc việc đức Phật dạy các vị quốc vương rằng: Muốn được mưa thuận gió hòa, mùa màng bội thu, ắt phải tu hành đạo đức, thương mến muôn dân, cai trị hiền lành, răn cấm việc giết hại. Nếu mỗi vị đều làm như vậy, thì toàn cảnh thiên hạ đều hưởng thái bình. Kinh Hoa nghiêm dạy: Chúng sanh cõi *Diêm-phù-đề* chìm trong năm sự uế trược, chẳng tu Mười điều lành, chuyên làm các nghiệp ác như: giết hại, trộm cắp, tà dâm, dối trá, nói lời trau chuốt, đâm thọc, độc ác, lại tham lam, sân hận, tà kiến; chẳng hiếu thảo với cha mẹ, chẳng cung kính bậc tu hành, lại giận dữ tranh đoạt với nhau, chê bai sỉ nhục nhau, mặc tình sanh khởi các kiến giải, mưu cầu những chuyện phi pháp. Vì những nhân duyên ấy nên mưa gió trái thời, mùa màng thất kém, nhân dân đói thiếu, sanh ra nhiều tật bệnh, chạy khắp bốn phương cũng không có nơi nương dựa.

"Than ôi! Nếu người đời biết nghe theo lời Phật dạy mà sửa lỗi, đổi mới tự thân thì sẽ được mọi việc tốt lành, bình an tốt đẹp.

"Trong bài văn Chúc hương, Thiệu Nghiêu Phu viết rằng:

Hai buổi sớm chiều dâng hương cao.
Cảm tạ đất trời khắp trăng sao.
Cầu cho chốn chốn vườn ruộng tốt.
Người người phước thọ tuổi càng cao.
Nước có tôi trung yên xã tắc,
Nhà không nghịch tử khiến lao đao.
Bốn phương bình định, can qua dứt,
Ta dẫu nghèo cùng cũng chẳng sao!

"Lời nguyện ấy to tát thay! Nếu như ai nấy đều có tấm lòng như thế, đều phát nguyện như thế, tự nhiên cảm động thấu trời đất, khiến cho chư thiên đều ủng hộ, ắt được mưa thuận gió hòa, đất nước yên ổn.

"Có thể nói rằng: Tai họa là do tạo ác, phước đức nhờ việc làm lành.

"Đó là lẽ tất nhiên vậy. Xin khuyên hết thảy mọi người, đến như Nhạc đế là bậc chí thần, đạo thông trời đất, mà còn nghe lời răn của thiền sư, bỏ ăn đồ huyết, hưởng sự chay lạt, huống chi bọn phàm phu ngu dại như chúng ta lại theo việc giết hại sanh mạng loài vật mà tế lễ tà thần! Hóa ra cầu phước mà gặp họa vậy. Nhạc đế dạy rằng: Trời đất không tư vị, thần minh ngầm xét rõ. Chẳng phải vì kẻ cúng tế mà ban phước, cũng chẳng vì kẻ không tế lễ mà giáng họa. Lời ấy chí lý thay!

Dám khuyên những kẻ cúng tế thần minh nên làm cỗ chay, tụng kinh hồi hướng siêu độ. Như vậy, thần với mình đều được phước lành. Cần gì phải giết hại vật mạng mà cúng tế? Chẳng tin, hãy lắng nghe bài kệ của cổ nhân như dưới đây:

Hết thảy chúng sanh không giết hại,
Mười phương sao có chỗ đao binh?
Muôn nhà ví phỏng thường tu thiện,
Thiên hạ lo chi chẳng thái bình?

13. Con hiếu thờ cha mẹ không sát sanh

Có người hỏi rằng: "Cha mẹ tuổi cao cần phải ăn thịt cá. Nếu chẳng làm việc sát sanh, lấy gì mà phụng dưỡng?"

Đáp rằng: "Đó là cách nghĩ của kẻ phàm tục, còn bậc Đại thánh thì không như thế. Thực hành đạo hiếu chẳng phải ở nơi việc sát sanh, mà cốt ở sự khuyến thiện. Nếu cha mẹ có lỗi, ắt phải can gián; nếu can gián ba lần mà chẳng nghe, ắt phải buồn khóc. Nếu chẳng làm được như vậy, cho dù hằng ngày phụng dưỡng thịt cá linh đình cũng gọi là bất hiếu.

"Kinh Hiếu tử dạy: Làm con nuôi dưỡng cha mẹ dùng trăm vị ngon ngọt để làm vừa miệng, dùng mọi thứ nhạc hay để làm vui tai, dâng y phục quý tốt để làm đẹp hình thể, một vai cõng mẹ, một vai cõng cha dạo chơi khắp bốn biển. Người đời thực hành đạo hiếu mà được như vậy thật là to tát, khó làm hơn nữa. Nhưng Phật dạy rằng đó cũng chưa phải là hiếu. Nếu cha mẹ ngang ngược tối tăm, chẳng kính thờ Tam bảo, ngỗ nghịch bạo tàn, tạo các nghiệp ác, thì kẻ làm con phải can gián, khiến cho phát lòng tin, qui y Chánh đạo, thường thực hành sáu pháp ba-la-mật, phát tâm từ bi hỷ xả, đối với bậc thiện tri thức thường cung kính, nghe theo giáo pháp, niệm Phật tu hành, nguyện thoát khỏi luân hồi khổ não, sanh về Cực Lạc. Nếu y theo như vậy mà thực hành đạo hiếu mới có thể gọi là báo ân. Nếu chẳng làm được như vậy chỉ là đứa con tầm thường mà thôi.

"Trong văn *Khuyến hiếu* của thiền sư Trương Lô Trạch có một trăm hai mươi bài, một trăm bài trước nói về nết hiếu bằng phụng dưỡng miếng ăn ngon ngọt, tức là nết hiếu của thế gian; hai mươi bài sau dạy kẻ làm con nên khuyên cha mẹ tu Tịnh độ, tức là nết hiếu xuất thế gian. Nết hiếu của thế gian chỉ một đời mà thôi. Nết hiếu xuất thế gian chẳng bao giờ hết. Có thể khiến cha mẹ được vãng sanh Tịnh độ thì không còn nết hiếu nào hơn được. Khi cha mẹ còn sống, nếu làm con chẳng khuyến khích việc tu hành, đến khi cha mẹ qua đời, dù có khóc than thảm thiết, lễ cúng trọng hậu, phỏng có ích gì?

"Trong Quán kinh,[1] trước sau đều nói rằng việc hiếu dưỡng cha mẹ là nghiệp lành thanh tịnh, cũng là một ý như vậy.

"Lại nữa, nếu cha mẹ biết phát khởi lòng tin niệm Phật, đó chính là gieo trồng hạt giống xuống ao sen nơi cõi Cực Lạc. Hết lòng niệm Phật, ắt sẽ đến lúc hoa sen mọc lên khỏi mặt nước. Khi công phu niệm Phật được thành tựu, chính là lúc hoa sen nở ra, liền được gặp Phật!

"Người con hiếu, xét thấy lúc cha hoặc mẹ sắp vãng sanh, bèn ghi chép tất cả những việc thiện cha, mẹ đã làm được trong lúc bình sanh, rồi thường đối trước cha hoặc mẹ mà đọc lên, khiến cho được sanh tâm hoan hỷ. Lại thỉnh cha hoặc mẹ khi ngồi hoặc nằm đều quay mặt về phương Tây, lúc nào cũng nghĩ đến cõi Tịnh độ. Lại bài trí tượng Phật *A-di-đà*, thắp hương, đánh chuông, nhờ người trợ niệm không dứt tiếng. Cho đến khi cha hoặc mẹ tắt hơi, càng tập trung tâm ý, đừng khóc kể bi ai mà thất lạc chánh niệm. Như cha mẹ được vãng sanh Tịnh độ, há chẳng đáng vui mừng sao? Suốt một đời hiếu dưỡng, cốt ở lúc ấy mà thôi!

"Khuyên tất cả những người con hiếu đừng quên việc ấy. Còn như cần làm trọn lễ theo thế gian, hãy chờ cho hơi tắt giờ lâu, mới nên khóc kể bi ai. Ngay trong lúc cha mẹ vừa tắt hơi, rất nên tránh việc ấy.

"Từ xưa nay, những kẻ niệm Phật vãng sanh về Tây phương

[1] Tức kinh Quán Vô Lượng Thọ Phật. .

đâu phải chỉ có ít người? Dưới đây nhắc sơ một vài tích cũ để làm gương cho người niệm Phật:

"Quốc vương Ô Trường nhìn thấy chư vị Thánh chúng đến rước mình; hoàng hậu Tùy Văn theo mùi hương lạ mà về cõi Tây phương; bà Diệu Hạnh thỉnh Phật đợi mình; thế tử triều Tống hầu mẹ cùng về Cực Lạc. Những trường hợp ấy đều có thể gọi là tức thời được thẳng tới cảnh giới đức Như Lai."

Người kia lại hỏi: "Theo đó hành trì thật là đại hiếu. Nhưng nếu chẳng dùng cá thịt, biết lấy gì phụng dưỡng cha mẹ?"

Đáp: "Chỗ mê lầm của ông thật rất đáng thương thay! Trong đời có biết bao món đồ chay tinh sạch, thơm ngon, cần chi đến những món thịt cá tanh hôi, nhơ nhớp?"

Người kia thưa: "Lời sư dạy thật đã rõ lắm."

Đáp: "Vậy ông nên hết lòng làm theo."

14. Răn việc giết thịt đãi khách

Có người nói: "Khách khứa, họ hàng, bè bạn đến thăm chơi, nếu mình chẳng giết thịt mà thết đãi thì ngược với tình đời, sẽ bị chê cười là keo kiết hoặc tin chuyện vu vơ."

Đáp rằng: "Kẻ phàm phu chẳng rõ nên mang lòng e sợ việc ấy. Như người hiểu rõ lý Phật thì còn khuyên họ hàng, bè bạn trai giới niệm Phật, cùng về Tây phương, sợ gì lời chê cười như thế? Chỉ vì người chủ vốn cũng tham ăn cho ngon miệng, nên mới nói ra lời như thế. Nếu hiểu rõ được lẽ nhân quả, tội phước, thì chắc chắn chẳng làm việc ấy. Tại sao vậy? Phải biết rằng những con thú mà họ ăn thịt đó, thảy đều là những họ hàng, quyến thuộc trong nhiều đời. Chỉ vì thay hình đổi dạng nên chẳng nhận biết được nhau đó thôi!

"Than ôi! Nếu kẻ ăn thịt có được trí biết rõ việc đời trước, ắt trong lòng sẽ phải đau đớn lắm, làm sao có thể nuốt cho trôi xuống họng?"

Người kia lại nói: "Đa số người đời nghe như vậy đều nghi ngờ, kinh sợ mà chẳng tin. Xét rằng chúng sanh nhiều vô số, chắc gì con vật mình ăn đó là thân thuộc thuở xưa?"

Đáp: "Trí tuệ của đức Phật thấy biết được trong vô lượng kiếp. Chúng sanh dẫu nhiều nhưng vì luân hồi qua vô lượng kiếp, thọ sanh trải khắp mọi nơi, nên đều đã từng là thân thuộc với nhau, chỉ vì mắt phàm không thấy việc ấy, nên ăn mà chẳng biết đó thôi. Truyện chép lại rằng Vua Trụ nhà Thương cầm tù Tây bá hầu, bí mật giết thịt đứa con trai Tây bá hầu rồi đem cho ông ấy ăn. Tây bá hầu ăn mà chẳng biết. Vua Trụ cười, nói rằng: 'Ai bảo Tây bá hầu là bậc thánh? Đến ăn thịt con mình mà chẳng biết!'

Than ôi! Bậc thánh như Tây bá hầu mà còn không biết, đến ăn thịt con mình, huống chi con mắt phàm phu há nhận ra được những cha mẹ, anh em, vợ con từ nhiều kiếp trước hay sao?

"Kinh *Lăng-già* dạy rằng: 'Phật quán xét thấy chúng sanh luân hồi sáu nẻo, ở trong vòng sanh tử mà ăn nuốt lẫn nhau, thật chẳng có chúng sanh nào lại chẳng phải là thân thuộc của nhau.'

"Kinh ấy cũng dạy rằng: Vì lợi mà giết mổ chúng sanh, vì tiền mà giăng lưới, bẫy để bắt thú, cả hai cách ấy cũng đều là ác nghiệp, sẽ phải đọa vào địa ngục *Hào khiếu*.[1] Cho nên, phải biết rằng những kẻ giết hại và những kẻ ăn thịt đều thật là những tội nhân trong địa ngục.

"Than ôi! Làm cái việc dễ dàng trong một lúc mà phải chịu cái họa khó khăn trong muôn kiếp! Quả báo đáo đầu, không trốn chạy đi đâu được.

"Này các vị! Nếu buông thả theo cái vọng tình của chúng sanh thì nghịch với đại trí của chư Phật. Nếu có đủ lòng từ bi

[1] Địa ngục Hào khiếu: cảnh địa ngục không lúc nào ngưng tiếng tội nhân kêu la vì bị hành hạ đau đớn.

và trí tuệ của đấng Đại giác thì cả chủ và khách đều giải thoát. Còn chỉ biết theo cái tình của thế tục phàm phu thì cả người và ta đều sa đọa.

"Ôi! Cái lẽ được mất, nặng nhẹ như thế nào, người có trí hẳn đã phân biệt rõ."

15. Răn việc giết hại để sinh nở được an ổn

Có kẻ hỏi rằng: "Ở đời, trong việc sanh sản có kẻ sanh khó, có người sanh dễ. Người sanh dễ thì chẳng nói gì, còn như kẻ sanh khó thì có nhiều nhà làm việc sát sanh để cầu được an ổn, việc ấy thế nào?"

Đáp: "Dùng dầu chữa lửa, lửa càng cháy thêm. Ở đời, những kẻ sanh đẻ khó khăn đều là do nghiệp giết hại báo ứng. Oán trước còn chưa giải trừ, oán sau há lại buộc thêm?

"Trong kinh sám dạy rằng: Người không có oan trái, chỉ trong giây lát liền sanh ra, khiến cho người mẹ chẳng hay chẳng biết. Còn nếu là oan gia thì đến hai, ba ngày vẫn chưa ra khỏi lòng mẹ, khiến cho đau đớn như dao cắt. Người mẹ thì đau đớn không chịu nổi, mà cả nhà đều phải kinh hoàng lo lắng và sợ sệt.

"Trong việc sanh khó còn có nhiều trường hợp khác nhau, càng thêm sự đau đớn, khổ sở. Hoặc trong tư thế bứt cỏ tranh mà sanh, hoặc đạp hoa sen mà sanh, hoặc khi sanh đùn đẩy cả ruột gan, hoặc đưa tay trái, chân trái ra trước, hoặc đưa tay phải, chân phải ra trước, hoặc là sanh ngược, đưa cả hai chân ra trước, hoặc khi đứa trẻ ra khỏi lòng mẹ thì thân thể rách nát. Có nhiều trường hợp sanh khó như thế, đều là do nghiệp giết hại chiêu cảm mà có.

"Như oan trái nặng nề thì khi đứa con sanh ra được người mẹ đã bỏ mạng, hoặc người mẹ còn sống sót thì đứa trẻ lại phải chết. Nếu oan nghiệp nặng hơn nữa thì cả hai mẹ con đều chết, cùng sa vào địa ngục. Những việc như thế là do nghiệp giết hại kết hợp với nhiều tội ác khác."

Người kia nói: "Lời sư giảng giải rất hợp lý, rõ ràng. Vậy xin sư truyền dạy cách bảo vệ mạng sống, giải trừ oan nghiệp. Đối với người thế gian thì đây cũng là một phương tiện lớn vậy."

Đáp: "Đúng vậy, đúng vậy. Nếu muốn giữ cho mẹ con được song toàn, nên nghe theo những lời dạy này. Những người phụ nữ khi mang thai không nên ăn tất cả các loại thịt, dù là chó, lươn, chim sẻ hay sò, ốc.... Chỉ nên trai giới tinh nghiêm, đảnh lễ trì kinh *Đà-la-ni* mười lăm lần, hoặc tụng đọc kinh Quán Âm ba mươi lăm lần, cùng tác lễ sám hối, giải oan, cầu phước bảo mạng. Lại cũng phải làm nhiều điều thiện, bỏ tiền mua vật mạng phóng sanh... Nếu làm được như vậy ắt sẽ được mẹ con song toàn, nạn tai tiêu mất, mạng sống an ổn. Nếu không làm như vậy, về sau hối tiếc cũng không còn kịp nữa."

Người kia lại hỏi: "Người đời có những kẻ sanh ra con gái thì dìm cho chết, việc ấy thế nào?"

Đáp rằng: "Người mê muội chẳng rõ lý tánh mới tạo nghiệp giết hại như vậy. Vả lại, người sanh ra ở đời, dù là trai, gái, giàu, nghèo, sống thọ hay chết yểu đều do nghiệp trước. Sao lại đem con gái mà dìm cho chết? Thật đau đớn thay!

"Than ôi! Thà rằng đứa trẻ chẳng được trưởng thành mà tự nó chết đi thì chẳng có oan khiên. Còn như cố ý mà dìm cho nó chết, tất nhiên phải có quả báo.

"Này các vị! Nếu không sớm lo sửa lỗi, đổi mới tự thân, còn rơi vào những việc giết hại thì chẳng những đối với pháp Phật là có tội, mà ngay cả luật pháp thế gian cũng chẳng dung tha."

16. Răn sát sanh trong việc mừng sanh nhật

Có người hỏi: “Người đời đến sanh nhật luôn nói rằng mừng ngày sanh, rồi giết hại nhiều vật mạng để bày tiệc rượu linh đình, mời thỉnh họ hàng, thân quyến, bè bạn, láng giềng, suốt ngày ăn uống vui mừng, việc ấy thế nào?”

Đáp: “Kẻ phàm phu mê muội ắt suy nghĩ vậy, nhưng bậc hiền giả thì không như thế. Nếu thật mừng ngày sanh, cầu trường thọ, ắt phải tỏ đức hiếu sanh, phóng sanh. Nếu giết hại vật mạng sanh linh để mừng ngày sanh của mình thì thật là vô lý.

“Nên biết rằng, ngày sanh của mình chính là ngày khó nhọc nguy nan của mẹ. Sao chẳng suy nghĩ việc báo đáp công ơn cha mẹ, còn ngược lại lấy sự tạo tội làm vui? Nên nhớ nghĩ đến mẹ hiền chín tháng cưu mang, ba năm bú mớm, chịu đựng biết bao nhiêu khó khăn cay đắng, nếm trải biết bao sự khổ nhọc, lo âu! Đến kỳ sanh nở thì mạng sống như ngọn đèn dưới gió, xuất huyết dầm dề, mê man hồi lâu mới tỉnh! Bấy giờ mẹ không hề nghĩ đến bản thân, chỉ lo lắng tự hỏi không biết con sanh ra là trai hay gái, thân hình có được trọn vẹn, đầy đủ hay chăng? Nếu quả được đầy đủ thì lòng mẹ mới yên.

“Nếu nhà khá giả ắt lo thuê người chăm sóc. Gặp cảnh nhà nghèo thì mẹ phải tự nuôi dưỡng, bú mớm, nâng niu như hòn ngọc trên tay, nhơ nhớp chẳng ngại, nóng lạnh bức bách cũng phải lo việc giặt giũ; chỗ ướt mẹ nằm, chỗ ráo dành cho con, ngậm đắng nuốt cay, nhường hết ngọt bùi, nuôi dưỡng cho đến khi khôn lớn nên người.

“Quả thật là:

Thương thay cha mẹ.
Sanh ta nhọc thay!
Muốn báo ân sâu.
Trời rộng khôn cùng!

“Bởi vậy, kinh *Thai cốt* có đoạn: “*A-nan* bạch Phật: ‘Thế tôn! Trong khắp cõi đại thiên, việc gì là lớn nhất? Xin Phật từ bi, phương tiện giảng rõ.’ Phật dạy: ‘Trong tất cả các pháp ở thế gian, không gì lớn bằng công ơn nuôi dưỡng của cha mẹ.’

“Này các vị! Do đó mà suy ra, dẫu tan xương nát thịt cũng chưa đủ để báo đền công ơn cha mẹ.

“Bồ Tát *Di-lặc* có bài kệ *Khuyến hiếu* rằng:

Trong nhà có hai vị Phật,
Thương thay người đời chẳng biết.
Chẳng dùng vàng son tô điểm,
Cũng không chạm trổ chiên-đàn!
Được thấy cha mẹ hiện tiền.
Ấy là Thích-ca, Di-lặc.
Chỉ lo phụng dưỡng song thân,
Cần chi muôn công đức khác!

“Than ôi! Bậc Đại thánh còn nói ra lời ấy, huống chi những kẻ phàm phu thấp kém? Làm người chẳng biết báo đền công ơn cha mẹ thật chẳng bằng cầm thú. Chẳng nghe những chuyện dê biết quì bú, quạ biết mớm trả, há có phải là chuyện dối trá đâu?”

Người kia thưa rằng: “Lời sư dạy thật thích đáng, đâu dám chẳng vâng theo? Vậy phải hành trì thế nào mới gọi là báo đền ân đức cha mẹ?”

Đáp: “Vào dịp sanh nhật của mình, nên trai giới từ trước đó, chuẩn bị đạo tràng, hoặc cúng Phật, trai Tăng, hoặc tụng kinh, niệm Phật, hoặc chí thành lễ sám, hoặc mua vật mạng phóng sanh. Nếu làm được như vậy gọi là báo ân cha mẹ, hiện tiền được phước lạc trăm năm, như đã mất cũng được siêu thăng cõi Phật. Chẳng những lợi ích cho cha mẹ, mà cũng bồi thêm ruộng phước của mình. Nếu chẳng làm như vậy, chính là đại nghịch.”

17. Răn việc sát sanh để cầu được thỏa nguyện

Có người hỏi: "Chuyện sát sanh để cầu nguyện của người đời chẳng giống nhau. Lược kể ra đây mấy ý tiêu biểu như sau: hoặc nhân có việc kiện tụng; hoặc nhân có bệnh khổ; hoặc cầu cho khỏi nạn nước, lửa; hoặc cầu được danh lợi; hoặc muốn yên nhà cửa, hoặc cầu đi đường xa bình an, hoặc cầu xóm làng an ổn, hoặc cầu được mùa màng... Có người thì sát sanh trước để cầu được thỏa nguyện, có người sau khi được việc lại sát sanh để hoàn nguyện, những việc ấy thế nào?"

Tông Bổn nói: "Việc ông vừa nói đó thật làm cho tôi nghẹn ngào không nói được nên lời."

Người kia nói: "Tuy là như vậy, cũng xin sư làm sáng tỏ cho."

Đáp: "Trước đây, chẳng phải tôi đã nói rồi sao? Người đời gặp phải tai họa, hoặc bị thất mùa, thảy đều là do nghiệp giết hại chiêu cảm mà có. Vì sao vậy? Trong mười nghiệp ác thì nghiệp giết hại là nặng hơn hết.

"Kinh Chánh pháp niệm dạy rằng: 'Tạo lập một cảnh chùa không bằng cứu sống một sanh mạng.' Cho nên có câu ngạn ngữ rằng: 'Dẫu xây tháp Phật chín tầng, không bằng cứu sống một lần sanh linh.' Chính là nghĩa ấy vậy. Nên biết rằng, con người so với loài vật, hình thể tuy có khác mà sanh mạng cũng đồng như nhau.

"Kinh *Niết-bàn* dạy rằng:

Ai cũng sợ đao trượng.
Không ai không tham sống.
Suy mình ra người khác.
Đừng giết hại, đánh đập.

"Tuy mang hình thể của loài cầm thú nhưng cũng biết tham sống, sợ chết. Vả lại, thân ta chỉ đau ngứa đôi chút mà còn khó chịu, huống chi phải chịu đựng dao thớt băm vằm? Ôi! Làm cho sanh linh phải đau đớn khổ sở để cầu được sự bình yên cho mình, thật là vô lý biết bao!

"Người xưa dạy rằng: 'Vô tình mà giết hại còn phải chịu quả báo tai ương, huống chi cố ý giết hại thì trốn chạy đâu cho khỏi họa?'

"Than ôi! Nếu muốn cầu được thỏa nguyện, nên làm các việc thiện. Hoặc cúng Phật, trai Tăng, hoặc in kinh, tạo tượng, hoặc mua vật mạng phóng sanh, hoặc bố thí, cứu giúp người nghèo khổ, hoặc tụng kinh, lễ sám, hoặc xưng tội, giải oan, hoặc sửa cầu, làm đường xá, hoặc bố thí thuốc men, nước uống... Nếu làm được những việc như thế, ắt sẽ tùy chỗ mong cầu mà được thỏa nguyện.

"Người đời nay muốn được toại nguyện, sao chẳng xét việc làm của người xưa? Kìa như Vu công làm cai ngục, tu sửa cổng nhà rộng lớn;[1] họ Đậu cứu người, sanh được năm con vinh hiển;[2] vì lòng thương cứu ngỗng mà thành tựu đạo Bồ Tát;[3] cứu

[1] Vào đời Hán Tuyên đế (73-49 trước Công nguyên), Vu công làm quan hình án, xử quyết hình ngục công minh, tích nhiều âm đức. Ngày kia, cổng nhà ông nơi cố hương bị sập, nhân khi sửa lại, ông bảo thợ làm cho cao lớn hơn để xe tứ mã và lọng cao có thể vào được, vì ông tin chắc rằng nhờ âm đức của ông mà con cháu ông sẽ được hưng thạnh. Quả nhiên, về sau con ông là Vĩnh Lữ làm quan đến chức Ngự sử.

[2] Vào đời Ngũ đại, khoảng thế kỷ 10, có người họ Đậu hiệu là Yên Sơn, ba mươi tuổi chưa có con. Chiều mồng một Tết đi dâng hương tại chùa Diên Thọ, nhặt được của rơi 100 lượng bạc và 30 lượng vàng. Sáng sớm hôm sau có người đến chỗ đó mà khóc than rằng: 'Cha tôi bị tội chết, đi vay mượn của bà con được một số vàng bạc để chuộc tội cho cha, chẳng may làm rơi mất, nay mạng cha ắt không qua khỏi.' Người họ Đậu liền mang vàng bạc đến trả lại. Đêm ấy nằm mộng thấy ông nội đã mất về mách bảo rằng, nhờ ân đức ấy nên tuổi thọ được tăng thêm 24 năm, sau sanh được 5 con trai, cha con đều đỗ đạt làm quan lớn. Về sau quả nhiên ứng nghiệm đúng như lời ấy.

[3] Luận Trang nghiêm có ghi lại rằng: Thuở xưa có một vị tỳ-kheo đi khất thực, đến nhà người thợ kim hoàn. Chủ nhà đang xâu một hạt châu quý, để đó mà đi lấy cơm cho tỳ-kheo. Khi ấy, có con ngỗng chạy ngang, đớp lấy hạt châu quý mà nuốt đi. Chủ nhà trở lên thấy mất hạt châu, gạn hỏi vị tỳ-kheo. Tỳ-kheo nhìn thấy con ngỗng nuốt hạt châu nhưng không nỡ nói ra, vì e con ngỗng phải chết; lại không muốn nói phạm giới nói dối, nên chỉ lặng thinh không nói gì

thoát đàn kiến được quả báo đỗ trạng nguyên;[1] họ Khổng thả rùa, được đáp đền kim ấn;[2] chàng Dương cứu chim sẻ được đền trả bằng vòng ngọc.[3]

"Đó chính là: Làm việc lành chẳng cầu quả báo, mà tự nhiên quả báo chẳng mất. Những người ấy đều được phú quí lâu dài, cháu con xương thạnh.

"Lại như vị chân nhân họ Tôn, cởi áo chuộc rắn, được Thủy phủ truyền cho phương thuốc cứu người, sau được thành tiên;[4]

---

cả. Chủ nhà thấy vậy sanh nghi, cho rằng tỳ-kheo đã lấy trộm hạt châu. Gặn hỏi nhiều lần không nói, liền nổi giận đánh tỳ-kheo bị thương đến chảy máu ra sàn nhà. Con ngỗng nghe mùi tanh chạy đến uống máu, anh ta giận quá đập chết con ngỗng. Thấy ngỗng chết rồi, vị tỳ-kheo mới nói ra sự thật. Chủ nhà mổ bụng con ngỗng lấy lại được hạt châu. Bấy giờ mới ăn năn sám hối, hết lời xin lỗi vị tỳ-kheo. Tỳ-kheo hoan hỷ bỏ qua và thuyết pháp cho anh ta nghe. Vị tỳ-kheo nhân đó mà được tròn hạnh nguyện Bồ Tát. .

[1] Vào đời nhà Tống, có hai anh em là Tống Giao và Tống Kỳ cùng đi học, trên đường gặp một ổ kiến bị mưa lớn trôi đi theo dòng nước. Hai anh em liền bẻ cành cây thả xuống nước cho kiến bò lên, cứu thoát tất cả lên bờ. Khi ấy có một thầy tăng đi qua, thấy việc ấy liền nói: Nhờ công đức này, về sau hai anh em đều sẽ thi đỗ trạng nguyên. Sau quả nhiên ứng nghiệm đúng như lời ấy.

[2] Trong sách Cối kê lục có ghi lại chuyện Khổng Du, lúc còn hàn vi thấy người ta nhốt một con rùa, bèn mua lấy mà thả xuống nước. Con rùa ngoái đầu nhìn lại ba, bốn lần rồi mới bò đi. Về sau, Du được phong đến tước hầu, sai thợ đúc ấn vàng. Khi đúc xong, bỗng thấy quả ấn có hình như con rùa, lại biết động đậy, ngoái đầu nhìn lại, hệt như con rùa khi trước được ông cứu sống. Bấy giờ ông mới biết rằng việc được phong hầu chính là phước báo của việc thả rùa ngày xưa.

[3] Vào đời Hậu Hán, có Dương Bảo là người nhân từ. Lúc chín tuổi, đi qua Hoa sơn thấy một con chim sẻ bị chim cưu đánh rớt xuống đất, có bầy kiến bu lại cắn. Bảo cứu lấy đem về nuôi sống rồi thả ra. Ngày kia, chim hóa làm một thiếu niên mặc áo vàng, mang đến tặng cho Bảo bốn chiếc vòng ngọc màu trắng, nói rằng: Đeo vòng ngọc này sẽ khiến cho con cháu được trong sạch và đời đời làm quan tới bậc Tam công. Về sau, lời ấy quả nhiên ứng nghiệm.

[4] Sách Tiên truyện chép rằng: Tôn Tử Diêu là người Kinh triệu, tinh học Lão Trang, thông lẽ âm dương. Vua Thái tông muốn phong làm quan mà ông không chịu, về ở ẩn trong núi Thái Bạch. Ông có chuộc mạng một con rắn xanh, là con của Long Vương. Sau được truyền cho 30 bài thuốc của Thủy phủ, làm thành 30 quyển sách Dược phương truyền dạy trong đời. Ông dùng thuốc ấy cứu người nhiều năm, sau được thành tiên.

thiền sư Diên Thọ trộm kho cứu vật mạng, thành bậc đại thiện tri thức trong tông môn, chứng Phật *Bồ-đề*.[1]

"Than ôi! Người đời không biết tránh việc giết hại, thường hành phóng sanh, ngược lại chỉ chuyên tạo tác những việc điên đảo, thật đáng thương thay!

18. Răn việc sát sanh cầu quỷ thần cứu nạn

Có người hỏi: "Người đời có những kẻ khi bị bệnh uống thuốc chẳng lành liền giết heo, dê, súc vật mà cúng tế quỷ thần, cầu được yên lành, việc ấy thế nào?"

Đáp: "Cũng như trên tuyết lại thêm sương, đã khổ càng thêm khổ! Trong kinh Nhân quả có dạy rằng: 'Người đời chết yểu hoặc nhiều bệnh tật, đều là do nghiệp giết hại mà ra.' Sao chẳng sám hối tội trước, lại còn gây thêm tội sau? Giết hại sanh mạng kẻ khác để cứu sống mạng mình, lòng người để ở đâu? Làm khổ thân kẻ khác để giữ lấy mạng sống của mình, lẽ trời chẳng dung tha."

Lại hỏi: "Cũng có những kẻ giết hại vật mạng cúng tế mà khỏi bệnh, đó là tại sao?"

Đáp: "Mạng sống chưa dứt thì bệnh tự khỏi, chẳng phải nhờ giết hại mà được khỏi bệnh. Vì sao vậy? Nếu nhờ giết hại

---

[1] Thiền sư Diên Thọ, trụ trì chùa Vĩnh Minh, quê ở Đơn dương. Khi chưa xuất gia làm quan Tri huyện, xuất tiền công khố mua vật mạng phóng sanh. Sau có người báo lên vua, vua xử tội chết chém. Ngài nhận tội, chịu chết mà thần sắc không biến đổi. Nhà vua thấy lạ, truyền hoãn việc hành hình và gọi đến tra hỏi. Ngài nói: Tôi tuy chịu tội chết nhưng đã cứu sống được rất nhiều sanh mạng, nên chẳng có gì hối tiếc. Vua nghe lời ấy liền đặc xá tha tội chết cho ông. Ông lại phát nguyện xin xuất gia, vua cũng chuẩn y. Từ đó về sau tu hành tinh tấn, cảm được đức Quán Âm rót nước cam lộ vào miệng, nên được tài biện luận linh thông. Ngài có biên soạn nhiều tác phẩm như Vạn Thiện đồng qui, Tông kính lục. Ngài trụ trì hai chùa Tuyết Đậu và Vĩnh Minh, đồ chúng có đến vài ngàn. Về sau ngài chuyên tu pháp môn Tịnh độ. Đến lúc lâm chung, ngài an nhiên ngồi niệm Phật mà viên tịch.

mà cứu được mạng sống thì những bậc vương hầu, quan tướng cùng những kẻ giàu sang ở thế gian ắt phải được sống mãi ở đời, vì sao lại phải chịu nhiều bệnh tật và chết yểu? Nên rõ biết căn mạng, vui theo đạo trời, tự nhiên sẽ được không tai họa, ít bệnh não. Dẫu có họa hoạn xảy đến, đó cũng là vì nghiệp trước chiêu cảm.

"Sách *Luận ngữ* nói: 'Sống thác có mạng, giàu sang do trời. Không phải tổ tiên mình mà mình cúng tế, đó là nịnh bợ.' Đức Khổng Tử có bệnh nặng, Tử Lộ thỉnh ngài làm lễ cầu đảo. Ngài nói: 'Khâu này cầu đảo đã lâu rồi.'

"Than ôi! Nếu có thể làm theo như Khổng tử thì cần chi phải cúng bợ tà thần? Bằng chẳng được như vậy, ngược lại chỉ tổn thọ mà thôi.

"Kinh Dược sư dạy rằng: 'Có những chúng sanh tin theo những tà ma ngoại đạo ở thế gian; nghe các thầy yêu nghiệt nói bậy việc họa phước, sanh ra sợ sệt, dao động, chẳng giữ được lòng chân chánh, bói toán hỏi việc tai họa, giết hại các loại chúng sanh, tâu bày lên các đấng thần minh, kêu gọi các loài quỷ thần sông, rạch, núi, hồ; thỉnh cầu ban phước, hy vọng kéo dài mạng sống, nhưng rốt cuộc chẳng thể được. Kẻ ngu si mê hoặc tin theo tà kiến điên đảo đành phải chết uổng. Đọa vào địa ngục chẳng biết lúc nào ra khỏi."

"Như thế quả thật là cầu vinh mà hóa nhục, chẳng phải việc làm của bậc quân tử."

Người kia lại hỏi: "Nếu chẳng cúng bái cầu an, làm sao được yên lòng?"

Đáp: "Nếu cầu an ổn, chẳng phải do nơi việc giết hại. Cả nhà nên trai giới, giữ sạch bếp núc, lập đàn thanh tịnh, hoặc tụng kinh, lễ sám, hoặc mua vật mạng phóng sanh, hoặc trang nghiêm, tô vẽ hình tượng Phật... Nếu làm được những việc ấy thì Phật Tổ chứng cho. Vì sao vậy? Vì nếu làm trọn việc lành thì lúc mạng chung sẽ được siêu sanh về cảnh giới lành. Chẳng những người chết được siêu thăng, mà cũng khiến cho người sống được thêm phước. Nếu chẳng tin theo lẽ ấy thì tôi cũng không còn biết làm sao hơn nữa."

19. Răn việc giết hại vì người chết

Có người hỏi: "Tôi thường thấy người đời khi gia quyến có người chết thường chẳng tin làm theo Phật pháp, ngược lại còn giết hại vật mạng, bày rượu thịt mà đãi khách đến viếng tang, việc ấy thế nào?"

Đáp: "Quả thật có như lời ông nói, nhưng tôi cũng chẳng biết làm sao mà cứu họ!"

Hỏi: "Vì sao vậy?"

Đáp: "Những kẻ tham ăn thịt uống rượu nhiều vô kể, chư Phật còn không cứu được họ, huống chi là một mình tôi?"

Người kia nói: "Đành là như vậy, nhưng vẫn còn có nhiều người biết tin tưởng làm theo."

Tông Bổn nói: "Lành thay, lành thay! Như trong kinh Địa Tạng có ghi lại: 'Khi ấy, Đại Bồ Tát Địa Tạng bạch Phật: Thế Tôn! Con xem thấy chúng sanh trong cõi *Diêm-phù* này, khua tay động chân đều phạm vào tội lỗi. Giá như có những người tu tập điều lành thì đa phần là thối lui ngay từ lúc mới phát tâm. Nếu gặp các ác duyên thì nhanh chóng tăng trưởng. Nếu chẳng gặp bậc tri thức khuyên dạy việc tu trì thì phải xoay vần chịu khổ mãi không thôi.'

"Cũng trong kinh Địa Tạng, còn có đoạn dạy rằng: 'Như cha mẹ, quyến thuộc mãn phần, nên làm các điều phước thiện để hồi hướng giúp ích cho họ trên con đường sắp tới. Hoặc treo cờ phướn, thắp đèn nhang, tụng đọc kinh Phật; hoặc cúng dường trước tượng Phật, cho đến niệm danh hiệu Phật, Bồ Tát nhiều lần bên tai người chết. Nhờ đó mà người chết dù có tội nghiệp cũng được tiêu trừ.

"Lại vì người đã chết mà trong vòng bốn mươi chín ngày tinh chuyên trai giới niệm Phật. Như vậy có thể giúp cho người chết được siêu thăng, mà người còn sống cũng được nhiều lợi ích. Vì thế, hôm nay con đối trước đức Phật Thế Tôn và đại chúng mà khuyên dạy tất cả chúng sanh trong cõi *Diêm-phù-đề*, khi có người thân qua đời, phải thận trọng tránh việc giết hại sanh linh mà bái tế quỷ thần. Vì sao vậy? Việc ấy thật chẳng có chút lợi ích nào cho vong linh người chết, chỉ kết thêm tội duyên, càng thêm nặng tội. Ví như lúc bình sanh người chết đã từng tu tập phước thiện, lẽ ra sẽ được siêu thăng, nhưng gặp những ác duyên do thân quyến còn sống tạo ra, liền phải rơi ngay vào nẻo ác. Huống chi đối với những người không có tu hành thì làm sao thoát được cảnh khổ? Cũng giống như có người từ phương xa đến, đã ba ngày không có gì ăn, lại phải gánh vác vật nặng hơn trăm cân, chợt có người bên cạnh lại nhờ vác thêm một ít đồ nữa. Thật càng thêm khốn khổ, nặng nề.'

"Khi Bồ Tát Địa Tạng nói ra những lời ấy rồi, trong pháp hội có một vị trưởng giả tên là Đại Biện, chắp tay cung kính thưa hỏi Bồ Tát Địa Tạng rằng: 'Bạch Đại sĩ! Những chúng sanh trong cõi Nam *Diêm-phù-đề*, sau khi chết rồi, nếu có họ hàng thân quyến vì họ mà tu các công đức, cho đến thiết trai cúng dường, thì những người chết ấy có được giải thoát hay chăng?'

"Bồ Tát Địa Tạng đáp: 'Trưởng giả! Nay tôi sẽ nương oai lực của Phật, vì hết thảy chúng sanh đời này và đời sau mà nói sơ qua việc ấy. Câu hỏi của ông thật mang lại rất nhiều lợi ích. Nếu người trong lúc lâm chung mà được nghe người sống đọc tụng danh hiệu của một đức Phật hay Bồ Tát, hoặc một bài kệ, một câu kinh, thì cho dù có tội hay không có tội cũng đều được giải thoát. Tuy được giải thoát, nhưng trong bảy phần công đức thì người chết ấy chỉ được hưởng có một phần thôi, còn sáu phần thuộc về người sống. Vì thế, ta khuyên tất cả thiện nam, tín nữ nghe biết rồi phải gắng sức tự tu thì tự mình được hưởng phần lợi ích.

"Này trưởng giả! Nếu muốn theo pháp Phật mà cứu độ vong linh, phải dùng hương hoa tinh khiết trang nghiêm, ân cần lễ kính. Nếu không làm theo như vậy thì kẻ sống người chết đều chẳng được phần lợi ích.

"Bấy giờ, trưởng giả Đại Biện vui mừng chắp tay lui xuống.

"Than ôi! Bậc Thánh từ xưa đã từ bi bày phương tiện, người sau chỉ cần tin nhận, vâng làm. Nếu chẳng tin, chẳng làm, thật đã phụ lòng bậc Thánh để lại lời dạy dỗ.

"Ôi! Phút lâm chung của người đời, phải hết sức thận trọng như tiễn người đi xa. Chính là vào lúc này, không thể không cẩn trọng."

20. Răn việc giết hại trước khi cầu siêu, trai giới

Có người hỏi: "Người đời muốn theo việc tu tập cũng nhiều, nhưng phát nguyện ăn chay chẳng giống nhau. Có người phát nguyện ăn chay ba năm, có người trọn một năm, có người nguyện ăn chay tháng giêng, tháng năm, tháng chín, lại có người ăn chay tháng giêng, tháng bảy, tháng mười; hoặc có kẻ ăn chay trong ngày Phật đản; hoặc có người ăn chay mỗi tháng mười ngày, hoặc sáu ngày; lại cũng có người ăn chay vào các ngày rằm, mồng một, hoặc mồng tám, mười tám và hai mươi tám. Trong số những người phát nguyện ăn chay như thế, có nhiều người trước khi bắt đầu ăn chay lại giết súc vật hoặc mua thịt về làm tiệc trước lúc ăn chay, no say thỏa thích một bữa để hôm sau bắt đầu ăn chay. Rồi đến khi kỳ hạn phát nguyện ăn chay còn chưa dứt, lại làm việc giết hại súc vật hoặc mua thịt về chuẩn bị làm tiệc phá trai. Việc ấy thế nào?"

Đáp: "Sự phát tâm như vậy tất nhiên là tốt đẹp. Chỉ vì không hiểu rõ lý chân thật, không biết rằng việc ăn chay chính là vì để tránh giết hại sanh mạng. Sao vậy? Phước chưa tu mà đã phạm tội trước, việc thiện chưa tròn mà việc ác lại tăng thêm? Những kẻ hành động rối loạn xằng bậy như vậy sao có thể gọi là trai giới? Đừng nói chẳng được công đức mà e là còn thêm tội lỗi. Nếu có thể hết lòng ăn chay niệm Phật lâu ngày, chắc chắn sẽ được vãng sanh Tịnh độ. Bằng chẳng như vậy, phải chịu luân hồi như cũ. Rồi trong những kiếp sắp tới sẽ phải trải qua đủ điều tội, phước, khổ, vui.

"Vì sao vậy? Khi phải chịu khổ não, hoạn nạn, ấy là quả báo của tội giết hại. Khi được hưởng phước lộc, vui vẻ, đó là quả báo của việc ăn chay làm thiện. Nếu ông chẳng tin lời ta, có thể tự nghiệm thấy trước mắt có bốn hạng người khác nhau. Có hạng người được hưởng đủ phước lộc và sống lâu; có hạng người được hưởng phước mà không sống lâu; có hạng người không được hưởng phước nhưng sống lâu; và có hạng người chẳng được hưởng phước, cũng chẳng được sống lâu.

Người kia thưa rằng: "Tôi có chỗ chưa rõ về bốn hạng người ấy, xin thầy dạy cho."

Đáp: "Trong đời này, người được hưởng đủ phước lộc và sống lâu là nhờ đời trước đã bố thí và trai giới. Người được hưởng phước mà không sống lâu là vì xưa kia có bố thí nhưng chẳng tránh việc giết hại. Người không được hưởng phước nhưng sống lâu là vì thuở trước có trì trai mà chẳng làm việc bố thí. Kẻ chẳng được hưởng phước, cũng chẳng được sống lâu là do đời trước tham lam, keo lận và giết hại chúng sanh."

Lại nói: "Chỗ nghi ngờ ấy đã dứt, xin hỏi thêm một việc nữa. Ở đời có những kẻ tu công đức để cầu sống lâu, hoặc có những kẻ làm Phật sự cầu siêu độ vong linh, nhưng trước khi làm công quả lại nghĩ rằng vì cầu thỉnh người giúp việc cho mình nên phải giết gia súc lấy thịt, bày tiệc rượu thết đãi. Sau đó, khi công quả chưa rồi lại nói bậy là đóng cửa an thần, lại giết mổ gia súc và bày tiệc rượu nữa. Việc ấy thế nào?"

Đáp: "Thật đáng thương xót, đau đớn thay cho những kẻ mê muội ấy! Ví như có người bị máu làm dơ mình, lại dùng máu để rửa thì có sạch được chăng? Những người ấy không biết lẽ nhân quả nên ngược lại càng làm tăng thêm tội lỗi và khổ não cho cả người sống lẫn người chết.

"Cho nên, trong tập thơ của Hàn Sơn và Thập Đắc có bài nói rằng:

Hôm trước vừa làm chay,
Hôm sau giết súc vật.
Một đường lên cõi lành,
Trăm nẻo xuống địa ngục.

"Than ôi! Công đức của việc ăn chay chưa được một phần, mà tội giết hại đã đủ trăm phần! Làm như vậy thì sao có thể đạt được lợi ích, sao có thể khiến cho cho người sống được hưng thịnh, người chết được siêu độ? Nếu thật tu công quả thì đến rượu cũng không được phá giới mà uống, huống chi lại còn làm việc giết hại, ăn thịt?

"Về lẽ nhân quả liên quan đến kinh Kim Quang Minh, có tích xưa kể lại rằng:[1] 'Triều Nam Tống, vào khoảng niên hiệu Thiệu Hưng (1131 - 1161), ở đất Hoài Âm có một người con gái nhà dân nghèo qua đời. Nghèo khó không lấy gì làm tuần thất, bà mẹ liền cắt mái tóc đem bán được sáu trăm đồng tiền, định dùng thỉnh Tăng đến làm Phật sự siêu độ cho con. Bỗng có năm thầy tăng đi ngang qua, bà liền ra rước vào nhờ tụng kinh siêu độ. Ban đầu, các thầy đùn đẩy mãi cho nhau, chẳng ai chịu nhận, hồi lâu mới có một thầy đồng ý. Bà lão chạy sang các nhà hàng xóm, hỏi mượn được một bộ kinh Kim Quang Minh. Thầy tụng kinh xong, hồi hướng và tựu trai rồi đi.

"Trên đường gặp lại bốn thầy tăng trước đó, cả năm người

[1] Nguyên bản ghi là Kim Quang Minh kinh nhân quả, nhưng theo nội dung ở đây thì không thể có trong kinh Kim Quang Minh, e có sự nhầm lẫn khi khắc bản. Chúng tôi đã chỉnh lại cho hợp lý.

cùng vào quán rượu mà ngồi. Bỗng nghe ngoài cửa có tiếng kêu lớn rằng: 'Thầy tăng vừa mới tụng kinh, xin đừng uống rượu!' Thầy tăng liền hỏi: 'Ai đó?' Liền nghe có tiếng khóc và đáp rằng: 'Tôi là đứa con gái đã chết vừa được thầy tụng kinh siêu độ. Tôi bị trầm luân sa đọa, nay nhờ công đức khóa kinh của thầy mà được thoát tội siêu sanh. Bây giờ nếu thầy uống rượu, phá trai giới, ắt tôi sẽ bị đọa lạc như trước.' Nói xong liền biến mất. Thầy tăng hổ thẹn, ra đi. Về sau, cả năm thầy tăng ấy đều nghiêm trì trai giới, niệm Phật tham thiền, đều được đắc quả, chứng Bồ-đề, làm bậc sáng suốt lỗi lạc trong hai cõi trời, người.

"Ôi! Đó quả thật là một hồn ma mà độ được năm thầy tăng. Nhân quả đã rõ rệt như vậy, há nên ăn thịt uống rượu hay sao? Nếu chẳng trai giới tinh ngiêm, công quả cũng thành ra vô ích!

21. Lòng từ bi không giết hại, thường phóng sinh

Có người hỏi: "Ăn chay không ăn thịt, so với làm việc phóng sanh thì hơn kém như thế nào?"

Đáp: "Người không ăn thịt chỉ dứt được cái duyên giết hại, khỏi được cái lỗi của riêng mình nhưng chưa có cái công cứu giúp loài vật. Đức Phật sở dĩ dạy người ăn chay, chính là muốn giúp được tăng thêm lòng từ bi. Người đời nay ăn chay, tuy tự mình không ăn thịt nhưng cũng chẳng chịu làm việc phóng sanh. Như vậy gọi là người không có lòng từ bi.

"Chư Phật mười phương thương yêu chúng sanh như con. Nay nhìn thấy người ta giết con của Phật, sức mình có thể cứu được mà ngồi yên chẳng cứu, như vậy tuy chẳng ăn thịt nhưng cũng gọi là phạm vào trai giới một cách nghiêm trọng.

"Trong Giới kinh dạy rằng có ba loại giới thanh tịnh. Giới *Nhiếp luật nghi* là đoạn trừ tất cả mọi điều ác, nghĩa là không làm bất cứ điều ác nào. Giới *Nhiếp thiện pháp* là tích chứa tất cả mọi điều lành, nghĩa là không có việc lành nào mà không thực hành. Giới *Nhiêu ích hữu tình* là không có chúng sanh nào không cứu độ, nghĩa là rộng độ hết thảy mọi chúng sanh.

"Nếu không làm việc phóng sanh, không cứu thoát nạn khổ cho chúng sanh, đó gọi là phạm giới một cách nghiêm trọng.

"Ôi! Quanh năm ăn chay mà chưa từng có công cứu khổ, cứu vật, sao bằng chỉ một ngày xả bỏ tiền của liền được đức lớn chuộc mạng phóng sanh! Đức Phật của chúng ta thuở xưa từng xẻo thịt mình mà thí cho chim bồ câu; chúng ta là đệ tử Phật mà không xả bỏ được tiền của giả tạm để chuộc mạng phóng sanh, như vậy còn mặt mũi nào thấy Phật?"

"Phóng sanh tất nhiên là từ bi, nhưng vì sao chẳng thả những loài gà, vịt, ngỗng, heo, dê... mà chỉ thả toàn những loài chim, cá, lươn, rùa, ốc...?

Đáp: "Thế gian có hai loại súc sanh. Một loại chịu quả báo nhất định phải bị giết hại. Đó là những loài gà, ngỗng, bò, dê... Do đời trước khăng khăng chẳng tin nhân quả, dứt khoát vui vẻ mà làm việc giết hại, không có lòng hối tiếc, cho nên đời này phải làm súc sanh, chịu quả báo nhất định phải bị giết hại, không trốn chạy đàng nào được, chỉ đợi ngày chịu xẻ thịt nấu nướng mà thôi. Dẫu có gặp được người muốn phóng sanh cũng không thể cứu được loại súc sanh này. Loại súc sanh thứ hai chịu quả báo không nhất thiết phải bị giết hại. Đó là những loài chim, cá, lươn, rùa... Do đời trước tuy làm việc ác nhưng chỉ là bất đắc dĩ, hoặc sau khi giết hại rồi có lòng hối hận, nên đời này phải làm súc sanh, chịu quả báo không nhất thiết phải bị giết hại. Đối với loại súc sanh này, nếu gặp những kẻ ưa giết hại ắt sẽ bị mổ thịt nấu nướng, còn nếu gặp được người có lòng từ bi thì lúc sắp chết cũng có thể được cứu sống.

"Đời nay có một hạng tà kiến, tự mình không dứt bỏ việc giết hại, ngược lại còn khuyến khích người khác làm việc giết hại. Những kẻ ấy, trước tiên là sa vào địa ngục, chịu vô số khổ não, sau đó lại đọa làm súc sanh, chịu quả báo nhất định phải bị giết hại. Dù có gặp được người có lòng từ bi cũng không thể cứu thoát họ được.”

Lại hỏi: “Muốn làm việc phóng sanh thì phải có nhiều tiền của. Nếu không có tiền của thì phải làm sao?”

Đáp: “Những người giàu sang có mối quan hệ ảnh hưởng chặt chẽ đến phong tục, lòng người, có thể thu phục, giáo hóa được nhiều nhất. Nếu họ biết mở mang Phật giáo, nổi trận gió lớn từ bi, thật có thể làm cho lòng người thay đổi. Hãy nghe như chuyện Nhan Lỗ công, mỗi khi trấn nhậm nơi nào đều cho đào ao phóng sanh, còn Trương Vô Tận làm quan Giám ty thường triệt phá những miếu thờ tà mỵ, cấm hẳn việc giết hại súc vật, thí luận Hoa Nghiêm. Đó đều là những bậc có hạnh Bồ Tát.

“Còn như người không có tiền của thì nên rộng thuyết lời Phật, tìm mọi cách khuyên bảo, dạy dỗ, thấy kẻ phóng sanh thì tùy hỷ ngợi khen, lại thường phát khởi những đại nguyện. Nguyện có tiền của dồi dào sẽ rộng làm mọi phương tiện cứu độ. Nguyện như đức Bồ Tát Quán Thế Âm, cứu khổ chúng sanh. Nguyện như đức Bồ Tát Phổ Hiền, tùy thuận chúng sanh. Dù cho thế giới, chúng sanh đều dứt hết, nguyện lớn cũng chẳng cùng. Nếu có thể hành trì được như vậy, đó chính thật là những bậc Bồ Tát hiện xác phàm trong đời nay.”

22. Rộng khuyên tất cả mọi người đừng giết hại

Có người hỏi: “Theo lời thầy dạy, phàm trong các việc quan, hôn, tang, tế, đều chẳng nên giết hại gia súc. Phải vậy chăng?”

Đáp: “Đúng như vậy.”

Lại hỏi: “Nhưng người đời không tin nhận thì biết làm thế nào?”

Đáp: “Chỉ cố gắng hết lòng mà thôi, còn người khác tự làm thì tự chịu. Phật cũng chỉ độ được người hữu duyên, chẳng độ được kẻ vô duyên. Phật cũng chỉ độ được người tin nhận, chẳng độ được kẻ chẳng tin. Tại sao vậy? Dù nắm tay mà lôi dắt đi cũng chẳng được, phải làm cho họ tự nhận hiểu thì việc làm mới phù hợp.

"Kinh Di giáo dạy rằng: 'Phật như vị lương y, biết bệnh mà cho thuốc. Còn chịu uống thuốc hay không, chẳng phải do lỗi của lương y! Lại nữa, Phật như người chỉ đường, chỉ cho người con đường tốt đẹp, nhưng nghe biết rồi mà chẳng đi theo thì chẳng phải lỗi của người chỉ đường.' Phật còn như vậy, huống chi là ta đây?

"Người xưa dạy rằng:

Thiên đường, địa ngục chia hai cửa,
Mỗi người chọn một tùy ý thôi.

Lời ấy thật đúng thay!

Người kia lại hỏi: "Theo lời thầy nói đó, quả thật có *Sáu nẻo*,[1] *Ba đường ác*,[2] chúng sanh luân chuyển chịu khổ trong đó?"

Đáp: "Nếu không có *Sáu nẻo* luân hồi, *Ba đường ác* và *Tám nan xứ*,[3] thì lão tăng này chẳng cần phải giữ theo trai giới, bỏ rượu thịt, nhọc công tham thiền, siêng năng niệm Phật để làm gì! Nhân vì có luân hồi khổ não nên mới phải niệm Phật tu hành, nguyện bỏ cõi *Ta-bà*, cầu sanh về *Tịnh độ*.

"Nay xin lấy lời thẳng thắn mà nói với ông. Nên biết, trên đời này có ai lại chẳng ưa muốn sắc dục, chẳng ham thích rượu thịt, chẳng tham cầu danh lợi, chẳng mong được giàu sang?

[1] Sáu nẻo (Lục đạo): sáu cảnh giới khác nhau mà chúng sanh thọ nghiệp phải thác sanh vào, gồm có cõi trời, cõi người, cõi a-tu-la, cõi địa ngục, cõi ngạ quỷ và cõi súc sanh. Ba cõi được kể sau cũng chính là Ba đường ác.

[2] Nguyên bản dùng Tam đồ, chỉ Hỏa đồ, Huyết đồ và Đao đồ, là tên khác của các cảnh giới địa ngục, súc sanh và ngạ quỷ, nên cũng dịch là Ba đường ác.

[3] Tám nan xứ: Tám hoàn cảnh khó khăn của chúng sanh khi thọ sanh, vì là những điều kiện bất lợi cho sự tu tập, thuận tiện cho sự tăng trưởng các điều ác. Tám hoàn cảnh ấy là: địa ngục (naraka), súc sanh, ngạ quỉ, cõi trời Trường thọ, vùng biên địa, căn khuyết, tà kiến, không có Phật ra đời.

Nhưng ta biết rằng đó là nguồn gốc của khổ não luân hồi nên chẳng để tâm mưu cầu.

"Kinh Pháp Hoa dạy rằng: Nguyên nhân của khổ não chính là lòng tham dục. Nếu dứt trừ tham dục thì khổ não không dựa vào đâu mà phát sanh."

Người kia lại hỏi: "Người đời đều nói lẽ không sanh không diệt, tại sao thầy chỉ cố giữ việc không giết hại?"

Đáp: "Đó đều là những lời tà mỵ, báng bổ chánh pháp. Những kẻ nói như vậy chẳng khỏi phải đọa vào địa ngục *A-tỳ*. Vì sao vậy? Lời nói không sanh không diệt ấy là đạo lý cao trổi bậc nhất của Nhất thừa, há lại để cho người đời dùng đó mà nói nghịch ý kinh, phủ nhận chư thánh hay sao?

"Cần phải biết rằng, hình sắc tướng mạo có thành, có hoại, còn tánh Phật thì không sanh, không diệt.

"Không sanh không diệt đó cũng là *thể* và *dụng* trong tánh chân như. Thể của *cái không chân thật* là không sanh; dụng của *cái có nhiệm mầu* là không diệt.

"Đạo khi trời đất chưa sanh, đó là không sanh; đạo sau khi trời đất đã sanh, đó là không diệt. Lặng thinh mà chẳng động là không sanh, cảm ứng mà thông suốt là không diệt. Không làm các điều ác, gọi là không sanh; làm theo các điều lành, gọi là không diệt.

"Ý nghĩa không sanh không diệt là như thế. Ôi! Lý huyền diệu đến thế, nếu là người chưa đủ huệ nhãn thì làm sao thấu đến?"

Người kia khen: "Sư thật khéo biện giải!"

Đáp: "Nào ta có muốn biện giải đâu, chỉ vì bất đắc dĩ đó thôi. Như thật lòng ta muốn, ấy là muốn cho khắp cả mười phương đều là Cực Lạc, khắp cả chúng sanh đều thành Phật đạo."

Người kia nói: "Nguyện lớn từ bi của sư, từ lâu tôi đã biết; chỗ nghi hoặc của tôi, nay đã được trừ dứt. Từ nay xin bái biệt sư, trở về chuyên tâm niệm Phật tu hành."

Tông Bổn đáp: "Lành thay, lành thay! Ta cũng nguyện cho ông được như vậy mà thôi. Nếu ông còn có chỗ nghi ngờ chưa quyết, nên tìm xem các sách *Nhân hiếu khuyến thiện thư*, *Từ tâm công đức lục*."[1]

Người kia nói: "Xin kính cẩn vâng làm theo lời dạy."

23. Thân là cội khổ, giác ngộ sớm tu

Ba cõi[2] không yên, như căn nhà đang cháy. Ba cõi là duyên khổ, như chốn ngục tù. Trong ba cõi có sáu nẻo luân chuyển. Sáu nẻo ấy là gì? Một là cõi trời, cảnh giới của chư thiên, hai là cõi người, ba là cảnh giới *a-tu-la*, bốn là cảnh giới ngạ quỉ, năm là cảnh giới súc sanh, sáu là cảnh giới địa ngục. Cứ theo lời Phật dạy thì trong sáu nẻo ấy, không đâu là không khổ!

Trong kinh Pháp Hoa, Phật dạy rằng:

Ta dùng mắt Phật nhìn,
Chúng sanh trong sáu nẻo.
Bần cùng không phước huệ.
Vào đường hiểm sanh tử.
Khổ chất chồng không dứt!

Quả thật là như vậy!

Cảnh giới chư thiên tuy là sung sướng, cũng không thoát khỏi gốc khổ luân hồi. Trong cõi người cũng là vô số khổ não, huống chi bốn nẻo dữ từ *a-tu-la* cho đến địa ngục?

Nay hãy nói sơ qua những nỗi khổ thấy được trong cõi người. Chỉ riêng một cái thân xác này, có ai tin rằng nó là cội gốc của

---

[1] Từ tâm công đức lục là sách do Trần tiên sanh, hiệu Hoa Nghiêm Đệ Tử, trước thuật vào đời nhà Tống. Còn Nhân hiếu khuyến thiện thư chúng tôi chưa rõ là của ai.

[2] Ba cõi: chỉ các cõi Dục giới, Sắc giới và Vô sắc giới. Tất cả chúng sanh thọ nghiệp luân chuyển không ra ngoài ba cõi này. Chỉ khi chứng ngộ hoàn toàn, giải thoát được sanh tử mới không còn thọ sanh trong ba cõi.

khổ não? Ai nấy đều tham đắm những niềm vui thế tục, đâu biết rằng vui ấy là nguyên nhân của khổ? Cõi đời như mây nổi qua nhanh, nào sống được lâu? Thể chất huyễn hóa không bền, tất cả đều phải hư mòn, diệt mất!

Vì sao lại nói như vậy? Mỗi người hãy tự quán xét nơi thân mình, từ đầu đến chân chỉ có ba mươi sáu thứ: tóc, lông, móng tay, răng, tròng mắt, nước mắt, ghèn, nước bọt, cáu bẩn, mồ hôi, hai đường đại tiểu tiện, da dẻ, máu thịt, gân, mạch, xương, tủy, óc, màng mỡ, lá lách, cật, tim, phổi, gan, mật, ruột, màng cách, lá mỡ, dạ dày, đàm đỏ, đàm trắng, tạng sống, tạng chín. Từ trong chín lỗ thường chảy ra các chất.

Cho nên trong kinh dạy rằng: 'Thân này là nơi nhóm họp của các nỗi khổ, thảy đều chẳng sạch.' Tại sao vậy? Trong thân người có tám vạn loài trùng nhỏ thường sanh sống. Tỉnh táo mà xem xét, thật đáng ghê sợ, nhờm gớm lắm thay!

Vả lại, như những ai giác quan trọn đủ cũng còn tạm được. Nhưng lại có những người mắt mù, tai điếc, chân què, tay cụt, lưng khòm, vai cong, miệng câm, lưỡi thụt, mũi trĩ, miệng méo, môi sứt, răng hư, đầu hói, tóc vàng. Có những kẻ mọc bướu trên đầu, trên cổ; có những người chân đi không được phải bò bằng tay; hoặc có kẻ mọc ung nhọt độc chảy ra máu mủ; hoặc có người mắc những bệnh lậu, phong cùi, ghẻ lở thối tha. Có người sanh ra làm tôi tớ, thường chịu đánh chửi; có kẻ sanh ra số phận hèn hạ nơi vùng hoang dã, so với súc vật chẳng khác gì. Nếu kể ra những sự khổ nơi thân người thì kể mãi cũng không cùng!

Lại có tám nỗi khổ cùng nhau hành hạ, không có lúc tạm dừng. Tám nỗi khổ ấy là gì? Ấy là những nỗi khổ sanh, già, bệnh, chết, gần gũi với kẻ oán thù, chia lìa với người thương yêu, mong cầu mà không đạt được, và năm ấm trong thân xung khắc chẳng hòa hợp. Đó gọi là tám nỗi khổ. Nhưng trong tám nỗi khổ ấy lại còn vô số các nỗi khổ khác, người trí có thể tự mình xét thấy.

Lại có nhiều cảnh khổ vì phải chết bất ngờ mà không thể tự giữ lấy mình. Như chịu đói mà chết, lạnh mà chết, nóng nảy ngộp hơi mà chết, ăn uống quá độ mà chết, vì say rượu mà chết, vì mê sắc dục mà chết, vì tham của cải mà chết, vì ngộp khí mà chết, vì lửa đốt mà chết, vì chìm trong nước mà chết, vì núi lở đá lăn mà chết, vì nhà sập vách đè mà chết, vì giặc cướp đến nhà mà chết, đi đường gặp cướp giết chết, xe cán ngựa đạp mà chết, ra trận chiến đấu mà chết, vi phạm luật pháp mà chết, mắc bệnh dịch mà chết, mộng mỵ kinh hãi mà chết, ma quỉ làm mê muội mà chết, tà mỵ nhập vào mà chết, điên dại mà chết, bị cọp ăn mà chết, bị rắn cắn mà chết, bị sét đánh mà chết, bị ác thần hại chết, bị trúng thuốc độc mà chết, bị kẻ oán ghét dùng bùa chú thư ếm, trù ẻo mà chết...

Lại có những người trúng gió mà chết, sanh nở khó khăn mà chết, đau ruột đau gan mà chết, gạch đá rớt nhằm mà chết, trèo cao té ngã mà chết, kinh sợ lo âu mà chết, cầu danh chẳng được mà chết, mưu lợi không thành mà chết, treo cổ đâm họng mà chết, vào lửa xuống nước mà chết... Lại còn biết bao cách chết oan uổng nữa, dẫu cho nói mãi cũng không cùng.

Than ôi! Lại còn có lắm nỗi khổ trong việc đối nhân xử thế. Ở đây chỉ nêu vài điều sơ lược. Có nỗi khổ của hạng người nghèo hèn; có nỗi khổ của hạng người giàu sang. Giàu sang thì vì sợ mất mát tài sản mà sanh lo lắng, nghèo hèn thì khao khát thèm muốn mà phải buồn phiền. Chỗ lo lắng buồn phiền giữa người nghèo với kẻ giàu tuy chẳng giống nhau, nhưng sự nhọc nhằn chạy vạy vẫn là không khác!

Nhọc nhằn lắm thay! Người ta sanh ra ở đời, trai thì cưới vợ, gái phải gả chồng, việc nước việc nhà, nhân tình qua lại, khách khứa đón đưa, xây dựng nhà cửa, mua bán ruộng vườn, bồi đắp mồ mả, xuân thu tế tự, sát sanh hại mạng, cúng quỷ cầu thần. Lại phân ra các ngành sĩ, nông, công, thương, làm ăn sanh hoạt, gieo giống, cấy lúa, tát nước, lượm củi, giặt giũ, may vá, kéo chỉ, quay tơ, phơi phong, xay giã, nấu cơm nấu canh, rửa mặt chải đầu, đi tiêu, tắm gội, phủi bụi, quét nhà. Làm ăn lo lắng, đắng cay săn sóc, lao lực bôn ba, xây dựng hằng ngày, sớm hôm tìm kiếm, trăm kế ngàn phương... Nếu nói ra cho hết những việc lo toan trong đời thì nhỏ nhặt nhiều mối, bút mực nào ghi chép cho hết được?

Ôi! Người giàu sang còn có thể tự mình sắp xếp trù liệu, chứ kẻ nghèo túng thì phải luôn vay mượn xoay xở. Vì sao vậy? Những kẻ bần cùng thường phải cầm bán cửa nhà cơ nghiệp, vườn ruộng đất đai, lại có người cầm bán cả áo quần đồ đạc... Những việc như thế đều toàn là khổ não!

Lại còn rất nhiều nỗi khổ khác nữa, như đói khát là khổ, đau ốm là khổ, nóng bức là khổ, rét lạnh là khổ, muỗi mòng, chí, rận cắn chích là khổ, rắn rết, chó dữ cắn hại là khổ, mưa dầm lũ lụt là khổ, nắng hạn lâu ngày là khổ, sâu bọ cắn phá là khổ, mùa màng thất thu là khổ, giông bão lốc xoáy là khổ, sấm sét kinh hồn là khổ, gia quyến chẳng yên là khổ, xứ sở loạn lạc là khổ... Trong các nỗi khổ ấy lại chất chứa nhiều nỗi khổ khác, thật khó mà kể hết.

Ôi! Những nỗi khổ vừa kể trên đó cũng chỉ là những nỗi khổ nhỏ trong kiếp người mà thôi. Đến như những kẻ tạo nhiều ác nghiệp tội chướng, sẽ đọa mãi trong những cảnh địa ngục, ngạ quỷ, súc sanh, phải chịu những nỗi khổ lớn lao hơn nhiều, nếu so ra thì những nỗi khổ nhỏ nhoi ở cõi người nào có đáng chi!

Thương thay! Người đời chẳng biết tất cả những điều ấy là khổ, ngược lại còn làm ra biết bao việc xằng bậy, mê muội: bất trung, bất hiếu, bất nhân, bất nghĩa, ỷ mạnh hiếp yếu, ỷ sang khinh hèn, cậy giàu khinh nghèo, cậy lớn hiếp nhỏ, lấy cong lấn thẳng, lấy dưới phạm trên... Vì những việc làm như thế nên phải mãi mãi trôi lăn chìm đắm trong biển khổ.

Than ôi! Ta nay nhọc sức nói nhiều, đinh ninh khuyên bảo, là muốn cho người khắp trong thiên hạ đều ăn chay giữ giới, niệm Phật *Di-đà*, cùng thoát ra khỏi vòng khổ não, lên cảnh giới an vui.

Này các vị! Nên biết rằng khi cái bệnh, cái chết tìm đến thì không thể dùng vật gì mà chống đỡ, cũng không ai có thể lãnh chịu thay cho mình được. Dù cho là cha mẹ, ông bà, vợ chồng, con cái, phú quí, công danh, bạc vàng, châu báu... tất cả đều là vô dụng. Vậy nên ai nấy phải gắng sức tu hành, chuẩn bị chu đáo cho con đường sắp tới. Huống chi, ngày tháng qua nhanh chẳng đợi, kiếp người ngắn ngủi trong gang tấc, hơi thở này khó giữ, việc sống chết không sao lường trước!

Cho nên, người xưa dạy rằng:

Thôi thôi, dứt hết cho hay,
Sớm ngày tu tỉnh, sớm ngày an vui.
Trời quang mây tạnh ngủ vùi,
Đến khi mưa gió ngậm ngùi ướt thân!

Lời ấy thật đúng thay! Nếu người ta đã biết như vậy mà không chịu tin tưởng làm theo, thật uổng phụ công ta nhọc nhằn khuyên bảo.

24. Văn cảnh tỉnh của Thiền sư Vĩnh Minh Thọ

Nếu chẳng nương theo gốc đạo, ắt chìm trong biển luân hồi, phải thọ sanh theo bốn cách: sanh từ bào thai, sanh từ trứng, sanh từ chỗ ẩm thấp và sanh từ sự biến hóa, rồi thọ thân các loài chúng sanh khác nhau.

Trong số những chúng sanh ấy, số được thân người chỉ như đất bám trên đầu móng tay, mà số sanh vào các loài khác nhiều như đất trên khắp thế giới. Nhưng dù được làm người, lại có nhiều kẻ sanh ra chịu phận hèn hạ nơi chốn hoang dã. Nếu may mắn được sanh ra nơi văn minh hội tụ, thì cũng có nhiều người sanh vào nữ giới chịu lắm sự khó khăn, thua thiệt. Nếu được thân nam tử, lại có nhiều người bị sức khỏe yếu kém, tàn phế tật nguyền. Lại như may mắn hơn nữa, được làm bậc trượng phu hình tướng đầy đủ, thì cũng không khỏi phải chịu nhiều khổ não.

Vì sao vậy? Sống trong cõi đời đáng sợ này, sanh vào thời có năm sự uế trược[1] này, lấy thịt làm thân thể, lấy khí làm mạng sống. Đời người chẳng qua chỉ như tia lửa chớp lóe, như ngọn đèn chong trước gió, như con sóng nước tràn qua, như bóng chiều tàn lụi, chỉ trong một cái chớp mắt, một hơi thở mà thôi!

Trong nhân loại lại có biết bao người vắn số yểu mạng! Nếu được hưởng trọn tuổi trời mà sống đến sáu mươi thì đã là hiếm có. Còn như thọ được đến tuổi bảy mươi thì thường là lú lẫn, như đứa trẻ thơ, chẳng còn biết gì! Thế mà người đời chẳng tự suy xét, xem lại chính mình, chỉ luôn một bề tham sống sợ chết.

Than ôi! Ví như đến ba mươi tuổi thành đạt, bốn mươi tuổi giàu sang, thì thử xét trong một khoảng thời gian ba mươi năm đã có biết bao nhiêu là tật bệnh, tai họa, ưu sầu, khổ não, hẳn phải chiếm đến quá một nửa thời gian ấy rồi. Cho nên người xưa nói: "Trong cõi đời giả tạm này, mỗi tháng chỉ mỉm miệng cười được khoảng bốn, năm ngày mà thôi!"

Vậy nên biết rằng, lo lắng kéo dài, mừng vui ngắn ngủi, sung sướng thì ít, khổ não thì nhiều, khác nào như đang ở giữa biển cả mênh mông, đứng trên núi cao vòi vọi, dù có được đôi chút vui sướng cũng phải luôn lo sợ bị té ngã, chết chìm!

Thêm nữa, sự sanh khiến ta khổ nhọc trong bào thai, già yếu cướp mất sự tráng kiện, bệnh tật làm cho hư hao hình thể, cái chết đuổi bắt tinh thần, linh giác. Được vinh hiển thì thêm phần xa hoa, kiêu ngạo; chịu nhục nhằn thì ý chí thành ra bại nhược; được sang quý thì thêm phần kiêu căng, ngỗ ngược; chịu hèn kém thì mất đường tiến thối; được giàu có thì thêm phần tham lam; chịu nghèo túng thì đói cơm rách áo. Gặp chuyện vui thì tâm tình xao động; gặp chuyện khổ thì tinh thần đau đớn; được ngợi khen thì thêm phần cao ngạo; bị chê bai thì tiếng tăm, phẩm giá phải tiêu mất.

Cho đến sự rét lạnh cũng làm cho thân thể khó chịu; nóng

---

1 Năm sự uế trược (ngũ trược): gồm kiếp trược, kiến trược, phiền não trược, mạng trược và chúng sanh trược.

bức thì làm cho tâm tư phiền muộn; khát thì khô họng, đói thì thắt ruột; khiếp sợ thì hồn phách tiêu tán; lo buồn thì thần khí rối loạn; phiền não thì ý chí lụn bại; gặp người chiều chuộng thuận ý thì thêm yêu thích; gặp người trái nghịch thì sanh lòng ghét giận; người đối với ta thân thiết thì thêm vui; người đối với ta qua loa, sơ sài thì đem lòng oán hận; bị hại thì hao tổn thân thể; buồn rầu thì đau xé ruột gan.

Cho đến tâm tình đều do *cảnh* mà sanh, ý niệm đều theo *trần* mà khởi,[1] hoặc tốt hoặc xấu đều chẳng đáng ôm giữ lấy, chỉ làm tăng thêm nghiệp lực, tiêu tan gốc đạo.

Còn như những kẻ gian trá với nước nhà, trái nghịch ý cha, ngạo mạn, xu nịnh, lòng dạ cầm thú, bám theo lợi lộc, đeo đuổi danh vọng, lường gạt người này, bợ đỡ kẻ kia, xu phụ người thế lực, khinh khi kẻ thế cô, đào sâu tai ương, đắp cao nghiệp chướng, khác nào như quạt lửa, thổi gió, chạy theo trần lao, phế bỏ tri giác, gieo hạt giống tà my, ngăn trở tánh chân thật. Những kẻ ấy chỉ thấy việc trước mắt, chẳng lo nghĩ về sau; chỉ mưu tính việc đi, chẳng lo việc trở lại; chỉ cầu sự sanh, nào biết đến sự diệt. Như vậy, càng lúc càng bị cháy thiêu, mỗi bước mỗi vào hầm hố.

Như may còn được sống ở đời, nên chất chứa nhân từ, gom góp công đức, ăn chay niệm Phật, nguyện sanh về *Tây phương*. Y theo phép ấy tu hành mới có thể thoát khổ.

Như vậy có thể gọi là vượt thoát ra ngoài ba cõi, bao nhiêu khổ não cũng chẳng còn xâm hại được!

25. Dứt sạch lòng nghi, tu theo Tịnh độ

Có người hỏi rằng: "Tự tánh *Di-đà* vốn sẵn đủ, chỉ một tâm này chính là Tịnh độ hiện thành. Như vậy cần gì phải niệm đức Phật kia để cầu sanh về cõi nước của ngài? Nếu niệm Phật để

[1] Cảnh và trần ở đây chỉ chung tất cả pháp tướng, là đối tượng tiếp xúc của các giác quan (sáu căn).

cầu vãng sanh, hóa ra lại bỏ chỗ gần trong gang tấc mà cầu về chốn xa xôi cách đây đến mười vạn ức cõi, chẳng phải sai lầm lắm sao?

Nhất Nguyên này đáp: "Ông tuy nói ra lời duy tâm nhưng chưa thấu đạt lẽ duy tâm. Thật là si mê lắm thay!

"Phải biết rằng: Ngoài tâm không có pháp, ngoài pháp không có tâm. Các quốc độ của chư Phật trong mười phương, từ hư không cho đến vô số cảnh tượng, thảy đều là ở trong tự tánh của chúng ta, há lại có pháp ở ngoài tâm hay sao?

"Kinh Lăng Nghiêm dạy rằng: 'Hư không sanh trong tánh giác chỉ như chút bọt nổi trên mặt biển.' Lại dạy rằng: 'Hết thảy hư không mười phương sanh trong tâm, chỉ như một áng mây điểm giữa bầu trời xanh bao la.' Xét theo lẽ ấy thì mười vạn ức cõi há gọi là xa xôi hay sao?

"Kinh Hoa Nghiêm dạy rằng: 'Trong một câu gồm cả pháp giới không cùng tận; trong một mảy lông chứa trọn cõi thế giới mà không chật chội.' Lý Trưởng giả nói: 'Thế giới không cùng tận, với ta cũng không cách một mảy lông. Xưa nay mười đời,[1] trước sau không lìa ý niệm hiện tại.' Như vậy, cách nhau mười vạn ức cõi há gọi là xa xôi hay sao?

"Thuở xưa, đồng tử Thiện Tài đi một bước trong lỗ chân lông của Bồ Tát Phổ Hiền mà vượt qua các cõi thế giới Phật nhiều như số hạt bụi nhỏ, không thể nói hết. Lại đi tiếp nhiều bước cũng vượt qua số thế giới như thế, trải qua vô số kiếp cũng nhiều như thế, vẫn không biết được chỗ tận cùng của một lỗ chân lông ấy! Thế thì mười vạn ức cõi có đáng gì!

---

[1] Mười đời (Thập thế): căn cứ theo giáo thuyết của Hoa Nghiêm tông, ba đời quá khứ, hiện tại và vị lai, mỗi đời đều phân ra quá khứ, hiện tại và vị lai, như quá khứ của quá khứ, quá khứ của hiện tại, quá khứ của vị lai.. Tổng cộng thành chín đời, cả chín đời đều dung thông trong một ý niệm đương thời, thành ra cả thảy mười đời. Giáo thuyết này xuất hiện trong kinh Hoa Nghiêm bản Tân dịch, quyển 53; Hoa Nghiêm kinh sớ quyển 51, Hoa Nghiêm kinh vấn đáp quyển thượng.. và nhiều kinh luận khác của tông Hoa Nghiêm.

“Vậy phải biết rằng cái lý duy tâm vừa nói kia so với cái lý duy tâm của ông có giống nhau chăng, hay là khác nhau?”

Người kia lại hỏi: “Đạo xưa nay không khác, lẽ nào có phân hai sao?”

Đáp: “Đã biết như vậy, sao lại cố hạn cuộc cái lý duy tâm ấy vào trong gang tấc? Cùng khắp pháp giới đâu chẳng là duy tâm?

“Xét lời ông nói đó chỉ là tùy theo lời nói của tôi, thật chẳng có chỗ tri thức của riêng ông. Nếu ông thấu hiểu được cái lý tâm nhiệm mầu sáng suốt, hẳn đã không rơi vào chỗ sai lệch cạn kiệt, cũng chẳng cố chấp cho rằng pháp tham thiền là đúng, cũng chẳng chê bỏ pháp niệm Phật mà cho là sai.

“Nên biết rằng, tham thiền vốn do nơi tâm, niệm Phật cũng do nơi tâm. Tham thiền là để thoát khỏi sanh tử; niệm Phật cũng để thoát khỏi sanh tử. Tham thiền, niệm Phật cũng đồng một lý. Nếu nói niệm Phật là không đúng, thì tham thiền cũng là sai. Cái lý tham thiền, niệm Phật đã không rõ biết, mà lý duy tâm cũng bế tắc, sao dám dối xưng là ngộ được lý duy tâm?

“Chỗ duy tâm của Tịnh độ là thường vắng lặng sáng tỏ. Người thật sự đạt đến chỗ vắng lặng sáng tỏ ấy thì không nắm giữ bên này, cũng chẳng vướng mắc bên kia; nơi nào cũng là Tây phương, chốn nào cũng là Tịnh độ; có thể hóa mặt đất thành vàng ròng, biến dòng sông thành sữa ngọt; nói ra mỗi lời đều trọn vẹn, thực hành mỗi việc đều là Phật sự. Đạt đến cảnh giới ấy, chỉ riêng có Phật mới rõ biết mà thôi, ngoài ra chẳng còn ai biết được.

“Kinh Pháp Hoa dạy rằng:

Hàng Bồ Tát bất thối.
Nhiều như cát sông Hằng.
Cùng hết lòng dốc sức.
Cũng không thể rõ biết.

"Chỉ riêng Phật với Phật mới đủ sức rõ biết, huống chi bọn chúng ta đây chỉ là những kẻ phàm phu thấp kém?

"Nếu đạt đến cảnh giới vắng lặng sáng tỏ ấy thì không còn một pháp nào có thể chứng đắc, làm gì có Tịnh độ để sanh về? Chẳng những không có Tịnh độ, mà tự tâm cũng không thể chứng đắc. Chỗ không chứng đắc này cũng không thể chứng đắc, huống chi lại có thể chấp rằng tự tánh vốn *Di-đà*, ngay nơi tâm này là Tịnh độ hay sao?

"Vì thế, tuy mỗi người đều có tự tánh *Di-đà*, ngay nơi tâm này là Tịnh độ, nhưng nếu chưa đạt đến cảnh giới ấy thì không thể nói ra lời ấy.

"Nay tôi hỏi lại ông: Ông có nhìn thấy cõi thế giới *Ta-bà* này là vàng ròng với hoa sen bằng bảy báu hay chăng? Hay là một cõi toàn hầm hố, đá gạch, gai gốc? Thấy hết thảy những cảnh giới *Lục đạo*, *Tứ sanh*, *Tam đồ*, *Bát nạn*[1] đều là chỗ chư Phật hưởng sự an vui hay chăng? Hay là những chốn chúng sanh chịu khổ?

"Cõi nước của đức Phật *A-di-đà* kia là không thể nghĩ bàn, hào quang chiếu sáng không thể nghĩ bàn, thọ mạng dài lâu không thể nghĩ bàn, đức từ bi không thể nghĩ bàn, nguyện lực không thể nghĩ bàn, trí huệ không thể nghĩ bàn, *Tam-muội* không thể nghĩ bàn, biện tài không thể nghĩ bàn, phân thân không thể nghĩ bàn, thuyết pháp không thể nghĩ bàn, cứu độ

[1] Lục đạo: sáu đường luân hồi, bao gồm cõi trời, cõi người, cõi a-tu-la, địa ngục, ngạ quỷ và súc sanh; Tứ sanh: chỉ chung tất cả chúng sanh, vì hết thảy đều được sanh ra bởi một trong bốn cách: sanh từ bào thai (thai sanh), sanh từ trứng (noãn sanh), sanh từ chỗ ẩm ướt (thấp sanh), do biến hóa mà sanh ra (hóa sanh). Tam đồ: ba cảnh xấu ác, chỉ địa ngục (hỏa đồ), súc sanh (huyết đồ) và ngạ quỷ (đao đồ). Bát nạn: Tám trường hợp sanh ra gặp khó khăn, ngăn trở, không thể tu tập Phật pháp, gồm có: 1. Địa ngục, 2. Súc sanh, 3. Ngạ quỉ, 4. Cõi trời Trường thọ, 5. Vùng biên địa, kém văn minh, 6. Căn khuyết, tàn tật, 7. Tà kiến, 8. Không có Phật ra đời.

chúng sanh không thể nghĩ bàn; *y báo*[1] và *chánh báo*[2] đều trang nghiêm, mọi sự đều đầy đủ.

"Như các ông hiện nay có được đầy đủ như vậy hay chưa? Nếu chưa thì hãy mau mau chí thành lễ Phật, niệm Phật cầu sanh Tịnh độ. Vì sao vậy? Nếu ôm giữ sự mê muội sai lệch mà tu hành thì khác nào người què đi bộ, mỗi ngày không quá một hai dặm dường. Còn như lễ Phật, niệm Phật cầu vãng sanh, ví như kẻ cưỡi thuyền xuôi theo dòng nước, lại thêm sức gió thổi xuôi, chỉ trong giây lát vượt qua ngàn dặm. Lại như kẻ hèn yếu đi theo vua Chuyển luân, chỉ trong một ngày đêm đi khắp bốn cõi thiên hạ; đó chẳng phải nhờ sức mình, mà là nhờ sức của vua Chuyển luân. Lại như người lâm nạn ở cửa quan, nếu tự mình không đủ sức ra khỏi, ắt phải cậy người có thế lực cứu giúp. Lại như kẻ khuân vác vật nặng, nếu tự mình không làm nổi ắt phải mượn nhiều người giúp sức mới có thể dời đi được. Lễ Phật, niệm Phật cầu sanh Tịnh độ cũng giống như vậy.

"Thiền sư Vĩnh Minh Thọ có nói rằng: 'Chỉ một pháp thiền định là gốc của Bốn biện tài,[3] Sáu thần thông,[4] chính là nhân duyên bỏ phàm theo thánh. Chỉ thâu nhiếp được tâm niệm một đôi lúc cũng đáng gọi là việc lành cao cả, nhưng cần phải sáng tỏ những lúc nặng nề u ám, rõ biết hơi thở ra vào.'

---

[1] Y báo: chỉ hoàn cảnh chung quanh do nghiệp báo chiêu cảm mà sanh ra, như môi trường sống, gia đình, y phục, thức ăn.. Y báo của một đức Phật là kết quả vô số phước báo mà đức Phật ấy đã tạo ra trong quá khứ, nên tạo thành cõi nước trang nghiêm tốt đẹp nơi đức Phật ấy hóa sanh, như cõi Cực Lạc là y báo của đức Phật A-di-đà. .

[2] Chánh báo: chỉ thân tâm sanh mạng là kết quả của nghiệp nhân trong quá khứ. Chánh báo của một đức Phật là thân tướng trang nghiêm có được do vô số điều lành mà đức Phật ấy đã làm trong quá khứ, như chánh báo của đức Phật A-di-đà là thân tướng trang nghiêm có đủ 32 tướng tốt và 80 vẻ đẹp.

[3] Bốn biện tài: Tức là bốn khả năng biện thuyết không ngăn ngại, gồm có: 1. Pháp vô ngại biện, 2. Nghĩa vô ngại biện, 3. Từ vô ngại biện, 4. Nhạo thuyết vô ngại biện.

[4] Sáu thần thông (Lục thông): Sáu năng lực siêu phàm của bậc chứng ngộ, gồm có: 1. Thiên nhãn thông, 2.Thiên nhĩ thông, 3. Túc mạng thông, 4. Tha tâm thông, 5. Thần túc tông, 6. Lậu tận thông.

"Cho nên kinh dạy rằng: 'Như lúc ngồi thiền mà mê muội u ám, cần phải đứng dậy đi quanh lễ Phật, niệm Phật, hoặc chí thành sám hối để hóa trừ nghiệp chướng nặng nề. Cần phải sách tấn thân tâm, chớ nên cố chấp riêng một pháp môn mà cho đó là cứu cánh.

"Có kẻ niệm Phật tụng kinh mà được giải thoát; có người lễ Phật sám hối mà được giải thoát. Có kẻ nhờ thấy hào quang Phật mà được giải thoát; có người nhờ cúng dường Tam bảo mà được giải thoát. Có kẻ chiêm ngưỡng hình dung Phật mà được giải thoát; có người lại nhờ tô vẽ tượng Phật mà được giải thoát. Có kẻ nhờ bố thí, làm lành mà được giải thoát; có người khuyên người khác niệm Phật mà được giải thoát. Có kẻ tránh việc giết hại, thường làm việc phóng sanh mà được giải thoát; có người nhờ hết lòng nghe pháp mà được giải thoát.

"Thế mới biết rằng, giáo pháp mênh mông như tấm lưới phủ khắp không cùng tận, nhưng vừa khi thấu rõ liền quay về được cội nguồn chân thật. Các pháp môn tu tập nhiều vô số như cát bụi, nhưng dù theo pháp môn nào cũng đều được giải thoát. Ví như kẻ đi đường xa, lấy sự đến nơi làm mục đích, chẳng cần quan tâm đến những đoạn đường đi qua mà gượng phân khó dễ.

"Cho nên, kinh Pháp Hoa dạy rằng: 'Cho đến kẻ dùng tâm tán loạn mà niệm Phật, nhỏ giọng tán thán, hoặc dùng ngón tay mà vẽ hình Phật, đùn cát làm tháp Phật, cũng lần hồi chất chứa được công đức, cuối cùng đều thành Phật đạo.' Huống chi những người một lòng sáng suốt, tu tập đầy đủ muôn đức hạnh lại chẳng thành Phật hay sao?

"Này các vị! Nếu muốn thấu rõ đạo lý tu hành trọn vẹn và nhanh chóng, nên xem qua hai bộ kinh Hoa Nghiêm và Pháp Hoa. Nếu không tu hành trọn vẹn, thật chỉ uổng xưng mình là Phật tử!

"Cho nên, ngài Từ Mẫn Tam Tạng có dạy rằng: 'Theo lời Phật dạy, người tu thiền định chân chánh là chế phục tâm ý vào một nơi, niệm niệm nối nhau không dứt, lìa khỏi sự hôn muội tán loạn, giữ tâm một cách bình đẳng. Như bị cơn buồn ngủ che lấp, cần phải tự sách tấn chuyên cần niệm Phật tụng kinh, lễ bái đi quanh tượng Phật, tụng kinh thuyết pháp, giáo hóa chúng sanh, muôn hạnh đều làm đủ không bỏ sót. Hết thảy những chỗ tu hành thiện nghiệp đều hồi hướng cầu được vãng sanh Tây phương Tịnh độ. Nếu có thể tu tập thiền định được như vậy thì đúng là pháp thiền định do Phật dạy, phù hợp với chánh pháp, trở thành bậc nêu gương dẫn dắt chúng sanh, được chư Phật ấn chứng.

"Hết thảy pháp Phật đều không có sự khác biệt, thảy đều nương theo chỗ nhất như mà thành bậc giác ngộ chân chánh rốt ráo. Tất cả các pháp đều dạy rằng: 'Niệm Phật là nhân lành chân chánh của *Bồ-đề*', sao có thể mê lầm khởi sanh tà kiến?

"Đời nay có một hạng người si mê lầm lạc, kinh điển giáo pháp không hiểu rõ, cửa huyền diệu chẳng thấu qua, nhân quả không biết, tội phước chẳng sợ. Thế mà cũng ra vẻ người cao cả, lên mặt thiện tri thức! Đạo lý tu hành trọn vẹn không thông đạt, chỉ dạy người ngậm miệng không nói, khiến cho kẻ hậu học như đui, như điếc, ai nấy đều sa vào chỗ vướng mắc thức tình phân biệt.

"Những kẻ ấy thấy người khác lạy Phật, niệm Phật, tụng kinh, giảng pháp, rộng làm đủ mọi điều lành thì phản bác chê bai, bảo đó là tu hành chấp tướng, càng cầu lại càng xa, không bằng giữ lấy một mối niệm, chẳng cần gắng sức mà tự thân hiện thành *Di-đà*, cần chi phải cầu sanh về cõi Tịnh độ phương khác?

"Hạng người như vậy thật đáng thương hại đau xót, cũng thật đáng chê cười. Vì nghe nói thì rất hay, nhưng hiểu thì chưa thật hiểu. Những kẻ phàm phu căn tánh chậm lụt mà tu pháp tham thiền, nếu chẳng rơi vào mê muội chìm đắm thì cũng là tán tâm rối loạn. Trong một ngày chẳng biết được bao nhiêu là vọng tưởng, bao nhiêu là chỗ bế tắc mê muội. May ra được đôi lúc mạnh mẽ, rồi cũng trở lại hiện khởi ý thức. Sau khi ra khỏi thiền định, lại đeo bám phụ thuộc ngoại cảnh, nhiễm trước trần lao như xưa. Miệng bàn những chuyện thị phi, trong lòng chưa dứt sự yêu ghét.

"Những người tham thiền như vậy, đừng nói là chờ đến khi đức *Di-lặc* ra đời mới mong được sáng rõ, mà dầu cho một ngàn đức Phật có ra đời cả rồi cũng chưa có ngày được hiểu thấu. Sao có thể nói rằng tự thân hiện thành *Di-đà*, cần chi phải cầu sanh về Tịnh độ? Những kẻ đui mù ấy, khác nào như dân thường dám tự xưng là quốc vương, tự mình chuốc lấy họa tru diệt!

"Lại có một hạng ngu si, tuy đến thiền đường tham học nhưng chẳng rõ biết đường lối cách thức, chẳng trừ bỏ ba độc tham, sân, si; thấy kẻ khác hơn mình thì sanh lòng ganh ghét; tự mình không làm được nhưng chẳng biết mừng thay cho kẻ khác; không học hỏi trong phẩm *Phổ Hiền hạnh nguyện*,[1] cũng không học sách *Vạn thiện đồng quy*,[2] chẳng biết *Tám cửa vào đạo giải thoát của bậc thánh*,[3] trở lại ngăn cản người khác lễ Phật, niệm Phật; ngăn cản người khác tụng kinh, giảng pháp; ngăn cản người khác cúng Phật, trai Tăng; ngăn cản người khác xây chùa, tạc tượng; ngăn cản người khác bố thí kết duyên; ngăn cản người khác rộng tu các điều lành. Hạng người ngỗ nghịch ấy, chỉ mượn áo Phật mà mặc, trộm cơm Phật mà ăn, thật là bọn Ma vương, ngoại đạo, gieo hạt giống địa ngục.

"Kìa như Pháp sư Vân Quang,[4] có tài thuyết pháp, thường

---

[1] Phẩm Phổ Hiền hạnh nguyện: phẩm kinh giảng rõ về mười đại nguyện của Bồ Tát Phổ Hiền, trong đó có hạnh tùy hỷ (vui theo cái vui của kẻ khác) vừa nói ở trên.

[2] Sách Vạn thiện đồng quy: sách được biên soạn gồm nhiều bài sách tấn việc tu tập, nhất là khuyến khích pháp môn Tịnh độ.

[3] Tám cửa vào đạo giải thoát của bậc thánh (Bát dật Thánh giải thoát môn): là 8 pháp tu tập giúp đạt đến sự giải thoát, bao gồm: 1. Lễ Phật, kính đức, 2. Niệm Phật, cảm ân, 3. Trì giới, thực hành các hạnh, 4. Xem kinh, thấu rõ nghĩa lý, 5. Tọa thiền, đạt cảnh, 6. Đắc ngộ, chứng đạo, 7. Thuyết pháp, tròn nguyện, 8. Tham thiền, hội nhập chân tâm.

[4] Pháp sư Vân Quang : một vị cao tăng sống vào đời nhà Lương của Trung Hoa.

nhập thiền định, mỗi khi nhập định chẳng còn biết đến năm tháng, trong đời thật ít có. Chỉ vì chưa dứt được tham sân mà phải đọa làm con trâu chạy rông khắp chốn. Huống chi bọn chúng ta đây, khi tham thiền còn mê muội chìm đắm, tán tâm rối loạn, sao dám trở lại khinh chê người lạy Phật, niệm Phật?

"Lại như ông *Uất-đầu-lam-phất*, căn tánh lanh lợi thông minh, chế phục được phiền não, thần trí đã lên đến cảnh trời Phi phi tưởng, là người hiếm có trong chốn nhân gian. Chỉ vì chưa dứt tình chướng ngại, sau phải đọa làm giống chồn bay.[1] Ngăn ngại với cảnh bên ngoài còn như vậy, huống chi là ngăn cản người khác lạy Phật, niệm Phật?

"Xem như *Tỳ-kheo* Thiện Tinh, có tài thuyết giảng đủ *Mười hai bộ kinh*,[2] chứng quả *Tứ thiền*. Chỉ vì thân cận bạn tà, vướng mắc cố chấp vào lẽ không, nói bậy là không có Phật, không có Pháp, không có *Niết-bàn*, về sau phải sanh vào địa ngục *A-tỳ*. Chúng ta nghe chuyện ấy há chẳng rùng mình khiếp sợ, mau mau sám hối đi sao?

"Ngài Vĩnh Gia Huyền Giác nói rằng:

Chấp vào lẽ không,
Bác lý nhân quả,

---

[1] Uất-đầu-lam-phất là một vị tiên nhân ngoại đạo cùng thời với đức Phật. Ông tu tập thiền định chứng đắc Ngũ thông, bay tới trước mặt vua nước Ma-kiệt-đà. Vua vui mừng đảnh lễ dưới chân ông, cúng dường trân trọng, lại dặn phu nhân rằng: Như ta đi vắng mà tiên nhân có đến, phải lễ kính và cúng dường giống như ta vậy. Phu nhân vâng lời, khi ông đến liền lễ bái dưới chân. Ông trông thấy phu nhân, trong lòng sanh khởi dục tình, liền mất hết phép thần thông, phải đi bộ về núi. Từ đó, ông nhập định trên núi thì luôn nghe tiếng chim thú kêu la; xuống gần bờ nước mà tọa thiền thì bị cá tôm làm rối. Tâm thần bất định, sân hận nổi lên, phát lời thề làm con chồn bay để giết hại chim, cá. Vừa nghĩ như vậy rồi thì tự mình ăn năn sám hối, tu tập rất lâu mới đạt lại mức định Phi tưởng phi phi tưởng. Sau khi mất, ông sanh lên cõi trời Vô sắc giới, đến khi hưởng hết phước trời lại đọa làm giống chồn bay đúng như lời thề trước.

[2] Mười hai bộ kinh (Thập nhị bộ kinh): cũng gọi là Mười hai phần giáo, chỉ toàn bộ giáo pháp của đức Phật thuyết giảng, được phân ra theo nội dung và đối tượng nghe pháp, bao gồm cả kinh điển Tiểu thừa và Đại thừa.

Trong chốn mịt mù tự chuốc họa.
Bỏ có lấy không chẳng khỏi bệnh,
Khác nào tránh nước sa vào lửa!

“Chính là nghĩa ấy vậy.

“Kinh dạy rằng:

Chư Phật thuyết pháp không,
Vì độ người chấp có.
Nếu lại chấp vào không,
Chư Phật chẳng độ được.

Lại dạy rằng:

Thà chấp vào pháp có,
Lớn như núi Tu-di.
Chẳng nên chấp pháp không,
Dù nhỏ như hạt cải.

“Vì sao vậy? Thuở xưa có *tỳ-kheo* Tịnh Mạng tu tập theo chánh kiến. Nhờ dâng hoa cúng Phật liền được thọ ký. Lại có một *tỳ-kheo* khác tên là Pháp Hạnh, tuy chứng đắc *Tứ thiền* nhưng theo tà kiến, vướng mắc nghiêng lệch theo lẽ không, lại gièm pha Pháp sư Tịnh Mạng rằng: “Tịnh Mạng nhận hoa, chẳng biết mang đi cúng dường, chỉ tự mình thọ hưởng.” Vì một lời nói ấy mà trải qua sáu vạn kiếp, mỗi khi sanh ra đều không có lưỡi!

“Phật dạy: ‘Lấy mắt dữ nhìn người phát tâm *Bồ-đề*, sẽ bị quả báo không có mắt. Dùng miệng dữ chê bai người phát tâm *Bồ-đề*, sẽ bị quả báo không có lưỡi.’[1]

“Như ai cố chấp nghiêng lệch theo lẽ không mà tự cho là phải, chê bai người tu các hạnh lành mà cho là sai trái, kẻ ấy sẽ đọa địa ngục nhiều đến trăm ngàn kiếp. Vì sao vậy? Vì đoạn dứt hạt giống Phật.

“Kinh Pháp Hoa dạy rằng:

[1] Phật ngôn này được trích từ kinh Tổng trì (Đại thừa phương quảng Tổng trì kinh - Đại chánh tạng, quyển 9, kinh số 275).

Như người tâm tán loạn.
Dù mang một cành hoa.
Cúng dường trước tượng Phật.
Sau gặp vô số Phật.

"Lẽ nào đó lại là lời hư dối hay sao?

"Kinh *Tượng pháp quyết nghi* có đoạn dẫn lời Phật dạy: Như có người thấy người khác tu phước và bố thí cho kẻ bần cùng, lại chê bai rằng: Đó là kẻ tà mạng, tìm cầu lợi danh. Thật người xuất gia cần gì bố thí? Chỉ tu nghiệp thiền định trí huệ, cần chi những việc lộn xộn vô ích ấy? Kẻ nào có ý tưởng, lời nói như vậy, ắt là quyến thuộc của ma. Khi mạng chung phải đọa địa ngục, chịu nhiều khổ não. Sau khi ra khỏi địa ngục lại đọa làm ngạ quỉ liên tiếp qua năm trăm kiếp, rồi sanh ra làm kiếp chó. Hết kiếp làm chó lại trải qua năm trăm kiếp phải làm kẻ nghèo hèn, chịu nhiều nỗi khổ. Vì sao vậy? Vì đời trước thấy người khác bố thí chẳng sanh lòng tùy hỷ.[1]

"Lại trong kinh Hộ khẩu có kể chuyện một ngạ quỉ kia, hình trạng xấu xa ghê gớm, ai trông thấy cũng phải khiếp sợ. Toàn thân quỷ có lửa dữ bốc ra, giống như một đám lửa; trong miệng lại có giòi bọ bò ra, nhiều không biết bao nhiêu mà kể; máu mủ dầm dề, mùi tanh hôi bay thấu ra xa. Ngạ quỷ ấy kêu la, khóc lóc thảm thiết, chạy qua chạy lại bên này bên kia, chẳng lúc nào được đứng yên.

"Lúc ấy, ngài La-hán Mãn Túc nhìn thấy hỏi rằng: 'Đời trước ngươi phạm tội gì mà nay phải thọ khổ như vậy?'

"Ngạ quỉ đáp: 'Thuở trước tôi làm *sa-môn*, nói một lời ác ngăn trở người khác tu thiện, nên nay phải chịu cảnh khổ như thế này, chẳng biết làm sao thoát ra! Từ nay về sau tôi thà lấy

[1] Chúng tôi đã đối chiếu đoạn trích này trong kinh Tượng pháp quyết nghi (Đại chánh tạng, quyển 85, kinh số 2870), thì thấy nội dung tương tự nhưng văn từ có khác. Không biết do ngài Nhất Nguyên đã sử dụng một bản dịch Hán văn khác mà đến nay không còn nữa, hay do sự trích dẫn theo trí nhớ nên không phù hợp hoàn toàn với kinh văn.

dao cắt lưỡi mình đi chứ không dám ngăn trở người khác làm việc lành nữa! Khi Tôn giả trở về cõi *Diêm-phù-đề*, nên đem hình trạng của tôi mà răn nhắc các vị *tỳ-kheo*, dạy các đệ tử: Nếu thấy người khác tu tập hạnh lành, dầu nhỏ như sợi tóc mảy lông, cũng nên vui mừng tán trợ, đừng chê bai cản trở. Từ khi tôi bị đọa làm thân quỉ tới nay, đã vài ngàn muôn kiếp thọ khổ. Dẫu cho thoát khỏi thân quỉ, lại phải sa vào địa ngục!' Nói xong mấy lời ấy, ngạ quỉ lại khóc lóc, gieo mình xuống đất.

"Ai nghe chuyện ấy mà chẳng thấy lạnh mình? Chỉ nói ra một lời ác, bao kiếp phải làm thân ngạ quỉ chịu khổ! Chúng ta há chẳng sợ tội hay sao mà dám làm chuyện quấy bậy? Đối với việc lành, dầu nhỏ nhặt như sợi tóc mảy lông, cũng không được chê bai bài bác, huống chi lại dám ngăn cản người khác lạy Phật, niệm Phật hay sao? Phật dạy: 'Ngăn cản người khác tu thiện, tội ấy không thể tránh khỏi.'

Hàng Bồ Tát Đẳng giác[1] ví như mặt trăng đêm mười bốn,[2] nghĩa là vẫn còn một phần vô minh chưa dứt hết, nhỏ yếu như làn khói mỏng, cũng nhờ vào việc lễ Phật, sám hối để được trọn vẹn quả Vô thượng *Bồ-đề*. Huống chi chúng ta đây, nghiệp nặng phàm phu còn trói buộc, sao lại dám khinh chê việc lạy Phật, niệm Phật hay sao? Cho đến đức Phật còn chẳng bỏ qua chút phước xỏ kim,[3] kẻ phàm phu há nên khinh chê việc lạy Phật, niệm Phật?

"Thuở xưa, đức Thế Tôn *Thích-ca* miệng xưng tán đức Phật

---

[1] Bồ Tát Đẳng giác: vị Bồ Tát đạt đến quả vị cao nhất, công hạnh viên mãn, sắp sửa thành Phật.

[2] Mặt trăng đêm rằm, mười sáu mới thật sự tròn đầy, nên ví hàng Bồ Tát Đẳng giác chỉ như mặt trăng đêm mười bốn, vẫn còn khuyết đôi chút.

[3] Chút phước xỏ kim: Vào thời Phật tại thế, có vị tỳ-kheo tên A-nâu-tát-đà có tật hay buồn ngủ, Phật thường quở trách. Tôn giả tinh tấn tu tập, bảy ngày không ngủ, chứng đắc Kim cang Tam-muội, được thiên nhãn nhưng mất nhục nhãn. Ngày kia, trong khi vá áo, tôn giả niệm rằng: 'Ai hay tích phước, xin xỏ kim dùm ta!' Đức Phật đi ngang qua, dừng chân nói rằng: 'Để ta xỏ kim cho ông.' Tôn giả bạch rằng: 'Thế Tôn là bậc đại nhân, sao làm chút phước nhỏ?' Phật đáp: 'Phước đức vô cùng, đâu phân lớn nhỏ?' Tôn giả bèn đảnh lễ thán phục.

Phất-sa, thân lễ bái đức Phật *Phất-sa*, như vậy trong suốt bảy ngày bảy đêm, liền tức thời vượt qua chín kiếp tu tập. Sao có thể nói đó là vướng mắc nơi hình tướng tìm cầu mà xa đạo? Sao có thể nói rằng lạy Phật không thành Phật?

“Xưa có ba ngàn đức Phật khi còn là người phàm, kết bạn tu học, một lúc cùng nhau xưng niệm, lễ bái năm mươi ba đức Phật, nhờ đó mà cùng lúc thành đạo. Ba ngàn đức Phật xưa đã như vậy, chư Phật trong mười phương cũng như vậy. Người đời nay sao chẳng bắt chước đó mà tu hành, lại dám khinh chê việc lạy Phật, niệm Phật?

“Vua *A-xà-thế* phạm vào *Năm tội nghịch*,[1] sau nhờ biết lễ Phật sám hối, liền được diệt tội, chứng quả. Ông *Kiều-phạm-ba-đề* đời trước làm thân con bò, chỉ vì tìm theo chỗ có cỏ và nước uống mà đi quanh về bên phải một ngôi tinh xá,[2] nhân đó được thấy thân tướng tốt đẹp của Phật, sáng rực như vàng ròng, liền sanh ra một niệm hoan hỷ, nhờ đó về sau được chuyển kiếp làm người và tu hành chứng đạo. Loài vật còn được vậy, huống chi con người lạy Phật, niệm Phật lại chẳng thành Phật hay sao?

“Thuở xưa có hai vị Thiên đế thọ mạng nơi cõi trời sắp dứt, biết trước rằng một vị sẽ đầu thai làm lừa, một vị sẽ đầu thai làm heo. Cả hai đều lo sợ chẳng yên, tìm đến lễ Phật cầu cứu. Phật dạy hai vị qui y Tam bảo, liền được thoát khỏi nạn khổ kia. Về sau, hai vị ấy tin kính Tam bảo, tinh cần tu tập, chứng được đạo quả.

---

[1] Năm tội nghịch: gồm các tội giết cha, giết mẹ, giết *A-la-hán*, phá sự hòa hợp của chúng tăng và làm thân Phật chảy máu. Người phạm vào một trong 5 tội này phải đọa địa ngục Vô gián. Vua A-xà-thế vì muốn tranh ngôi vua mà giết chết vua cha là Tần-bà-sa-la, nên phạm vào một trong Năm tội nghịch.

[2] Đi quanh về bên phải, còn gọi là đi nhiễu, là một hình thức bày tỏ sự tôn kính, nên người ta thường đi quanh tượng Phật, tháp Phật hoặc chùa chiền, tinh xá.. Trong trường hợp này, con bò chỉ vì vô tình đi theo những chỗ có cỏ ăn, nước uống mà thành nhiễu quanh tinh xá. Hành vi vô tình như vậy mà vẫn có được phước báo, huống chi là làm với tâm cung kính.

“Kinh Đại Bát *Niết-bàn* dạy rằng: ‘Ai nghe được hai tiếng Thường trụ thì trong bảy kiếp khỏi đọa địa ngục.’ Huống chi là công đức của việc lễ bái, niệm Phật? Như vậy, đối với *Tam bảo* có thể nói là:

Nghe danh, thấy tướng, diệt vô số tội,
Lễ niệm, qui y, tăng vô lượng phước.

“Há chẳng nên vâng theo lời Phật Tổ hay sao? Há nên làm những chuyện sai quấy hay sao?

“Kinh *Nghiệp báo sai biệt* dạy rằng: ‘Lễ Phật một lạy thì từ gối cho chí đỉnh đầu, mỗi một hạt bụi là một ngôi vị Chuyển luân vương. Lại còn được mười công đức:[1]

1. Được thân tướng tốt đẹp, tiếng nói trong trẻo;
2. Lời nói ra được người khác tin cậy.
3. Sống giữa đại chúng không sanh tâm lo sợ.
4. Được chư Phật hộ niệm.
5. Có đủ oai nghi lớn.
6. Được mọi người thân cận, tùng phục;
7. Được chư thiên yêu mến, kính trọng;
8. Có đủ phước đức lớn;
9. Sau khi mạng chung sẽ được vãng sanh;
10. Mau chóng chứng đắc Niết-bàn.

“Chỉ một lạy còn được công đức như vậy, huống chi là nhiều lạy?

“Kinh Pháp Hoa dạy rằng:

Như có người lễ bái.
Cúng dường trước tượng Phật

[1] Về mười công đức này, chúng tôi đã đối chiếu đoạn trích này với kinh Nghiệp báo sai biệt (Đại chánh tạng, quyển 1, kinh số 80), bản Hán dịch của ngài Pháp Trí, và thấy nội dung có khác biệt một số điều. Chẳng hạn, không có câu nói về phước báo làm Chuyển luân vương, điều số 4 là được chư thiên và loài người yêu mến, bảo vệ, điều số 5 là được có đủ oai thế (không phải oai nghi), điều số 7 là thường được thân cận với chư Phật, Bồ Tát.. Tuy nhiên, vì tôn trọng nguyên tác nên chúng tôi vẫn dịch đúng theo nguyên văn được ghi trong sách này, chỉ nêu ra đây để quý độc giả tiện lưu ý đối chiếu.

Bằng cách chắp hai tay.
Hoặc đưa một tay lên
Hoặc cúi đầu cung kính.
Sẽ gặp vô số Phật.
Rồi tự thành Phật đạo.
Rộng độ khắp chúng sanh.

"Lẽ nào đó lại là lời hư dối hay sao?

"Trong kinh *Thập lục quán*[1] có nói: 'Chí thành niệm một tiếng *Nam-mô A-di-đà* Phật diệt được tội nặng trong tám mươi ức kiếp sanh tử... Những kẻ phạm vào *Năm tội nghịch*, Mười điều ác, lúc lâm chung chỉ niệm được mười lần *Nam-mô A-di-đà* Phật cũng được vãng sanh Tịnh độ.' Huống chi những người ăn chay niệm Phật lâu năm?

"Thuở xưa, Trương Thiện Hòa suốt đời giết bò, đến khi lâm chung thấy tướng địa ngục hiện ra. Bỗng gặp một thầy tăng dạy niệm Phật *A-di-đà*. Niệm chưa dứt mười lần, đã được thấy Phật đến tiếp dẫn, vãng sanh Tịnh độ. Há chẳng phải là sức Phật khó lường đó sao?

"Kinh *Địa Tạng* dạy rằng: 'Nếu có người vào lúc mạng chung được nghe danh hiệu một đức Phật, danh hiệu một đức Bồ Tát, hoặc một câu kinh, một bài kệ, liền được sanh về cảnh giới tốt đẹp, thoát mọi khổ não.'

"Này các vị! Chỉ được nghe thôi mà có nhiều lợi ích như thế, huống chi là công đức của việc trì niệm?

"Kinh dạy rằng: 'Như có người đem vật tứ sự[2] rất tốt mà cúng dường cho tất cả các vị *A-la-hán* và Phật *Bích-chi* trong khắp cõi Tam thiên Đại thiên thế giới này, công đức ấy cũng không bằng người chắp tay xưng danh Phật một lần. Công đức

---

[1] Tức kinh Quán Vô Lượng Thọ Phật.

[2] Tứ sự: bốn món cúng dường căn bản giúp chư tăng tu tập, gồm có y phục, thức ăn uống, chỗ ở và thuốc men trị bệnh.

xưng danh Phật nhiều hơn gấp trăm ngàn vạn ức lần, dầu cho có dùng bao nhiêu cách tính toán, tỷ dụ cũng không nói hết.'

"Công đức xưng danh Phật một lần còn vậy, huống chi là niệm hoài chẳng dứt?

"Kinh *Pháp Hoa* dạy: 'Những ai đã một lần xưng niệm *Nam-mô* Phật, về sau đều sẽ thành Phật đạo.' Lẽ nào lại là lời hư dối hay sao?

"Kinh *Nghiệp báo sai biệt* dạy rằng: 'Người lớn tiếng niệm Phật tụng kinh sẽ được mười công đức:

1. Trừ được sự buồn ngủ;
2. Khiến thiên ma kinh sợ;
3. Tiếng niệm vang khắp mười phương;
4. Dứt mọi sự khổ trong Ba đường ác;
5. Âm thanh từ ngoài chẳng vào được;
6. Lòng không tán loạn;
7. Dũng mãnh, tinh tấn;
8. Chư Phật hoan hỷ;
9. Tức thời chứng đắc Tam-muội;
10. Được vãng sanh Tịnh độ.

"Nhờ niệm Phật tụng kinh mà được thành Phật, há nên cho đó là vướng mắc nơi tướng mà tìm cầu hay sao? Há nên khinh chê đó là việc nhỏ mọn hay sao?

"Vào thuở xa xưa, trong hàng cao tăng sáng suốt, có nhiều vị chuyên trì kinh Hoa Nghiêm, hoặc chuyên trì kinh Pháp Hoa, hoặc chuyên niệm Phật *A-di-đà*, thảy đều được vãng sanh Tịnh độ, thẳng tới quả vị Phật. Há có thể cho rằng tụng kinh niệm Phật là việc nhỏ nhặt, là vướng mắc nơi hình tướng hay sao?

"Xưa có người đàn bà muốn trì tụng kinh *A-di-đà* mà không thuộc, chỉ niệm mãi bốn câu:

Hoa sen xanh thơm.
Hoa sen trắng thơm.

Hoa trên cây thơm.
Quả trên cây thơm.[1]

“Nhờ công đức niệm bốn câu lệch lạc ấy mà được vãng sanh Tịnh độ, huống chi người tụng đọc thông suốt trọn bộ kinh mà chẳng được vãng sanh hay sao?

“Pháp sư Đàm Dực vốn đời trước làm thân chim trĩ, nhờ nghe một vị tăng tụng kinh Pháp Hoa, liền được chuyển kiếp làm người, xuất gia tu hành chứng đạo. Huống chi tự mình tụng kinh thuyết pháp lại chẳng thành Phật được sao?

“Xưa có một con vẹt và hai con sáo học nói, niệm câu Phật hiệu *A-di-đà*, nhờ đó mà được vãng sanh Tịnh độ. Loài vật còn như thế, huống chi con người niệm Phật lại chẳng được vãng sanh hay sao?”

Người kia lại hỏi rằng: “Ngài nói việc vãng sanh đó, có gì làm bằng cứ hay chăng?”

Nhất Nguyên này đáp rằng: “Ông không biết sao, trong bài kệ phát nguyện của đức Phật *A-di-đà* có nói rằng:

Vào khi ta thành Phật,
Danh vang khắp mười phương.
Người, trời vui được nghe,
Đều sanh về cõi ta.

“Lại cũng nói rằng:

Địa ngục, quỷ, súc sanh,
Đều sanh về cõi ta.

“Lẽ nào đó lại là lời hư dối hay sao?

“Sách *Kim cang khoa nghi* dạy rằng: ‘Con chồn còn nghe pháp nơi ngài Bách Trượng,[2] loài ốc còn biết giữ gìn bảo vệ kinh

[1] Là những điều trong kinh mô tả về cảnh giới Cực Lạc của đức Phật A-di-đà.

[2] Ngài Bách Trượng thường khi giảng pháp có một ông già đến nghe. Một hôm nghe thuyết pháp xong không về. Ngài hỏi, ông già nói: Tôi không phải người, là một con chồn ở sau núi. Trước đây làm người tu hành thuyết pháp tại núi này, vì nói sai một câu, bác lý nhân quả nên đọa làm thân chồn đã 500 năm

Kim cang,[1] mười ngàn con cá nghe danh hiệu Phật sanh về cõi trời;[2] năm trăm con dơi được nghe pháp đều thành bậc thánh hiền,[3] con trăn nghe bài sám được sanh về cõi trời,[4] con rồng nghe pháp mà ngộ đạo.[5] Loài vật kia còn có thể nhận hiểu, giác ngộ, huống chi con người sao chẳng biết hồi tâm?

---

nay. Xin ngài một câu chuyển ngữ để tôi thoát kiếp chồn hoang. Ngài Bách Trượng nói: "Người tu hành cũng không che mờ nhân quả." Ông già bái tạ, dặn lại rằng: "Nay tôi được thoát kiếp, bỏ thân chồn sau núi, xin mai táng theo lễ dành cho người tu.".

1 Vương Thị Chế đời Đường trì kinh Kim cang, đi đâu cũng mang theo để trì tụng. Ngày kia, đi thuyền đến sông Hán, bị sóng to nguy cấp, bèn ném quyển kinh xuống nước, sóng gió liền yên. Sau tới sông Trấn, nhìn thấy dưới bánh lái thuyền có vật sáng chói, dường như hạt châu, sai người lặn xuống mang lên, hóa ra đó là quyển kinh Kim Cang đã ném xuống nước, có một bầy ốc cùng nhau vây kín chung quanh. Mở ra thì ngoài ướt mà trong khô, không hư mất chữ nào.

2 Mười ngàn cá lội.. hóa làm Thiên tử: Trong Kim quang minh Kinh có tích: Hồi đời quá khứ, ông Lưu Thủy Trưởng giả đi chơi với hai người con. Thuở ấy trời khô hạn, ông thấy dưới một ao to, có hàng muôn con cá bị nước cạn sắp chết. Ông tháo nước cứu sống, bèn thuyết pháp cốt yếu cho chúng cá nghe, xưng tên bảy vị Phật Như Lai đặng cho chúng nó thọ Tam qui y. Sau bảy ngày, chúng cá xả mạng, sanh lên làm các vị Thiên tử trên cảnh trời Đao-lỵ. Xét ra biết đời trước của mình, chúng cá bèn đeo mười ngàn xâu chuỗi ngọc, xuống cõi nhân gian tạ ơn ông Lưu Thủy. Ông Trưởng giả ấy là tiền thân của đức Phật Thích-ca; còn hai người con của ông là tiền thân của La-hầu-la và A-nan vậy.

3 Xưa có một nhóm thương nhân dừng nghỉ dưới một cội cây. Trong bộng cây ấy có năm trăm con dơi. Khoảng nửa đêm có một người trong nhóm tụng đọc kinh chú. Đến gần sáng, các thương nhân nhóm lửa nấu cơm, khói xông vào bộng cây, cả bầy dơi 500 con đều chết. Nhờ trước đó vừa được nghe kinh nên tất cả đều sanh về cõi trời.

4 Hoàng hậu của vua Lương Võ đế (sống vào thế kỷ 6) là người hung dữ, ghen tuông, giết hại cung nữ. Sau khi chết, đọa làm một con trăn. Bà báo mộng khẩn cầu với vua, xin soạn một bài văn sám. Lương Võ đế liền thỉnh thiền sư Chí Công làm Sám chủ, đọc sám văn. Con trăn được nghe rồi thoát xác, sanh lên cõi trời Đao-lỵ.

5 Kinh Pháp Hoa có kể chuyện Bồ Tát Văn-thù xuống long cung thuyết pháp độ loài rồng. Trong số rồng nghe pháp, có Long nữ con Long vương vừa được 8 tuổi, đốn ngộ pháp Đại thừa, dâng hạt bảo châu cho Phật, liền hiện qua thế giới Vô Cấu mà thành Phật.

“Có kẻ mê say việc ăn uống mà uổng phí một đời; có người tu hành nhưng lầm lạc, không tỉnh ngộ ý đạo. Những người như vậy, há có thể cho rằng giảng kinh thuyết pháp là việc nhỏ, là vô ích hay sao? Chẳng thấy trong kinh Pháp Hoa có dạy rằng: ‘Những ai nghe được dù chỉ một bài kệ trong kinh này, đều chắc chắn sẽ được thành Phật. Những ai được nghe Chánh pháp, đều đã thành tựu đạo Phật. Không có một người nào được nghe Chánh pháp mà không thành Phật.’ Lẽ nào đó lại là lời hư dối hay sao?

“Ôi! Loài vật nghe pháp còn được chứng quả, huống chi loài người lễ Phật, tụng kinh, giảng pháp, rộng tu các việc lành mà chẳng thành Phật hay sao?

“Nay tôi xin đơn cử một số trường hợp để trừ dứt sự nghi ngờ của các ông. Ngài Phổ Am xem kinh Hoa Nghiêm mà ngộ đạo, ngài Vĩnh Gia đọc kinh *Niết-bàn* được sáng rõ tâm ý; ngài Khuê Phong xem kinh Viên Giác được khai thông tâm ý; ngài Trí Giả tụng kinh Pháp Hoa thấy hội Linh Sơn chưa dứt! Lợi ích như thế, há có thể khinh chê giáo pháp được sao?

“Kinh Pháp Hoa dạy rằng: ‘Như người bố thí cúng dường cho tất cả chúng sanh trong bốn trăm ngàn *a-tăng-kỳ* thế giới, mãi cho đến khi những chúng sanh ấy đều được chứng đắc quả *A-la-hán*, dứt hết phiền não, vào sâu trong thiền định, thảy đều được thần thông tự tại, đầy đủ tám môn giải thoát. Như thế cũng không bằng công đức của người thứ năm mươi được nghe lặp lại một bài kệ trong kinh Pháp Hoa mà khởi lòng vui theo. Công đức của người này nhiều hơn gấp trăm ngàn vạn ức lần. Được nghe một câu kệ, khởi lòng vui theo mà công đức còn không thể nghĩ bàn, huống chi là trì tụng trọn bộ kinh?

“Trong bài phú *Hoa nghiêm cảm ứng* có đoạn: ‘Người nào được nghe bảy tiếng *Đại Phương Quảng Phật Hoa Nghiêm Kinh* thì không còn đọa vào địa ngục, ngạ quỉ, súc sanh và *a-tu-la*.’ Huống chi là công đức trì niệm kinh?

“Thuở xưa, có một vị tăng chuyên trì kinh Hoa Nghiêm.

Một hôm, Thiên đế đặc biệt tìm đến thỉnh trai. Pháp sư được mời lên Thiên cung, ngồi nhập định. Giây lát, có năm trăm vị *La-hán* từ trên không bay đến, tụ tập trước điện. Sư muốn xuống tòa nghênh tiếp, nhưng Thiên đế thưa rằng: Dụng ý trai tăng hôm nay chỉ một mình ngài thôi, chỉ là tiện dịp nên thỉnh cả năm trăm vị *La-hán*. Ngài trì kinh Hoa Nghiêm là cảnh giới của Phật, lẽ đâu vì hàng tiểu thánh mà xuống tòa hay sao? Vị tăng ấy thọ trai xong liền bay được lên không trung, ngay lúc ấy được thoát phàm, chứng thánh.

"Lại có một vị tăng khác cũng thọ trì kinh Hoa Nghiêm. Thiên đế đang đánh nhau với *A-tu-la*,[1] đặc biệt thỉnh ngài lên tòa tụng kinh. Ngài bay lên không trung mà đến, liền khiến cho Thiên đế chiến thắng, *A-tu-la* hoảng sợ chạy trốn vào một lỗ trống bên trong ngó sen. Thiên đế mừng vui, muốn dâng lên ngài món thuốc trường sanh. Sư quở trách rằng: 'Phật đạo vô thượng chẳng chịu tu, dùng thuốc trường sanh há lại khỏi chết hay sao?'

"Như vậy, lẽ nào có thể cho rằng tụng kinh là việc nhỏ nhặt hay sao?

"Sách *Tây vực ký* có chép rằng: 'Một vị tăng người Thiên Trúc[2] cầm quyển kinh Hoa Nghiêm trên tay, sau đó xối nước rửa tay, nước ấy chảy trôi một con kiến. Con kiến chết, liền được sanh lên cõi trời.

"Vào thời đức Phật còn tại thế, trong ao *Ca-la* có một con hến, nghe Phật thuyết pháp rồi cũng được sanh lên cõi trời.

"Như vậy, lẽ nào có thể cho rằng đọc kinh giảng pháp là vô ích hay sao? Niệm Phật lại chẳng sanh về Tịnh độ hay sao?

"Nay xin dẫn thêm mấy câu để làm bằng chứng, dứt hẳn sự nghi ngờ. Kinh dạy rằng chư Phật nhiều như số cát sông Hằng ở khắp các cõi trong mười phương, mỗi vị đều ở nơi thế giới của

---

[1] Tức A-tu-la vương, vua của loài a-tu-la.

[2] Thiên Trúc: tên khác của Ấn Độ.

mình, hiện tướng lưỡi rộng dài[1] bao trùm cả thế giới Tam thiên Đại thiên, nói ra lời chân thật, cùng nhau xưng tán đức công đức không thể nghĩ bàn của đức Phật *A-di-đà*, cũng như cõi nước trang nghiêm thù thắng của ngài.

"Các vị Đại Bồ Tát trong mười phương còn niệm danh hiệu đức Phật *A-di-đà*, nguyện được sanh về thế giới của ngài, huống chi là hạng phàm phu ngu muội như chúng ta?

"Vào thời đức Phật còn tại thế, có các ngài *Văn-thù*, Phổ Hiền. Sau khi Phật diệt độ, có các ngài Mã Minh, Long Thọ. Trên hội Hoa Nghiêm có *Tỳ-kheo* Đức Vân, trên hội Lăng Nghiêm có Bồ Tát Thế Chí. Tại Đông độ này[2] có các vị tổ sư như Viễn Công, Pháp Trí... các vị pháp sư như Từ Ân, Thiếu Khương, Hoài Cảm, Thảo Đường, Cô Sơn, Tông Thán, Nghĩa Uyên, Viên Biện Thâm... các vị đại sư như Tỉnh Thường, Trung Quốc... các vị thiền sư như Hoài Ngọc, Đạo Xước, Nguyên Tín, Vạn Niên Nhất, Trương Lô Trạch, Thiên Y Hoài, Viên Chiếu Bổn, Vĩnh Minh Thọ... các vị hòa thượng như Đạo An, Thiên Như Duy Tắc, Thiện Đạo... các vị luật sư như Đại Trí, Trung Phong... Lại còn có Quốc sư Phổ Ứng, Tông chủ Phổ Độ Ưu Đàm, Sám chủ Từ Vân và mười tám vị đại hiền núi Lư Sơn.

"Các vị Phật, Tổ và tri thức kể trên đều tu hành pháp môn này, lại còn đem ra giáo hóa muôn người. Chúng ta sao chẳng học theo cách tu trì ấy, nguyện sanh về Thế giới Cực Lạc? Các vị Phật, Tổ và tri thức ấy lẽ nào chẳng thấu rõ pháp môn thiền định hay sao? Lẽ nào là hạng phàm phu căn tánh chậm lụt hay sao? Lẽ nào là hạng vướng chấp nơi hình tướng mà tìm cầu hay sao?

"Xưa nay có biết bao bậc tôn túc, bao nhiêu vị danh hiền,

---

[1] Tướng lưỡi rộng dài: một trong các tướng tốt của đức Phật, do sự chân thật trong vô số kiếp mà thành tựu. Vì thế, tướng này chứng minh cho sự chân thật, rằng chư Phật không bao giờ nói ra lời hư dối, sai lệch. Chư Phật hiện tướng này để xác quyết rằng lời sắp nói ra là tuyệt đối chân thật.

[2] Đông độ: chỉ Trung Hoa, vì so với Ấn Độ thì Trung Hoa nằm về phía đông.

thảy đều niệm danh hiệu đức Phật *A-di-đà*, cầu sanh Tịnh độ! Huống chi chúng ta chỉ là hạng phàm ngu thấp kém?

"Than ôi! Nay sanh vào thời xấu ác có đủ năm sự uế trược, tu học các pháp môn khác đều khó thành tựu, duy có pháp môn niệm Phật cầu vãng sanh là con đường thẳng tắt nhất mà thôi! Những kẻ không biết đến pháp môn này, thật đáng thương thay! Nếu đã biết mà chẳng tu theo, lại càng đáng thương hơn nữa!

"Ôi! Tôi nay nhọc lòng nói mãi, chẳng mong gì khác hơn là cầu cho mọi người đều biết đau đớn xét nghĩ đến cuộc sanh tử, mau mau niệm Phật cầu sanh Tịnh độ.

"Nếu có thể tu tập cả pháp môn thiền định kèm theo, khai ngộ về bổn tánh, khác nào như gấm thêm hoa, cũng không đi ngoài mục đích. Còn như không đủ sức sáng tỏ, hãy nương theo nguyện lực của Phật, cũng được vãng sanh. Đã vãng sanh về cõi Phật rồi, còn lo gì không ngộ đạo?

"Sau khi được gặp Phật *A-di-đà*, mới biết rằng cả ba pháp tu thiền, niệm Phật và tu tâm đều giống như nhau; các pháp quán về lẽ không, về sự hư dối và pháp trung quán đều dung thông không ngăn ngại.

"Đã đạt thấu lý viên dung, mới biết rằng niệm mà không niệm, sanh mà không sanh, tu mà không tu, chứng mà không chứng, thuyết mà không thuyết, không thuyết mà thuyết, sự tức lý, lý tức sự, tướng là không tướng, không tướng là tướng, vô lượng là một, một là vô lượng, Phật tức là ta, ta tức là Phật, Phật thuyết pháp tức là ta thuyết pháp, ta thuyết pháp tức là Phật thuyết pháp.

"Như vậy, mũi ta cũng là mũi Phật, mặc tình thở ra hít vào. Quả như đạt đến cảnh giới ấy, mới tin rằng lời của Nhất Nguyên này hôm nay chẳng phải là dối trá."

26. Ba vị Đại Thánh dứt lòng nghi cho người[1]

Về đời nhà Đường, ở thành Lạc Dương, chùa Võng Cực, có một vị tăng hiệu Thích Huệ Nhật, vốn người họ Tân quê ở Đông Lai. Ngài xuất gia và thọ giới Cụ túc vào khoảng triều vua Đường Trung Tông (705-707), sau gặp ngài Nghĩa Tịnh Tam Tạng, tiếp nhận được giáo pháp Nhất thừa sâu xa nhất.

Ngài Huệ Nhật trong lòng thường tưởng mộ, quyết đi đến Thiên Trúc. Ngày kia đối trước tượng Phật phát lời thệ nguyện, lên đường sang Tây Vực.[2] Ban đầu nương thuyền vượt biển, trong khoảng ba năm đã trải qua hầu hết các nước miền Đông Nam hải như Côn Lôn, Phật Thệ, Sư Tử Châu... Vượt qua nhiều nước, cuối cùng mới đến được Thiên Trúc, ngài đến lễ bái các thánh tích và tìm kiếm thu thập các bản kinh văn tiếng Phạn. Ngài cũng đi khắp nơi tham bái các bậc thiện tri thức. Trong suốt 13 năm tìm cầu học hỏi giáo pháp, chỉ mong muốn được làm lợi ích cho muôn người!

Rồi ngài chống gậy lên đường về. Đường xa thăm thẳm một bóng một mình, vượt qua bao núi tuyết, bao xóm làng hẻo lánh. Đi được 4 năm dài, trải qua không biết bao nhiêu sự khổ nhọc, đau đớn, sanh ra chán ngán cõi *Diêm-phù* này, bèn tự than rằng: "Có đất nước nào, thế giới nào chỉ có vui mà không có khổ? Có pháp môn nào, hạnh nguyện nào có thể mau chóng được gặp Phật?" Ngài lại đem việc ấy đi hỏi khắp các vị học giả trên toàn cõi Thiên Trúc. Ai nấy đều ngợi khen pháp môn Tịnh độ, vừa phù hợp với lời Phật dạy, vừa mau chóng đạt đến kết quả, chính là con đường có thể tu tập chỉ trong một đời, dứt bỏ

---

[1] Ba vị Đại Thánh được nêu trong bài này là Bồ Tát Quán Thế Âm, Bồ Tát Văn-thù và Bồ Tát Phổ Hiền. Trong hai câu chuyện được kể sau đây, ba vị Đại Thánh này đã hiển linh để dứt sạch lòng nghi ngờ cho 2 vị cao tăng, đồng thời cũng lưu lại một tấm gương cho người đời soi vào để thấy được chỗ thù thắng của pháp môn Tịnh độ.

[2] Thiên Trúc, Tây Vực đều là những tên khác để chỉ Ấn Độ.

thân này ắt được vãng sanh về Thế giới Cực Lạc, tự mình được phụng sự đức Phật *A-di-đà*.

Nghe được những lời ấy rồi, ngài Huệ Nhật cúi đầu vâng lãnh. Rồi ngài liền đi dần lên phía bắc Ấn Độ, đến nước *Kiện-đà-la* (Gandhāra). Về phía đông bắc kinh đô nước này có một ngọn núi lớn. Trên núi có tượng đức Bồ Tát Quán Âm, đã có nhiều người chí thành cầu thỉnh được thấy Bồ Tát hiện thân. Ngài Huệ Nhật bèn khấu đầu làm lễ trước tượng Bồ Tát trọn bảy ngày, lại phát nguyện tuyệt thực đến chết nếu không được thấy Bồ Tát hiện thân. Đến ngày thứ bảy, khi trời còn chưa sáng, đức Quán Âm bỗng hiện ra thân hình màu vàng rực giữa không trung, chiều cao hơn một trượng, ngồi trên tòa sen báu, đưa tay phải xuống xoa đầu Huệ Nhật dạy rằng:

“Ông muốn truyền pháp lợi mình lợi người, chỉ có một pháp hướng về cõi Phật *A-di-đà* ở phương Tây mà thôi. Nên khuyên người niệm Phật, tụng kinh, hồi hướng phát nguyện vãng sanh. Khi được về cõi ấy, được gặp ta và đức Phật A-di-đà, được lợi ích lớn. Ông nên tự biết rằng pháp môn Tịnh độ vượt hơn tất cả các hạnh nguyện khác.”

Dạy như thế rồi, bỗng dưng biến mất. Ngài Huệ Nhật tuyệt thực đã đến lúc sắp bỏ mạng, nhưng vừa nghe xong những lời ấy bỗng trở nên khỏe mạnh, liền thẳng đường leo qua núi ấy, nhắm hướng đông mà đi.[1] Đường ngài đi trải qua hơn 70 nước, tính thời gian từ khi đi cho đến lúc về tới Trung Hoa là 18 năm (701-719). Niên hiệu Khai Nguyên thứ 7 đời vua Đường Huyền Tông (719), ngài về tới Trường An. Ngài dâng lên hoàng đế những kinh tượng mang về được từ Ấn Độ. Sau, ngài cũng khai ngộ cho hoàng đế, được ban tứ hiệu là Từ Mẫn Tam Tạng Sanh Pháp sư.

---

[1] Từ Ấn Độ nhắm hướng đông mà đi tức là hướng về Trung Hoa. Trước đó ngài đã lên đường về, nhưng vì chưa quyết định theo pháp môn Tịnh độ nên còn dần dà trên đất Ấn. Kể từ lúc này mới quyết lòng tin tưởng vào pháp môn Tịnh độ.

Suốt đời ngài tinh cần tu tập pháp môn Tịnh độ, có soạn bộ sách *Vãng sanh Tịnh độ tập* lưu truyền ở đời. Lời dạy của ngài cùng với các vị Thiện Đạo và Thiếu Khương, tuy khác thời đại nhưng chỗ giáo hóa đều như nhau.

*

Niên hiệu Đại Lịch thứ 2 đời Đường Đại Tông (767), có Đại sư Pháp Chiếu trụ trì chùa Vân Phong tại Hoành Châu. Ngài siêng cần tu học không hề giải đãi, luôn lấy sự khuyên người niệm Phật làm việc gấp rút, khẩn thiết.

Đã hai lần trong Tăng đường, ngài nhìn vào bát cháo thấy hiện ra thắng cảnh ở Ngũ Đài. Trong thắng cảnh ấy lại hiện ra một ngôi chùa, có bảng vàng đề mấy chữ "*Chùa Đại Thánh Trúc Lâm*".

Từ đó, ngài Pháp Chiếu đem lòng khát ngưỡng, muốn đến Ngũ Đài chiêm bái. Tại chùa Hồ Đông ở Hoành Châu, ngài 5 lần lập đạo tràng niệm Phật, phát nguyện được thấy Đại Thánh.

Ngày 13 tháng 8, niên hiệu Đại Lịch thứ 4 (769), ngài khởi hành. Đến ngày mồng 5 tháng 4 năm sau thì vừa tới huyện Ngũ Đài. Từ xa, ngài nhìn về phương nam thấy nơi chùa Phật Quang có mấy đạo hào quang trắng sáng tỏa lên. Qua hôm sau thì đến chùa Phật Quang, thấy quang cảnh y hệt như trước đây nhìn thấy trong bát cháo, không khác chút nào!

Đêm hôm ấy, vừa qua canh tư, ngài Pháp Chiếu nhìn thấy một đạo hào quang từ trên ngọn núi phía bắc bay xuống chiếu vào trong chùa. Ngài vội vào chùa thưa hỏi chúng tăng: "Hào quang ấy là điềm gì, lành hay dữ?" Có một vị tăng đáp rằng: "Đó là hào quang không thể nghĩ bàn của đức Đại Thánh, thường giác ngộ cho những ai có duyên lành."

Ngài Pháp Chiếu nghe như vậy rồi liền chỉnh đốn oai nghi, theo hướng hào quang mà thẳng đường lên chùa. Đi về hướng đông bắc chừng 50 dặm, quả nhiên gặp một ngọn núi. Dưới núi có khe nước, phía bắc khe nước có một cửa đá. Có hai đồng tử mặc áo xanh, khoảng tám, chín tuổi, dung mạo đoan chánh, đang đứng trước cửa. Một người xưng tên là Thiện Tài, một người là *Nan-đà*.

Đôi bên gặp nhau bày tỏ sự vui mừng, cùng theo lễ hỏi han nhau. Rồi hai người ấy dẫn Pháp Chiếu vào cửa, cùng đi về hướng bắc khoảng 5 dặm thì tới. Nơi đây có một tòa lầu cửa vàng, khi đến tận cửa thì mới biết đó là một ngôi chùa. Trước chùa có một bảng vàng lớn đề mấy chữ: "*Chùa Đại Thánh Trúc Lâm*". Quang cảnh nơi ấy vuông vức mỗi bề chừng 20 dặm, có 120 viện, thảy đều có bảo tháp trang nghiêm. Mặt đất toàn là vàng ròng, lại có ao nước chảy, có hoa trái, cây cối mọc đầy bên trong.

Pháp Chiếu vào chùa, bước vào trong giảng đường nhìn thấy đức *Văn-thù* bên phía tây, đức Phổ Hiền bên phía đông. Hai vị Bồ Tát ấy đều ngự trên tòa sư tử, tiếng thuyết pháp nghe rất rõ ràng, vang dội. Hai bên đức *Văn-thù* có hơn muôn vị Bồ Tát theo hầu, còn chung quanh đức Phổ Hiền cũng có vô số vị Bồ Tát.

Pháp Chiếu tiến tới trước hai vị Bồ Tát, lễ lạy rồi thưa hỏi rằng: "Con là phàm phu sanh nhằm đời mạt pháp, cách Phật đã xa, tri thức hèn kém, nghiệp chướng nhơ nhớp lấp sâu nên tánh Phật không do đâu mà hiển bày! Phật pháp mênh mông, con thật không biết phải tu tập pháp môn nào là cốt yếu. Cúi xin hai vị Đại Thánh vì con phá sạch chỗ nghi ngờ."

Đức *Văn-thù* đáp rằng: "Nay chính là lúc ông nên tu pháp môn niệm Phật. Trong tất cả các môn tu hành, không có pháp môn nào vượt hơn pháp niệm Phật và cúng dường *Tam bảo*. Đó là đồng thời tu *phước* lẫn tu *huệ*. Chỉ có hai pháp tu đó là con đường thẳng tắt nhất, cốt yếu nhất. Vì sao vậy? Như ta đây trong đời quá khứ chính nhờ quán tưởng Phật, niệm Phật và cúng dường mà nay đạt được trí tuệ giải thoát hiểu biết tất cả. Cho nên, tất cả các pháp *Bát-nhã Ba-la-mật*, thiền định thâm sâu, cho đến hết thảy chư Phật đều là sanh ra từ pháp môn niệm Phật. Nên phải biết rằng, pháp môn niệm Phật là vua trong tất cả các pháp. Ông nên thường xuyên niệm tưởng đấng *Vô thượng Pháp vương,*[1] không lúc nào gián đoạn."

Pháp Chiếu lại hỏi: "Nên niệm như thế nào?"

Đức *Văn-thù* dạy: "Về hướng tây của thế giới này có đức Phật *A-di-đà*. Nguyện lực của đức Phật ấy không thể nghĩ bàn. Ông nên thường niệm danh hiệu ngài, đừng cho gián đoạn. Sau khi mạng chung chắc chắn sẽ được vãng sanh, mãi mãi không còn thối chuyển."

Nói xong, hai vị Đại Thánh cùng đưa tay vàng xoa lên đỉnh đầu Pháp Chiếu, ban lời thọ ký rằng: "Ông nhờ tu tập pháp môn niệm Phật mà không bao lâu nữa sẽ được chứng quả *Bồ-đề* Vô thượng Chánh đẳng. Nếu có những thiện nam, tín nữ nào muốn mau thành Phật thì không gì bằng tu pháp môn niệm Phật, chắc chắn sẽ được nhanh chóng thành tựu quả *Bồ-đề* Vô thượng."

Dứt lời, hai vị Đại Thánh lại thay nhau đọc kệ. Pháp Chiếu được nghe rồi lấy làm vui mừng phấn chấn, lòng nghi dứt sạch, bèn lễ lạy rồi lui ra.

Hai câu chuyện trên đều có ghi chép trong *Tống Cao tăng truyện*, được đưa vào *Đại tạng kinh*, bản *Đại Chánh tân tu*, thuộc quyển 50, số hiệu 2061. Đây chỉ nêu việc chính, còn những chi tiết nhỏ không quan trọng xin lược bớt.

---

[1] Vô thượng Pháp vương: danh hiệu tôn xưng đức Phật, vì ngài là vị vua trong tất cả các pháp và không còn ai vượt hơn được nữa.

27. Thiền sư Vạn Tông chỉ thẳng đường tu

Pháp môn *Niệm Phật Tam-muội* cũng gọi là *Nhất hạnh Tam-muội*. Có nghĩa là, người tu tập pháp môn này khi đã hiểu được ý chỉ sâu xa và có thể gìn giữ sự nhất tâm thì chẳng còn noi theo một hạnh nguyện nào khác, chỉ một lòng nhớ nghĩ đến cõi thế giới Cực Lạc, một lòng niệm tưởng đến đức Phật *A-di-đà* mà thôi. Người ấy biết rằng, thân mình với Tịnh độ không phải là hai, lòng nhớ nghĩ và niệm tưởng cũng chỉ là một. Được như vậy mới gọi là *Nhất hạnh* như vừa nói trên.

Tuy gọi là một hạnh duy nhất, nhưng người tu hành cũng phải nhờ vào vô số các pháp thế gian và xuất thế gian, tu tập hết thảy các công đức để hỗ trợ cho đường tu thì hạnh nguyện vãng sanh mới mau chóng được thành tựu. Vì thế, tất cả các hạnh nguyện đều là chỗ tu tập của pháp môn Tịnh độ, không có đường hướng nào khác. Gọi là *Nhất hạnh*, cũng ví như muôn dòng nước chảy vào biển, đều gọi tên chung là biển. Cũng vậy, vì muôn điều thiện cùng quy về một mối nên gọi là *Nhất hạnh*.

Vì nghĩa ấy nên các pháp như *niệm xứ*,[1] *chánh cần*,[2] *căn*,[3]

---

[1] Tức Tứ niệm xứ: bốn chỗ quán niệm của người tu tập, bao gồm: 1. Thân niệm xứ: thường quán tưởng thân này là nhơ nhớp, không thanh tịnh. 2. Thọ niệm xứ: thường quán tưởng bản chất của mọi cảm thọ, xúc chạm đều là khổ. 3. Tâm niệm xứ: thường quán tưởng tâm ý là vô thường, biến đổi, sanh diệt trong từng giây phút. 4. Pháp niệm xứ: thường quán tưởng tất cả các pháp không hề có cái gọi là "bản ngã" thường tồn độc lập, bản chất thật sự của các pháp chỉ là sự hội tụ và tan rã của các nhân duyên.

[2] Tức Tứ chánh cần: , hay bốn sự chuyên cần chân chánh, bao gồm: 1. Đối với việc ác đã sanh khởi, phải chuyên cần trừ bỏ. 2. Đối với việc ác chưa sanh khởi, phải chuyên cần chế phục, không để cho sanh khởi. 3. Đối với việc thiện chưa sanh khởi, phải chuyên cần làm cho sanh khởi. 4. Đối với việc thiện đã sanh khởi, phải chuyên cần nuôi dưỡng cho thêm lớn mạnh.

[3] Tức Ngũ căn, chỉ năm pháp căn bản của người tu tập, bao gồm: 1. Tín căn, hay đức tin vào Tam bảo, chánh tín. 2. Tinh tấn căn, hay sự tinh tấn, chuyên cần tu tập thiện pháp. 3. Niệm căn, hay sự nhớ nghĩ, niệm tưởng Chánh pháp. 4. Định căn, hay năng lực tập trung tư tưởng, ý niệm, không buông thả, tán loạn. 5. Huệ căn, hay trí huệ sáng suốt thấu rõ chân lý.

lực,[1] *giác,*[2] *đạo,*[3] *tứ hoằng,*[4] *lục độ,*[5] hết thảy đều là hạnh Tịnh độ. Cho đến những việc lành hết sức nhỏ nhặt, hoặc là niệm Phật với tâm tán loạn, thậm chí chỉ một lần xưng danh hiệu Phật, một lần chắp tay cung kính, một lần lễ bái, một lần tán thán, một lần chiêm ngưỡng, cho đến dâng cúng một nén nhang, một chén nước, một cành hoa, một ngọn đèn, hoặc chỉ một lần cúng dường, dùng một món cúng dường, hoặc chỉ khởi một niệm tu tập, cho đến mười niệm, hoặc chỉ phát tâm làm được một việc bố thí, trì giới, nhẫn nhục, tinh tấn, thiền định, trí huệ... hết thảy những căn lành ấy đều hồi hướng về Cực Lạc.

Nhờ duy trì được nguyện lực nên sớm muộn gì cũng đều được vãng sanh đúng như trong kinh đã dạy. Ví như thuở xưa, có người đem một giọt nước nhỏ gửi vào biển lớn, nguyện cho giọt nước ấy chẳng hoại, chẳng mất, chẳng biến đổi, chẳng khô cạn. Tuy trải qua nhiều đời mà giọt nước ấy vẫn còn nguyên. Người ấy sau khi trải qua nhiều kiếp vẫn nhận lại được giọt nước nguyên vẹn như khi gửi vào, không hề hoại mất, không hề khô cạn. Người đã đem một chút căn lành nhỏ nhoi hồi hướng về Cực Lạc, cũng giống như người kia gửi giọt nước vào biển lớn, tuy trải qua nhiều đời nhiều kiếp nhưng căn lành ấy không hề hoại mất, không hề khô kiệt, chắc chắn thế nào cũng sanh về Cực Lạc.

---

[1] Tức Ngũ lực, chỉ sự phát triển mạnh mẽ Ngũ căn vừa nói trên. Như vậy bao gồm: Tín lực, Tinh tấn lực, Niệm lực, Định lực, và Huệ lực.

[2] Tức Thất giác ý, cũng gọi là Thất Bồ-đề phần, bao gồm: 1. Trạch pháp, 2. Tinh tấn, 3. Hỷ, 4. Khinh an, 5. Niệm, 6. Định, 7. Xả.

[3] Tức Bát chánh đạo hay Bát thánh đạo, bao gồm: 1. Chánh tri kiến, 2. Chánh tư duy, 3. Chánh ngữ, 4. Chánh nghiệp, 5. Chánh mạng, 6. Chánh tinh tấn, 7. Chánh niệm, 8. Chánh định.

[4] Tức Tứ hoằng thệ nguyện, bốn sự phát nguyện rộng lớn của người tu hành. Đó là: 1. Chúng sanh vô biên thệ nguyện độ. 2. Phiền não vô tận thệ nguyện đoạn. 3. Pháp môn vô lượng thệ nguyện học. 4. Phật đạo vô thượng thệ nguyện thành.

[5] Lục độ, tức Lục ba-la-mật, sáu pháp tu tập của hàng Bồ Tát, giúp đạt đến quả vị giải thoát, gồm có: 1. Bố thí, 2. Trì giới, 3. Nhẫn nhục, 4.Tinh tấn, 5. Thiền định, 6. Trí huệ.

Huống chi những việc như chánh kiến, tà kiến, Đại thừa, Tiểu thừa, hữu lậu, vô lậu, loạn tâm hay định tâm làm việc thiện, các pháp quán tưởng, trí huệ... thảy đều gọi là *Nhất hạnh*, thảy đều sẽ được vãng sanh, chỉ trừ những kẻ tin nhận ngoại đạo mà thôi.

Cho nên nói rằng: "Chỉ cần có lòng tin chắc, quyết không bị dối gạt." Trong kinh lại dạy rằng: "Những ai xưng niệm một lần *Nam-mô* Phật, đều sẽ thành Phật đạo." Rất đáng tin sâu lời ấy. Nhưng đối với những ai chưa khởi lòng nhân, chưa làm các việc lành, thân tâm chưa điều phục, chưa có sự cảm ứng thì chớ vội nói ra như vậy.

Bởi vậy, trong suốt một đời đức Phật *Thích-ca* đã nói ra vô lượng *tam-muội*, vô lượng pháp giải thoát, vô lượng hạnh nguyện và các pháp tổng trì tương ứng nhau, cùng vô lượng pháp môn, nhưng chỉ riêng có pháp niệm Phật là thâu gồm tất cả vào trong, hết thảy đều đầy đủ. Như biển lớn kia dung chứa tất cả các dòng nước chảy vào mà tánh biển vẫn không thêm, không bớt; như hạt ngọc như ý đặt trên tòa cao làm thỏa mãn tất cả ước nguyện của chúng sanh mà thể chất của ngọc vẫn không hao tổn. Phép Niệm Phật *Tam-muội* này cũng vậy, có thể thâu nhiếp tất cả, bao gồm đầy đủ tất cả.

Vì nghĩa ấy nên khi xưa đức Thế Tôn đã rất nhiều lần đem phép Niệm Phật *Tam-muội* này mà dạy cho tất cả chúng hội. Trong chúng hội ấy có rất nhiều người lắng nghe rồi vâng theo, đều thuộc hàng đại căn như Bồ Tát *Văn-thù*, hoặc các vị thánh hiền trong Ba thừa và Tám bộ thiên long,[1] thảy đều hết lòng tin theo. Đến khi pháp Phật truyền sang Đông độ, có vị đại nhân ở núi Lô sơn xiển dương giáo hóa, người người tin tưởng làm theo, ào ạt như gió lướt trên ngọn cỏ! Khắp thiên hạ đều hướng về, ai ai cũng ngợi khen pháp ấy.

[1] Tám bộ thiên long: (Thiên long bát bộ): cách nói tắt để chỉ chung 8 loài chúng sanh thường đến nghe Phật thuyết pháp, gồm chư thiên, loài rồng, loài dạ-xoa, loài càn-thát-bà, loài a-tu-la, loài khẩn-na-la, loài ca-lâu-la và loài ma-hầu-la-già. .

Từ Phật đến nay đã hơn hai ngàn mấy trăm năm, có biết bao bậc thánh hiền, những vị cao tăng, những bậc danh nho cự phách, cùng những giới sĩ, nông, công, thương, những hạng đàn ông, đàn bà hèn kém, cho đến những kẻ nô tỳ, quan hoạn... hoặc tự mình tu tập, khuyên người tu tập, hoặc soạn văn, hoặc phát thệ nguyện, trân trọng chánh pháp như vật báu, coi khinh thân mạng như hạt bụi, gặp nạn chẳng sợ, gặp chết chẳng lo, xả thân lập hạnh, đem hết sức mình tu tập pháp môn niệm Phật. Những người như thế thật nhiều không kể xiết!

Lại có những người thấy kẻ khác tu tập mà hoan hỷ vui theo, hoặc tin tưởng nương theo, cho đến những người noi theo đức độ người tu mà đem hết lòng thành của mình ra niệm Phật, số ấy lại càng đông đảo, quả thật là nhiều như sao đêm, như cát bụi, số nhiều lại càng nhiều hơn.

Lại có những người niệm Phật mà nửa tin nửa ngờ, do dự chẳng quyết. Thế mà họ cũng được sanh về Cực Lạc, nơi những vùng biên địa *Nghi thành*,[1] huống chi đối với những người có lòng tin chân chánh, tu hành chân chánh, phát nguyện chân chánh, lẽ nào còn có chỗ nghi hay sao? Những người vãng sanh được ghi lại trong sách truyện chỉ là một phần nhỏ trong muôn vạn trường hợp. Từ xưa tới nay, số người đã nương nhờ ơn Phật mà được vãng sanh thật không có giấy bút nào, không miệng lưỡi nào có thể kể ra cho xiết!

Nếu như muốn tu tập các pháp môn khác, chỉ là nhờ vào sức lực của tự tâm mình, nhưng nếu có sự thối chuyển, ắt vướng phải nạn ách của chúng ma. Chỉ duy nhất một pháp môn niệm Phật này, nương nhờ sức Phật, tu tập ắt được thành tựu, không còn trở lại vướng vào nghiệp ma, mãi mãi không thối chuyển, chắc chắn được vãng sanh!

[1] Vùng biên địa Nghi thành: nơi dành cho những người tu Tịnh độ nhưng chưa đủ lòng tin, còn có sự nghi ngờ (nên gọi là Nghi thành). Khi vãng sanh về đó, họ không được tự thân gặp Phật, phải trải qua một thời gian rất lâu, khi sự nghi ngờ đã trừ hết mới được gặp Phật.

28. Lược nói về ba hội Long Hoa

Một hôm, Nhất Nguyên đang đóng cửa ngồi yên tịnh, bỗng có mấy người cư sĩ đến gõ cửa hỏi rằng: "Nhân duyên ba hội Long Hoa như thế nào, xin thầy chỉ bày cho."

Nhất Nguyên hỏi lại: "Vì sao các ông đến hỏi tôi việc này?"

Cư sĩ nói: "Chúng tôi từ nhỏ đã thường ăn chay niệm Phật, nguyện đến thắng hội Long Hoa sẽ chứng quả *Bồ-đề*. Vì thế mới hỏi về việc này."

Nhất Nguyên cười đáp rằng: "Nếu các ông cầu sanh Tịnh độ thì hỏi như vậy muộn quá, còn như cầu sanh vào hội Long Hoa thì hỏi câu ấy sớm quá."

Cư sĩ hỏi: "Thế nào gọi là sớm với muộn?"

Nhất Nguyên đáp: "Ví như ngay hôm nay thành Phật, muốn làm hóa chủ cõi Lạc bang cũng đã là muộn rồi,[1] sao còn mong muốn điều ấy? Huống chi còn phải đợi cho hết kiếp luân hồi, há chẳng phải muộn quá hay sao?

"Còn đức Phật *Di-lặc*, phải đợi năm mươi sáu ức vạn năm mới giáng sanh tại hội Long Hoa, há chẳng là hỏi việc ấy sớm quá hay sao?

"Các ông đã biết ăn chay niệm Phật, chỉ nên ngay trong đời này cầu sanh Tịnh độ, mau chóng chứng quả *Bồ-đề*, vì sao phải đợi cho đến hội Long Hoa sau này?"

Cư sĩ thưa rằng: "Chúng tôi thường nghe nhiều người nói về hội Long Hoa, nên mới theo đó mà phát nguyện như vậy."

Nhất Nguyên nói: "Chẳng cầu Tịnh độ mà cầu Long Hoa, cũng chẳng biết còn phải chịu bao nhiêu nỗi khổ xoay vần nữa, phát nguyện như thế thật không phù hợp."

---

[1] Ngay hôm nay thành Phật cũng không kịp làm hóa chủ cõi Lạc bang, vì từ lâu đã có đức Phật A-di-đà giáo hóa tại cõi ấy.

Cư sĩ nói: "Chúng tôi nhờ ơn thầy trừ dứt chỗ nghi ngờ, từ nay xin theo con đường tất cầu sanh Tịnh độ."

Nhất Nguyên nói: "Chỉ cần có lòng tin chắc, quyết không bị dối gạt."

Cư sĩ thưa: "Không biết chúng tôi có thể may mắn được nghe thầy chỉ dạy về pháp cầu sanh Tịnh độ hay chăng? Hơn nữa, chúng tôi cũng mong được nghe về ba hội Long Hoa."

Nhất Nguyên đáp: "Nếu nói thật đủ thì nhiều việc rườm rà, còn lược bớt đi thì thiếu phần nghĩa lý. Nay tôi sẽ dựa theo một bản kinh do Pháp sư *La-thập* dịch[1] để trình bày với mọi người.

"Kể từ khi đức Phật *Thích-ca Mâu-ni* đản sanh, con người có tuổi thọ trung bình là 100 tuổi. Lấy đó làm mốc để tính tới, cứ qua 100 năm thì giảm bớt 1 tuổi, giảm dần như vậy cho đến khi tuổi thọ trung bình của con người chỉ còn 30 tuổi. Khi ấy con người chỉ cao chừng 3 thước.[2] Bấy giờ sẽ có nạn đói khởi lên.

"Lại tiếp tục giảm dần cho đến khi đời sống con người chỉ còn 20 tuổi, cao khoảng 2 thước. Bấy giờ sẽ có dịch bệnh khởi lên.

"Lại tiếp tục giảm mãi cho đến khi đời sống con người chỉ còn 10 tuổi, cao khoảng 1 thước. Bấy giờ sẽ có nạn binh đao khởi lên.

"Như trên vừa kể là biến tướng của ba tai kiếp nhỏ. Sau ba tai kiếp này, chỉ còn lưu lại được 10.000 người, gồm cả nam lẫn nữ, cùng trốn vào trong núi sâu để lưu lại giống nòi. Vào lúc ấy, con gái chỉ 5 tuổi thì lấy chồng.[3] Đó là thời kỳ kiếp giảm đạt đến mức thấp nhất.

---

[1] Đây chỉ kinh Phật thuyết *Di-lặc* đại thành Phật (佛說彌勒大成佛經) do ngài Cưu-ma-la-thập dịch, được đưa vào Đại chánh tạng, quyển 14, kinh số 456.

[2] Thước cổ của Trung Quốc, mỗi thước bằng khoảng 0,33 mét. Như vậy, 3 thước là khoảng 1 mét. Những chỗ tiếp sau đây dùng đơn vị "thước" cũng đều chỉ loại thước cổ này.

[3] Vì khi ấy tuổi thọ con người chỉ có 10 tuổi.

“Rồi bắt đầu kể từ đó, cứ qua 100 năm thì tuổi thọ trung bình của con người lại tăng thêm 1 tuổi. Tăng dần như vậy, cho đến lúc đời sống con người là 84.000 tuổi. Đó là thời kỳ kiếp tăng đạt đến mức cao nhất.

“Sau khi đạt đến mức cao nhất rồi, lại cứ qua 100 năm thì giảm bớt 1 tuổi. Giảm dần như vậy cho đến lúc đời sống con người còn 80.000 tuổi, đức Phật *Di-lặc* mới đản sanh tại kinh thành nước *Sí-đầu-mạt*, trong một gia đình đại *bà-la-môn*. Người cha tên là *Tu-phạm-ma* (Thiên Tịnh), người mẹ tên là *Phạm-ma Bạt-đề* (Tịnh Diệu). Đức *Di-lặc* tuy ở trong bào thai nhưng chẳng khác gì giữa chốn Thiên cung, không bị trần cấu che lấp, tự nhiên hóa sanh, thân cao 32 trượng, ngực rộng 10 trượng, mặt dài 5 trượng, có đủ 84.000 tướng tốt và vẻ đẹp chói sáng rực rỡ. Chúng sanh được nhìn chẳng bao giờ thấy chán.

“Tại nước ấy có vị vua Chuyển luân tên là *Nhương-khư*, rộng làm *Mười nghiệp lành*, dạy dỗ nhân dân, mọi người đều được cảm hóa, ai ai cũng khâm phục. Tuổi thọ của người dân thảy đều được 80.000 tuổi, thân cao 16 trượng, tướng mạo đoan nghiêm, không có ai xấu xa thô kệch. Con gái đến 500 tuổi mới lấy chồng.

“Vào thời ấy, đời sống không có mọi tai nạn, không có những nỗi khổ vì nóng, lạnh. Nhà không cần đóng cửa, không có nạn trộm cướp. Y phục tự nhiên hóa hiện, chẳng cần phải khó nhọc làm ra. Vàng bạc, bảy báu chứa đầy kho, chẳng ai thèm ngó đến. Đất đai bằng phẳng, không có gò nổng, hầm hố. Trên đất mọc lên những cây cối hình như con rồng vàng, trên hình rồng ấy trổ ra hoa, vì vậy nên gọi thời ấy là thắng hội Long Hoa.

“Cảnh giới mà nhân dân được thọ hưởng khi ấy giống như ở Thiên cung Tự tại hoặc như trên cảnh trời *Đao-ly*. Chỉ có ba điều làm cho người ta không được hưởng trọn vẹn khoái lạc: một là sự ăn uống, hai là sự bài tiết tiêu hóa, ba là sự già yếu.

“Mỗi khi cần đi tiêu thì tự nhiên mặt đất sẽ nứt ra, đi tiêu xong thì đất khép lại, và có hoa sen màu đỏ mọc lên làm tiêu mất sự hôi hám.

"Khi con người sắp mạng chung thì tự đi đến nơi nghĩa địa. Sau khi chết, thần thức liền sanh lên cõi trời, không đọa vào các đường ác. Vì sao vậy? Vì nhân dân cõi ấy đều tu *Mười nghiệp lành*, nên đều được sanh lên cõi trời.

"Tại pháp hội đầu tiên của đức Phật *Di-lặc*, có 96 ức người chứng quả *A-la-hán*, 36 vạn chư thiên, loài người và các loài khác trong *Tám bộ chúng* phát tâm Vô thượng *Bồ-đề*, lại có nhiều vị chứng được bốn thánh quả của Ba thừa.

"Tại pháp hội thứ nhì, có 94 ức người chứng quả *A-la-hán*, 64 ức chư thiên, loài người và các loài khác trong *Tám bộ chúng* phát tâm Vô thượng *Bồ-đề*, lại có nhiều vị chứng được bốn thánh quả của hàng *Nhị thừa*.

"Tại pháp hội thứ ba, có 92 ức người chứng quả *A-la-hán*, 34 ức chư thiên, loài người và các loài khác trong *Tám bộ chúng* phát tâm Vô thượng *Bồ-đề*, lại có nhiều vị chứng được bốn thánh quả của hàng *Nhị thừa*.

"Đức Phật *Di-lặc* trụ thế 60.000 năm, thuyết pháp cứu độ chúng sanh. Sau khi ngài nhập *Niết-bàn*, Chánh pháp cũng trụ thế trong thời gian 60.000 năm. Rồi đến thời Tượng pháp cũng kéo dài trong thời gian 60.000 năm.

"Về ba hội Long Hoa, chỉ nói sơ lược như trên. Còn những nghĩa lý mầu nhiệm khác thì ghi chép đầy đủ trong kinh, ở đây không thể nói hết."

Những người cư sĩ lại thưa hỏi: "Việc ba tai kiếp nhỏ và ba hội Long Hoa đã được nghe rồi. Xin phiền tôn sư chỉ bày cho biết về sự tướng *đại kiếp, tiểu kiếp* cùng với ba tai kiếp lớn."

Nhất Nguyên nói: "Được, tôi sẽ nói đây, các ông nên lắng nghe cho rõ. Về *tiểu kiếp* thì khi nãy đã có nói sơ qua. Giờ sẽ nói thêm cho tường tận, rõ ràng hơn.

"Kể từ khi tuổi thọ con người là 10 tuổi mà tính tới, cứ qua 100 năm lại tăng thêm 1 tuổi, tăng dần mãi cho đến khi tuổi thọ con người được 84.000 tuổi là mốc cuối cùng của *kiếp tăng*. Từ đó, cứ qua 100 năm lại giảm bớt 1 tuổi, giảm dần mãi cho đến khi tuổi thọ con người chỉ còn 10 tuổi là mốc cuối cùng của *kiếp giảm*. Trọn một chu kỳ tăng và giảm như vậy gọi là một *tiểu kiếp*. Hai tiểu kiếp như vậy gọi là một *trung kiếp*. Trải qua đủ 4 giai đoạn *thành*, *trụ*, *hoại*, *không*, mỗi giai đoạn đều kéo dài 1 *trung kiếp*, gọi là một *đại kiếp*.

"Khi mỗi một *đại kiếp* sắp dứt thì khởi lên nạn lửa cháy, làm hư hoại đến tận cảnh trời *Sơ thiền*. Sau 7 lần xảy ra nạn lửa cháy thì có 1 lần xảy ra nạn nước lụt, làm hư hoại đến tận cảnh trời *Nhị thiền*. Như vậy, sau 49 lần xảy ra nạn lửa cháy tức là đã có 7 lần xảy ra nạn nước lụt. Lại tiếp tục có 7 lần xảy ra nạn lửa cháy nữa, mới có 1 lần xảy ra nạn gió bão, làm hư hoại đến tận cảnh trời *Tam thiền*.

"Hết thảy có 56 lần xảy ra nạn lửa cháy làm hư hoại đến cảnh trời *Sơ thiền*, 7 lần xảy ra nạn nước lụt làm hư hoại đến cảnh trời *Nhị thiền*, và 1 lần xảy ra nạn gió bão làm hư hoại đến cảnh trời *Tam thiền*. Tổng cộng quãng thời gian này là 64 *đại kiếp*, trong đó xảy ra đủ ba tai kiếp lớn. Sự tướng trước sau là như vậy.

"Nên người xưa có nói rằng:

Chư thiên chẳng khỏi năm tướng suy.[1]
Tam thiền còn nạn gió bão lay.
Dẫu tu đến cảnh Phi phi tưởng.
Chẳng bằng về được chốn xưa nay.

"*Về chốn xưa nay*, đó là nói đến cảnh giới Tịnh độ phương Tây. Nếu người không tu Tịnh độ thì sẽ phải xoay vần ngang

---

1 Năm tướng suy: Chư thiên khi sắp hết phước thì hiện ra năm tướng suy là: 1. Quần áo thường dơ nhớp, 2. Đầu tóc thường rối bù, hoa cài trên đầu mau héo, 3. Thân thể có mùi hôi hám, 4. Dưới nách thường ra mồ hôi, 5. Không thích chỗ ngồi của mình nữa.

dọc trong chốn *Tứ sanh,*[1] *Lục đạo,*[2] không thoát ra khỏi ba tai kiếp lớn và ba tai kiếp nhỏ, thác ở nơi này lại sanh ra nơi kia, mãi mãi luân chuyển chịu khổ vô cùng!"

Cư sĩ thưa rằng: "Nghe lời thầy giảng giải, thật nên sớm tu Tịnh độ để ra khỏi vòng khổ não."

Nhất Nguyên nói: "Nay tôi đã chỉ rõ cho các ông, các ông cũng nên đem những điều đã nghe mà khuyên bảo, chỉ bày cho người khác, để cho tất cả đều được sanh về Tịnh độ."

Cư sĩ thưa: "Xin kính cẩn vâng theo lời thầy dạy, sẽ truyền bá pháp môn này ra khắp nơi." Rồi cùng nhau lễ bái tạ ơn và lui về.

29. Những lời cốt yếu trong sách Tông kính[3]

Sách *Tông kính* của ngài Vĩnh Minh[4] dạy rằng: Tâm có thể làm Phật, có thể làm chúng sanh; tâm tạo ra thiên đường, tạo ra địa ngục. Tâm phân biệt thì muôn điều sai lệch đua nhau sanh khởi, tâm phẳng lặng thì toàn cõi pháp giới lặng yên. Tâm *phàm* thì *ba độc*[5] buộc trói, tâm *thánh* ắt có đủ thần thông tự tại. Tâm rỗng không thì một bề thanh tịnh, tâm chấp có ắt muôn cảnh rối tung. Quả thật là: Tâm sanh thì muôn pháp sanh, tâm diệt thì muôn pháp diệt.

---

[1] Tứ sanh: tức bốn cách sanh ra của chúng sanh, gồm có: sanh ra từ bào thai (thai sanh), sanh ra từ trứng (noãn sanh), sanh ra từ chỗ ẩm thấp (thấp sanh) và do biến hóa mà sanh ra (hóa sanh). Tất cả chúng sanh trong cõi luân hồi sanh tử đều thuộc về một trong bốn cách sanh này.

[2] Lục đạo (Sáu đường): tức 6 cảnh giới bao trùm tất cả chúng sanh, gồm cõi trời, cõi người, cõi a-tu-la, cõi địa ngục, cõi ngạ quỷ và cõi súc sanh.

[3] Sách Tông kính, tức Tông kính lục, do ngài Vĩnh Minh Diên Thọ trước tác, gồm 100 quyển, được đưa vào Đại chánh tạng, thuộc quyển 46, số hiệu 2016.

[4] Tức thiền sư Vĩnh Minh Diên Thọ (永明延壽), sanh năm 904, viên tịch năm 975.

[5] Ba độc: chỉ tham lam, sân hận và si mê. Ba yếu tố này là cội nguồn của mọi tội lỗi, đẩy chúng sanh vào muôn việc ác, xa lánh căn lành, nên gọi là ba độc.

Như âm thanh vang dội trong hang, âm càng lớn thì tiếng dội càng to; như soi hình trong gương sáng, hình cong thì ảnh chiếu trong gương cũng lệch. Cũng giống như nghe nhắc đến me chua thì trong miệng tự nhiên chảy nước miếng; nghe tả cảnh vách núi cao sừng sững thì dưới lòng bàn chân tự nhiên có cảm giác rờn rợn. Lại như sợi dây trong đêm tối nằm yên không động đậy mà lòng sanh nghi liền thấy hệt như con rắn; trong căn nhà tối vốn trống không mà lòng sợ sệt liền nghĩ là có ma.

Thế nên phải biết rằng: "Muôn pháp tại tâm, hết thảy đều do nơi chính mình." Trong lòng hư dối thì cảnh ngoài không thật; cảnh ngoài tinh tế là nhờ trong tâm không thô thiển. Gieo nhân lành ắt sẽ gặp duyên lành, làm việc dữ khó thoát khỏi cảnh dữ. Chỉ do nơi một niệm ban đầu mà đẩy ta vào cảnh thăng trầm như hôm nay.

Này các vị! Nếu muốn cảnh ngoài được an hòa, chỉ cần giữ cho trong lòng yên tĩnh. Tâm rỗng không thì cảnh vắng lặng, niệm vừa khởi thì pháp liền sanh. Nước đục thì sóng đậm màu, hồ trong veo thì màu nước sáng. Chỗ cốt yếu của việc tu hành chỉ do nơi ý nghĩa này. Muốn dứt hẳn dòng nước chảy, phải lấp ở đầu nguồn; muốn trừ tuyệt mầm chồi, phải đốn tận gốc rễ. Đó là phương cách giản lược cốt yếu nhất, không cần phải mất nhiều công sức.

Vì vậy, trong *Thông tâm luận* có nói: "Buộc trói là do tâm nên tháo gỡ phải từ nơi tâm. Việc tháo mối trói buộc là ở nơi tâm, chẳng liên quan đến nơi nào khác. Điểm cốt yếu của pháp giải thoát chỉ riêng có một việc quán tâm. Quán tâm được tỏ ngộ thì hết thảy mọi việc đều sáng rõ."

Nếu không lìa cảnh giới chân thật duy nhất, tâm chân thành thì biến hóa ra trăm cảnh tượng. Vì vậy mà bắn tên xuyên cọp đá,[1] đâu phải do sức thường làm được? Một hũ rượu

[1] Bắn tên xuyên cọp đá: Sách Thê thần ký kể chuyện Hùng Cừ nước Sở, đi đêm thấy hòn đá ngỡ là con cọp phục, bèn giương cung bắn. Chừng đến xem rõ mới biết là hòn đá, nhưng mũi tên bắn đã xuyên vào, vì khi bắn trong lòng ông chỉ nghĩ đó là con cọp chứ không phải hòn đá.

đãi ba quân say khướt,[1] đâu phải do men rượu gây ra? Măng tre mọc nơi hang lạnh,[2] đâu phải nhờ khí trời ấm áp?... Những việc ấy đều là do tâm chân thành cảm ứng mà có. Nên biết rằng, hết thảy mọi hành vi lớn nhỏ đều là do năng lực của tự tâm. Nếu người tu hành tin nhận mình có đầy đủ năng lực ấy thì cửa chướng ngại tự mở thông, biển nghiệp báo phải khô kiệt.

Lại nói rằng: Do nơi tâm mà lập các pháp, tùy theo pháp mà đặt thành tên. Cũng là tâm ấy mà ở nơi bậc thánh thì gọi là *chân*, ở nơi phàm phu thì gọi là *tục*. Khác nào như dùng vàng làm ra đủ món, rồi tùy món mà đặt tên: món đeo ở ngón tay thì gọi là *nhẫn*, món đeo ở cổ tay thì gọi là *xuyến*... Như thế, vẫn là một tâm chẳng động, chỉ do vướng chấp vào tên gọi khác nhau mà muôn pháp thành sai biệt; vẫn là một thứ vàng ròng không thay đổi, chỉ do nhận lấy tên gọi riêng mà thành nhiều món khác nhau!

Nếu biết rằng hết thảy muôn pháp đều do tâm tạo, cũng như hết thảy những món trang sức kia đều do vàng làm ra, thì tên gọi với thể tướng thật chẳng can hệ gì với nhau, những chuyện phải quấy làm sao có thể khiến ta lầm lạc? Cũng như món đồ chứa tròn hay vuông thì tên gọi chẳng giống nhau, loại vàng thô hay vàng luyện thì danh xưng cũng khác biệt. Nhưng nếu cứu xét đến tận cùng thể tánh thì muôn pháp đều không. Nắm được ý chỉ mà buông bỏ các duyên thì gặp việc không vướng mắc!

Tên gọi là do nơi thể tánh mà đặt; thể tánh lại tùy theo tên

[1] Truyện Ngô Việt Xuân Thu kể việc vua nước Việt là Câu Tiễn trong khi chinh chiến, có người dâng lên một hũ rượu. Lòng vua muốn chia đều cho ba quân tướng sĩ, bèn đổ hũ rượu xuống sông cho ba quân cùng uống. Tất cả uống rồi đều say khướt, là do lòng vua chân thành nghĩ đến việc đãi rượu cho ba quân.

[2] Sách Nhị thập tứ hiếu có chuyện Ngô Mạnh Tông thờ mẹ chí hiếu. Mẹ già bệnh nặng, muốn ăn canh măng nhằm giữa mùa đông, trời lạnh tre không có măng. Mạnh Tông không biết làm sao, bèn vô rừng ôm cây tre mà khóc. Tự nhiên đất nứt, mọc lên mấy mụt măng. Mạnh Tông bẻ đem về nấu cho mẹ ăn mà hết bệnh. Đó là do lòng chân thành mà có việc ấy.

gọi mà sanh.[1] Nếu thể tánh rỗng không thì tên gọi không do đâu mà có; tên gọi đã không có thì thể tánh chẳng tùy nơi đâu mà sanh. Chỉ có một tâm chân thật duy nhất, ngoài ra không có gì nữa.

Nhân có *phàm* mới đặt tên gọi *thánh*, thật ra *thánh* không có tên gọi; theo nơi *tục* mà hiển lộ *chân*, thật ra *chân* cũng vốn là không có. Hết thảy đều do nơi tên gọi của thế tục, đối đãi mà sanh ra. Tên gọi cũng là không thì nghĩa không cũng chẳng có chỗ nương vào. Nếu thật là bậc đại sĩ căn cơ vượt trội, lẽ nào dựa vào danh tự và thể tướng để phát triển tuyên dương? Khi tiếp xúc với trần cảnh, lúc nào cũng nắm được tông chỉ; gặp duyên đến thì trong tâm vẫn luôn phù hợp với đạo. Đó gọi là *Đệ nhất nghĩa*, là *Tối thượng thừa*. Người đạt được tông chỉ ấy trong đời rất hiếm!

Người xưa dạy rằng: Tông chỉ trọn vẹn rất ít gặp, như hạt cải nơi đầu kim;[2] chánh pháp khó tìm, như rùa mù gặp bộng cây nổi.[3] Nếu chẳng nhờ hạt giống huân tập từ nhiều đời trước, căn lành tích lũy đã lâu, làm sao có thể gặp được văn này, lại tự mình nhận được sự truyền thọ?

Chính vì thế mà người xưa trân trọng Chánh pháp, xem nhẹ tài vật, mang vàng cho không giữa chợ; vì pháp quên thân, đứng giữa sân tuyết phủ. Vàng bạc chỉ là vật chất hư dối bên

---

[1] Đây nói về mối tương quan qua lại giữa thể tánh và tên gọi. Chúng ta đặt tên một sự vật là dựa vào thể tánh của nó, như ngựa có màu đen nên gọi là ngựa ô, ngựa có màu trắng nên gọi là ngựa bạch.. Khi có tên gọi rồi, thì thể tánh của sự vật lại tùy theo tên gọi mà hình thành, chẳng hạn như như ngựa ô thì kéo khỏe, ngựa bạch thì chạy nhanh.. Nhưng trong thực tế có khi ngựa ô không khỏe bằng ngựa bạch, ngựa bạch không nhanh bằng ngựa ô.. Đây gọi là định kiến, hay những khái niệm do chúng ta gán ghép cho sự vật, mà sự gán ghép đó thường khởi đầu từ tên gọi.

[2] Hạt cải nơi đầu kim: chuyện rất khó xảy ra, như gieo một số hạt cải lên cây kim dựng đứng, có được một hạt nằm lại ngay trên đầu cây kim là chuyện hiếm có.

[3] Rùa mù gặp bộng cây nổi: Điển tích rút từ kinh truyện: Có con rùa mù dưới biển sâu, 100 năm mới nổi lên một lần, lại có một cây khô có bộng, 100 năm mới trôi qua chỗ con rùa một lần, sự trùng hợp để con rùa nổi lên và chui được vào bộng cây là điều rất hiếm có.

ngoài, sao bằng giáo pháp tột cùng? Thân mạng là nghiệp báo một đời, sao sánh được với chân lý rốt ráo?

Nên biết rằng, đối với những lời dạy dỗ uốn nắn chân thật không lúc nào được xao lãng, phải ghi tạc vào xương cốt, khắc sâu trong tâm thức. Chính vì vậy mà xưa kia Trang vương nước Sở xem nhẹ nước lớn ngàn cỗ xe,[1] chỉ trọng một lời của Thân Thúc;[2] Phạm Hiến khinh thường muôn mẫu ruộng tốt mà quí nửa câu của người lái thuyền. Đó chỉ là việc thế gian, người ta còn xem nhẹ vật chất, trân trọng lời hay, huống chi đối với sách *Tông* kính này, lời lời hợp lẽ *vô sanh*, nghĩa lý giúp chứng thành đạo quả, há nên xem nhẹ hay sao?

30. Bài văn lễ Phật và phát nguyện

Quy y Tam bảo: Phật, Pháp, Tăng trong ba đời quá khứ, hiện tại và vị lai ở các cõi Phật khắp mười phương, cùng khắp hư không pháp giới, không thể nói hết, không thể nói hết các cõi Phật nhiều như số hạt bụi nhỏ.

Hiện ngồi nơi đạo tràng, trên tòa sen ngàn cánh, giữa trăm đạo hào quang là đức Thế Tôn đủ muôn đức hạnh, bậc Giáo chủ thuyết giảng kinh điển, Bổn sư *Thích-ca Mâu-ni* Phật.

---

[1] Thời Chiến quốc dựa vào số lượng chiến xa mỗi nước có được để đánh giá nước ấy là lớn hay nhỏ. Nước có được ngàn cỗ xe được xem là nước lớn.

[2] Sách Tả tuyện chép việc Sở Trang vương sau khi diệt nước Trần, Thân Thúc từ nước Tề về, chỉ nói chuyện nước Tề mà không nhắc đến nước Trần. Vua hỏi: 'Ta lấy được nước lớn ngàn cỗ xe, sao nhà ngươi không có một lời mừng?' Thân Thúc tâu: 'Nước Tề thuở xưa có vụ kiện này, thần không xử được, xin vua xử cho.' Vua hỏi: 'Vụ kiện gì?' Thân Thúc nói: 'Có con trâu đạp ruộng lúa, người chủ ruộng bắt lấy con trâu mà không bắt thường lúa.' Vua nói: 'Con trâu đạp lúa có chỗ mà thôi, không phải hư cả ruộng lúa, vậy nên xử cho thường theo giá lúa, không được bắt trâu.' Thân Thúc tâu: 'Vậy vua nước Trần có lỗi chi thì nhà vua đem binh mà trách phạt lỗi ấy thôi, sao lại lấy cả nước và phá hủy tông miếu của người ta?' Sở Trang vương bèn trả nước Trần và lập trả tông miếu như cũ.

Tây phương Cực Lạc thế giới, đại từ, đại bi, đại nguyện, đại lực, Đại Thánh Thế Tôn, Bổn sư *A-di-đà* Phật.

Đương lai hạ sanh, Từ thị Như Lai, Bổn sư Di-lặc Tôn Phật

Đại Trí Văn-thù-sư-lợi Bồ Tát

Đại Hạnh Nguyện Vương Phổ Hiền Bồ Tát

Đại Từ Bi Phụ Quán Thế Âm Bồ Tát

Đại Thế Chí Bồ Tát

Chư tôn Bồ Tát ma-ha-tát

Chư vị Tổ sư Tây thiên[1] *Bồ Tát*

Hộ Pháp liệt tịch chư thiên Bồ Tát

Ngưỡng nguyện chư vị chẳng trái lời thề xưa, không bỏ đức từ bi, mở lòng dùng sức thiên nhãn thấy xa, thiên nhĩ nghe xa, tha tâm chiếu rõ, chứng minh cho đệ tử.

Đệ tử chúng con từ đời này cho đến mãi mãi các đời sau, nguyện y theo hạnh nguyện vô biên không thể nói hết của đức Đại Bồ Tát Phổ Hiền và y theo bốn mươi tám hạnh nguyện sâu rộng không thể nói hết dưới đây của chính bản thân mình. Chúng con nguyện sẽ đời đời tu học, kiếp kiếp không sai lời đã nguyện. Bốn mươi tám lời nguyện sau đây đều không thể nghĩ bàn, không thể nói hết:

1. Nguyện có niềm tin và sự hiểu biết.
2. Nguyện có sự quyết định chắc chắn không nghi ngờ.
3. Nguyện phát tâm Vô thượng Bồ-đề.
4. Nguyện trì giới thanh tịnh.
5. Nguyện được gặp Phật, nghe Pháp.
6. Nhược thực hành lễ kính, ngợi khen, xưng tụng.
7. Nguyện phụng sự cúng dường.
8. Nguyện sám hối tùy hỷ.

[1] Tây thiên: chỉ Ấn Độ. Các vị Tổ sư ở đây là 28 đời Tổ sư, từ ngài Ca-diếp cho đến Tổ Bồ-đề Đạt-ma, người đầu tiên sang Trung Hoa truyền bá Thiền tông.

9. Nguyện dũng mãnh tinh tấn.
10. Nguyện tu tập từ, bi, hỷ, xả.
11. Nguyện thực hành vô biên hạnh nguyện.
12. Nguyện phát khởi thệ nguyện sâu rộng.
13. Nguyện tu học hồi hướng.
14. Nguyện được trí huệ sáng suốt rõ ràng.
15. Nguyện được Pháp thân vô lượng.
16. Nguyện được công đức trang nghiêm.
17. Nguyện được hóa thân Tịnh độ.
18. Nguyện được Phật thọ ký.
19. Nguyện được thân tướng tốt đẹp tỏa sáng.
20. Nguyện nói ra âm thanh trọn vẹn, khéo léo.
21. Nguyện được đủ các pháp tổng trì, tài biện thuyết.
22. Nguyện được các tam-muội bí mật.
23. Nguyện được tuổi thọ và danh hiệu vô lượng.
24. Nguyện đạt đến sự tinh tế thâm sâu.
25. Nguyện đạt được chân như bình đẳng.
26. Nguyện được chỗ dùng mầu nhiệm thâm sâu.
27. Nguyện được đủ phương tiện, tri kiến.
28. Nguyện thị hiện thi hành đạo Chánh giác.
29. Nguyện đạt được Đại định Na-già.
30. Nguyện thuyết pháp như tiếng sư tử rống.
31. Nguyện được thần thông vô ngại.
32. Nguyện được sức thần không sợ sệt.
33. Nguyện hàng phục chúng ma.
34. Nguyện phá trừ ngoại đạo.
35. Nguyện phân thân biến hóa.
36. Nguyện tùy chủng loại chúng sanh thị hiện.
37. Nguyện chuyển Đại Pháp luân.
38. Nguyện cứu độ khắp thảy chúng sanh.
39. Nguyện tùy thuận làm lợi ích chúng sanh.

40. Nguyện thay chúng sanh chịu mọi khổ não.
41. Nguyện đạt đến cứu cánh rốt ráo.
42. Nguyện độ thoát hết thảy chúng sanh.
43. Nguyện được vãng sanh về cõi Phật.
44. Nguyện chứng ngộ Phật thừa.
45. Nguyện được đầy đủ pháp Phật.
46. Nguyện làm các Phật sự.
47. Nguyện được vào hội chúng nơi có Phật.
48. Nguyện được hưởng sự an vui như Phật.

Chúng con nguyện lấy bốn mươi tám hạnh nguyện sâu rộng như trên làm căn bản để thực hành trọn vẹn trăm vạn *a-tăng-kỳ* đại nguyện khác nữa. Ngưỡng nguyện Tam bảo, Thế Tôn, Bồ Tát Quán Thế Âm, cùng một lòng từ bi chứng minh và nhiếp thọ. Nếu chúng con có trái với một lời nguyện nào, thề sẽ không thành Chánh giác.

Vì sao vậy? Vì đức Phật *A-di-đà* phát nguyện như vậy, chư Phật mười phương cũng phát nguyện như vậy. Ngài Bồ Tát Phổ Hiền phát nguyện như vậy, chư đại Bồ Tát cũng phát nguyện như vậy. Đại sư Trung Phong phát nguyện như vậy, chư vị Tổ sư nhiều đời cũng phát nguyện như vậy. Các vị đại thiện tri thức phát nguyện như vậy, đệ tử cũng phát nguyện như vậy.

Nay chúng con vì đại chúng cùng tu học mà phát nguyện như vậy, lại cũng vì chúng sanh trong khắp pháp giới mà phát nguyện như vậy. Như vậy, như vậy, lúc nào cũng như vậy, nguyện cùng với đại chúng số nhiều như cát sông Hằng như vậy, đều vào trong biển hạnh nguyện của Như Lai.

Lễ tán, cúng dường nhờ phước ấy,
Thỉnh Phật trụ thế chuyển pháp luân.
Tùy hỷ sám hối mọi thiện căn,
Hồi hướng chúng sanh thành Phật đạo.
Xưa kia vốn tạo bao nghiệp ác,
Đều do muôn kiếp tham, sân, si,

Từ thân, miệng, ý tội sanh ra,
Hết thảy, nay con xin sám hối.
Nguyện sao đến lúc con mạng chung,
Bao nhiêu chướng ngại đều dứt hết,
Mắt nhìn thấy Phật A-di-đà,
Liền được vãng sanh cõi An Lạc.
Khi vãng sanh về cõi Phật rồi,
Tức thời thành tựu các đại nguyện,
Trọn vẹn, đầy đủ không khiếm khuyết,
Lợi lạc hết thảy mọi chúng sanh.
Chúng hội cõi Phật đều thanh tịnh,
Con từ hoa sen vượt trội sanh,
Mắt thấy hào quang Phật vô lượng.
Tức thời được thọ ký Bồ-đề.
Nhờ ơn Như Lai thọ ký rồi,
Liền tự hóa thân nhiều vô số,
Trí lực rộng lớn khắp mười phương,
Rộng làm lợi ích mọi chúng sanh.
Cho dù hư không, thế giới tận,
Chúng sanh cùng nghiệp, phiền não tận,
Như vậy hết thảy thời gian tận,
Đại nguyện rốt ráo vẫn không cùng.
Con theo hạnh Phổ Hiền thù thắng,
Thắng phước vô biên đều hồi hướng.
Nguyện khắp bao chúng sanh mê đắm,
Đều nhanh đến cõi Vô Lượng Quang.[1]
Nguyện đem công đức này,
Hướng về khắp tất cả,
Đệ tử và chúng sanh,
Đều trọn thành Phật đạo.
Trên báo bốn ân sâu,[2]

---

[1] Vô Lượng Quang, tức Vô Lượng Quang Phật, là danh hiệu khác của đức Phật A-di-đà. Ngoài ra ngài còn được tôn xưng là Vô Lượng Thọ Phật.

[2] Bốn ơn sâu (Tứ trọng ân): 1. Ơn cha mẹ, 2. Ơn chúng sanh, 3. Ơn tổ quốc, 4. Ơn Tam bảo.

Dưới cứu ba đường khổ.[1]
Những ai được thấy, nghe,
Đều phát tâm Bồ-đề,
Vừa dứt một báo thân,
Cùng sanh về Cực Lạc.
Kính ngưỡng,
Hết thảy chư Phật ba đời trong mười phương.
Hết thảy chư vị Đại Bồ Tát.
Ma-ha Bát-nhã Ba-la-mật!

(Người đệ tử Phật nên phát nguyện như thế này. Những ai không noi theo sự phát nguyện này chưa thể gọi là phát tâm *Bồ-đề*.)

Bài văn phát nguyện này có thể xem là khuôn mẫu cho mọi người. Phàm những ai có tu phước, niệm Phật, tán lễ, tụng kinh, cho đến chỉ làm chút ít việc lành, hết thảy đều nên hồi hướng về cảnh giới Tây phương. Đã có chỗ quy hướng như vậy thì khi lâm chung chắc chắn sẽ được vãng sanh về Tịnh độ.

Này các vị! Nếu quả thật có thể trì giới như thế, phát nguyện như thế, thực hành công hạnh như thế, thì không chỉ là được vãng sanh Tịnh độ, mà còn khỏi rơi vào cảnh giới của hàng Thanh văn, Duyên giác, tự mình chứng nghiệm được cảnh giới Phổ Hiền, thẳng một đường đi tới quả Phật.

---

1 Ba đường khổ (Tam đồ hay Tam ác đạo): gồm có hỏa đồ, huyết đồ và đao đồ, chỉ các cảnh giới địa ngục, ngạ quỷ và súc sanh. Do nghiệp ác mà chúng sanh phải thọ sanh vào 3 cảnh giới này, chịu nhiều khổ não, nên gọi là Ba đường khổ.

31. Tu Tịnh độ thành Phật

Sách *Liên tông bảo giám* dạy rằng: "Sau khi đạt đại định Kim cang thì nhân Bồ Tát trọn vẹn, vào đạo giải thoát rồi thì quả Như Lai thành tựu. Khi ấy có đủ *Bốn tâm vô lượng*,[1] được *Bốn biện tài không ngăn ngại*,[2] Mười tám pháp chẳng cùng với Ba thừa;[3] ngay tức thời được *Mười sức*,[4] thuyết pháp không sợ

---

[1] Bốn tâm vô lượng: gồm có từ tâm, bi tâm, hỷ tâm và xả tâm.

[2] Bốn biện tài không ngăn ngại: Tứ vô ngại biện, cũng gọi là Tứ vô ngại trí hay Tứ vô ngại giải, chỉ bốn khả năng biện luận, thuyết pháp vô ngại biện, Nghĩa vô ngại biện, Từ (lời nói) vô ngại biện, Lạc thuyết vô ngại biện. Đó là bốn tài biện thuyết của hàng Bồ Tát lớn.

[3] Tức Thập bát bất cộng pháp: Mười tám pháp vượt cao hơn các quả vị Thanh văn, Duyên giác và Bồ Tát thừa, chỉ có bậc giải thoát rốt ráo mới đạt đến, cũng gọi là Thập bát bất cụ pháp, bao gồm: 1.Thân vô thất (Thân không lỗi); 2. Khẩu vô thất (Miệng không lỗi); 3. Niệm vô thất (Ý tưởng không lỗi); 4. Vô dị tưởng (Không có ý tưởng xen tạp); 5. Vô bất định tâm (Không có tâm xao động); 6. Vô bất tri dĩ xả (Chẳng phải không biết chuyện đã bỏ); 7. Dục vô diệt (Sự dục không diệt); 8. Tinh tấn vô diệt (Sự tinh tấn không diệt); 9. Niệm vô diệt (Ý tưởng không diệt); 10. Huệ vô diệt (Trí huệ không diệt); 11. Giải vô diệt (Giải thoát không diệt); 12. Giải thoát tri kiến vô diệt (Giải thoát tri kiến không diệt); 13. Nhất thiết thân nghiệp tùy trí huệ hành (Hết thảy nghiệp của thân tùy theo trí huệ mà thi hành); 14. Nhất thiết khẩu nghiệp tùy trí huệ hành (Hết thảy nghiệp của miệng tùy theo trí huệ mà thi hành); 15. Nhất thiết ý nghiệp tùy trí huệ hành (Hết thảy nghiệp của ý tùy theo trí huệ mà thi hành); 16. Trí huệ tri quá khứ thế vô ngại (Trí huệ biết đời quá khứ không ngăn ngại); 17. Trí huệ tri vị lai thế vô ngại (Trí huệ biết đời vị lai không ngăn ngại); 18. Trí huệ tri hiện tại thế vô ngại (Trí huệ biết đời hiện tại không ngăn ngại).

[4] Tức Thập lực hay Thập trí lực, gồm có: 1. Tri thị xứ phi xứ trí lực (知是處非處智力): Biết rõ tính khả thi và tính bất khả thi trong mọi trường hợp; 2. Tri tam thế nghiệp báo trí lực (知三世業報智力): Biết rõ luật nhân quả, tức là nhân nào tạo thành quả nào; 3. Tri nhất thiết sở đạo trí lực (知一切所道智力): Biết rõ các nguyên nhân dẫn đến tái sanh về các cảnh giới khác nhau; 4. Tri chủng chủng giới trí lực (智種種界智力): Biết rõ các thế giới với những yếu tố hình thành; 5. Tri chủng chủng giải trí lực (知種種解智力): Biết rõ cá tính của mỗi chúng sanh; 6. Tri nhất thiết chúng sanh tâm tính trí lực (知一切眾生心性智力): Biết rõ căn cơ học đạo cao thấp của mỗi chúng sanh; 7. Tri chư thiền giải thoát tam-muội trí lực (知諸禪解脫三昧智力): Biết rõ tất cả các phương thức thiền định; 8. Tri túc mệnh vô lậu trí lực (知宿命無漏智力):

sệt; hết thảy mọi sự sai lầm nghi hoặc nhiều như cát bụi đều dứt sạch, tất cả công hạnh đều thành tựu; *Mười hiệu*[1] đầy đủ sáng rõ, *Ba thân*[2] hiển bày trọn vẹn; có đủ 97 tướng tốt của bậc đại nhân, phóng ra 84.000 đạo hào quang sáng rực; bi và trí cùng hòa hợp, phước và huệ cùng đầy đủ; thị hiện sống nơi cảnh giới nghiệp báo của *Mười trọng cấm*,[3] thường thương xót muôn loài mà hóa thân, làm đám mây lành đại từ che mát, tưới cơn mưa lớn Chánh pháp thấm nhuần pháp giới, tươi mát cả quần sanh, khiến cho tất cả đều tự thấy bản tâm, cùng thành Chánh giác.

Biết rõ các tiền kiếp của chính mình; 9. Tri thiên nhãn vô ngại trí lực (知天眼無礙智力): Biết rõ sự hoại diệt và tái sanh của chúng sanh; 10. Tri vĩnh đoạn tập khí trí lực (知永斷習氣智力): Biết các pháp ô nhiễm sẽ chấm dứt như thế nào. (Các trí lực thứ 8, thứ 9 và thứ 10 cũng chính là Tam minh của Phật.).

[1] Do thành tựu sự giải thoát rốt ráo nên các đức Phật đều có đủ 10 danh hiệu tôn xưng, mỗi danh hiệu nói lên một khía cạnh siêu việt của đức Phật. Mười hiệu bao gồm: 1. Như Lai, 2. Ứng cúng, 3. Chánh biến tri, 4. Minh hạnh túc, 5. Thiện thệ, 6. Thế gian giải, 7. Vô thượng sĩ điều ngự trượng phu, 8. Thiên nhân sư, 9. Phật, 10. Thế Tôn.

[2] Ba thân (Tam thân): mỗi đức Phật đều có đủ ba thân là Pháp thân, Báo thân và Hóa thân.

[3] Mười trọng cấm (Thập trọng cấm hay Thập trọng cấm giới), gồm có: 1. Sát giới: không giết hại bất cứ sanh mạng nào, 2. Đạo giới: không trộm cắp, lường gạt tài vật của người khác, 3. Dâm giới: giữ theo đúng lễ nghi phép tắc trong giao tiếp nam nữ, không làm việc dâm dục, 4. Vọng ngữ giới: thường nói ra lời chân thật, không lừa dối người khác, 5. Cô tửu giới: rượu có thể làm cho tâm trí mê loạn, không tỉnh táo, nên không uống rượu, cũng không mua bán rượu, 6. Thuyết tứ chúng quá giới: không nói lỗi của hàng tứ chúng, tức là hàng tỳ-kheo, tỳ-kheo ni, ưu-bà-tắc (cư sĩ nam) và ưu-bà-di (cư sĩ nữ), 7. Tự tán huỷ tha giới: không tự cho mình là hay giỏi mà chê bai, khinh mạn người khác, 8. Xan tích gia huỷ giới: không tham lam tích lũy tài vật, thường buông xả những vật sở hữu, 9. Sân tâm bất thọ hối giới: không khởi tâm sân hận, hờn giận người khác, sẵn lòng tha thứ, chấp nhận sự ăn năn hối lỗi của kẻ khác, 10. Báng Tam bảo giới: thường cung kính, tôn trọng Tam bảo, không chê bai hủy báng. Mười trọng cấm này thường áp dụng đối với người xuất gia, còn đối với hàng cư sĩ thì là Thập ác hay Thập bất thiện nghiệp, gồm có: 1. Sát sanh, 2. Trộm cắp, 3. Tà dâm, 4. Vọng ngữ, 5. Ỷ ngữ, 6. Lưỡng thiệt, 7. Ác khẩu, 8. Tham dục, 9. Sân nhuế, 10. Tà kiến. Những điều kể trên đều là những ác nghiệp dẫn đến thọ sanh vào những cảnh giới xấu ác.

Học Phật nếu không nhìn chân thật,
Tông phong sao đến được chỗ này?
Nguyện đem công đức này,
Hướng về khắp tất cả,
Đệ tử và chúng sanh,
Đều trọn thành Phật đạo.

QUY NGUYÊN TRỰC CHỈ
QUYỂN HẠ

1. Biện minh lẽ dị đoan

Tiên sanh Vương Trung, tự Khắc Bình, người Thái Nguyên, thưa hỏi thiền sư Không Cốc rằng: "Sách *Luận ngữ* nói: 'Để tâm nghiên cứu những thuyết dị đoan tà lệch là có hại.' Hối Am[1] lại cho rằng đạo Phật và đạo Lão đều là dị đoan tà lệch, lời ấy thế nào?"

Thiền sư Không Cốc đáp: "Nói dị đoan tà lệch là để chỉ những học thuyết hỗn tạp, không chính đáng. Khổng tử nói: 'Nếu theo cái học hỗn tạp ắt phải có hại cho đường học chân chánh.' Đó là lời nói thẳng thắn, rõ ràng, không có gì uẩn khúc, ẩn ý, vì sao *Chu tử*[2] lại uốn ngay thành cong? Vào thời Khổng tử, đạo Phật chưa truyền tới Trung Hoa. Khổng tử chỉ được nghe nói về đạo đức của Phật, đã ngợi khen rằng: 'Phương tây[3] có bậc đại thánh nhân.'

"Đời *Hán Minh đế*,[4] pháp Phật mới chính thức truyền đến Trung Hoa. Lúc ấy, Khổng tử đã mất hơn 600 năm rồi. Như

[1] Hối Am là hiệu của Chu tử, chính tên là Chu Hy. Hối Am là gọi theo tên ngôi nhà mà Chu tử từng giảng dạy học trò vào đời Tống (960-1279), nay thuộc huyện Kiến Dương, tỉnh Phúc Kiến, nằm về phía tây bắc núi Vân Cốc. Học thuyết của Chu Hy được một số nhà Nho tin theo. Ông cũng có hiệu là Thảo Đường, nhờ có kiến thức rộng nên được vua Lý Tông đời Tống phong chức Thái sư, tước Huy quốc công. Ông ban đầu theo học Phật, về sau làm việc biên tập và chú giải các sách Nho như Tứ thư, Ngũ kinh..

[2] Tức Hối Am. .

[3] Phương tây: chỉ Ấn Độ, vì nằm về phía tây Trung Hoa.

[4] Tức vào đời Hậu Hán, sau loạn Vương Mãng, thuộc thế kỷ thứ nhất. Hán Minh đế ở ngôi từ năm 58 đến năm 75. Vào năm Ất Sửu (65), vị vua này đã phái một sứ bộ do Sái Âm dẫn đầu sang Ấn Độ để cầu thỉnh kinh tượng và mời chư tăng sang truyền bá đạo Phật. Thật ra thì đạo Phật đã bắt đầu được truyền đến Trung Hoa từ đời Hán Bình đế, vào khoảng năm đầu tiên của Công nguyên.

vậy, Khổng tử thật không được biết đến pháp Phật. Đã không biết đến pháp Phật thì chỉ vào pháp nào của Phật mà cho là dị đoan tà lệch? Hơn nữa, nếu pháp Phật đã là dị đoan tà lệch, vì sao Khổng tử lại ngợi khen Phật là bậc đại thánh nhân?

"Còn như nói Lão tử là dị đoan tà lệch, vì sao Khổng tử lại có lời khen rằng: 'Lão Đam là người hiểu thấu việc xưa nay, thật đáng làm thầy ta.' Vì thế, sau khi thưa hỏi nhiều việc với Lão tử, Khổng tử đã đem lời của Lão tử truyền dạy lại cho các đệ tử của mình.

"Hối Am như vậy không chỉ dùng lời sai lệch bài bác đạo Phật và đạo Lão, mà còn phản bội sự tôn kính của Khổng tử[1] đối với đạo Phật và đạo Lão.

"Người đời sau có kẻ cho rằng pháp Phật với đạo Lão là dị đoan, tà lệch, làm che lấp đức sáng của Phật Lão, đều do ở cái mưu kế Bàng Mông phản thầy của Hối Am.[2] Vì kẻ hậu học không tự mình sáng tỏ mới rơi vào chỗ chỉ biết nói theo người khác, nhìn thấy chuông đồng lại gọi là cái lu! Đến khi sự học đạt đến mức như các ông Lý Bình Sơn, Lâm Hy Dật... hoặc được như các vị Cảnh Liêm, Đại Chương... thì tự nhiên sẽ có thể thấu hiểu mà nhận biết được.

"Học thuyết của Phật với Lão đều là theo đạo lý. Thử hỏi, nếu bảo học theo đạo lý là dị đoan thì ấy là người sáng suốt hay là kẻ ngu si? Là người có lòng tốt hay là kẻ dối trá? Ông cũng là người học theo đạo lý nhưng chưa nhận biết được lẽ ấy. Nay sau khi đã nhận biết được rồi, đừng nên rơi vào chỗ sai lầm chỉ vì lời nói của kẻ khác.

---

[1] Hối Am bài xích Phật Lão, tự nhận mình là người đạo Nho nhưng lại nói ngược lời Khổng tử, nên nói là phản bội.

[2] Mưu kế Bàng Mông phản thầy của Hối Am: Vào đời nhà Hạ, khoảng 2.000 năm trước Công nguyên, Bàng Mông học bắn cung với Hậu Nghệ. Học xong, suy nghĩ rằng: 'Trong thiên hạ chỉ có Nghệ là hơn ta mà thôi.' Bàng Mông liền mưu việc giết thầy để thành người bắn giỏi nhất. Trường hợp của Hối Am cũng vậy, ông theo học pháp Phật để rồi trở lại tìm cách bài bác đạo Phật, cũng có thể gọi là phản thầy.

"Hàn tử[1] khi chưa học biết pháp Phật thì bài bác, đến sau khi được gặp thiền sư Đại Điên thì hết lòng tôn kính pháp Phật. Hối Am ngấm ngầm học Phật, cũng có thể gọi là biết nhiều hiểu rộng, nhưng quay sang bài bác đạo Phật là vì trong lòng còn có chỗ sai lệch, khiếm khuyết. Nếu không bài bác thì e rằng những kẻ hậu học ắt sẽ có nhiều người đọc kinh sách Phật. Khi đọc kinh sách Phật ắt sẽ thấy rõ chỗ sai lệch, khiếm khuyết của mình. Vì thế mà Hối Am mới âm thầm rào chắn, ngăn cản hàng hậu học, khiến cho họ tin tưởng theo ông. Đó là lý do ông cố sức bài bác đạo Phật. Vì muốn khoe bày công trạng của mình mà cố sức che giấu đức độ của người khác, lòng dạ như vậy là thế nào?

"Kinh Thi có đoạn:

Hái rau linh, hái rau linh,
Núi Thủ Dương phải lên tận đỉnh.[2]
Chỉ là chuyện bịa đặt thôi,
Chớ nên nhẹ dạ cả tin lời người.
Nghe rồi để lọt qua tai,
Thì lời bịa đặt gạt ai được nào?

"Cũng chính là nói lên ý nghĩa này."

Vương Trung thưa: "Lời thầy dạy rất rõ. Việc đức Khổng tử tôn kính Phật và Lão, trong các sách đều có nói. Hối Am chê bai, thật trái ngược với ý của Khổng tử. Chúng tôi thật chưa suy xét chỗ đó. Tuy tôi chưa từng bài bác đạo Phật, nhưng nghe theo lời chê bai của Hối Am cũng là lầm lạc. Vì thế mà chưa hết lòng kính ngưỡng pháp Phật. Nay xét lại rất có hại cho đức hạnh của chính mình, đó thật là lỗi lầm rất lớn. Nay tôi lấy làm

---

[1] Tức Hàn Dũ, một bậc danh nho sống vào đời nhà Đường, có làm bài văn tế cá sấu rất nổi tiếng. Về sau, ở nước ta có Nguyễn Thuyên cũng có văn tài, làm bài văn tế cá sấu bằng văn Nôm rất hay, được vua đổi họ thành Hàn Thuyên là do liên hệ với câu chuyện của Hàn Dũ.

[2] Rau linh, có nơi hiểu là rau đắng, là loại rau mọc nơi ẩm thấp, nên dùng trong bài này để nói rõ lời bịa đặt vô lý chẳng nên tin theo, vì làm sao lên đỉnh núi mà có thể hái được rau linh?.

đau xót, ăn năn hối hận, nhưng việc đã lỡ rồi! Từ nay xin nhận lãnh giáo pháp sáng suốt của đức Phật, qui y lễ kính, mong sửa đổi được lỗi lầm trong muôn một!"

2. Biện minh về học thuyết Dương, Mặc[1]

Ông Vương Trung người ở Thái Nguyên thưa hỏi: "Có người nói đạo Phật là một trong chín học phái,[2] lại có người xem đạo Phật cũng tương tự như các học phái của họ Dương, họ Mặc. Việc ấy có đúng chăng?"

Thiền sư Không Cốc đáp: "Thật là sai lầm quá lắm, sao ông lại không biết? Chín học phái mà ông nói đó, có chép trong sách *Sử ký* do Tư Mã Thiên[3] trước thuật vào đời vua Hán Võ

---

[1] Dương Châu và Mặc Địch là hai người đã đề xướng hai chủ thuyết khác nhau. Dương Châu người đời Chiến quốc (403-256 trước Tây lịch), đề xướng thuyết Vị ngã, hay Tự lợi. Theo thuyết này, dù nhổ bỏ một sợi lông của mình mà có lợi cho cả thiên hạ cũng chẳng làm, vì nhấn mạnh đến lợi ích của tự thân. Mạnh tử từng chê bỏ thuyết này, cho rằng những kẻ theo thuyết ấy thì không biết liều thân vì nước. Mặc Địch cũng người đời Chiến quốc, sanh ra sau Lão tử và Khổng tử nhưng trước Liệt tử, Trang tử và Mạnh tử. Ông học theo thuyết Lão, sau đề xướng thuyết Kiêm ái, hay Bác ái. Theo thuyết này, người ta phải thương yêu tất cả mọi người như nhau, chẳng phân biệt kẻ thân người sơ. Mạnh tử chê bỏ thuyết Mặc Địch, bảo là thuyết của hạng không có cha, vì không thương cha mình hơn kẻ xa lạ. Tuy vậy, cả hai thuyết này đều đã từng giành được sự ủng hộ của một số người. .

[2] Chín học phái (Cửu lưu): Chỉ các phái 1. Nho học: xuất phát từ đời vua Nghiêu nhà Đường, vua Thuấn nhà Ngu, đến đời nhà Châu được Khổng tử san định và phát huy, lưu truyền mãi về sau. 2. Đạo học: Xuất phát từ học thuyết của Lão tử, nhưng lại thiên về việc tu dưỡng tinh thần, luyện thuật trường sanh. 3. Âm dương học: dựa theo kinh Dịch của Nho giáo, nhưng thiên về việc xem thiên tượng, thời vận. 4. Pháp học: chuyên sâu về việc sử dụng hình pháp, thể chế để cai trị thiên hạ. 5. Danh học: chuyên sâu về việc phân biệt các khái niệm, tên gọi. 6. Mặc học: tức học thuyết của Mặc Địch. 7. Tung hoành học: học phái thiên về giới chính trị, cầm quyền. 8. Tạp học: học phái lẫn lộn giữa các phái Nho, Mặc.. 9. Nông học: học phái chuyên sâu về các vấn đề nông học.

[3] Nguyên tác ghi là Tư Mã Tương Như, chắc có sự nhầm lẫn, vì người trước thuật sách Sử ký là Tư Mã Thiên, tự là Tử Trường. Sách này có nhắc đến chín học

đế.[1] Thời ấy ở Trung Hoa chưa có Phật pháp, làm sao nói rằng đạo Phật là một trong chín học phái? Hai ông Dương, Mặc chỉ là những người đề xướng một cách sống riêng, còn đức Phật là bậc Đại Thánh khai mở một đạo lớn, há có thể xem là tương tự như Dương, Mặc hay sao?

"Họ Dương, họ Mặc lấy việc làm mà dạy người, không có giáo pháp, đạo lý. Mạnh tử đã từng chê bỏ hai phái ấy, thiên hạ cũng đều chê. Còn Phật theo đạo lớn mà dạy dỗ, bao gồm hết cả Tam giáo trong trời đất. Chỉ tiếc là Tư Mã Thiên chẳng được gặp Phật. Nếu gặp ắt phải suy tôn, kính chuộng và nhận ra được chỗ tốt đẹp đáng học hỏi."

Vương Trung lại hỏi: "Đạo Phật có nói đến tình thương bình đẳng bao trùm, chẳng phải cũng gần gũi với học thuyết của họ Mặc đó sao?"

Thiền sư Không Cốc đáp: "Các đức tánh từ, bi, hỷ, xả của đạo Phật không phải là thứ tình luyến ái mê đắm. Lòng yêu thương của từ bi gọi là đạo đức, còn sự luyến ái mê đắm chỉ là thứ tình cảm riêng tư mà thôi.

"Hàn Xương Lê[2] có nói: 'Tình thương rộng khắp là đức nhân, nếu vướng vào tình riêng thì thành ra hỗn tạp, rối loạn.'

"Khổng tử dạy rằng: 'Người nào mang tài vật thí khắp muôn dân, lại hay cứu giúp tất cả mọi người, ắt phải xưng đó là bậc thánh.' Mạnh tử nói: 'Lòng trắc ẩn là đầu mối của đức nhân.'

---

phái trong các phần Thế gia, Liệt truyện. Tư Mã Tương Như là một nhân vật khác đồng thời, nhưng không phải tác giả sách Sử ký.

[1] Khoảng 140-85 trước Dương lịch.

[2] Hàn Xương Lê tức là Hàn Dũ, cũng gọi là Hàn tử, có nhắc đến ở bài trước. Hàn Dũ là người có văn tài vào đời nhà Đường, đỗ tiến sĩ và ra làm quan ở triều đình. Đời vua Hiến Tông (806-820), Hàn Dũ dâng biểu ngăn cản việc vua và triều đình sùng thượng đạo Phật. Trong tờ biểu, ông dùng văn chương rất hay, đưa ra đủ lý lẽ công kích, bài bác đạo Phật. Vua không vừa lòng, bãi chức ông và đày đi xa. Về sau, Hàn Dũ gặp được thiền sư Đại Điên, nghe giảng giải Chánh pháp và thấu hiểu, trở thành người sùng mộ đạo Phật. Qua đầu nhà Tống (thế kỷ 10), triều đình xét ông là bậc văn tài lỗi lạc bèn truy phong cho ông. Vì trước ông từng ở xứ Xương Lê nên vua Tống truỵ phong cho ông tước Xương Lê bá. Vì vậy cho nên đời sau thường gọi ông là Hàn Xương Lê.

“Lời dạy của hai vị Khổng, Mạnh không theo tình riêng mê đắm, cũng không lẫn lộn giữa chân thật và giả dối, nên có thể so với lòng từ bi của nhà Phật, trong ngoài đều có chỗ tương hợp.

“Ôi! Đạo Nho dạy trước phải giữ theo cang thường, nhờ đó tự nhiên sáng rõ đạo lý. Đạo Phật dạy trước phải sáng rõ đạo lý, sau đó tự nhiên thuận theo cang thường. Người đời xem qua có vẻ như khác biệt, nhưng kẻ thông đạt thì thấy thật ra là giống nhau.

“Kinh *Pháp hoa* dạy: ‘Pháp trụ ở ngôi pháp, tướng thế gian vẫn còn.’ Nên dù có giảng thuyết kinh sách thế gian, nói ra những lẽ an dân trị nước, hay chỉ dạy các nghề nghiệp mưu sanh, hết thảy đều là thuận theo Chánh pháp.

“Kinh *Hoa nghiêm* dạy: ‘Pháp Phật không khác với pháp thế gian, pháp thế gian không khác với pháp Phật.’ Như vậy, lẽ nào lại là đạo không có cang thường hay sao?[1]

“Lão tử nói: ‘Yêu dân, trị nước, há có thể không làm được sao?’[2] Như vậy thì đạo Phật và đạo Lão cũng đều thuận theo cang thường. Đã thuận theo cang thường, lẽ nào lại không có lòng trung với đất nước, không hiếu thảo với cha mẹ, không tu dưỡng đạo đức, không rộng làm việc nhân nghĩa hay sao? Xét theo đó thì đạo Phật và đạo Lão lẽ nào lại trái với cang thường hay sao?

“Ba vị Thánh nhân của Tam giáo ví như ba chân vạc đứng vững trong thiên hạ, giữ quyền giáo hóa đại đạo. Nếu không biết đến hai đạo Phật, Lão là người không có trí, còn bài bác Phật, Lão là thiếu mất đức nhân.

---

[1] Những người công kích đạo Phật cho rằng “đạo Phật là đạo không có lẽ cang thường”, vì họ nghĩ chỉ có Nho giáo mới dạy lẽ cang thường mà thôi.

[2] Câu này trích từ chương thứ 10 trong quyển Đạo đức kinh, khác với bản thông dụng do Vương Bật chú giải, vì bản này ghi là “yêu nước, trị dân”; nhưng lại giống với cổ bản Mã Vương Đôi vừa tìm được gần đây. Phải chăng vào thời ngài Tông Bổn thì bản Mã Vương Đôi vẫn còn được lưu hành?.

"Học thuyết Khổng, Mạnh dạy người ta những điều nhân nghĩa. Kẻ đọc sách Nho mà bỏ mất điều nhân nghĩa, lẽ nào chỉ chú trọng ở phần văn chương khéo léo thôi sao? Bởi chỉ dựa vào chỗ văn chương bóng bẩy nên mới theo ý riêng của mình mà sai lệch bài bác Phật, Lão, thật là sai lầm biết bao! Đã tự mình đánh mất tinh thần đạo đức, còn làm cho những người hậu học phải lầm lạc, các ông phải tự mình tỉnh táo mà xét kỹ lẽ ấy."

3. Biện minh ý nghĩa hư vô tịch diệt

Ông Vương Trung người ở Thái Nguyên thưa hỏi: "Hối Am vốn ghét giáo lý hư vô tịch diệt. Họ Trần ở Tân An cho đạo Lão là hư vô, đạo Phật là tịch diệt. Lẽ ấy thế nào?"

Thiền sư Không Cốc đáp: "Hư vô tịch diệt có hai nghĩa. Đó là nghĩa phương tiện và nghĩa chân thật.

"Hiểu theo nghĩa phương tiện thì hư vô tịch diệt chỉ là lời trống không, huyễn hoặc. Kẻ phàm phu *chấp có*, hạng Tiểu thừa *chấp không*, hàng Trung thừa lại *chấp chẳng có chẳng không*. Bậc Đại thừa ngay nơi thể tánh của các pháp rõ biết là không, chẳng rơi vào những kiến chấp như trên; thấu đạt sự hiện hữu nhiệm mầu chẳng phải là có, nhận biết sự trống không chân thật chẳng phải là không; nên dù một chút bụi trần cũng chẳng tạo ra, cũng không trừ bỏ bất cứ pháp nào; dù ngang hay dọc, dù ngược hay xuôi, hết thảy các pháp đều là chân thật.

"Cho nên, bậc Đại giác Thế Tôn vì muốn phá trừ sự *chấp có* cho kẻ phàm phu mới dạy rằng: Thân này không thật có, như ảo hóa, khiến cho tâm họ hướng về tịch diệt; vì muốn phá trừ sự *chấp không* cho hạng Tiểu thừa, mới quở trách họ là chôn mình trong hố sâu của sự giải thoát, khiến cho họ phải mong cầu thoát ra; vì muốn phá trừ sự chấp *chẳng có chẳng không* cho hàng Trung thừa, mới quở trách họ là trói buộc trong cái có không chân thật, khiến họ phải cầu được Đại thừa. Hết thảy đều là những phương tiện khéo léo, tùy theo từng trường hợp mà sử dụng.

"Hiểu theo nghĩa chân thật thì hư vô tịch diệt là gốc của muôn vật, từ đó sanh ra trời đất, con người, các loài động vật, thực vật cho đến tất cả các pháp. Đạo Phật dạy rằng: '*Do nơi gốc là không có chỗ trụ mà tạo ra tất cả các pháp*'[1] cho đến '*không một chút pháp nào có thể được... cho nên đức Phật Nhiên Đăng mới thọ ký cho ta*'.[2]

"Lão tử nói: 'Đạo mà có thể giảng nói được thì chẳng phải cái đạo thường tồn; tên mà có thể đặt ra được thì chẳng phải cái tên chân thật. Không tên là cội nguồn ban sơ của trời đất; có tên là chỗ sanh ra muôn vật. Thường không ham muốn là để xem rõ chỗ huyền diệu. Thường có ham muốn là để thấy biết chỗ ngăn che.'

"Khổng tử dạy: 'Lẽ biến dịch không có chỗ lo lắng, không có chỗ tác động, vắng lặng an nhiên chẳng động.' Vắng lặng an nhiên chẳng động, đó chính là hư vô tịch diệt.

"Trong chỗ hư vô tịch diệt ấy hàm chứa hết thảy muôn vật. Do sự cảm ứng thông suốt mà sanh ra tất cả các pháp. Nguyên lý nhiệm mầu huyền diệu như thế, nếu không phải là bậc chí thần trong thiên hạ thì ai có thể nhận biết được?

"Kinh Lễ nói: 'Không làm gì cả mà muôn vật thành tựu, đó là đạo của trời.' Tử Tư nói: 'Chỗ làm của trời vốn không có tiếng xấu, không có tiếng tốt.'

"Mục đích của các vị thánh hiền trong Tam giáo đều hướng đến chỗ tịch diệt chân thật thường còn, đến chỗ trống không chân thật chẳng phải là không, xưa nay chẳng có gì khác nhau.

---

[1] Câu này trích từ kinh Duy-ma-cật, phẩm Quán chúng sanh, là lời Bồ Tát Duy-ma-cật nói với Bồ Tát Văn-thù-sư-ly.

[2] Câu này lấy ý từ kinh Kim Cang. Ở đây nhắc việc đức Phật Nhiên Đăng đã từng thọ ký cho đức Phật Thích-ca về sau sẽ thành Phật.

"Phật dạy: '*Sanh diệt dứt rồi, tịch diệt là vui.*'[1] Đó là muốn dạy người tu dứt hết mọi tình thức hư vọng. Quả thật là: 'Bớt được một phần tham muốn thì lẽ trời lại thêm một phần sáng rõ.' Như thế nào phải dạy người dứt tuyệt lẽ trời mà rơi vào chỗ như cây khô, như bếp lạnh hay sao?[2]

"Nên biết rằng, từ trời đất, con người cho đến muôn loài đều sẵn có lẽ tịch diệt chân thật thường còn, chưa từng dứt mất. Chỉ vì người ngu tự không rõ biết, cho đó là linh hồn vất vưởng, thật đáng thương thay!

"Hối Am đọc kinh sách Phật chỉ thấy được nghĩa phương tiện phá trừ kiến chấp của phàm phu thôi sao? Hay là không rõ biết được nghĩa hư vô tịch diệt là gốc sanh ra muôn vật? Hay là không rõ biết được mục đích của các vị thánh hiền trong Tam giáo đều là lẽ chân thường tịch diệt? Hay là tự dối lòng mình, cố tình bịa đặt những lời sai lệch để khiến kẻ hậu học phải nghi ngờ, lầm lạc? Vì ghét bỏ giáo pháp hư vô tịch diệt của Phật, Lão mà bỏ sót đi phần nghĩa lý quan trọng, há có phải là việc nhỏ nhoi sao?

"Đạo Phật truyền đến Trung Hoa từ niên hiệu Vĩnh Bình thứ 10 đời Hán Minh đế.[3] Từ đó, các bậc vua chúa, danh hiền, không ai không suy tôn là một đạo lớn đáng học hỏi. Mãi đến đời sau mới có Hối Am là người ghét mà cho đó là giáo pháp hư vô tịch diệt. Chỗ ghét bỏ của Hối Am như vậy là nên hay không nên? Kiến thức của Hối Am có so được với kiến thức của các nhân vật đời Đông Hán,[4] đời Tam quốc[5] hay chăng?

[1] Câu này trích từ một bài kệ trong kinh Đại Bát Niết-bàn, phẩm Thánh hạnh.

[2] Như cây khô, như bếp lạnh: Lấy ý từ câu nói của Trang Châu: 'Hình thể như cây khô, lòng dạ như tro lạnh.' Chỉ những người muốn dứt tuyệt mọi tình trần nhưng không hiểu được lẽ sanh tồn của vạn vật.

[3] Tức năm Đinh Mão, Tây lịch là năm 67. Vào năm này, phái đoàn do vua Hán Minh đế cử sang Ấn Độ trước đó 2 năm (65) đã trở về, mang theo một số kinh, tượng và thỉnh được các vị cao tăng Ấn Độ sang truyền pháp. Ngay năm sau đó, vua cho xây dựng ngôi chùa đầu tiên tại kinh đô.

[4] Đời Đông Hán: trong khoảng từ năm 25 đến năm 219.

[5] Đời Tam quốc: trong khoảng từ năm 220 đến năm 264.

Có sánh bằng kiến thức của các nhân vật đời Tấn,[1] đời Tống,[2] đời Tề,[3] đời Lương,[4] đời Trần[5] trong suốt thời Nam Bắc triều[6] hay chăng? Lại có hơn kiến thức của các nhân vật đời Tùy,[7] đời Đường,[8] và thời Ngũ đại[9] hay chăng? Lại có hơn kiến thức của các nhân vật đời Thạnh Tống, đời Liêu cho đến đời Kim[10] hay chăng?[11]

"Thiên *Thái thệ* có câu: 'Đạo trời nhìn nhận thì tự nhiên dân nhìn nhận, đạo trời lắng nghe thì tự nhiên dân lắng nghe.'[12] Cho nên, đức Khổng tử nói rằng: 'Ta nghe theo số đông, chưa từng nghe theo ý riêng của một người.'

"Hối Am lấy ý riêng mà bài bác đạo Phật thì quan điểm ấy

---

[1] Đời Tấn: trong khoảng từ năm 265 đến năm 420.

[2] Đời Tống: trong khoảng từ năm 420 đến năm 478.

[3] Đời Tề: trong khoảng từ năm 479 đến năm 501.

[4] Đời Lương: trong khoảng từ năm 502 đến năm 566.

[5] Đời Trần: trong khoảng từ năm 557 đến năm 588.

[6] Thời Nam Bắc triều: Từ năm 420 đến năm 588, nhà Tống, nhà Tề, nhà Lương, nhà Trần đều đóng đô ở Kim Lăng, gọi là Nam triều, còn nhà Ngụy, nhà Châu, nhà Tề nối nhau mà giữ thiên hạ phía bắc, đóng đô tại Kiến Nghiệp, gọi là Bắc triều. Vì thế, sử Trung Hoa gọi giai đoạn này là giai đoạn Nam Bắc triều.

[7] Đời Tùy: trong khoảng từ năm 589 đến năm 617. .

[8] Đời Đường: trong khoảng từ năm 618 đến năm 905.

[9] Thời Ngũ đại gồm các triều đại: 1. Hậu Lương (907-926), 2. Hậu Đường (927-940), 3. Hậu Tấn (940-947), 4. Hậu Hán (947-950), 5. Hậu Châu (951-959).

[10] Triệu Khuông Dẫn lên ngôi năm 960, mở đầu nhà Tống, xưng hiệu là Thái Tổ. Từ đó đến cuối đời vua thứ chín là Khâm Tông (1127) được gọi là đời Thạnh Tống. Sang đời vua thứ mười là Cao Tông, dời đô qua Nam Kinh ở phía bắc thì họ Gia-luật là người rợ Hồ chiếm cứ, xưng hiệu là Liêu, truyền được chín đời, 210 năm. Tiếp đến họ Hoàn-nhan đánh diệt triều Liêu, xưng hiệu là triều Kim, truyền được 10 đời, 117 năm.

[11] Đoạn này kể rõ từ đời Đông Hán cho tới cuối đời Tống, trải qua nhiều triều đại, kéo dài đến 1300 năm, đã có không biết bao nhiêu nhân vật tài cao trí rộng, thế mà chẳng ai chê bai đạo Phật và đạo Lão. Chỉ có kẻ kiến thức nông cạn, hẹp hòi, cố chấp là Hối Am mới bài bác mà thôi.

[12] Thái thệ (lời thề nguyện lớn) là tên một thiên trong sách đời nhà Châu. Câu này thấy trích trong sách Mạnh tử, quyển 5, phần nói về Vạn Chương.

là thế nào? Nay tôi chỉ nêu ra cái ý chính để làm sáng rõ lòng người, xin các vị tự mình suy xét sẽ rõ.”

Vương Trung thưa: “Trung này vốn không được sáng suốt, nay nhờ nghe lời giảng của thầy mà trong lòng bỗng nhiên tỏ rõ.”

4. Biện minh về quỉ thần

Ông Vương Trung người ở Thái nguyên thưa hỏi: “Hoành Cừ[1] nói: ‘Quỉ thần là cái công năng tốt đẹp của hai chất khí.’ Trình tử[2] bảo: ‘Quỉ thần là dấu tích của tạo hóa. Hối Am cho rằng: ‘Quỉ thần là sự co duỗi của khí.’ Cả ba thuyết ấy đều cho là quỷ thần do nơi một chất khí tạo ra. Như vậy có đúng chăng?”

Thiền sư Không Cốc đáp: “Nói một chất khí ấy là cái bao trùm khắp trời đất, xưa nay chưa từng khuyết thiếu. Đầy kín trong trời đất cũng chỉ một khí ấy thôi, thật không có hai. Chỉ một khí ấy, nhưng gọi là dương, lại gọi là âm, là theo nơi sự mở ra hoặc thâu lại mà gọi tên khác nhau.

“Nếu quỷ thần chỉ là một chất khí, thì khắp trong trời đất lẽ ra chỉ có một khí ấy mà thôi. Nhưng vì sao lại có những thần trên trời, thần dưới đất, thần núi Ngũ nhạc,[3] thần sông

---

[1] Hoành Cừ: Một học giả đời Tống, vào triều vua Thần tông (1070-1087). Ông tên là Trương Tải, tự Tử Hậu, nổi danh về việc sùng tu văn chương, khảo xét kinh sách. Chỗ học của ông lấy Kinh Dịch làm gốc, lấy sách Trung Dung làm chỗ ứng dụng. Sau khi mất ông được triều đình ban thụy hiệu là Minh Công, người đời sau thường gọi là Hoành Cừ Tiên sanh.

[2] Trình tử: chỉ chung hai anh em họ Trình sanh vào đời nhà Tống. Người anh là Trình Hạo (1032-1085), người em là Trình Di (1033-1107). Cả hai đều có công nghiên cứu, soạn tập, chú giải các sách thánh hiền, người đời sau gọi chung là Trình tử.

[3] Ngũ nhạc: Năm ngọn núi cao nhất ở Trung Hoa, nằm về 5 hướng. Ở giữa là Tung sơn (Trung nhạc), hướng đông là Thái sơn (Đông nhạc), hướng tây là Hoa sơn (Tây nhạc), hướng nam là Hoành sơn (Nam nhạc), hướng bắc là Hằng sơn (Bắc nhạc).

Tứ độc,[1] thần núi sông, thần xã tắc?[2] Vì sao lại có những quỷ thần không người cúng tế, lại có những quỷ thần qua các triều đại đều phong tặng, lại có những quỷ thần xưa nay người ta đều cúng tế? Có rất nhiều loại quỷ thần như thế, nếu so với ba thuyết trên thì ắt là không tương hợp.

"Sách Lễ ký có chép: Thái Hạo làm Chúa Xuân, Câu Mang làm thần; Viêm đế làm Chúa Hạ, Chúc Dung làm thần; Thiếu Hạo làm Chúa Thu, Nhục Thâu làm thần; Chuyên Húc làm Chúa Đông, Huyền Ninh làm thần. Nếu cứ theo ba thuyết trên, người thì nói là công năng tốt đẹp của hai chất khí, người thì bảo là dấu tích của tạo hóa, người thì cho là sự co duỗi của khí, vậy tại sao có Thái Hạo và các vị kia làm Chúa tể bốn mùa? Tại sao có Câu Mang và các vị khác làm thần bốn mùa?

"Sách *Quan Doãn tử*[3] có chép rằng: 'Quỉ là người chết biến thành.' Trong sách Trung dung, đức Khổng tử nói: 'Những việc do quỷ thần làm ra mạnh mẽ biết bao!' Dương tử[4] nói: 'Việc của trời đất, thần minh, chẳng ai suy lường nỗi.' Những lời ấy so với ba thuyết nói trên thật chẳng hợp nhau chút nào!

"Hối Am có nói: 'Khi người chết rồi, hình thể hư nát, thần hồn tản lạc, không còn dấu tích gì cả.' Như vậy, Thái Hạo và các vị kia làm sao làm Chúa tể bốn mùa? Câu Mang và các ông khác làm sao làm thần bốn mùa? Như thế lại càng hết sức khác biệt nhau!

---

[1] Tứ độc: bốn con sông lớn: sông Giang, sông Hoài, sông Hà, sông Tế.

[2] Thần xã tắc: Thần đất đai và Thần lúa thóc. Vì xã hội Trung Hoa xưa là một xã hội nông nghiệp, nên thần xã tắc là biểu tượng quan trọng nhất, được xem là các vị thần giữ gìn đất nước.

[3] Quan Doãn tử: Sách từ đời nhà Châu, thấy ghi tên người soạn là "Châu Doãn Hỷ" (ông Doãn Hỷ đời Châu). Sách chỉ có 1 quyển, chia làm 9 thiên, đã thất lạc rất lâu. Đến đời Tống có người ghi chép lại, có phần thêm vào. Tương truyền người soạn sách này là một vị quan giữ cửa ải, đời Châu gọi là quan Doãn. Khi Lão tử bỏ nhà Châu đi ở ẩn có gặp ông này, lúc đó trấn giữ cửa ải Hàm Cốc, và truyền cho ông quyển Đạo Đức Kinh. .

[4] Tức Dương Châu, người chủ trương thuyết vị kỷ, đối nghịch với thuyết kiêm ái của Mặc Địch. Thật ra không thấy có sách của Dương Châu để lại, chỉ thấy trong sách Liệt tử có ghi chép lại chủ thuyết của ông mà thôi.

"Trong sách *Lý học loại biên*[1] chép việc có người hỏi rằng: 'Khi người ta chết rồi, hồn phách có tan đi chăng?' Hối Am đáp: "Có, đều tan biến hết." Người ấy lại hỏi: 'Nếu vậy, khi con cháu cúng giỗ, tổ tiên có cảm ứng nhận hưởng, đó là vì sao?' Hối Am đáp: 'Con cháu là khí huyết của tổ tiên, cho nên có chỗ cảm ứng nhận biết.'

"Theo lời Hối Am thì việc cúng tế các thần Ngũ nhạc, thần Tứ độc, thần núi sông, thần xã tắc cùng các quỷ thần không con nối dõi, vì lẽ chẳng phải là con cháu nên chẳng có sự cảm ứng nhận biết hay sao?

"Than ôi! Bà Khương Nguyên đạp dấu chân người mà sanh ra Hậu Tắc,[2] bà Giản Địch nuốt trứng chim yến mà sanh ra Ân Khế.[3] Y Doãn sanh nơi đất Không Tang,[4] hòa thượng Chí Công

---

1 Sách do Trương Cửu Thiều soạn, ban đầu có tên là "Cách vật biên", về sau Ngô Đương Vi đổi lại là Lý học loại biên. Cả thảy có 8 quyển, nội dung chia làm 7 phần: thiên địa, thiên văn, địa lý, quỷ thần, nhân vật, tánh mạng và dị đoan.

2 Tắc là chức quan lo việc canh nông vào đời vua Nghiêu, vua Thuấn (khoảng 2350 năm trước Tây lịch). Ông Hậu Tắc tên thật là Khí (bỏ đi). Tương truyền, mẹ ông là bà Khương Nguyên, vợ chính của vua Đế Cốc, vì không con nên tế trời cầu được sanh con. Khi đi cúng tế về, bà nhìn thấy một dấu chân người rất lớn, vì hiếu kỳ nên đến lấy bàn chân trần của mình ướm vào đó để so sánh. Không ngờ từ đó trở về liền thụ thai, sanh ra Hậu Tắc. Sau khi sanh ra có nhiều điều kỳ dị khó hiểu, bà cho là việc chẳng lành, muốn bỏ không nuôi, nên đặt tên là Khí. Bà mang đứa con này lên bỏ trên núi, ngờ đâu cầm thú cùng thay nhau nuôi dưỡng bảo vệ, nên ông không chết. Lại mang về vất xuống nước, thì các loài cá cùng nhau tụ lại nâng đỡ, bảo vệ ông. Thấy vậy, bà mới đem về nuôi. Tính ông ưa thích việc trồng tỉa, sau được vua Nghiêu phong làm Tắc quan, là chức quan lo việc nông nghiệp. Ông có công lớn trong việc giúp dân phát triển nghề nông, được kính trọng gọi là Hậu Tắc. .

3 Ân Khế: người đồng thời với ông Hậu Tắc. Mẹ ông là Giản Địch, vợ thứ của vua Đế Cốc. Tương truyền vì không con nên bà đi cúng tế cầu con. Sau buổi lễ cúng thấy có trứng chim yến từ trên trời rơi xuống, bà nhặt lấy nuốt vào bụng. Từ đó thụ thai, sau sanh ra Ân Khế. Về sau Ân Khế được phong chức Tư đồ. .

4 Không Tang, địa danh xưa, nay thuộc tỉnh Hà nam, phía tây huyện Kỷ. Tương truyền ngày xưa ông Y Doãn sanh ra ở đất này. Mẹ ông là người sống bên sông Y, một hôm nằm mộng thấy có vị thần bảo rằng: Khi nào thấy nước sông Thạch Cửu chảy ra thì phải chạy nhanh về hướng đông. Sau đó ít lâu quả nhiên thấy

sanh trong tổ chim ưng.[1] Những trường hợp ấy là do khí huyết của ai? Lấy ai làm tổ tiên của những người ấy?

"Hối Am lại nói: 'Người ta chết rồi thì khí tan hết, chẳng còn dấu tích chi cả. Nếu có sanh vào nơi đâu, là do lúc tình cờ tụ lại không tan. Thêm nữa, khi chất khí tụ vừa thoát ra, nếu gặp phải một thứ sanh khí nào đó thì cũng có thể tái sanh.'

"Đã nói rằng hình thể hư nát, thần hồn tản lạc, không còn dấu tích chi cả, vậy thì cái gì gặp phải sanh khí mà tái sanh? Với những lời lẽ ấy, Hối Am chỉ tự mình mâu thuẫn với mình mà thôi, không thể giải thích được.

"Sách *Lễ ký* nói: 'Chim ưng hóa làm chim cưu, chim sẻ hóa làm con sò.'[2] Cho đến trong nhiều sách khác ghi chép những chuyện Bào Tịnh nhớ được cái giếng thuở xưa,[3] Dương Hộ biết

---

nước sông Thạch Cửu chảy ra, bà liền báo cho tất cả mọi người trong xóm cùng chạy nhanh về hướng đông. Chạy được khoảng 10 dặm thì ngoảnh lại thấy cả vùng đất cũ đều chìm trong biển nước mênh mông. Ngay lúc ấy bà hóa thân mà mất. Nơi ấy trở thành một bãi dâu tươi tốt. Có người con gái hái dâu bỗng nhặt được một đứa bé nằm giữa đám dâu, liền mang về dâng lên vua. Vua cho người nuôi dưỡng, đặt tên là Y Doãn. Về sau, Y Doãn là một vị khai quốc công thần đời nhà Thương, có công giúp vua Thành Thang (1783-1754 trước Tây lịch) gồm thâu thiên hạ.

[1] Hòa thượng Chí Công sanh trong tổ chim ưng: vào đời nhà Lương (thế kỷ 6), trong tổ chim ưng bỗng có đứa trẻ nằm khóc lớn tiếng, bà Châu thị nghe thấy, đem về nuôi dưỡng. Đứa trẻ lớn lên căn tánh khác thường, hâm mộ Phật pháp. Khi Châu thị qua đời, liền xuất gia tại chùa Đạo Lâm, Chung Sơn, được bổn sư là Tịnh Trưởng Lão đặt pháp hiệu là Chí Công. Ông tu hành tinh tấn, sau có soạn bộ Lương hoàng sám pháp, 10 tập, lưu truyền ở đời. Ngài khai ngộ cho Lương Võ đế, được nhà vua hết lòng kính trọng. Sau trở về chùa Đạo Lâm ngồi kết già thị tịch. .

[2] Sách Lễ ký, thiên Nguyệt lịnh chép rằng: "Tiết xuân phân, chim ưng hoá làm chim cưu; tiết thu phân, chim cưu hoá làm chim ưng. Tiết hàn lộ, chim sẻ tự vùi mình vào bãi cái biển mà hoá làm con sò..".

[3] Bào Tịnh tên tự là Thái Huyền, người quận Đông Hải, lúc mới 5 tuổi nói với cha mẹ rằng: "Con vốn con nhà họ Lý ở Khúc Dương, lúc lên 9 tuổi sơ sẩy té xuống giếng mà chết." Cha mẹ tìm đến tận nhà họ Lý để hỏi, quả nhiên đúng như lời ông kể.

được vòng vàng đời trước.[1] Những việc ấy đều hoàn toàn trái ngược với lời lẽ của Hối Am.

"Nếu theo Văn Chánh Công[2] và các kinh sử, ắt phải ngược với Hối Am, còn theo Hối Am thì ngược với Văn Chánh Công và các kinh sử, khiến cho người ta phải nghi hoặc, biết do đâu mà xác định được lẽ thật?

"Ôi! Việc này phải tự xét thật rõ ràng, xác đáng, sao có thể dựa theo cách nghĩ của người đời mà phỏng đoán rồi nói ra như vậy?

"Đức Khổng tử dạy: 'Chưa phục vụ được con người, sao thờ cúng được quỷ thần? Chưa biết về sự sống, sao biết được sự chết?'[3]

---

[1] Dương Hộ trước là con bà Lý thị. Lúc lên năm tuổi, bà nhũ mẫu bồng đi chơi có đeo một chiếc vòng vàng, đánh rơi nơi gốc cây dâu. Hôm ấy về nhà bị chết một cách thình lình. Về sau, sanh làm con bà Dương thị. Đến lúc được 5 tuổi, đòi mẹ đi kiếm chiếc vòng vàng của mình. Bà mẹ nói: "Con đâu có vòng vàng." Dương Hộ nói: "Có, chiếc vòng vàng ấy con đánh rơi ở gốc cây dâu, nơi nhà lọ Lý." Bà mẹ không tin, giễu cợt rằng: "Thật con biết vậy thì thì đến đó lấy đi." Dương Hộ liền chạy thẳng đến chỗ gốc cây dâu, tìm được chiếc vòng vàng. Khi ấy, Lý thị nhận ra chiếc vòng, nói rằng: "Đây là vật của đứa con ta đã chết." Rồi đòi lại, nhưng Dương Hộ không trả. Người mẹ đem những lời Dương Hộ đã nói mà thuật lại, Lý thị mới tin rằng đó là đứa con mình tái sanh. Từ đó, hai bà đều yêu thương và cùng nuôi dưỡng đứa trẻ. Về sau, Dương Hộ trở thành một bậc danh thần đời Tấn.

[2] Văn Chánh Công tên thật là Vương Đán, tự Tử Minh, đỗ tiến sĩ, là người nổi danh vào đời Tống Chân Tông, giữ chức Khu Mật Viện, tước Thái Bảo. Ông là người cương trực, thẳng thắn, bất chấp mọi sự gièm pha, chỉ trích. Bình sanh mọi việc quan trọng của triều chính đều có ông tham gia giải quyết. Ông mất năm Đinh Tỵ (1017), được ban tên thụy là Văn Chánh Công. Lúc sắp mất ông có dặn lại người nhà rằng: "Ta rất chán kiếp luân hồi sanh tử, đời sau nguyện làm người tu hành, được ngồi yên nơi rừng vắng để quán xét tự tâm. Sau khi ta chết, xin vì ta mời chư tăng đến truyền giới, cạo tóc, ban cho ba tấm pháp y và theo lễ hỏa táng, chớ để vật quí báu trong quan tài.".

[3] Trong sách *Luận ngữ*, chương 11, Tiên Tấn, tiết 11, thầy Quí Lộ (tức Tử Lộ) hỏi đức Khổng tử về đạo thờ quỷ thần. Ngài đáp rằng: "Chưa phục vụ được con người, sao thờ cúng được quỷ thần?" Tử Lộ hỏi tiếp: "Xin hỏi về sự chết." Ngài đáp: "Chưa biết được sự sống, sao biết được sự chết." Qua những lời này, đức Khổng tử không có ý phủ nhận việc quỷ thần, nhưng khuyên người ta hãy chuyên tâm vào việc thi hành Nhân đạo, hơn là chạy theo những sự huyền bí uẩn áo mà mình thật ra không hiểu biết gì cả.

Chỉ một lời ấy suy rộng ra thì có thể tránh được sự lầm lạc.

"Trong sách *Lý học loại biên*, các ông Trương Hoành Cừ, Trình tử và Hối Am thường dẫn lời đức Khổng tử, nhưng từ chỗ trước lại đưa về chỗ sau, lại suy rộng ra mà luận việc quỷ thần, đến chỗ bế tắc thì bày ra mưu kế. Phàm việc gì đã không biết thì thôi, cần chi phải khổ nhọc cầu lấy chút hư danh, gắng gượng mà nói, làm trói buộc kẻ hậu học, khiến cho họ phải mê muội trong lòng, chẳng được sáng tỏ. Thật đáng thương thay!"

5. Biện minh việc trời đánh

Ông Vương Trung người ở Thái Nguyên thưa hỏi: "Ông Hối Am đời Tống cho rằng việc trời đánh là do khí âm và khí dương gặp nhau, tình cờ chạm nhằm người nên chết, chẳng phải có ý đánh họ. Lời ấy thế nào?"

Thiền sư Không Cốc đáp: "Sau tiết *Kinh trập* thì hai hào âm ở trên, bốn hào dương ở dưới. Sau tiết *Mang chủng* thì năm hào dương ở trên, một hào âm ở dưới. Nếu nói rằng do âm và dương chạm nhau nên có sấm, có mưa, ắt là thường phải đụng nhau nên có sấm, có mưa mãi mãi! Sao lại lúc tạnh, lúc mưa cách nhau xa vậy?

"Nên biết rằng, khí âm dương qua lại, vận chuyển, giống như cái vành bánh xe quay nước, luân phiên nhau mà lên cao, xuống thấp. Nếu chạm vào nhau thì làm sao phát sanh vạn vật? Mặt trời, mặt trăng, tinh tú, gió, mây, sấm, mưa đều là thể dụng của trời đất, mỗi thứ đều có thiên thần làm chủ, ứng theo thời tiết không sai trật, cho nên mới có lý do cúng tế trời đất. Khi mưa gió điều hòa là cảm ứng theo nghiệp lành của người đời; còn như chẳng điều hòa, đó là chiêu cảm bởi nghiệp dữ của thiên hạ, chẳng phải do trời không có lòng thương.

"Nói về việc trời đánh, vào khoảng niên hiệu Vĩnh Lạc thứ 22 đời Minh,[1] tại chùa Thiên Phong ở Thai Châu có thầy *Duy-*

[1] Tức năm Giáp Thìn - 1424, triều Minh Thành Tổ.

na tên là Sĩ Hoằng bị sét đánh chết. Giây lát bỗng tỉnh lại, nói rằng: 'Trong khi tôi chết, có thấy các vị thiên thần quở trách rằng: Đời trước ông làm chức tuần kiểm, buộc tội oan cho một người, khiến người ấy phải chịu cực hình. Nhờ ông biết thờ Phật, cho nên chưa thường mạng. Đến một đời sau nữa, ông làm vị tăng trụ trì, lấy tiền đồng của chùa mà chôn giấu ba hầm. Sau khi chết rồi, tiền ấy hư nát hết. Ông đã phạm tội trong hai đời, cho nên nay bị sét đánh chết. Tuy nhiên, trong đời này ông chí thành thờ phụng đức Bồ Tát Quán Âm nên tạm để cho ông được sống lại.' Về sau, đến niên hiệu Tuyên Đức thứ hai,[1] Sĩ Hoằng bị chết đuối.

"Ở xứ Triết Hữu, có một người in tượng Phật giấy ngũ sắc. Sau đó, người ấy khai trương hiệu buôn, lót ván bằng thẳng trên gác và làm phòng ngủ trên ấy. Một đêm nọ, ông ta lỡ đụng làm đổ bồn đựng nước tiểu tiện, nước tiểu chảy xuống thấm ướt cả bức tượng. Sáng ra ông lại đem phơi khô rồi bán bức tượng ấy. Ngay trong năm ấy, ông ta đang ở trong nhà bỗng như bị ai lôi đi, rồi bị sét đánh chết ngay trước cửa tiệm.

"Lại có hai vợ chồng nhà nghèo kia, nhà hết gạo phải nhịn đói. Người chồng liền đem một con ngỗng ra chợ bán, mua được hai đấu gạo. Đang lúc thèm khát, anh ta lấy bớt ra hai thăng gạo[2] đổi lấy rượu mà uống. Về được giữa đường thì say rượu, nằm ngay ra đất. Có người trộm lấy hết gạo. Khi tỉnh lại, anh ta sợ sệt về nhà. Người vợ biết chuyện, buồn khổ khôn xiết. Người chồng không chịu nổi, trầm mình xuống nước mà chết. Người vợ than rằng: 'Chồng tôi đã chết, tôi còn sống làm gì?' Rồi cô cũng nhảy xuống nước mà chết. Qua rạng sáng hôm sau, có một người con trai bị sét đánh chết, xác văng đến nằm bên cạnh xác hai vợ chồng kia. Trên lưng kẻ bị sét đánh chết ấy hiện ra mấy chữ: 'Thằng này ăn cắp gạo.'

---

[1] Tức năm Đinh Mùi - 1427, triều vua Tuyên Tông.

[2] Đấu và thăng là các đơn vị cân lường thời xưa của Trung Hoa. Mỗi đấu có 10 thăng.

"Ở Tùng Giang[1] có một người bị sét đánh chết, trên lưng hiện ra mấy dòng chữ này: 'Cách đây mười năm, tên này cùng với một người đàn bà vào chùa, lên tầng tháp thứ hai mà làm chuyện dâm dục, cho nên nay bị giết.'

"Tại Hồ Châu[2] có một cô gái kia, đang trong cơn mưa bỗng thấy có nhiều vị quan binh kéo đến trước cửa nhà mình. Trong số ấy có hai vị vào nhà, hình dáng giống như những thiên binh mà người đời thường họa. Hai người ấy bắt anh trai của cô đi, liền đó anh bị sét đánh chết ngay trước cửa. Khi ấy cô mới biết rằng những vị quan binh nhìn thấy đó là các thiên thần.

"Lại có một người kia bị sét đánh chết, người nhà lấy quần áo mặc vào cho tử thi. Qua ngày sau, lại bị sét đánh lần nữa, quần áo văng mất cả. Lại có một người bị sét đánh chết, người ta đã liệm vào quan tài. Hôm sau lại bị sét đánh nữa, làm văng mất nắp hòm!

"Những chuyện hiển hiện rõ ràng như vậy, xưa nay mỗi năm đều có, chẳng cần phải kể nhiều. Những việc tai nghe, mắt thấy nhiều lắm, chỉ e người nhà lấy đó làm điều nhục nhã nên không kể ra tên họ của người bị chết.

"Hơn nữa, bị sét đánh chết còn có những loài vật như: rắn rết, chồn cáo, chuột, tinh quái, cây cối cùng với những đồ vật có yêu ma nương dựa vào ắt bị sét đánh. Như vậy há phải là khí âm và khí dương gặp nhau một cách tình cờ gây chết hay sao?

"Kinh Dịch có câu: 'Nghe tiếng sấm sét phải phập phồng lo sợ.' Trong lời *tượng* quẻ ấy giải rằng: 'Nghe lại tiếng sấm vang, người quân tử lấy đó làm điều lo sợ, phải gắng tu tỉnh.' Như vậy có ý nói đó là sự quở trách của trời, cho nên phải cố gắng tu tỉnh, sửa lỗi. Hối Am dạy người ta không tin việc trời quở trách, đó là trái với lẽ trong kinh Dịch. Nếu không biết sợ trời đất mà hướng đến việc lành thì trước hết là đánh mất đức độ của chính mình.

[1] Huyện Tùng Giang nay thuộc tỉnh Giang Tô.

[2] Phủ Hồ Châu, nay thuộc huyện Ngô Hưng, tỉnh Triết Giang.

"Tiếc thay cho người đời sau, không biết mở rộng kiến thức để soi xét rõ ý nghĩa trong sự việc, vì cố chấp mà mắc phải sai lầm nghiêm trọng theo lời Hối Am. Hối Am không chỉ sai vì dựa vào sự phỏng đoán, mà còn mắc lỗi rất lớn đi ngược lời Phật dạy.

"Văn Trung tử[1] dùng đạo học Khổng, Mạnh viết sách nhưng vẫn kính trọng Phật pháp. Hối Am dùng chỗ học trong Phật pháp để viết sách, lại bài bác Phật pháp, muốn cho kẻ hậu học chẳng xem kinh sách Phật, để không biết được việc ông dùng chỗ học trong Phật pháp mà viết sách. Bởi ý đồ như thế nên mới làm như thế.

"Hối Am đối với Phật pháp chỉ học biết được đôi chút, khác nào như dùng một cái lông mà thấm nước biển, chỗ biết như vậy thật quá ít. Ông lại mang cái biết quá ít như chút nước thấm nơi cái lông ấy mà muốn cho kẻ hậu học dùng lấy, cho đó là đủ, chẳng cần phải ra biển làm gì! Lời dạy của ông ấy làm hư hoại lòng người, trái nghịch Phật pháp, đánh mất chỗ tốt đẹp lớn lao, thật sai lầm lắm thay!

6. Các vị vua quan và danh nho học Phật

Ông Vương Trung người Thái Nguyên thưa hỏi: "Thầy dạy rằng Phật pháp có lợi ích cho người đời, không biết là có những lợi ích gì?"

Thiền sư Không Cốc đáp: "Người tham thiền ngộ đạo thì có cái lợi thấy suốt nguồn tâm, rõ biết tự tánh. Kẻ nghiên cứu kinh điển, giáo pháp thì có cái lợi sáng tỏ, thông suốt ý chỉ nhiệm mầu. Người tu hành theo đúng pháp thì có cái lợi dần dần chứng đắc quả vị *Bồ-đề*. Kẻ trì giới, niệm Phật thì có cái lợi sanh về Tịnh độ. Người trì giới tu thiền định thì có cái lợi sanh

[1] Văn Trung tử họ Vương, tên Thông, người ở Long Môn, sống vào đời Tùy (khoảng cuối thế kỷ 6 sang đầu thế kỷ 7), là người có trước tác nhiều bộ sách được lưu truyền.

lên cõi trời. Người quy y, tin nhận thì có cái lợi gieo trồng căn lành, tăng trưởng phước đức, trí huệ. Những ai có lòng lành kính Phật thì có cái lợi gieo nhân lành, được quả phước. Những ai có lòng tin không làm việc ác thì có cái lợi ích không vướng vào pháp luật. Cho nên Phật pháp lưu hành ở thế gian cũng là gián tiếp có lợi cho công cuộc trị an."

Vương Trung lại hỏi: "Tuy có những lợi ích như vậy, nhưng trong đạo Nho có ai theo học Phật chăng?"

Thiền sư Không Cốc đáp: "Không chỉ có các nhà Nho học Phật, cho đến các vị thánh chúa, vua hiền cũng đều theo học."

Vương Trung thưa: "Xin thầy dạy rõ hơn."

Không Cốc nói: "Nếu nói hết những người học Phật từ xưa nay thì thật không kể xiết. Nay chỉ đơn cử sơ lược một số trường hợp mà thôi.

"Vào đời Đường, sự sùng mộ đạo Phật của vua Thái Tông[1] thật chẳng ai bằng. Sau khi vua mất, con là Cao Tông[2] nối ngôi. Khi nghe tin pháp sư Huyền Trang[3] viên tịch, vua Cao Tông thốt lời than với triều thần rằng: 'Trẫm đã mất quốc bảo rồi!' Vua liền miễn thiết triều trong ba ngày để tỏ lòng thương tiếc. Nếu bảo hai vị hoàng đế ấy mê đắm Phật pháp, vì sao các đại hiền thần như Phòng Huyền Linh, Đỗ Như Hối, Ngụy Trưng, Ngu Thế Nam, Chử Toại Lương, Lý Tĩnh, Đổng Thường đều không ra sức can gián? Vì các vị vua thánh, tôi hiền ấy đều biết rằng Phật pháp là đạo lớn chân chánh, có ích lợi cho cuộc trị an

[1] Đường Thái Tông cầm quyền cai trị từ năm 627 đến năm 649.

[2] Đường Cao Tông lên ngôi năm 650, cầm quyền đến năm 683.

[3] Pháp sư Huyền Trang là bậc cao tăng được vua Đường Thái Tông kính trọng như bậc thầy. Ngài có sang Ấn Độ thỉnh kinh sách về Trung Hoa và dành rất nhiều thời gian để phiên dịch sang Hán ngữ. Hầu hết những bộ kinh do ngài dịch đều được vua Đường Thái Tông ngự chế đề tựa, hết lòng cung kính. Sau khi Thái Tông băng hà, Cao Tông nối ngôi vẫn tiếp tục tôn kính ngài Huyền Trang hết mực.

và giáo hóa, mang lại sự tốt lành cho người đời, nên tất cả đều cung kính vâng theo.

"Thuở ấy, mỗi khi xây chùa xong cần đề bia ký, hay dịch kinh xong cần đề tựa, nếu chẳng phải chính tay vua ngự chế thì cũng chỉ định một trong các vị đại thần như Phòng Huyền Linh, Đỗ Như Hối, Ngụy Trưng, Ngu Thế Nam, Chử Toại Lương... thay vua mà viết ra những áng văn kính cẩn, nghiêm túc. Lòng kính mộ của vua Thái Tông và vua Cao Tông đối với Phật pháp, thật đáng gọi là hết mực chí thành!

"Tiếp đó, cũng trong đời Đường, có những vị vua như Huyền Tông,[1] Túc Tông,[2] Đại Tông,[3] Tuyên Tông[4] càng kính mộ đạo Phật hơn nữa. Vua Đại Tông có lần chỉ vị Quốc sư là Nam Dương Trung mà nói: 'Trong nước không có gì quí báu, chỉ có vị tăng này là quốc bảo mà thôi.'

"Sang đời Tống, những vị thánh đế như Thái Tổ,[5] Thái Tông,[6] Chân Tông,[7] Nhân Tông[8] lại càng trọng mộ đạo Phật hơn nữa.

"Những triều đại xưa kia còn có nhiều bậc minh quân kính mộ đạo Phật hơn thế nữa. Tùy Văn đế[9] cúi lạy pháp sư Đàm Diên, Lương Võ đế[10] đem trọn lòng thành cung kính hòa thượng

---

[1] Đường Huyền Tông lên ngôi năm 713, trị vì đến năm 755.

[2] Đường Túc Tông lên ngôi năm 756, trị vì đến năm 762.

[3] Đường Đại Tông lên ngôi năm 763, trị vì đến năm 779.

[4] Đường Tuyên Tông lên ngôi năm 847, trị vì đến năm 859.

[5] Tống Thái Tổ (Triệu Khuông Dẫn) lên ngôi năm 960, trị vì đến năm 976.

[6] Tống Thái Tông (Triệu Quang Nghĩa, em Triệu Khuông Dẫn) lên ngôi năm 977, trị vì đến năm 998.

[7] Tống Chân Tông, lên ngôi năm 999, trị vì đến năm 1023.

[8] Tống Nhân Tông, lên ngôi năm 1024, trị vì đến năm 1064.

[9] Tùy Văn đế (Dương Kiên), vua khởi đầu nhà Tùy, lên ngôi năm 589, cầm quyền đến năm 604.

[10] Lương Võ đế, vua khởi đầu nhà Lương, lên ngôi năm 502, cầm quyền đến năm 549.

Bảo Chí,[1] Diêu Tần[2] cúi đầu bái thỉnh ngài *Cưu-ma-la-thập*. Vua Tề thờ ngài Thượng Thống làm thầy.[3] Vua Phù Kiên lễ kính pháp sư Đạo An.[4] Vua nước Tấn hết sức cung kính ngài Huệ Viễn.[5] Ôi! Từ xưa đến nay, các vị thánh chúa còn thành tín theo Phật, huống chi những kẻ tầm thường như chúng ta!

"Đời Tống, triều vua Nhân Tông,[6] có quan tướng quốc Hàn Công Kỳ, quan thị lang Âu Dương Tu, Trương Đoan Minh, chức Bí thư Quan Ngạn Trường, Chương Biểu Dân, Viên ngoại lang Trần Thuấn Du, đều là những người khi chưa đọc kinh Phật thì chưa biết kính Phật, nhưng sau khi gặp được thiền sư Minh Giáo Tung, được xem qua sách *Đàm tân tập* thì ai nấy đều bái phục, ngợi khen rằng: Chúng tôi không ngờ trong hàng chư

[1] Bảo Chí: tức Hòa thượng Chí Công, người đất Kim Thành, họ Châu. Ngài tu thiền định, đến kinh đô hoằng pháp có hơn năm mươi năm. Tề Võ đế có lần nghe lời sàm tấu rằng ngài mê hoặc đồ chúng, nổi giận bắt giam vào trong ngục. Sáng ra thấy ngài ung dung đi dạo trên đường phố. Vua thất kinh cho người đi xem, lại vẫn thấy ngài trong ngục. Võ đế kính phục, sau thỉnh ngài vào cung giáo hóa. Đời Lương, khoảng niên hiệu Thiên Giám, ngài không bệnh thị tịch. Người đời bấy giờ tôn xưng là Bảo Công, cũng xưng là Chí Công. Chuyện về ngài được ghi chép tường tận trong sách Lương cao tăng truyện, quyển 10.

[2] Tức Diêu Hưng, vua nhà Hậu Tần. Triều Hậu Tần bắt đầu từ năm 384, đóng đô tại Trường An, kéo dài đến năm 417, chỉ có 2 đời vua là Diêu Trành và Diêu Hưng. Diêu Hưng chính là người cất quân đánh nhà Hậu Lương để đón ngài Cưu-ma-la-thập về làm Quốc sư, lo việc dịch kinh tại kinh đô Trường An.

[3] Tức Võ Thành đế của triều Bắc Tề. Năm 560, Võ Thành đế lên ngôi, đặt niên hiệu là Thái Ninh. Hai năm sau, vua được pháp sư Thượng Thống truyền thọ Bồ Tát giới. Vua tự trải tóc mình trên đất, thỉnh pháp sư bước trên đó mà lên tòa. Võ Thành đế tôn ngài Thượng Thống làm Quốc sư, lập ra chùa Báo Đức, thỉnh Quốc sư trụ trì chùa ấy. Vua rất kính mộ Phật giáo, cũng đã từng thỉnh pháp sư Huệ Tạng lên điện Thái Cực giảng thuyết kinh Hoa nghiêm.

[4] Vào năm 378, vua Phù Kiên của nhà Tiền Tần đánh chiếm Tương Dương, gặp được pháp sư Đạo An. Phù Kiên thỉnh ngài Đạo An lên ngồi chung xe với mình mà về triều, tôn làm bậc thầy, đối đãi như với bậc thánh nhân.

[5] Niên hiệu Thái Nguyên thứ ba (378), vua Đông Tấn là Hiếu Vũ Đế nghe danh đức ngài Huệ Viễn (334-416) ở núi Khuông Lư, thân hành vào tận trong núi, lễ bái pháp sư và thỉnh ngài về ở chùa Đông Lâm.

[6] Tống Nhân Tông lên ngôi năm 1023, niên hiệu Thiên Thánh, cầm quyền đến năm 1064.

tăng có người như vậy! Chẳng những thông suốt lẽ *không*, lại còn là bậc văn chương cao tột.

"Kinh Lễ nói rằng: 'Tuy có món ăn ngon, nhưng nếu không ăn thì cũng chẳng biết được mùi vị; tuy có đạo cao tột, nhưng nếu không học thì cũng chẳng biết được chỗ hay.' Cho nên, có học rồi sau mới biết mình còn thiếu sót; có dạy rồi sau mới biết mình còn có chỗ chưa thông. Biết mình còn thiếu sót mới có thể tự phản tỉnh; biết mình chưa thông suốt mới có thể tự mình gắng sức mạnh mẽ. Há chẳng phải như vậy hay sao?

"Từ đời Tấn đến nay, có ai tài đức, kinh luân hơn được Tạ An Thạch[1] chăng? Có ai kiến thức cao rộng, tài trí siêu quần hơn được Vương Hy Chi[2] chăng? Có ai tính tình chính trực, thanh cao hơn được Đào Uyên Minh[3] chăng? Có ai được nền nếp quy củ, văn chương trác tuyệt hơn được Tạ Linh Vận[4] chăng? Có ai

---

[1] Tạ An Thạch sống vào đời Đông Tấn, triều vua Hiếu vũ (373-396). Ông người đất Dương Hạ, làm quan đến chức Lục thượng thư sự, gia phong tước Thái Bảo, sau khi mất được ban thụy hiệu là Văn Tĩnh Công. Bình sanh ông rất kính trọng Phật pháp, khi sống ở Đông sơn thường cùng hoà thượng Chi Độn luận đàm giáo pháp. Về sau cũng thường thỉnh vị hoà thượng này vào kinh đô giảng đạo.

[2] Vương Hy Chi tự là Thiếu Dật, là cháu của Vương Đạo, làm quan Bí Thư Lang, sau giữ chức Tả Tướng quân trong đời Tấn Minh đế (323-325) và Tấn Thành đế (326-342). Ông lập chùa Qui Tông tại Lư sơn, thỉnh vị tăng người Ấn Độ là Đạt-ma-cát-la về trụ trì. Nghe danh đức của hòa thượng Chi Độn, ông thân hành đến lễ bái hỏi đạo. Hòa thượng Chi Độn giảng pháp, ông hết lòng cung kính lắng nghe. Rồi sau thỉnh hòa thượng về ở chùa Linh Gia để thường xuyên đến thưa hỏi đạo pháp.

[3] Tức Đào Tiềm, một nhà thơ nổi tiếng đời Tấn, tên tự là Uyên Minh. Có lần ông được bổ làm quan huyện lệnh Bành Trạch, được khoảng hơn 80 ngày, có viên quan Đốc bưu đến, nha lại trong huyện đường bảo ông mũ áo cân đai ra nghênh đón. Ông than rằng: "Lẽ nào chỉ vì mỗi tháng được ăn 5 đấu gạo mà phải khom lưng uốn gối trước người khác?" Liền treo ấn lệnh tại huyện đường rồi bỏ đi, về ở ẩn. Ông có làm bài phú "Quy khứ lai từ" nói lên tâm sự này, rất nổi tiếng. Ngoài ra cũng có soạn các tập Sưu thần lục, Hội dung.. ghi lại những việc linh nghiệm trong Phật pháp. Ông thường giao du với các vị danh tăng, trong số đó có cả ngài Huệ Viễn, người sáng lập Bạch Liên Xã.

[4] Tạ Linh Vận là con của Tạ Mô, người xứ Dương Hạ, giữ chức An Tây Tướng quân đời Tấn, được phong tước Khang Lạc Công. Thuở nhỏ nổi tiếng ham học,

làm Tể tướng trong thiên hạ mà được cả thiên hạ tôn xưng là người hiền như Thôi Công Quần[1] chăng? Có ai kiến thức cao xa, đạo học vượt trội được như Bàng Uẩn ở đất Hoành Dương[2] chăng? Có ai dựng nên nghiệp cả, danh tiếng rực rỡ đời Thạnh Đường như Bùi Tấn Công[3] chăng? Có ai tiết tháo đại nghĩa, văn chương thư pháp vượt trội như Nhan Lỗ Công chăng? Có ai văn chương trác tuyệt, đạo học cao thâm như Tướng quốc Bùi Công[4] chăng? Có ai uyên thâm Nho học và Thiền học như

---

lớn lên học rộng kinh sách, văn chương hay tuyệt. Vì có tài văn chương nên tánh tính cao ngạo, thích dạo chơi những cảnh sông núi. Một hôm đến chơi Lư sơn, gặp ngài Huệ Viễn, trong lòng hết sức thán phục, bèn đắp một cái đài ở lại bên chùa, nhận chỉnh sửa lời văn cho bộ kinh Niết-bàn 36 quyển. Ông lại cho đào ao trồng sen, xin gia nhập Bạch Liên Xã là Hội niệm Phật do ngài Huệ Viễn chủ xướng. Ngài Huệ Viễn biết lòng ông chưa thật yên lắng nên ngăn không cho. Ông có trước tác một số bài tán tụng như Phật tán, Tam thừa tán, Duy-ma kinh tán, được lưu truyền ở đời.

[1] Thôi Công Quần, cũng thường được gọi là Thôi Công hay Thôi Tiện Công.

[2] Cư sĩ Bàng Uẩn tự là Đạo Huyền, người huyện Hoành Dương, nay thuộc tỉnh Hồ Nam, thuộc dòng dõi theo Nho học. Ông từ nhỏ đã có ý muốn thoát trần, năm Trinh Quán thứ nhất đời Đường Thái Tông (627), ông tìm học với thiền sư Thạch Đầu Hy Thiên; sau đến tham học với ngài Mã Tổ Đạo Nhất, có chỗ lãnh hội. Từ đó được nối pháp Mã Tổ. Gia đình cư sĩ có 3 người đều thể nhập đạo pháp. Vợ là Bàng bà, con là Bàng Linh Chiếu. Khi sắp nhập diệt, cư sĩ nói trước với Linh Chiếu và dặn rằng khi mặt trời đúng ngọ thì cho ông hay. Linh Chiếu nói: "Đang có nhật thực." Cư sĩ bước ra xem. Linh Chiếu liền lên tòa ngồi, chấp tay mà hóa. Cư sĩ trở vào thấy thế, cười rằng: "Con thật là lanh lẹ quá." Liền thôi không thị tịch. Đến 7 ngày sau, có Châu Mục Công đến thăm, cư sĩ trò chuyện rồi gối đầu trên bắp vế của Châu Mục Công mà tịch. .

[3] Bùi Tấn Công, tức Bùi Độ, tự là Trung Lập, người huyện Văn Hỷ, tỉnh Hà Đông (nay thuộc tỉnh Sơn Tây). Ông làm quan trải qua bốn triều nhà Đường. Đường Văn Tông (835-840) phong làm Tiết độ sứ tỉnh Hà Đông, sau phong làm Trung Thư Lịnh, tước Tấn Quốc Công. Sau khi mất được ban thụy hiệu là Văn Trung. Ông bình sanh ngưỡng mộ Phật pháp, đã từng đến học đạo nơi thiền sư Quốc Nhất Khâm, cung kính tôn làm bậc thầy.

[4] Tức cư sĩ Bùi Hưu, tự Công Mỹ, người huyện Văn Hỷ, tỉnh Hà Đông, làm quan đến chức Tướng quốc, là đệ tử nối pháp của Tổ Hoàng Bá Hy Vận. Cư sĩ rất hâm mộ Phật pháp, thường làm việc giảng truyền và ghi chép kinh sách. .

hai ông họ Tô[1] và Hoàng Sơn Cốc[2] chăng? Có ai đạo học cao vời, kiến thức rộng khắp, đức độ hơn người như Trần Trung Túc[3] chăng? Có ai học rộng biết nhiều, tri thức cao minh chân chánh như học sĩ Vương Nhật Hưu[4] chăng?

"Thật không đủ thời gian để nói rộng ra cho hết, chỉ lược kể ra đây những bậc danh hiền hết lòng ngưỡng mộ Phật pháp mà thiên hạ đều biết. Những bậc danh hiền ấy đều là người thông minh trí tuệ, đạo đức cao vời, há chẳng bằng Hối Am hay sao? Há chẳng bằng những kẻ đời sau chê bai đạo Phật hay sao? Các vị ấy thảy đều lấy tâm chân chánh, ý chí thành, công bằng mà suy xét chẳng có chút định kiến riêng tư, nên mới kính trọng đạo Phật là đạo cao tột của bậc thánh nhân. Hối Am nhờ chú giải nhiều sách vở nên được hậu thế kính trọng. Cũng vì người sau không biết được chỗ tâm bệnh của Hối Am nên không phân biệt được lời lẽ của ông, chỉ mê muội mà tin theo như vậy."

---

[1] Hai ông họ Tô: tức hai anh em Tô Thức và Tô Triệt, là hai bậc văn tài đời Tống. Tô Thức hiệu là Đông Pha Cư sĩ, tự Tử Chiêm, làm quan đến chức Nội hàn, sau khi mất được ban thụy hiệu là Văn Công. Tô Triệt là em Tô Thức, tự Tử Do, hiệu là Loan Thành Tiên sanh, lấy hiệu là Đông Hiên Trưởng lão. Ông làm quan đến chức Trung Thư, Hàn lâm Học sĩ. Cả hai anh em đều ngưỡng mộ Phật pháp, thường đến tham học với các vị danh tăng đương thời. Hai ông còn có một người em gái là Tô Tiểu Muội cũng là bậc văn tài xuất chúng. Đương thời gọi cả ba người là Tam Tô, được xem là những bậc văn nhân kiệt xuất. Riêng Tô Đông Pha là một trong các nhà thơ lớn để lại nhiều thi phẩm rất giá trị.

[2] Tức Hoàng Đình Kiên, tự Lỗ Trực, hiệu Sơn Cốc Đạo nhân. Đời Tống, ông làm quan Biệt giá, đến năm 1086, triều vua Tống Triết Tông, ông được phong chức Thái sử. Ông học đạo với thiền sư Hoàng Long Tử Tâm, là đệ tử đắc pháp của ngài.

[3] Tức Trần Quán, tự Huỳnh Trung, hiệu Liễu Ông, cũng có hiệu là Hoa Nghiêm Cư sĩ. Sau khi mất được ban thụy hiệu là Trung Túc Công. Ông làm quan Tư giản, thường tham học Phật pháp với thiền sư Linh Nguyên.

[4] Vương Nhật Hưu, tự Hư Trung, giữ chức Quốc Học Sĩ đời Tống. Ông có trước tác Ngũ kinh huấn truyện, hơn mấy mươi vạn lời. Sau học Phật pháp, liền hủy bỏ tập sách ấy vì cho lầm lạc. Từ đó chuyên tu Tịnh độ. Mỗi ngày lạy Phật A-di-đà cả ngàn lạy. Ông cũng sao chép các kinh Tịnh độ, khảo đính kinh Đại A-di-đà, trước tác văn khuyến tu Tịnh độ đến 10 quyển, còn lưu truyền. Khi sắp lâm chung, ông đứng ngay ngắn niệm Phật, hồi lâu nói rằng đã thấy Phật đến rước, rồi đứng vững như thế mà tịch, thân thể không hề nghiêng ngã.

7. Các nhà Nho học Phật

Ông Vương Trung người ở Thái Nguyên thưa hỏi: "Các nhà Nho học Phật có mấy ai được chứng đạo chăng?"

Thiền sư Không Cốc đáp: "Những nhà Nho chân thật học Phật được chứng đạo nhiều không kể xiết. Nay chỉ lược nói ra một số người để ông được biết thôi.

"Thiền sư Quốc Nhất[1] truyền đạo cho thiền sư Thọ Nhai; Thọ Nhai truyền cho Ma Y; Ma Y truyền cho Trần Đoàn; Trần Đoàn truyền cho Chủng Phóng; Chủng Phóng truyền cho Mục Tu; Mục Tu truyền cho Lý Đỉnh Chi; Lý Đỉnh Chi truyền cho Khang Tiết Thiệu Tử.

"Mục Tu lại đem chỗ được truyền về *Thái cực đồ* mà dạy lại cho Chu tử ở Liêm Khê. Chu tử tìm đến thiền sư Thường Tổng[2] ở Đông Lâm về ý chỉ thâm áo của *Thái cực đồ*. Thiền sư Thường Tổng liền vì ông giảng rõ những chỗ uẩn áo khó hiểu. Chu tử đem những lời dạy của Thường Tổng truyền rộng ra, cho đó là thuyết *Thái cực đồ*. Chu tử sở trường về công phu thiền học, nên so về công phu tu tập thì vượt hơn Khang Tiết Thiệu Tử. Thiệu Tử lại sở trường về lịch số thời tiết, nên so về môn lý số thì vượt hơn Chu tử. Nhưng xét về đạo học thì chỉ có một, xưa nay chưa từng có hai đường."

Vương Trung lại hỏi: "Thiền tông đã có đại đạo truyền cho đạo Nho, vậy tại sao Hối Am lại bài bác?"

Đáp: "Hối Am chê bai đạo Phật là do nơi tâm bệnh của ông ta."

---

[1] Thiền sư sống vào khoảng hậu bán thế kỷ 8, triều vua Đường Đại Tông (lên ngôi năm 763).

[2] Tức thiền sư Thường Tổng Chiếu Giác, ở chùa Hưng Long, thuộc Đông Lâm, Giang Châu. Ngài theo học rất lâu với thiền sư Hoàng Long, được mật truyền tâm pháp, sau mới về trụ ở Đông Lâm. Chùa Hưng Long sau đổi tên thành chùa Đông Lâm.

Lại hỏi: "Xin thầy nói rõ chỗ tâm bệnh của Hối Am."

Thiền sư Không Cốc dạy: "Ông chỉ cần học hiểu cho sâu pháp Phật, đọc rộng sách vở trong thiên hạ, ắt sẽ tự thấy được chỗ tâm bệnh của Hối Am, và cũng thấy được cả cội nguồn chứng đắc đạo học của Liêm Khê, hai vị họ Trình,[1] cũng như hết thảy những người học đạo."

Vương Trung hỏi: "Về chỗ chứng đắc của hết thảy những người học đạo hãy khoan hỏi đến. Riêng chỗ chứng đắc của các ông Liêm Khê và Trình tử, dám xin thầy nói rõ cho biết."

Thiền sư Không Cốc đáp: "Nói ra cho đủ e phải nhiều lời. Hãy tạm nói sơ qua cho ông rõ.

"Liêm Khê họ Chu, tên húy là Đôn Di, tự Mậu Thúc, người xứ Thung Lăng.[2] Ban đầu, ông đến chỗ thiền sư Huệ Nam[3] núi Hoàng Long thưa hỏi về yếu chỉ truyền riêng ngoài giáo điển. Về chỗ thiền sư Huệ Nam chỉ dạy cho Liêm Khê, nay chỉ kể lại tóm lược thế này: 'Ông chỉ cần tự quay về xem xét, sắp xếp trong nhà mình đi thôi. Khổng tử dạy rằng: Buổi sáng được nghe đạo, buổi chiều chết cũng vui. Vậy rốt cuộc cái gì là đạo mà đến nỗi buổi chiều chết cũng vui? Nhan Hồi chẳng đổi chỗ vui, vậy chỗ vui đó là gì? Chỉ suy xét cho thật kỹ những chỗ đó thì lâu ngày tự nhiên sẽ có chỗ khế hợp.'[4]

"Ngày kia, Liêm Khê lại đến hỏi đạo với thiền sư Liễu

---

[1] Tức hai anh em Trình Hạo và Trình Di đã có nhắc đến trong một bài trước. Người đời sau thường gọi cả hai vị là Trình tử.

[2] Chu Đôn Di sanh năm 1017, mất năm 1073, quê ông nay thuộc tỉnh Hồ Nam. Ông có làm quan qua các chức Chủ bạ, Đại lý thừa, Tri quân.. Về sau viện cớ có bệnh, ông từ quan về ở ẩn nơi chân núi Liên Hoa. Ở đó có khe nước rất trong chảy ra, ông thường đến giặt giải mũ. Ông đặt tên khe nước ấy là Liêm khê, nhân đó lấy hai chữ Liêm Khê làm hiệu. Những người theo học thuyết của ông về sau được gọi là Liêm phái.

[3] Tức vị thiền sư khai sáng phái Hoàng Long, có lưu lại các tập Hoàng Long Nam Thiền sư ngữ lục, Hoàng Long Nam Thiền sư ngữ yếu và Hoàng Long Nam Thiền sư thư xích tập. Thiền sư sanh năm 1002, viên tịch năm 1069.

[4] Đoạn này trích ở phần phụ sách Chương thị gia phổ.

Nguyên Phật Ấn[1] rằng: 'Rốt cuộc thì cái gì là đạo?' Thiền sư Liễu Nguyên đáp: 'Núi xanh trước mắt, mặc sức mà nhìn.' Liêm Khê còn đang suy nghĩ thì thiền sư bật cười ha hả bỏ đi. Đột nhiên, Liêm Khê như có chỗ tỉnh ngộ.[2]

"Liêm Khê nghe danh thiền sư Thường Tổng ở Đông Lâm được chỗ tâm truyền của hai vị thiền sư Thọ Nhai và Ma Y về Dịch học, thấu suốt thần tánh, liền tìm đến bái kiến. Thiền sư Thường Tổng dạy Liêm Khê đại lược là: 'Đạo Phật dạy người đạt đến chỗ chân lý đúng thật, tức hoàn toàn chân thật không có hư vọng. Chân thật không hư vọng tức là lòng thành vậy. Đức càn nguyên lớn thay! Là chỗ phát khởi ban đầu của vạn vật. Phát khởi ban đầu từ nơi lý chân thật ấy. Đạo trời biến hóa, thảy đều là tánh mạng, đều đồng một lý chân thật. Đạo của bậc thánh nhân trong trời đất chỉ một lòng chí thành là đủ. Điều tất yếu là phải chọn lấy một pháp môn để thực sự công phu, kiên trì mãi cho đến ngày đột nhiên sáng rõ, không thể dựa vào lời nói mà thấu hiểu được...'

Một hôm, Liêm Khê với bọn ông Trương Tử Hậu[3] cùng đến Đông Lâm bàn luận về lẽ *tánh*. Thiền sư Thường Tổng nói: 'Đạo ta thường nói nhiều về *tánh*, nên gọi là *Tánh tông*. Như nói tánh chân như, tánh pháp, thì *tánh* đó tức là *lý* vậy. Có pháp giới của *lý* và pháp giới của *sự*. *Lý* và *sự* hoàn toàn thông suốt lẫn nhau; ngoài lý không có sự, có sự ắt có lý.'

"Mọi người còn trầm ngâm chưa hiểu rõ, bỗng Liêm Khê thốt lên rằng: 'Thể của *tánh* hòa vào vắng lặng, chỉ rõ *lý* là được, cần chi phải nghi ngờ?'

"Trương Tử Hậu nói: 'Chỉ có Liêm Khê mới đủ sức luận về tánh lý với sư phụ chùa Đông Lâm mà thôi!'[4]

---

[1] Tức thiền sư Liễu Nguyên, sanh năm 1032, viên tịch năm 1098, được vua Tống Thần Tông kính ngưỡng tôn xưng là Phật Ấn Thiền sư.

[2] Đoạn này trích ở sách Tư giám và lời bạt trong Phật Ấn ngữ lục.

[3] Tức Trương Hoành Cừ.

[4] Đoạn này trích từ sách Hoằng ích kỷ văn.

"Liêm Khê thưa hỏi về nghĩa thái cực. Thiền sư Thường Tổng nói: 'Dịch có trước trời đất, không hình tích nhưng có nguyên lý. Cho nên nói thái cực là dịch đó. Không hình tích mà có nguyên lý, tức là vô cực. Trong khắp trời đất chỉ có một khí ấy, chuyển vận tới lui mà thành bốn mùa. Vì chỉ có một khí, nên nói đó là cội nguồn của tất cả.'[1]

"Hồ tiên sanh ở Ngũ Phong khi đề tựa bộ Thông thư có chép rằng: 'Liêm Khê học được thuyết *Thái cực đồ* do Mục Tu truyền. Mục Tu được Chủng Phóng truyền. Chủng Phóng được Trần Đoàn truyền. Nên học thuyết này là do một thầy mà ra. Như vậy xét rõ là thuyết *Thái cực đồ* chẳng phải do Liêm Khê sáng tạo. Trần Đoàn cũng là học thuyết ấy ở ngài Ma Y. Ngài Ma Y lại học ở thiền sư Thọ Nhai.'[2]

"Liêm Khê hỏi thiền sư Thường Tổng về nguyên ủy của thuyết *Thái cực đồ*, thiền sư nói: "Thiền sư Thọ Nhai được tâm truyền thuyết *Thái cực đồ* từ thiền sư Quốc Nhất[3] cách nay đã lâu rồi. Thuyết ấy không nói về sự vật mà chỉ nói cái lý rốt ráo. Sự hình thành ban đầu của thuyết Thái cực đồ là dựa vào giáo lý đạo Phật, theo nơi chỗ không mà lập thành thế giới, lấy vô vi làm cội nguồn của vạn hữu. Vì vậy nên lấy cái *không* làm nhân, lấy cái *có* làm quả; lấy chân thật làm *thể*, lấy giả tạm làm *dụng*.

[1] Đoạn trích này được thiền sư Thường Tổng đưa vào một một bài luận về đạo Dịch, ông Lưu Thời Trung có ghi chép lại. Ngoài ra, trong sách Doãn thị gia thục và sách Tô Quí Minh bút ký cũng có ghi chép.

[2] Đoạn này trích ở Tánh học chỉ yếu và Chánh Dịch tâm pháp.

[3] Thiền sư Quốc Nhất là một vị cao tăng đời Đường, sanh năm 714, viên tịch năm 792. Ngài họ Chu, người Côn Sơn, Tô Châu (Giang Tô). Năm 28 tuổi mới phát tâm vào đạo, bái Thiền sư Huyền Tố làm thầy, tu tập pháp thiền Ngưu Đầu nơi chùa Hạc Lâm. Về sau đến Kính Sơn lập am ở một mình, đạo hạnh vang xa nên người học đạo tụ hội rất đông. Niên hiệu Đại Lịch thứ 3 (768) vua Đường Đại Tông thỉnh vào kinh để hỏi pháp yếu, ban hiệu là Quốc Nhất. Các ông Thôi Hoán, Bùi Độ.. đều là đệ tử của ngài. Sau đó sư trở về Kính Sơn thuyết pháp rồi tịch. Sau khi tịch được ban thụy hiệu là Đại Giác Thiền sư. Đệ tử ngài có các vị nổi tiếng như Đạo Lâm, Sùng Huệ, Quảng Phu.. Ngài còn có các pháp hiệu là Pháp Khâm, Đạo Khâm. Như vậy, thiền sư Quốc Nhất sống cách Liêm Khê khoảng 300 năm.

Cho nên nói rằng: Cái chân thật của vô cực, hòa hiệp một cách mầu nhiệm rồi ngưng tụ.'[1]

"Liêm Khê lại đến tịnh thất của thiền sư Liễu Nguyên Phật Ấn, tự trình bày nguyên do chỗ thấy biết của mình. Thiền sư Liễu Nguyên nói rằng: 'Tôi thường đem đạo nghĩa của Khổng Mạnh mà dạy người. Nay chỗ gánh vác của ông đã có thể bắt đầu được rồi. Nên gắng sức mà làm ngay, chớ nên trễ nãi.'

"Thiền sư Thường Tổng ở Đông Lâm cũng có dạy ông Liêm Khê rằng Nho là ngôn ngữ của đạo.[2]

"Liêm Khê thường nói với học trò rằng: 'Cái tâm mầu nhiệm của ta được khai mở nhờ ngài Huệ Nam,[3] được sáng tỏ nhờ ngài Phật Ấn.[4] Còn về sự phát triển mở rộng thông suốt nghĩa lý đạo Dịch, nếu không gặp ngài Đông Lâm[5] chỉ bảo mở mang, trừ bỏ chướng ngại, hẳn đã không thể trở nên sáng suốt thông đạt như ngày nay.'[6]

"Liêm Khê có lần đến Triều Châu, vào chùa Linh Sơn tìm lại những di tích của thiền sư Đại Điên. Tại đây, ông tìm thấy những lá thư Hàn Dũ[7] dâng lên ngài Đại Điên vẫn còn được

---

[1] Theo đây mà nói thì thuyết Thái cực đồ là do thiền sư Quốc Nhất truyền qua nhiều đời mới đến Liêm Khê. Liêm Khê soạn thuyết này thành sách, nhan đề là Thái cực đồ, lưu truyền ở đời. Thuyết này nói về nguyên ủy sự vật từ khi trời đất chưa sanh ra. Trong kinh Dịch vốn đã sẵn có khái niệm này, cho rằng "Thái cực sanh lưỡng nghi, lưỡng nghi sanh tứ tượng, tứ tượng sanh bát quái.." Nhưng thuyết Thái cực đồ của Liêm Khê lại suy chỗ bổn nguyên của đạo thể, nói rằng "vô cực nhi thái cực". Chỗ phát kiến trong thuyết này có thể nói là sự dung hợp những nguyên lý trong kinh Dịch và giải thích theo giáo lý nhà Phật, nên trở thành tương hợp với cách hiểu của Thiền tông.

[2] Việc này chép ở Tùng song tạp ký. Ở đây nói đạo là chỉ đạo Phật, ý nói có thể mượn những cách nói của Nho học để xiển dương Phật pháp.

[3] Tức Nam Thiền sư ở chùa Hoàng Long.

[4] Tức thiền sư Liễu Nguyên ở chùa Phật Ấn.

[5] Tức thiền sư Thường Tổng ở chùa Đông Lâm.

[6] Đoạn này trích ở Doãn trị gia thục và Tánh học chỉ yếu.

[7] Hàn Dũ tự là Thối Chi, người Hà Dương (nay thuộc phía tây huyện Mạnh, tỉnh Hà Nam) sanh năm 768, mất năm 824, là người có tài văn chương trong đời

lưu giữ, cùng với đình *Lưu y* vẫn còn nguyên vẹn chưa hư hỏng, liền đề thơ rằng:

Thối Chi tự ví cùng Phu tử,
Xưa từng chê bai cả Phật, Lão.
Chẳng biết Đại Điên người thế nào,
Dâng thư, tặng áo, kính cẩn thay![1]

"Liêm Khê còn để lại bài thơ *Yêu thích hoa sen* dưới đây:

Phật chuộng hoa này, ta cũng thích,
Hương thơm trong trẻo, bướm chẳng theo.
Chẳng giống lẽ thường bao hoa khác,
Không cài trên tóc hạng nữ nhi.[2]

"Liêm Khê có tánh giản dị, kiệm ước, thường ngày sống đạm bạc, yên tĩnh. Lúc tuổi già, ông từ bỏ văn chương, chuyên việc thiền tĩnh, cuối cùng đạt được chân truyền về đạo học.[3]

"Thiền sư Thường Tổng chùa Đông Lâm dạy người lấy sự an tĩnh làm chính. Liêm Khê trong một thời gian rất lâu chẳng động tới bút nghiên, trọn ngày ngồi yên ngay ngắn, thấy được màu xanh của cỏ mọc tốt tươi bên ngoài song cửa sổ cũng hiển bày ý nghĩa sự sống. Đó chính là trong sự an tịnh có chỗ chứng đắc vậy.

"Cho nên, thuyết tánh lý trong đạo học là khởi xướng từ thiền sư Thọ Nhai, truyền mãi cho đến thiền sư Thường Tổng, rồi mới truyền lại cho Chu Liêm Khê.[4]

---

nhà Đường. Niên hiệu Nguyên Hoà thứ 14 (819) ông dâng biểu can gián vua Hiến Tông cung nghinh xá-lợi Phật nên bị biếm chức làm Thứ sử ở Triều Châu. Ông từng thỉnh Thiền sư Đại Điên đến Châu Nha đàm đạo hơn mười ngày. Có lần ngủ lại tại chùa Linh Sơn. Khi phụng mệnh vua nhận chức Thứ sử Viên Châu, ông để lại chiếc áo tặng cho thiền sư Đại Điên. Người đời sau xây cất đình Lưu Y trong chùa Linh Sơn để kỉ niệm việc này.

[1] Phần này trích ở Tánh lý quần thư và ở những tích thuật tại chùa Linh Sơn, đình Lưu y.

[2] Bài này trích ở Trịnh cốc tập.

[3] Đoạn này trích ở Liêm Khê hành trạng.

[4] Cả 2 đoạn trên trích ở Hoằng ích kỷ văn.

"Trần Trung Túc công có nói: 'Thiền sư Thường Tổng ở Đông Lâm truyền thụ học thuyết tánh lý cho Liêm Khê. Liêm Khê mang thuyết ấy truyền rộng ra, nên lời lẽ đều xuất phát từ kinh sách của đạo Phật.'[1]

"Trong tập thơ Hậu thôn của Lưu tiên sanh có câu:

Liêm Khê học đạo từ cao tăng...

"Lại có câu:

Mới biết ngoài Châu, Khổng.
Riêng có bậc anh hào.[2]

"Còn về Trình tử, là tên gọi chung hai anh em nhà họ Trình, người đất Lạc Dương.[3] Người anh là Trình Hạo, tự Bá Thuần, hiệu là Minh Đạo. Người em là Trình Di, tự Chánh Thúc, hiệu là Y Xuyên.

"Tiên sanh Tử Dã Tăng nói rằng: 'Trình Hạo và Trình Di cùng đến học với Liêm Khê. Trước hết, Liêm Khê dạy hai ông suy xét chỗ vui thích của Khổng tử và Nhan Hồi là gì.[4] Khi chỗ học đã thành tựu, mỗi người đều dùng cái học của Nho gia mà làm trách nhiệm của mình.[5]

"Hai ông họ Trình đem học thuyết Thái cực đồ mà truyền cho tiên sanh Hậu Sơn.

"Tiên sanh Hậu Sơn có nói: 'Tôi thấy cái học của Chu Liêm Khê và Trình tử là xét mình để dạy người, nhưng nhìn lại trong đạo Khổng, Mạnh từ xưa nay chưa từng thấy có công phu ngồi lặng yên để suy xét chỗ vui, lấy đó làm chỗ cùng tột của đạo học. Vậy có thể tin rằng cái học của Châu tử và Trình tử thật có nguồn gốc khác.'[6]

[1] Đoạn này trích ở Dinh trung lục và ở Tánh học chỉ yếu.

[2] Đoạn này trích từ Hậu thôn tập.

[3] Nay thuộc tỉnh Hà Nam.

[4] Đây ý muốn nhắc đến lời Khổng tử nói: 'Sáng được nghe đạo, chiều chết cũng vui.' Và lời Khổng tử nói về Nhan Hồi là "không đổi chỗ vui".

[5] Trích từ các sử liệu.

[6] Trích từ sách Tâm học uyên nguyên.

"Trình Minh Đạo thấu hiểu sâu xa bộ Hoa nghiêm hiệp luận, tự cho rằng rất vui vì có chỗ dung hợp tâm ý, nên đem chỗ nguyên do ấy chép thành văn khắc bia lưu lại tại chùa Vân Cái.

"Ông Minh Đạo nhân ngày giỗ mẹ là bà Thọ An Viên quân, có đến Tây Kinh, vào chùa Trường Khánh mở tiệc chay cầu phước cho mẹ. Nhìn thấy chúng tăng vào trai đường, đi lại nghiêm trang, cử chỉ đàng hoàng; đánh trống dộng chuông, trong ngoài đều nghiêm chỉnh; khi ngồi khi đứng, thảy đều đúng phép tắc. Ông buột miệng khen rằng: "Lễ nhạc từ xưa nay đều đủ cả nơi đây!"[1]

"Thiền sư Linh Nguyên trong thư hồi đáp ông Trình Y Xuyên có viết: 'Trộm nghe biết nên muốn được gặp gỡ với người học đạo. Tuy chưa có hân hạnh gặp mặt nhưng nghe ông lưu tâm đến đạo Phật đã lâu, từng học hỏi với khắp các bậc đại tôn sư trong thiên hạ, vậy mà chưa gặp kẻ hèn này ông vẫn lấy đó cho là chưa được thỏa mãn. Năm rồi, nghe thầy tôi[2] nói về chỗ kiến thức của ông, nay lại được xem bài tựa ông đề cho bộ Pháp yếu, quả là ông đã suy xét sâu xa và tin nhập vào chỗ chân thật không hư dối.'[3]

"Từ đó, Trình Y Xuyên thường đến chùa thiền sư Linh Nguyên. Trong Gia thái phổ đăng lục chép rằng: 'Trình Y Xuyên, Từ Sư Uyên, Châu Thế Anh, Hồng Câu Phủ đều có đến học đạo lý nơi thiền sư Linh Nguyên.' Chính vì thế mà trong khi trước tác và chú giải kinh sách, Trình Y Xuyên thường dùng đến những lời lẽ và ý tứ của Phật, Tổ. Có thể tin rằng cái học của ông rõ ràng xuất phát từ đạo Phật vậy.

"Tiên sanh Hồ Cấp Trọng ở Thạch Đường nói rằng: 'Từ khi Mạnh tử thác đến nay, trải qua một ngàn năm trăm năm, đạo Nho dần suy tàn. Nhờ có Châu Liêm Khê xuất hiện, Nho giáo

---

1 Trích ở Hoằng ích kỷ văn. Lễ nhạc là một trong các yếu tố quan trọng của đạo Nho. Nhận xét của Trình Hạo ở đây cho thấy ông đã nhìn thấy sự tương hợp giữa Nho gia và đạo Phật.

2 Tức thiền sư Hối Đường, thầy truyền pháp cho thiền sư Linh Nguyên.

3 Đoạn này trích ở trích ở Linh nguyên ngữ lục.

mới xán lạn, nối lại chỗ đứt đoạn. Tiếp đó, ở Hà Nam có hai anh em họ Trình được Châu Liêm Khê truyền đạo. Cái học mà Châu Liêm Khê truyền dạy là phát khởi từ thiền sư Thọ Nhai ở chùa Trúc Lâm, Bắc Cố. Trình tử truyền xuống bốn đời[1] thì tới Chu thị Văn công.[2] Văn công lại truyền cho Trương Kính Phu, nghiên cứu giảng rộng học thuyết này, đạt đến chỗ rỗng không khoáng đạt, mới có lời rằng: 'Trước đây tôi có nghe truyền lại lời dạy của ngài Thọ Nhai, nhưng vì tôi chưa đủ sức hiểu rõ chứ không phải học thuyết ấy hư dối. Xét tận nguồn cội thì quả thật chỗ học xưa nay của nhà Nho với Thiền tông thảy đều tương tợ như nhau. Chỉ vì Nho chẳng hiểu Thiền, Thiền chẳng hiểu Nho, nên hai bên mới chê bai, công kích lẫn nhau, nhưng chưa từng chỉ ra được chỗ khiếm khuyết của nhau, thật đáng nực cười thay!'[3]

"Âu Dương Huyền có nói: 'Trình tử bình sanh ưa đọc kinh Phật, nhưng chỗ học rộng thì không bằng Chu thị.'[4]

"Trình Y Xuyên cũng tự nhận: 'Tiên sanh Trình Minh Đạo học đạo Phật, Lão đã mấy mươi năm.'

"Thiền sư Thường Tổng chùa Đông Lâm dạy Liêm Khê rằng: 'Trong cái một phân ra thành muôn sự vật, cuối cùng hợp lại thành một lý. Cho đến cái tánh của thiên lý, cái lòng riêng ham muốn của con người, trời đất, vạn vật với ta đều là một thể. Đức *nguyên* gồm cả bốn đức,[5] chỉ một tâm thành thông suốt bên ngoài, thấu vào bên trong.'

---

[1] Truyền xuống bốn đời: Dương Thời (đời thứ nhất) là học trò của Trình Minh Đạo, sau cũng theo học với Trình Y Xuyên, rồi truyền lại cho La Tông Ngạn, tự Trọng Tố, hiệu Dự Chương (đời thứ hai); La Tông Ngạn truyền lại cho Lý Đồng, tự Nguyện Trung, hiệu Diên Bình (đời thứ ba); Lý Đồng truyền cho Chu Hy (đời thứ tư).

[2] Chu thị Văn công: tức Chu Hy (1130-1200), tự Nguyên Hối, về sau đổi là Trọng Hối, hiệu Hối Am, người huyện Vụ Nguyên, tỉnh An Huy. Vì ông họ Chu, được vua Ninh Tông ban thụy hiệu là Văn công nên đời sau gọi ông là Chu thị Văn công.

[3] Trích ở Hồ thị Đại đồng luận.

[4] Trích ở Âu Dương ký lục.

[5] Bốn đức: là nguyên, hanh, lợi, trinh. Theo kinh Dịch, đó là bốn đức của *càn*, tượng trưng cho trời.

"Hai ông họ Trình đem chỗ học đó truyền lại cho môn đệ. Cho nên Trình Y Xuyên trong khi trước tác văn chương đều dựa theo ý tứ trong kinh Phật, hoặc cũng có khi dùng lại nguyên vẹn, như trong bài tựa Dịch truyện, ông viết: 'Thể và dụng vốn chỉ một nguồn, hiển bày hay ẩn giấu vẫn không xa cách.'[1]

"Trong thuyết *Thái cực đồ* của Liêm Khê có nói: 'Chỗ chân thật của vô cực là hợp lại một cách nhiệm mầu mà ngưng tụ.'[2] Những danh từ như vô cực, thái cực... đều là khẩu quyết thường dùng của thiền sư Thường Tổng ở Đông Lâm. Những sách Thông thư, Liêm Lạc tập... của Chu Liêm Khê đều căn cứ theo đó cả. Việc sử dụng các danh từ Phật học của họ Chu, họ Trình đa phần đều như thế.

"Hối Am hết sức tránh né việc họ Chu, họ Trình rõ ràng sử dụng những cách nói của đạo Phật, nên mới nói rằng: 'Cái học của Chu tử thật không biết do thầy nào truyền dạy.' Rồi lại nói rằng: 'Cái học của Chu tử là từ nơi trời.'

"Nhưng chính trong sách *Thông thư* của Chu tử, ở chương *Sư hữu* lại nói rằng: 'Điều khó được nhất là đạo đức, chỉ do tự thân có được mà thôi, cầu nơi người khác thì khó lắm. Tuy là do nơi tự thân, nhưng nếu không có thầy và bạn tốt thì cũng không thể được.' Như thế, lời của Hối Am trái ngược với lời của Chu tử. Đó là Hối Am có ý muốn làm mất đi chỗ nguồn gốc cái học của Chu tử, thật không biết rằng việc che mờ thiên lý lại càng bày rõ hơn chỗ tâm bệnh của ông!

"Lại còn việc Hàn Dũ sau khi gặp thiền sư Đại Điên có để lại những lời cung kính ca ngợi Phật pháp, nhưng người đời sau đã lược bỏ cả đi. Khi Hối Am hiệu đính văn chương Hàn Dũ, vẫn còn lưu lại ba cuốn Thông thư mà Hàn Dũ đã dâng lên ngài Đại Điên. Nhưng người đời sau lại lược bỏ luôn cả ba cuốn Thông thư ấy. Nên biết rằng, người đời sau mê muội vì chỗ bài bác của Hối Am, lại càng mê chấp mà bài bác đạo Phật hơn cả Hối Am nữa, nào biết rằng chính Hối Am là người đã bày ra

[1] Câu này được trích ở từ Hoa Nghiêm kinh sớ.

[2] Hai câu này lại được trích từ Hoa nghiêm Kinh pháp giới quán.

những lẽ bài bác không thật ấy! Vì không biết chỗ đó, cứ ngỡ rằng lời của Hối Am là thật, nên lại dựa vào đó mà chê bai đạo Phật. Quả thật là: 'Một người nói ra lời dối, muôn người nói theo thành thật.'

"Than ôi! Hối Am đã bịa đặt điều không thật, người đời sau lại lắm người chẳng biết khám phá chỗ ấy. Nào được như những ông Tiết Giản, Trương Chuyết, Bạch Cư Dị, Đỗ Hồng Tiệm, Lý Tập Chi, Hàn Xương Lê, Trần Tháo, Lục Cắng, Lý Phụ Mã, Dương Đại Niên, Phú Trịnh Công, Dương Thứ Công, Quách Công Phụ, Triệu Thanh Hiến Công, Chu Liêm Khê, Trương Vô Tận, Phùng Tế Xuyên, Trương Cửu Thành, Ngô Cư Nhân... Các vị đại nho này đều có sức tham cứu tông chỉ Thiền môn, biết tôn kính Phật pháp, rõ thông Phật lý.

"Lại có những người tuy chưa thấu qua cửa Thiền nhưng đã rõ thông giáo lý nhà Phật, như những ông Hứa Huyền Độ, Tập Tạc Xỉ, Tông Bính, Lưu Duy Dân, Lôi Thứ Tông, Vương Đạo, Chu Ỷ, Trầm Hưu Văn, Trương Thiết, Lý Thái Bạch, Vương Ma Cật, Liễu Tử Hậu, Vương Bột, Lý Nguyên, Lữ Mông Chánh, Phạm Trọng Yêm, Phạm Thục Công, Văn Lộ Công, Trương Ước Trai, Lữ Đông Lai...

"Lại có những nhà Nho luôn xem trọng đạo Phật, thường có mối quan hệ tốt như những ông Tào Tử Kiến, Vương Tuân, Vương Mân, Văn Trung Tử, Đỗ Tử Mỹ, Đỗ Mục Chi, Mạnh Hạo Nhiên, Lưu Vũ Tích, Lưu Trường Khanh, Tư Không Thự, Tư Không Đồ, Lý Quần, Ngọc Bì, Nhật Hưu, Hứa Hồn, Cổ Đảo, Hạng Tư, Trịnh Cốc...

"Nếu Phật pháp chẳng phải là đạo chân chánh lớn lao, làm sao cảm hóa được các bậc danh hiền ấy, khiến họ trở nên người sùng mộ, tôn kính? Các vị danh hiền ấy đều là những người tài đức minh mẫn, há không bằng những kẻ đời sau thường chê bai đạo Phật hay sao? Những kẻ ấy chẳng giữ được sự công bằng khách quan như các vị danh hiền kia, lại cam chịu nghe theo ý riêng của một người! Đó là sự lầm lẫn vì thiếu suy xét vậy."

Vương Trung thưa rằng: "Tôi cũng biết việc Chu Liêm Khê và hai vị họ Trình học đạo lý nơi Thiền tông. Đạo lý ấy truyền xuống đến Hối Am chẳng hề sai lạc chánh giáo. Nhưng tôi thật không rõ tại sao Hối Am lại hôn muội đối với ân đức của Phật, trở lại chê bai đạo Phật? Nay được nghe thầy giảng rõ, tôi mới biết được chỗ tâm bệnh của Hối Am."

Thiền sư Không Cốc nói: "Liêm Khê thấu tột đạo Thiền là nhờ sức chỉ dẫn của ba vị thiền sư ở Hoàng Long, Phật Ấn và Đông Lâm. Ba vị thầy ấy đều người đoan chánh, thì người mà ba vị ấy kết giao cũng là đoan chánh, nên những người mà Liêm Khê kết giao cũng là đoan chánh. Huống chi Trình tử thường vào ra cửa Thiền, thường xem kinh Phật, cho nên biết rằng Trình tử hẳn là bậc quân tử đức độ, nghiêm cẩn, không thể phản nghịch lại đạo Phật.

"Lời nói của Hối Am thường vận dụng lý lẽ trong đạo Phật, nhưng lại trở ngược chê bai đạo Phật, là muốn cho người ta không biết. Vậy nên mới cố che giấu chỗ cội nguồn học Phật của Chu tử và Trình tử, nhưng chẳng thể nào giấu hết được. Khi chú giải sách Trung Dung,[1] ông nghi ngờ rằng: 'Bọn họ Dương đã học với Trình tử thì nói ra lời nào ắt đều ảnh hưởng từ Phật, Lão.' Lại có rất nhiều chỗ ông cho rằng những lời của họ Du, họ Dương, họ Tạ[2] đều xuất phát từ đạo Phật, đạo Lão.

"Hối Am vốn biết rõ rằng chỗ học của Chu Liêm Khê, Trình Tử, Dương Thời... đều xuất phát từ Thiền tông, nên chỗ bài bác của ông ta chắc chắn chỉ là vì muốn ngăn trở người hậu học."

---

[1] Chu Hối Am có làm sách Tứ thư tập chú, chú giải bốn bộ sách quan trọng của Nho giáo (Tứ thư) là Đại học, Mạnh tử, *Luận ngữ* và Trung dung.

[2] Họ Dương, họ Tạ: tức Dương Thời và Tạ Lương Tả, hai học trò nổi danh nhất của Trình Tử. Dương Thời, tự Trung Lập, hiệu Quy Sơn, theo học với cả Trình Minh Đạo và Trình Y Xuyên; Tạ Lương Tả, tự Hiển Đạo, hiệu Thượng Thái, theo học với Trình Minh Đạo. Riêng họ Du chúng tôi chưa biết là người nào, nhưng theo văn cảnh này thì có thể đoán cũng là một học trò của họ Trình.

8. Học Phật bài bác Phật

Ông Thái Nguyên[1] thưa hỏi rằng: "Chu tử[2] chú giải sách thường dẫn nhiều lời trong kinh Phật, không biết có những sách nào, ông ấy dùng từ ngữ nào của Phật để chú giải?"

Thiền sư Không Cốc đáp: "Những từ ngữ của đạo Phật mà Hối Am thường dùng như là *"hư linh bất muội"*,[3] *"bất khả hạn lượng"*,[4] *"tự thị nhi phi"*.[5] Trong sách *Đại học bổ khuyết* thì dùng những câu như là "*thủy ngôn nhất lý, trung tán vi vạn sự, mạt phục hiệp vi nhất lý*",[6] hoặc nói "*chân thật vô vọng, chân thật chi lý*",[7] hoặc nói *"hữu thị lý nhi phục hữu thị sự"*,[8] hoặc nói *"thiên địa chi lý, chí thật vô vọng"*,[9] hoặc nói *"thánh nhân chi tâm chí thật vô vọng"*,[10] hoặc nói *"năng tri giác, sở tri giác"*,[11]

---

[1] Tức Vương Trung, người xứ Thái Nguyên, là người đã thưa hỏi Thiền sư Không Cốc trong những bài trước.

[2] Tức ông Hối Am.

[3] Hư linh bất muội: tánh rỗng rang mầu nhiệm không thể che mờ. Từ ngữ này được trích từ luận Đại Trí độ dịch vào đời nhà Đường và nhiều kinh sách của Thiền tông.

[4] Bất khả hạn lượng: không thể giới hạn hay đo lường được. Từ ngữ này được trích từ kinh Hoa Nghiêm, kinh Bảo Tích, kinh Đại tập.

[5] Tự thị nhi phi: dường như là như thế nhưng thật ra không phải như thế. Từ ngữ này được trích từ Đàm tân tập. Tất cả những từ ngữ vừa dẫn đều là cách dùng riêng trong đạo Phật, tuy ngắn gọn mà hàm ý sâu sắc, lại đòi hỏi chỗ tri kiến thực nghiệm của người nghe mới có thể nắm bắt được trọn vẹn ý nghĩa. .

[6] Thủy ngôn nhất lý, trung tán vi vạn sự, mạt phục hiệp vi nhất lý: Ban đầu chỉ nói một lẽ, sau phân ra thành muôn sự vật, đến cuối cùng hợp lại thành một lẽ".

[7] Chân thật vô vọng, chân thật chi lý: Chỗ chân thật không hư vọng, đó là lẽ chân thật.

[8] Hữu thị lý nhi phục hữu thị sự: Có cái lý như vậy, lại cũng có cái sự như vậy. .

[9] Thiên địa chi lý chí thật vô vọng: Cái lẽ của trời đất là hết sức chân thật, không hề hư dối.

[10] Thánh nhân chi tâm chí thật vô vọng: Cái tâm của bậc thánh nhân hết sức chân thật, không hề hư dối. Những từ ngữ, cách nói vừa dẫn đều là do ngài Tổng Thiền sư ở chùa Đông Lâm truyền dạy cho Chu Liêm Khê.

[11] Năng tri giác, sở tri giác: chỉ chủ thể có năng lực nhận biết và đối tượng khách quan được nhận biết. Khái niệm và cách nói này được thấy trong kinh Lăng Nghiêm và nhiều kinh điển khác nữa.

hoặc nói *"thiên thánh tương truyền tâm pháp"*,[1] hoặc nói *"thoát nhiên hữu ngộ xứ, hựu phi kiến văn tư lự chi khả cập dã"*,[2] hoặc nói *"vật ngã nhất lý, cố hữu chi tánh, tâm chi thể dụng"*,[3] hoặc nói *"ngô tâm chánh, nhi thiên địa chi tâm diệc chánh"*,[4] hoặc nói "*vạn vật chi bổn nguyên, nhất tâm chi diệu dụng*"[5] hoặc nói *"hoạt bát bát địa, triệt đầu triệt vĩ tố công phu"*,[6] hoặc nói "*đáo giá lý*",[7] "*giảo thái căn*",[8] "*vô phùng tháp*".[9] Hoặc dùng ba câu để phá trừ bệnh chấp trước là: "*một đao chặt đứt làm đôi*", "*đánh một gậy để lại một lằn*" và "*một cái tát in dấu bàn tay máu*".[10]

"Khi chú giải quẻ *phục*,[11] Hối Am dẫn lời trong kinh Lăng

---

[1] Thiên thánh tương truyền tâm pháp: Ngàn vị thánh nối tiếp nhau đều chỉ truyền riêng một pháp tâm.

[2] Thoát nhiên hữu ngộ xứ, hựu phi kiến văn tư lự chi khả cập dã: Bỗng nhiên có chỗ chứng ngộ, lại không do chỗ thấy nghe suy nghĩ mà hiểu được đến chỗ ấy.

[3] Vật ngã nhất lý, cố hữu chi tánh, tâm chi thể dụng: Loài vật với ta cũng đồng một lý, nên cũng có bản thể và chỗ hoạt dụng của tâm tánh.

[4] Ngô tâm chánh, nhi thiên địa chi tâm diệc chánh: Tâm ta được chân chánh thì cái tâm của trời đất cũng chân chánh.

[5] Vạn vật chi bổn nguyên, nhất tâm chi diệu dụng: Cội nguồn của trời đất chính là chỗ diệu dụng của một tâm này.

[6] Hoạt bát bát địa, triệt đầu triệt vĩ tố công phu: Đạt đến chỗ dụng tâm linh hoạt, dứt sạch cả đầu đuôi mà thực hành công phu.

[7] Đáo giá lý: đến trong ấy, đến chỗ ấy.. Cách nói của Thiền tông để chỉ đến chỗ đối mặt với sanh tử, quyết định ý nghĩa cuộc đời mình. Người tu tập phải lấy điều thiết yếu nhất là tỏ ngộ được trong chỗ này, vượt qua được mọi nỗi lo sợ về sống chết.

[8] Giảo thái căn: ăn rễ rau. Cách nói để chỉ người không còn bị trói buộc vào sự tham muốn, có thể tùy duyên mà sống, không bị lôi cuốn theo sự tham dục. .

[9] Vô phùng tháp: cái tháp nguyên khối, không có chỗ chấp nối. Cách nói để chỉ sự việc cực kỳ siêu việt, khó khăn, hầu như không thể dùng năng lực của người bình thường mà làm được. Thường nói "tạo nhất cá vô phùng tháp" (造箇無縫塔), nghĩa là "làm ra một cái tháp nguyên khối". Còn có cách nói tương tự là vô phùng y (無縫衣): chiếc áo không có đường khâu.

[10] Những cách nói dẫn trong đoạn này đều được rút ra từ kinh điển và các sách ngữ lục của Thiền tông.

[11] Quẻ phục: tên một quẻ trong kinh Dịch, vị trí ở dưới quẻ chấn, trên quẻ khôn, chỉ sự trở lại, trở về.

Nghiêm làm chứng cứ rằng: *Không chỉ là năm có sự biến đổi, mà tháng cũng có biến đổi.*

"Những sách mà Hối Am chú giải, chỉ riêng có một quyển *Mao thi*[1] là do sức học của ông làm thành mà thôi, ít dùng đến Phật pháp. Ngoài ra, trong sự chú giải các sách *Tứ thư*[2] cũng như trước tác, Hối Am đều dùng đến Phật pháp. Ông dùng rất nhiều lời trong kinh Phật và các Thiền ngữ, chỉ thay đổi hình thức, biến đổi câu văn, nhưng vẫn giữ lấy ý tứ. Cách dùng như vậy phổ biến trong khắp các sách của ông. Hối Am đã sử dụng những từ ngữ trong đạo Phật như vậy, lại sợ các ông *Chu tử*[3] và *Trình tử*[4] làm sáng rõ lời Phật, thật chẳng biết lòng dạ của ông ta như thế nào?

"Hối Am trước theo học với *Lý tiên sanh ở Diên Bình.*[5] Sau giận vì học lâu mà không có chỗ sáng rõ, lại tìm hỏi các bậc trưởng thượng, ai nấy đều hướng về Thiền học. Do đó ông mới tìm học khắp các bậc tiền bối trong nhà Thiền. Ông có cùng với Lữ Đông Lai và Trương Nam Hiên đến hỏi đạo nơi ngài thiền sư Đại Huệ.[6]

"Năm 18 tuổi, Hối Am cùng với Lưu Bình Sơn dạo chơi. Bình

[1] Mao thi: tức là bản kinh Thi do hai nhà họ Mao là Mao Hanh (毛亨) tức Đại Mao và Mao Trường (毛長) tức Tiểu Mao sưu tập, chú giải và truyền lại. Tương truyền vào đời Hán vẫn còn đến 4 bản kinh Thi, ngoài bản của họ Mao ra còn có Lỗ thi do Thân Bồi (người nước Lỗ) chú giải, Tề thi do Viên Cố Sanh (người nước Tề) chú giải, và Hàn thi do Hàn Anh (người nước Yên) chú giải. Về sau, bản Tề thi truyền đến đời Ngụy thì tuyệt bản; bản Lỗ thi truyền đến đời Tấn rồi mất; bản Hàn Thi cũng chỉ truyền đến đời Ngũ đại. Cho đến nay chỉ còn lại duy nhất bản Mao thi mà thôi. .

[2] Tứ thư: bốn bộ sách được xem như kinh điển giáo khoa của Nho giáo, gồm có: Đại học, *Luận ngữ*, Trung dung và Mạnh tử.

[3] Tức Chu Liêm Khê.

[4] Tức Trình Minh Đạo và Trình Y Xuyên.

[5] Hối Am đỗ tiến sĩ năm 18 tuổi, được bổ làm Chủ bạ huyện Đồng An tỉnh Phúc Kiến, chỉ được ít lâu thì từ quan về quê. Ông nghe tiếng tiên sanh Lý Đồng ở Diên Bình thuộc huyện Nam Bình là người đạo cao đức trọng liền tìm đến tham học.

[6] Đoạn này trích từ sách Đại huệ niên phổ.

Sơn có ý cho rằng Hối Am lưu tâm về đường khoa cử, bèn lục tìm trong rương của Hối Am, nhưng chỉ thấy có một bộ ngữ lục của thiền sư Đại Huệ mà thôi. Qua năm sau, Hối Am thi đỗ.[1]

"Hối Am gửi thư cho thiền sư Khiêm ở chùa Khai Thiện nói rằng: 'Chu Hy này nhờ ơn thiền sư Đại Huệ chỉ bày cho câu thoại đầu[2] *tánh Phật của con chó*,[3] nhưng chưa có chỗ ngộ nhập. Xin ngài ban cho một lời để gợi mở chỗ mà Chu Hy chưa hiểu được.' Thiền sư Khiêm viết thư đáp rằng: 'Cứ nắm chặt lấy một niệm nêu lên cái thoại đầu con chó ấy, không cần so đo tính toán, mạnh mẽ xông về phía trước, một đao chặt đứt làm đôi.' Hối Am xem thư có chỗ thức tỉnh.[4]

"Hối Am tụng kinh Phật nơi mái hiên chùa Trúc Lâm, có làm bài thơ rằng:

Nghiêm cẩn sống riêng, lòng rỗng không,
Lần dở Phật kinh, lướt đôi dòng.
Bụi trần tạm phủi trong thoáng chốc,
Vượt lên cùng Đạo bỗng tương thông.
Cửa chùa khép lại chiều buông tối,

[1] Trích ở lời tựa cuốn Đại Huệ Ngữ lục. Về năm tháng hẳn có phần sai biệt đôi chút, vì các tư liệu chính thức chép rằng Hối Am đỗ tiến sĩ năm 18 tuổi. Cũng có thể do cách tính tuổi theo âm lịch, tròn 18 tuổi được tính là 19 tuổi.

[2] Thoại đầu: câu nói hoặc câu chuyện kể được các bậc thầy nêu ra làm đầu mối tham cứu cho các thiền sanh, giúp họ qua quá trình tham cứu có thể đạt đến chỗ liễu ngộ. Thông thường thì thoại đầu hay các công án không mang ý nghĩa suy luận mà ngược lại còn nhắm đến việc dứt sạch mọi sự suy luận, phán xét của thiền giả.

[3] Tánh Phật của con chó (cẩu tử Phật tánh): Đây chỉ công án thứ nhất trong Vô môn quan, tức công án Triệu Châu cẩu tử (Con chó của ngài Triệu Châu). Trong công án này kể rằng, có người hỏi ngài Triệu Châu: "Con chó có tánh Phật hay không?" Ngài Triệu Châu đáp: "Không." Kinh Phật dạy rằng: "Tất cả chúng sanh đều có tánh Phật." Nhưng ngài Triệu Châu lại là một bậc chân tu thực chứng nên lời dạy của Ngài cũng không thể nói là sai. Vì thế, công án này nêu lên một điều hầu như hoàn toàn mâu thuẫn, trái ngược, không thể lý giải, buộc người tham cứu phải toàn tâm toàn ý dứt sạch mọi sự suy xét phân biệt mới có thể hội nhập được.

[4] Những chi tiết này được trích ở các sách Tư giám, Củng thần tập và Tánh lý quần thư.

Núi vắng mưa xong tiếng chim rền.
Pháp vô vi ấy vừa thấu suốt,
Thân tâm cùng tĩnh lặng như như.[1]

"Hối Am có thư nói với thiền sư Quốc Thanh rằng: 'Khi nào thơ của Hàn Sơn Tử khắc xong, xin thầy sớm gửi cho tôi.'[2]

"Hối Am lại có gửi cho một vị tăng ẩn cư trên núi bài thơ rằng:

Mái thiền thanh thản mấy thanh ngang,
Nước trong êm chảy trước lan can.
Đệm cỏ, ghế tre, ngồi suốt sáng,
Quét đất, xông hương, ngày ngủ càn.
Đất hẹp không đón người khách lớn,[3]
Nhà trống sao trời chẳng rải hoa?[4]
Trong ấy có lời không ai biết,
Đâu phải chuyện thiền khắp muôn phương?[5]

---

[1] Đoạn này trích ở Chu tử đại toàn tập và Đạo dư lục.

[2] Đoạn này trích ở bản in cũ tập Hàn Sơn thi.

[3] Không đón người khách lớn: nguyên văn dùng "bất dung huy chủ khách", tức là vị khách cầm cây phất chủ, chỉ các bậc đại tăng lúc nào cũng cầm cây phất chủ (phất trần), khi thuyết pháp trên tòa thì vung cây phất chủ này để làm điệu bộ. Ý nói không phải nơi đây chẳng có các bậc cao tăng đại giá quang lâm, chỉ vì chật hẹp nên không thể đón tiếp các vị. Câu này còn hàm ý chủ nhân không hề quan tâm đến danh tiếng cao trọng, chỉ vui sống thanh thản trong thiền thất chật hẹp của mình.

[4] Nhà trống sao trời chẳng rải hoa: Câu này liên hệ đến cảnh nhà trống không của vị Bồ Tát Duy-ma-cật trong kinh Duy-ma-cật sở thuyết, thường được chư thiên đến rải hoa cúng dường tán thán. Ý nói thiền thất trống không này cũng xứng đáng được chư thiên rải hoa cúng dường. Các bản trước đây đều dịch là "hoa trời", nhưng theo cấu trúc Hán ngữ, nếu muốn nói "hoa trời" thì phải là "thiên hoa" chứ không phải "hoa thiên". Nguyên tác dùng "tán hoa thiên" là để chỉ "vị trời rải hoa" chứ không thể hiểu là "rải hoa trời".

[5] Nguyên bản dùng "chư phương ngũ vị thiền", chỉ 5 loại thiền định mà người học thiền trong khắp thiên hạ thường noi theo, bao gồm: 1. Ngoại đạo thiền, pháp thiền không thuộc về đạo Phật. 2. Phàm phu thiền, pháp thiền của kẻ phàm phu. 3. Tiểu thừa thiền, pháp thiền của hàng Tiểu thừa, tức Thanh văn, Duyên giác. 4. Đại thừa thiền, pháp thiền của hàng Bồ Tát Đại thừa. 5. Như Lai thanh tịnh thiền, pháp thiền cao trổi nhất, thấu suốt tự tánh, thẳng tới quả

"Các ông Lục Văn An, Công Cửu Uyên đều đã cùng tranh luận với Hối Am về thuyết Thái cực đồ, đều biết chỗ học thiền của Hối Am, nên nói rằng Hối Am có chỗ chứng ngộ thì người đời đều chê cười việc ấy.[1]

"Có người hỏi: 'Hiện nay kẻ sĩ đều lần hồi bỏ đạo Nho vào cả trong nhà Thiền, việc ấy thế nào?'

"Hối Am đáp: 'Những người ấy thấy biết hơn ông đó. Bình sanh ông đọc biết bao nhiêu sách vở, học thuộc bao nhiêu áng văn chương, chỉ là để mưu cầu được công danh lợi lộc mà thôi. Đến chỗ thiết yếu nhất trong đời[2] thì những việc ấy đều chẳng cậy nhờ được gì cả. Vì thế nên bị những người kia vượt qua cả rồi.'

"Vương Giới Phủ[3] bình sanh học rộng đạo lý, đến khi được tỏ ngộ rồi thì biến nhà mình thành cảnh chùa.[4] Cũng trong đời Tống này, hãy xem các ông Lý Văn Tĩnh Công, Vương Văn Chánh Công, Lưu Nguyên Thành, Lữ Thân Công... là người như thế nào mà đều theo vào Thiền học cả?

"Những điều Phật dạy về *Sáu căn*, *Sáu trần*, *Sáu thức*, *Bốn đại*, *Mười hai duyên sanh*... đều hết sức tinh vi mầu nhiệm, nên người theo đạo Nho nói rằng Đức Khổng tử không thể theo kịp. Mười hai duyên sanh được giảng rõ trong bộ *Hoa nghiêm hiệp luận*. Phật dạy căn bản là phải buông bỏ hết muôn việc nơi thế gian, sau lại dạy rằng chỗ chân thật nhất là không hề vướng một mảy may bụi trần, nhưng đối với muôn việc diễn ra trước mắt không bỏ qua việc nào! Tổ *Đạt-ma* phá sạch mọi khuôn

---

Phật. Đoạn này trích ở Sự văn loại tập.

[1] Đoạn này trích ở sách Sử lược.

[2] Đến chỗ thiết yếu nhất trong đời: chỗ đối mặt với chuyện sống chết, quyết định ý nghĩa cuộc đời. Nguyên tác dùng "đáo giá lý", là cách nói của Thiền tông để chỉ đến chỗ đối mặt sanh tử, chỗ xét cùng ý nghĩa đời sống.

[3] Vương Giới Phủ: tức Vương An Thạch, làm quan đến chức Tể tướng đứng đầu trong triều. Ông nắm quyền chính từ năm 1069, vào đời Tống Thần Tông, thi hành chính sách mới gọi là Tân pháp với rất nhiều cải cách táo bạo.

[4] Biến nhà mình thành cảnh chùa (xả trạch vi tự): tự mình quyết tâm tu học nên sửa đổi ngôi nhà đang ở thành cảnh chùa để tu tập.

mẫu cứng nhắc, khởi xướng Thiền học, so với cái học ngữ nghĩa rất khác xa, thật cao siêu mầu nhiệm.

"Đại ý kinh Kim cang chỉ ở nơi hai câu hỏi của ông *Tu-bồ-đề*: Nên trụ tâm vào đâu? Làm thế nào để hàng phục tâm? Vậy nên Phật dạy rằng: Không nên trụ nơi pháp mà sanh tâm. Không nên trụ vào sắc mà sanh tâm...

"Thiền tông có lời rằng:

Có vật sanh trước trời đất,
Không hình tướng, vốn lặng yên;
Chi phối khắp thảy hiện tượng,
Chẳng theo bốn mùa tàn suy.
Đánh rụng không là vật khác
Dọc ngang chẳng phải bụi trần;
Khắp cả núi sông, cõi đất,
Hiện bày toàn thân Pháp vương.

"Nếu ai nhận biết được tâm thì khắp cõi đất này cũng chẳng có lấy một tấc đất. Hãy xem kiến thức của người ta là thế nào, nay cứ bo bo giữ lấy kiến thức của hạng tiểu nho thì làm sao ra khỏi tay người, tránh sao khỏi bị người đánh ngã?"[1]

Hối Am đã học biết rộng về Phật học như vậy, nhưng lại dạy người từ bỏ Phật học, thật chẳng biết tâm ý của ông ấy là thế nào?"

(Trước đây có nói rằng Hối Am tự mình sử dụng từ ngữ của đạo Phật, nhưng lại sợ các ông Chu tử và Trình tử giảng rõ lời Phật; tự mình học rộng về đạo Phật, nhưng lại dạy người ta từ bỏ Phật học. Hai điểm này đều làm lộ rõ chỗ tâm bệnh của Hối Am.)

Thiền sư Không Cốc lại nói với Vương Trung rằng: "Nếu ông có thể thâm nhập hòa hợp, quán chiếu thấu suốt, thấy được một cách toàn diện, thì mới biết rằng các ông Chu, Trình,

[1] Đoạn vấn đáp này trích ở Chu tử ngữ lục và các sách Dịch giải, Âu Dương Huyền tạp ký, Tánh lý quần thư.

Trương, Tạ, Du, Dương[1] và Hối Am thảy đều làm như vậy. Trong khi viết sách, đặt câu, những chỗ thuyết dạy đạo lý thì mỗi việc đều lấy ý tứ trong kinh Phật, lời Thiền. Há chẳng nghe Trung Túc Công có nói rằng: 'Học thuyết tánh lý do thầy Đông Lâm truyền cho Liêm Khê, những lời dạy ấy đều thấy có trong khắp các kinh Phật.'

"Gần đây, thảng hoặc có đôi kẻ chỉ vào Thiền ngữ mà nói rằng: 'Chương sách này sao giống với lời lẽ của Tống nho! Những câu này cũng giống với văn chương Tống nho!'

"Than ôi! Họ chưa từng biết rằng ngôn ngữ của Tống nho đều từ nơi Thiền tông mà ra vậy!"

Thái Nguyên thưa rằng: "Những lời thầy vừa nói đó đều lấy từ sách Nho, nên chẳng phải theo ý riêng, mà quả thật là công bằng. Vả lại, những người đời bài bác đạo Phật, có thể là do sức học chưa được sâu rộng hay chăng? Có thể là do lý lẽ chưa được thông suốt hay chăng? Có thể là do công phu học Phật chẳng đến nơi đến chốn nên trở lại bài bác hay chăng? Có thể là do sự dụng tâm như Kỷ Xương ngày xưa hay chăng?[2] Cũng có thể là do trói buộc nơi tâm lượng hẹp hòi, không thể giáo hóa làm cho lớn rộng, thông suốt được hay chăng?"

Thiền sư Không Cốc nói: "Than ôi! Với người tầm thường còn chẳng dám coi khinh, huống chi lại chỉ vì muốn chuốc lấy chút hư danh mà cố tình thiên lệch để bài bác nền Đại pháp cứu độ nhân sanh của bậc Đại thánh nhân trong Ba cõi? Tôi thật lấy làm lo lắng cho những kẻ bài bác kia phải suy tổn âm đức cho đến mức cùng cực vậy.

[1] Chu, Trình, Trương, Tạ, Du, Dương: chỉ các ông Chu Liêm Khê, Trình Di và Trình Hạo, Trương Hoành Cừ, Tạ Lương Tả, Dương Thời. Riêng họ Du có nhắc đến trong bài trước, có thể là một học trò của Trình tử nhưng chúng tôi chưa biết chính xác là người nào.

[2] Dụng tâm như Kỷ Xương: Kỷ Xương theo học nghề bắn cung với Phi Vệ với dụng ý khi học thành nghề sẽ phản lại thầy. Đây ý nói kẻ theo học Phật để nắm hiểu những đạo lý trong nhà Phật rồi dùng đó mà bài bác đạo Phật.

9. Nghe theo người khác bài bác Phật, thêm ý kiến mình để bài bác Phật

Ông Thái Nguyên thưa hỏi rằng: "Trừ ông Hối Am ra còn có những người khác bài bác Phật, việc ấy thế nào?"

Thiền sư Không Cốc đáp: "Tự mình không có chủ kiến, chẳng biết được đạo Phật sâu cạn thế nào, chỉ dựa vào thuyết của Hối Am, nghe theo đó mà bài bác, như vậy khác nào kẻ bước đi theo dấu chân người khác. Lại cũng ví như con sứa dùng con tôm làm mắt, khi có con tôm thì di chuyển được, còn không có con tôm thì phải hoang mang, ngơ ngáo. Lại ví như con ngao dùng con cua làm chân, nhờ có con cua mới đi được, còn không có con cua liền trở nên hoang mang, ngơ ngáo. Người đời sau dựa theo Hối Am mà bài bác đạo Phật, khác nào như hai con vật kia chỉ dựa theo vật khác mà thôi!"

Lại hỏi: "Cũng có người không do nơi thuyết của Hối Am mà tự có ý muốn bài bác đạo Phật thì thế nào?"

Thiền sư Không Cốc đáp: "Ví như người đời chỉ biết được những sự vật thường thấy mà thôi, chẳng biết được những vật khó thấy. Bỗng nhiên gặp được hạt châu minh nguyệt hoặc viên ngọc bích dạ quang, ánh sáng rực rỡ, chói lòa, không biết là vật quí, nghi là đồ quái lạ, bèn cầm lấy gươm bén, dùng hết sức mà chống giữ. Họ đâu biết rằng vật ấy có thể làm cho người nghèo khổ trở nên giàu có, kẻ hèn hạ hóa thành sang cả, thật không biết được giá trị như thế của vật ấy.

"Lại ví như kẻ mù không thấy được ánh sáng mặt trời, mặt trăng, lại muốn cho khắp thiên hạ ai ai cũng đều mù cả, để cùng nói rằng mặt trời và mặt trăng không có ánh sáng!

"Than ôi! Hạng người ngu ấy chẳng khác chi con giun đất, chỉ biết cái vui ăn bùn trong khoảng một thước đất mà thôi, đâu biết tới sự vui thích của con rồng xanh mặc tình xuống tận biển sâu hay bay lên trời cao! Họ ví như con chim sâu nhỏ bé chỉ biết cái vui được chuyền qua lại trong khoảng một tấc vuông nơi rào tre, nào biết tới sự thích thú của chim bằng to lớn cất cánh bay cao đến chín muôn dặm, gió lộng dưới chân!

"Nhưng những việc ấy cũng chẳng lấy gì làm lạ, chỉ là do nơi tâm lượng hẹp hòi, không thể giáo hóa được mà thôi."[1]

10. Phá trừ ý kiến không tin nhân quả

Có người nói rằng: "Làm lành, tạo phước, niệm Phật vãng sanh, những điều ấy không đủ để tin theo."

Nhất Nguyên[2] này hỏi rằng: "Tại sao ông lại không tin?"

Người kia đáp: "Cứ lấy việc trước mắt mà nói, có người trong sạch, ngay thẳng, làm lành, lẽ ra phải được đầy đủ phước thọ, trái lại phải chịu nghèo khó, yểu mạng, nhiều bệnh tật; lại có những kẻ độc ác, giết người hại vật, lẽ ra phải chịu yểu mạng, nghèo hèn, bệnh tật, nhưng lại được trường thọ, giàu sang. Tôi lấy theo hai điều ấy mà xét ra, nên không tin việc làm lành, tạo phước, niệm Phật vãng sanh."

Nhất Nguyên đáp rằng: "Ông quả thật là không thông đạt! Lời ông nói đó, ví như kẻ nhìn trời qua cái ống nhỏ. Chẳng phải bầu trời nhỏ, chỉ do người ấy thấy nhỏ mà thôi. Chẳng thấy trong sách *Minh tâm bảo giám* có nói rằng:

---

[1] Trong quyển hạ này, từ bài 1 đến bài 9 thuật lại những nội dung vấn đáp giữa ông Vương Trung người xứ Thái Nguyên với thiền sư Không Cốc. Có những nhân vật và sự kiện được nhắc đến thuộc về triều Minh, hoặc các niên hiệu như Vĩnh Lạc (1403), Tuyên Đức (1426), đều là muộn hơn so với thời đại của ngài Tông Bổn (triều Nam Tống, khoảng đời Tống Thần Tông 1068 - 1086). Như vậy, có thể đoán chắc là trong lần khắc bản về sau, những bài này đã được thêm vào chứ không có trong bản do ngài Tông Bổn soạn ra ban đầu. Người thêm vào rất có thể là bà Hải Hiền, người đã lo việc khắc bản in lại. Tuy không xác định được bà Hải Hiền sống vào niên đại nào, nhưng có thể đoán là vào khoảng cuối đời Minh hoặc muộn hơn.

[2] Tức thiền sư Tông Bổn, người biên soạn sách này.

Làm lành hưởng quả lành,
Làm ác chịu quả ác.
Chớ nói không quả báo.
Chỉ sớm muộn sai khác.
Trời cao thăm thẳm, chớ dễ duôi;
Mảy may chớm ý, động lòng trời.
Lành, dữ thảy đều có quả báo,
Chẳng qua sớm, muộn khác nhau thôi.

"Lại có câu:

Người đời nói việc riêng,
Trời nghe như tiếng sấm.
Ý xấu trong phòng tối,
Thần nhìn rõ như chớp.[1]

"Lại có câu:

Lành, dữ nếu không quả báo,
Trời, Đất ắt có lòng riêng.

"Ngài *Chân Võ* có lời thương xót dạy rằng:

Làm ra các việc lành, dữ,
Báo ứng như bóng theo hình.
Chớ nói làm ác không báo,
Chỉ đợi quả ác chín mùi.
Chớ nói làm thiện không ứng,
Chỉ đợi quả thiện tròn đầy.

"Sách *Nhân quả lục* chép rằng:

Muốn biết nhân đời trước,
Xem nơi quả đời này.
Muốn biết quả đời sau,
Xem việc làm hiện tại.

"Lại dạy rằng:

---

[1] Bốn câu này ý nói, những việc người đời muốn che giấu, chỉ thì thầm không cho người khác biết, thì trời nghe rõ như tiếng sấm; những ý tưởng xấu xa khởi lên trong phòng tối, tưởng như không ai có thể biết được, thì chư thần có thể nhìn thấy rõ ràng như ánh điện chớp.

Dù trải trăm ngàn kiếp,
Nghiệp đã tạo không mất.
Chỉ đợi đủ nhân duyên,
Ắt phải chịu quả báo.

"Trong kinh dạy rằng:[1] 'Nghiệp có ba loại quả báo. Thứ nhất là *hiện báo*, nghĩa là hiện nay làm các việc lành hay dữ, thì ngay trong đời này nhận chịu quả báo vui hoặc báo khổ. Thứ hai là *sanh báo*, nghĩa là đời trước đã tạo nghiệp, đời này phải thọ báo, hoặc đời này tạo nghiệp, đời sau sẽ thọ báo. Thứ ba là *tốc báo*, nghĩa là vừa tạo nghiệp liền chịu lấy quả báo ngay trước mắt.'

"*Kinh Dịch* nói: 'Nhà chứa điều lành thì có phước lành về sau; nhà chứa điều chẳng lành ắt có tai ương về sau.'

"Lại có câu: 'Quỉ thần hại kẻ tự mãn mà tạo phước cho người khiêm tốn.'

"*Hiếu kinh* có câu: 'Trời đất xét rõ, thần minh sáng suốt.'

"Tăng tử nói: 'Hãy cẩn thận, cẩn thận! Tự mình làm ra thì phải tự mình chịu lấy đó.'

"Kinh Thư nói: 'Đạo trời là ban phước cho người lành, gieo họa cho kẻ tà ác.'

"Lão tử nói: 'Lưới trời lộng lộng, tuy thưa mà chẳng sót.'

"Lại nói: 'Lưới cõi dương thưa nên dễ sót; lưới cõi âm dày nên khó thoát.'[2]

"Đức Phật thường vì ông *A-nan* mà dạy rằng: 'Có người trong đời này làm lành nhưng sau khi chết đọa vào địa ngục.

[1] Nguyên bản nói là kinh Niết-bàn, nhưng chúng tôi xét thấy ý tưởng ở đây được rút ra từ nhiều nguồn kinh lục khác nhau chứ không phải trích dẫn nguyên văn từ kinh Niết-bàn.

[2] Ý nói luật pháp của dương gian không thể tránh khỏi sự sai sót, để lọt lưới kẻ có tội, nhưng luật pháp cõi âm chỉ dựa vào việc tự làm tự chịu, không thể có chuyện sai sót. .

Có người trong đời này làm ác nhưng sau khi chết sanh lên cõi trời.'

"*A-nan* thưa hỏi: 'Vì sao vậy?' Phật dạy: 'Những người trong đời này làm lành nhưng sau khi chết đọa vào địa ngục là vì điều lành trong đời này chưa chín muồi mà nghiệp ác trong đời trước đã chín muồi. Những người trong đời này làm ác nhưng sau khi chết sanh lên cõi trời là vì nghiệp ác trong đời này chưa chín muồi mà nghiệp lành trong đời trước đã chín muồi. Nghiệp nào chín muồi trước thì phải thọ báo trước. Ví như người thiếu nợ, món nợ nào gấp hơn thì phải hoàn trả trước.'

"Do những điều trên mà suy ra thì Tam giáo đều dạy cùng một lý ấy, chỉ có sự nhanh hay chậm mà thôi. Lẽ nào vì trước mắt chưa thấy quả báo rồi không tin nhân quả, lại do đó mà không tin Tịnh độ hay sao?"

Người kia thưa rằng: "Sự giàu sang hay nghèo khó, sống lâu hay yểu mạng đều do nơi mệnh trời, há có việc quả báo luân hồi hay sao?"

Nhất Nguyên này đáp rằng: "Xét cái lý của ông thật không rõ ràng. Người đời tuy nói là mệnh trời, nhưng lẽ đâu trời lại có sự thiên vị với người hay sao? Thảy đều do việc làm của người ta đời trước chẳng giống nhau, nên đời này nhận lãnh quả báo khác nhau, lẽ nào lại là do trời làm ra như thế? Cho nên gọi thân này là *báo thân*, nghĩa là vì nhận lãnh quả báo những việc đã làm đời trước nên mới sanh ra thân này. Trời nào có lòng bao che được sao?

"Ví như một người bên ngoài có công hoặc có tội thì nhận chịu sự thưởng phạt nơi phủ quan. Quan phủ lẽ nào lại có lòng thiên vị đối với người ấy hay sao? Chỉ theo nơi việc có công thì thưởng, có tội thì phạt, lẽ nào lại vô cớ mà dùng sự thưởng phạt với người ta hay sao? Quan phủ thế gian còn không vô cớ dùng sự thưởng phạt với người, huống chi trời đất lại vô cớ mang sự họa phước giáng xuống con người hay sao?

"Vì thế mà biết rằng, do việc làm trong đời trước có thiện, ác, nên đời này mới nhận lấy những sự họa, phước. Vì không thể làm toàn việc thiện, nên không thể được hưởng toàn phước báo, vậy mới có những người giàu sang mà khổ nhọc hoặc yểu mạng; lại có kẻ nghèo hèn mà được sống lâu, vui sướng; có người vinh hiển, được tin dùng mà phải lo buồn, tủi nhục; có kẻ hèn kém khốn khó mà vẫn được an nhàn; có người tuổi trẻ sớm đỗ đạt thành danh; có người trọn đời vẫn không đỗ đạt; có người tiền gạo đầy nhà mà không con cái; có kẻ cùng khốn khó khăn mà con cái thật nhiều; có trường hợp chồng còn mà vợ chết, lại có trường hợp chồng chết mà vợ còn; có kẻ làm con phải chết trước cha mẹ; có người làm cháu phải chết trước ông bà; có người trước được vui mà sau chịu khổ; có kẻ trước chịu khổ mà sau được vui; có người trước sau đều được vui nhưng giữa đời chịu khổ; có kẻ trước sau đều khổ nhưng giữa đời được vui; lại có người trọn đời chịu khổ; lại có kẻ suốt đời sung sướng.

"Nay tôi hỏi ông: Tại sao có những việc như thế?"

Người kia đáp: "Thật tôi không rõ điều ấy."

Nhất Nguyên mới nói rằng: "Ông đã chẳng rõ, vì sao lại không tin? Nếu ai bác bỏ nhân quả ắt sẽ đọa vào địa ngục *A-tỳ*. Chịu tội ở địa ngục xong, lại đọa làm *ngạ quỷ*.[1] Chịu thân *ngạ quỷ* xong, lại chuyển sanh làm *súc sanh*,[2] mang thân súc sanh ấy mà đền trả những khoản nợ đã gây ra từ trước, nếu giết hại một mạng sống, phải trả lại một mạng; nếu ăn của người khác 8 lượng, phải trả đủ nửa cân.[3]

"Chịu thân súc sanh rồi, mới được thân người hèn kém. Tuy được thân người nhưng phải chịu cảnh nghèo khó hèn hạ, đui điếc, câm ngọng, chân què, tay cụt, bệnh tật đeo bám, đói

---

[1] Ngạ quỷ: loài quỷ đói, hình thù xấu xí, miệng to, cổ nhỏ nên không thể ăn uống đầy đủ, lúc nào cũng sống trong sự đói khát, thèm muốn.

[2] Súc sanh: chỉ chung các loài thú vật.

[3] Nửa cân tức là 8 lượng, vì theo đơn vị đo lường xưa thì mỗi cân có 16 lượng. Vì thế mới có thành ngữ "bên nửa cân, bên 8 lượng" để chỉ sự ngang tài, cân sức.

lạnh bức bách, chẳng được thấy Phật, chẳng nghe Chánh pháp, chẳng gặp bậc thánh hiền, chẳng gặp được người hiểu biết, xoay vần trong cõi luân hồi, chịu khổ không dứt.

"Người xưa dạy rằng:

Muốn khỏi mang lấy tội Vô gián,[1]
Chớ nên bài bác pháp Như Lai.

"Cần phải biết rằng, việc thiện ác rất rõ ràng, nhân quả không thể che mờ. Phật đã nói ra lời chân thật về nhân quả, ắt không thể dối gạt về chuyện Tịnh độ.

"Vả lại, làm người phải rõ việc đúng sai phải quấy, biết liêm sỉ, tin nhân quả, sợ tội phước, xét rõ thiện ác, phân biệt chánh tà, trên chẳng oán trời, dưới chẳng giận người, dù thịnh dù suy cũng chẳng động tâm, dù được dù mất cũng không đổi chí, trong cảnh giàu sang chẳng lấy làm vui, gặp lúc nghèo hèn chẳng cho là buồn, khi tiến khi lùi đều biết thời cơ, tự lượng sức mình mà gánh vác nhiệm vụ, được dùng đến thì hành sự, không được dùng đến thì lui về ẩn dật, trung, hiếu, nhân, từ, trước sau không thay đổi. Người như vậy mà bảo không phải bậc quân tử thì tôi chẳng tin! Người như vậy mà bảo không phải bậc đại hiền thì tôi chẳng tin. Người như vậy niệm Phật mà không sanh về Tịnh độ thì tôi chẳng tin!

"Nay tôi ân cần giảng giải để dứt lòng nghi cho ông, vậy ông nên kính cẩn mà tin nhận, chớ nên khinh thường!"

[1] Tội Vô gián: tội đọa vào địa ngục A-tỳ. Chữ A-tỳ nguyên là phiên âm từ Phạn ngữ Avīci, dịch nghĩa là Vô gián. Sở dĩ có tên gọi như thế là vì những tội nhân trong địa ngục ấy phải liên tục chịu khổ, không có lúc nào gián đoạn.

11. Phá trừ ý kiến không tin địa ngục

Có người nói: "Thuyết về địa ngục không đủ để tin nhận."

Nhất Nguyên này hỏi: "Thuyết về lao ngục thế gian cũng không đủ để tin."

Người kia hỏi: "Lao ngục thế gian hiện có, sao có thể không tin?"

Đáp: "Lao ngục tuy có, nhưng với tôi là không."

Người kia nói: "Tuy thầy không phải chịu cái khổ ở lao ngục, nhưng cũng không nên nói chắc là không có."

Nhất Nguyên đáp: "Đúng vậy, đúng vậy! Địa ngục cũng là hiện có, sao ông lại không tin?"

Người kia nói: "Theo lời Chu tử[1] thì người ta sau khi chết hình hài rữa nát, hồn phách tan rã, cho dù có những việc chặt, đốt, xay, giã... cũng chẳng nhằm vào đâu! Như vậy, chuyện Mười điện Diêm-la ở âm phủ thật chẳng đủ để tin! Vậy là rõ lẽ rồi!"

Nhất Nguyên đáp: "Thuyết ấy của Chu tử thật sai lầm lắm, chẳng những trái nghịch với lý chính của đức Phu tử,[2] lại còn trái với những lời của chính Chu tử đã từng nói ra. Tôi hỏi lại ông, Chu tử đã cho rằng thần hồn tan rã, vậy sao lại có quỉ thần?

"Đức Khổng tử nói: '*Nên kính quỉ thần mà tránh xa (vậy có thể gọi là người có trí)*', hoặc nói: '*Chẳng phải vong linh tổ tiên của mình mà cúng tế (là siểm nịnh)*[3]...

"Lại nói rằng: '*Lập ra nhà tông miếu là để vong linh tổ tiên nhận sự cúng tế, hai mùa xuân thu tế tự là tùy theo mùa mà tưởng nhớ.*'

---

[1] Tức Chu Hối Am.

[2] Phu tử: tức Khổng tử, cũng gọi là Khổng phu tử.

[3] Những phần trong ngoặc đơn do chúng tôi căn cứ nguyên văn trong *Luận ngữ* mà thêm vào cho rõ nghĩa.

"Lại nói: '*Lo việc phụng dưỡng thì cha mẹ được yên ổn; lo việc tế tự thì vong linh tổ tiên nhận hưởng.*'

"Lại nói: '*Đối với tông miếu hết sức tôn kính thì quỷ thần ghi nhận; lòng hiếu đễ hết mức thì cảm động thần minh.*'

"Lại nói: '*Đối với vua Vũ,*[1] *ta chẳng có chỗ nào chê được. Ngài ăn uống đạm bạc nhưng cúng kính quỉ thần trọng hậu.*'

"Trong sách *Lễ ký*, đức Khổng tử nói: '*Người thác rồi gọi là vong linh. Lẽ ấy từ thời Ngũ đại*[2] *không hề thay đổi.*'

"Từ đó suy ra thì chẳng những đức Phu tử nói về quỉ thần, cho đến các bậc hiền giả, triết gia trong khắp thiên hạ cũng đều nói đến. Ông chẳng thấy trong các kinh truyện thánh hiền đều có ghi chép chuyện quỉ thần, lẽ nào lại là không có như Chu tử nói hay sao?

"Vả lại, chính Chu tử có dẫn lời Phạm Văn Chánh Công nói rằng: '*Nếu hưởng sự giàu sang một mình không biết giúp đỡ người trong tộc họ, thì ngày sau làm sao nhìn mặt tổ tông dưới suối vàng? Còn mặt mũi nào bước vào nơi thờ phụng ông bà tiên tổ?*

"Chu tử đã nói là hình hài rữa nát, hồn phách tan rã, không còn dấu tích gì, vậy người nào ở dưới suối vàng, ở nơi thờ phụng tổ tiên? Lại người nào đến gặp mặt tổ tông? Như thế thì việc Chu tử đem lòng dối trá nói ra lời sai trái là có thể thấy được!

"Ngày xưa, Đường Thái tông[3] sớm nghe được việc Võ hậu[4]

---

[1] Vua Vũ: ở đây chỉ vua Hậu Vũ nhà Hạ, lên ngôi vào khoảng năm 2205 trước Công nguyên.

[2] Ngũ đại: chỉ năm đời vua cổ của Trung Hoa, gồm các triều đại Đường, Ngu, Hạ, Thương và Chu.

[3] Đường Thái tông, tức Lý Thế Dân, vị vua thứ 2 của nhà Đường lên ngôi năm 627, cầm quyền đến năm 649.

[4] Võ hậu, sau khi Đường Cao Tông nối ngôi Thái tông lập Vương thị làm hoàng hậu, rồi lại phế Vương hậu mà lập Võ hậu làm hoàng hậu. Năm 683, Đường Cao tông mất, Võ hậu bắt đầu thâu tóm quyền hành. Năm 688 bà tàn sát tông thất nhà Đường để củng cố quyền lực. Năm 689 đổi quốc hiệu là Đại Chu,

muốn phá hoại cơ nghiệp nhà Đường.[1] Vua toan giết bà, Viên Thiên Cang can gián rằng: 'Nếu bệ hạ làm việc giết hại, ắt phải tái sanh trong chốn nhân gian, oán thù càng thêm sâu nặng.' Vua Thái tông cho là phải, bèn ép bà xuống tóc làm ni cô, xây chùa Cảm Nghiệp cho bà ở đó tu hành. Chuyện này có chép trong *Lưu tam ngô tế giám*, nhưng sách *Thông giám* đã lược bỏ đi.

"Viên Thiên Cang nói rằng tái sanh ở nhân gian thì oán thù thêm sâu nặng, còn Chu tử lại nói rằng hình hài rữa nát, hồn phách tan rã. Lời nói của hai người ấy cách xa nhau như trời với đất, vậy ai đúng, ai sai? Xét như ông Thiên Cang là người đưa ra lý lẽ sáng suốt, đâu phải là lời nói với hạng dân thường hằng ngày?[2]

"Lại nữa, Tư Mã Ôn Công có hỏi Nguyên Thành Lưu tiên sanh rằng: 'Nhà Phật nói thiên đường, địa ngục, quả thật có hay chăng?' Ông Nguyên Thành đáp rằng: 'Phật nói ra như vậy là có lý, có tích. Xét về lý thì khiến cho người ta bỏ ác làm lành. Luận về tích thì địa ngục hẳn là thật có. Như Trâu Diễn có nói về những cảnh ở ngoài trời đất, có đến 8, 9 nơi như những xứ Thần Châu, Xích Huyện...[3] Trang tử[4] có nói tới những chỗ

sang năm 690 chính thức lên ngôi Hoàng đế, đổi niên hiệu là Thiên Thụ, ở ngôi trong 21 năm. .

[1] Tương truyền khi Võ hậu vừa mới vào cung, Viên Thiên Cang đã có lời tiên đoán về việc sau này bà sẽ giết hại tông thất nhà Đường, chiếm lấy thiên hạ.

[2] Đoạn này nhấn mạnh ở điểm Viên Thiên Cang đưa ra lý lẽ này với vua Đường Thái tông, nên phải thận trọng sáng suốt, không thể tùy tiện như nói với người thường.

[3] Thần Châu và Xích Huyện là những cảnh giới huyền vi được mô tả theo Lão giáo. Tương truyền Thần Châu ở cách Côn Lôn 50 dặm về hướng đông nam, ở đó có cảnh Hòa Mỹ Đô, vuông vức ba ngàn dặm, là thành của chư thần Ngũ nhạc, chỗ ngự của đức Đế vương, là chỗ các bậc Thánh nhân sanh ra. Còn Xích Huyện nằm về hướng nam Côn lôn, nơi ấy mưa gió đúng thời, nóng lạnh đúng tiết, đời sống dễ chịu.

[4] Trang tử, tức Trang Châu, người đời Đông châu, ở xứ Mông Thành, nước Sở. Ông có trước tác bộ sách Trang tử, truyền đến đời nhà Đường, niên hiệu Thiên Bảo, vua Đường Huyền tông (713-755) xuống chiếu ban tên cho bộ sách của

ngoài cả sáu phương,[1] khi Thánh nhân[2] còn cũng không bàn đến, huống chi tai mắt của kẻ phàm phu không thấu tới, sao biết là không có?'

"Ôn Công nghe rồi thay đổi thái độ mà chịu phục, từ đó cung kính Phật pháp."

Nhất Nguyên lại dẫn lời người xưa dạy rằng: "'Thiên đường chẳng có thì thôi, nếu có ắt người quân tử phải được lên. Địa ngục chẳng có thì thôi, nếu có ắt kẻ tiểu nhân phải đọa vào.' Lời ấy đúng lắm thay!

"Nay tôi xin đưa ra một thí dụ để phá trừ nhiều chỗ nghi ngờ. Này các vị, đã có bao giờ nằm mộng hay chăng?"

Đáp: "Có nằm mộng."

Hỏi: "Khi nằm mộng, các vị có từng thấy vui sướng hay bị buồn khổ chăng?"

Đáp: "Thật đã có những lúc vui sướng hay buồn khổ."

Lại hỏi: "Trong lúc vui sướng hay buồn khổ đó, xét thấy là thân thể mình thọ nhận hay là tinh thần thọ nhận?

Đáp: "Thân thể đang nằm trên giường, làm sao thọ nhận được?"

Nhất Nguyên nói: "Như vậy tức là tinh thần thọ nhận. Sự khổ ở địa ngục cũng vậy, là do hồn phách tinh thần lãnh chịu, chẳng phải thân thể này. Trong giấc mộng lúc sống còn có sự sướng khổ, huống chi sau khi chết lại chẳng có địa ngục hay sao?

"Nếu nghe theo lời của Chu tử, ắt phải khiến cho người đời sau vào địa ngục cả. Vì sao vậy? Nếu có hạng người không tin

ông là Nam Hoa chân kinh (thường gọi tắt là Nam Hoa Kinh) và phong cho ông là Nam Hoa Chân nhân. Ông cùng với Lão tử được tôn xưng là hai vị Tổ của Đạo gia.

[1] Sáu phương: chỉ trên trời, dưới đất và bốn phương đông, tây, nam, bắc.

[2] Thánh nhân: chỉ đức Khổng tử.

việc tội phước, ắt sẽ buông thả phóng túng làm các việc ác, phải đọa vào địa ngục, chẳng phải là bị Chu tử làm hại hay sao?

"Chu tử cố ý bài bác đạo Phật mà nói càn ra những lời như vậy để mê hoặc lòng người, nên chẳng đáng tin theo. Lẽ ấy đã rõ ràng rồi vậy.

"Than ôi! Sao chẳng biết sợ địa ngục, lại ngụy tạo cách biện luận như nêu cao chánh đạo mà thật ra là phỉ báng bậc Đại thánh, lừa dối kẻ mê muội, khiến cho cả mình và người đều phải vào địa ngục? Thật đáng thương thay!

"Ôi! Có chốn lao ngục, kẻ phạm hình pháp phải chịu giam cầm; có cảnh địa ngục, những kẻ làm ác cũng phải đọa vào đó. Ta không phạm hình pháp nên không phải chịu vào lao ngục, không làm các điều ác nên không phải chịu cảnh khổ địa ngục, nhưng lẽ nào cứ chấp chặt theo ý riêng của mình mà nói quyết rằng không có địa ngục hay sao?"

Người kia thưa rằng: "Đúng vậy, đúng vậy! Nhưng biết phải tu sửa, vâng theo những gì để khỏi đọa vào địa ngục?"

Nhất Nguyên nói: "Các ông nên giữ bền sự trai giới, niệm Phật, tham thiền, ắt sẽ chứng quả *Bồ-đề*, siêu thăng Cực lạc. Nếu làm theo như thế, chẳng những khỏi rơi vào địa ngục, mà cũng không còn phải thọ nghiệp nơi cõi trời nữa![1]

[1] Nguyên tác sử dụng chữ "thiên đường" trong bối cảnh giao thoa giữa 3 nền đạo lý Phật, Lão và Khổng, nhưng thật ra ở đây hiểu theo ý nghĩa trong kinh Phật là chỉ những cõi trời trong Tam giới, là những cảnh giới mà chúng sanh tu Thập thiện được sanh về, hưởng mọi sự khoái lạc, nhưng vẫn chưa thoát khỏi luân hồi sinh tử. Kỳ thật, trong Phật giáo không có khái niệm "thiên đường" giống như một số tôn giáo khác. Theo lời thiền sư Tông Bổn ở đây, người tu hành chân chính chẳng những không phải đọa vào địa ngục mà còn vượt thoát cả luân hồi sanh tử, nên không còn phải tái sanh dù là nơi các cõi trời.

12. Nói về địa ngục, luân hồi và súc sanh

(Trích từ các sách của Nho gia)

Đời nhà Tùy, khoảng niên hiệu Khai Hoàng (589-604), có ông Triệu Văn Xương giúp việc cho chùa Thái Phủ, chết rồi sống lại kể rằng: "Có người dẫn tôi đến chỗ vua *Diêm-la*, vua hỏi: 'Trọn một đời qua có làm được phước nghiệp gì không?' Tôi đáp: 'Nhà nghèo không thể làm được công đức gì, chỉ biết trì tụng kinh *Kim cang Bát-nhã*[1] mà thôi.' Vua nghe xong chắp tay khen rằng: 'Lành thay! Công đức rất lớn!' Liền tha cho sống lại. Vua lại sai người dẫn đến trước cửa phía nam, nhìn thấy Chu Võ đế[2] ở trong một căn phòng, chỗ gần cửa ra vào, xiềng xích vây quanh đến ba lớp. Võ đế gọi tôi nói rằng: 'Ông về nhà nhớ đến nói với Tùy Hoàng đế[3] rằng: Các tội của ta đều xử xong rồi, chỉ còn tội diệt Phật pháp rất nặng nên chưa dứt được. Xin vua hãy vì ta tạo nhiều công đức, giúp ta được ra khỏi địa ngục.'

"Khi tôi ra ngoài cửa thành, thấy một hầm phẩn lớn, từ bên dưới thấy có một cái đầu tóc nhô lên, liền hỏi người dẫn đường: 'Ai đó vậy?' Người ấy đáp rằng: 'Đó là tướng nước Tần tên Bạch Khởi,[4] chịu tội đến nay chưa dứt.'"

---

[1] Kinh Kim cang Bát nhã: tức kinh Kim cang, tên đầy đủ là Kim cang Bát-nhã Ba-la-mật kinh. .

[2] Chu Võ đế: một trong Tam Võ Nhất tông phá Phật. Tam võ là Thái Vũ đế (Bắc Ngụy), Chu Võ đế (Bắc Chu) và Đường Võ đế. Nhất tông là Thế tông của nhà Hậu Chu. Chu Võ đế khởi nghiệp từ năm 559, có Vũ Văn Hộ giúp sức. Đến năm 572 thì giết Vũ Văn Hộ, tự nắm quyền chính, đặt niên hiệu là Kiến Đức. Hai năm sau (574) thì bắt đầu phá hoại Phật pháp. Pháp nạn này kéo dài cho đến năm 577. Bắc Chu diệt vong năm 581, như vậy cho đến thời điểm xảy ra câu chuyện Triệu Văn Xương ít nhất cũng khoảng 10 năm rồi.

[3] Tùy Hoàng đế: tức Tùy Văn đế, tên Dương Kiên, trước làm quan nhà Bắc Chu, được phong tước Tùy công, đến năm 589 thì diệt nhà Bắc Chu, tự xưng làm Hoàng đế, đạt niên hiệu là Khai Hoàng. Câu chuyện này xảy ra khi Tùy Văn đế còn tại vị, như vậy là trong khoảng từ năm 589 đến năm 604, vì vào năm này thì Tùy Văn đế bị Thái tử Quảng giết chết.

[4] Bạch Khởi: tướng nước Tần thời Chiến quốc (403-221 trước Công nguyên). Bạch Khởi có tài dùng binh, đánh dẹp trên bảy mươi thành, giết không biết bao nhiêu mạng người.

Triệu Văn Xương được sống lại trở về rồi, liền đem chuyện ấy tâu lên Tùy Văn đế. Vua liền sắc chư tăng ni trong thiên hạ vì Chu Võ đế mà trì tụng kinh Kim cang, lập trai đàn cúng thí rất lớn. Nhân đó sai chép chuyện này vào sử nhà Tùy.

Trong *Cảm ứng phú* có chép việc Sưu Tín[1] đọa xuống địa ngục làm con rùa chín đầu. Là vì Sưu Tín khi sống thường dùng lời phù phiếm, láo xược mà bài xích đạo Phật, nên phải chịu báo ứng như vậy. Đến khi hối lỗi thì đã muộn rồi!

Sách *Danh thần ngôn hạnh lục*[2] có chép việc Vương Kinh Công có đứa con tên Bàng, làm nhiều việc chẳng lành. Phàm những việc xấu trái với đạo lý mà ông Kinh Công phạm vào, phần lớn đều do nơi Bàng. Sau khi Bàng chết, Vương Kinh Công mơ hồ nhìn thấy con mang gông sắt đứng bên cửa. Do đó mới sửa sang căn nhà đang ở thành một ngôi chùa, vì con mà cầu phước đức hướng về cõi âm, mong cho con thoát khỏi khổ nạn.

Lấy đó làm bằng chứng thì thấy trong sách của nhà Nho vốn đã có nói về địa ngục rồi. Vậy mà lại nói thuyết địa ngục của đạo Phật là không có, vì sao không chịu suy xét?

Nam sử[3] có chép việc Lương Võ đế[4] nằm mộng thấy vị tăng chột mắt cầm cái lư hương nhỏ đi vào trong nội cung, dường như có ý thác sanh vào cung vua. Sau khi vua tỉnh giấc thì

[1] Sưu Tín tên tự là Tử Sơn, người xứ Tân Dã, sống vào đời Nam Bắc triều, làm chức Hữu vệ tướng quân vào đời Nguyên đế nhà Lương (552-554). Ông là người học rộng, có tài văn chương, nhưng thường lạm dụng để viết ra nhiều điều xảo mị, lừa gạt người khác.

[2] Danh thần ngôn hạnh lục: bộ sách gồm Tiền tập 10 cuốn, Hậu tập 14 cuốn, do Châu tử đời Tống soạn; lại có Tục tập 8 cuốn, Biệt tập 26 cuốn, Ngoại tập 17 cuốn do Lý Ấu Võ soạn.

[3] Nam sử: bộ sách đời Đường, do Lý Diên Thọ soạn, gồm 80 cuốn, chép việc từ nhà Tống đến hết nhà Trần, cộng là 170 năm. Ngoài ra còn có bộ Bắc sử 100 cuốn, chép việc từ nhà Tùy, cộng là 242 năm.

[4] Lương Võ đế: một vị vua rất sùng tín đạo Phật, trị vì từ năm 502 đến năm 549. Chính ông là người đã sai sứ tiếp đón Tổ Bồ-đề Đạt-ma vào năm 520 khi ngài vừa mới đến Trung Hoa.

trong hậu cung vừa sanh được một hoàng tử. Hoàng tử ấy từ nhỏ đã đau mắt, chữa trị không dứt được, cuối cùng cũng mù một mắt, sau là Nguyên đế.[1]

Sách *Danh thần ngôn hạnh lục* lại có chép việc ông Phạm Tổ Vũ khi sắp sanh ra thì người mẹ nằm mộng thấy một người đàn ông cao lớn đứng bên cạnh nói rằng: "Tôi là tướng nhà Hán, tên Đặng Vũ." Sau khi bà tỉnh giấc liền sanh ra đứa con trai, mới đặt tên là Tổ Vũ. Vì trước kia ông Đặng Vũ là người có đủ các nết tốt, nên sau đó bà mới đặt tên tự cho con là Thuần Phu.

Lại như trong các sách sưu tập truyện tích, tạp sự, còn ghi chép những chuyện như Bào Tịnh nhớ cái giếng đời trước, Dương Hỗ biết được chiếc vòng đời trước, đứa con gái của Hướng Tĩnh[2] chết rồi tái sanh, hỏi cha mẹ tìm lại con dao, và Văn Đạm thác rồi sống lại, nói chuyện bao hương để chứng minh cho cha biết.

Lấy đó làm bằng chứng, trong sách sử của Nho gia vốn đã có nói đến việc luân hồi. Vậy mà lại nói thuyết luân hồi của đạo Phật là sai trái, vì sao không chịu suy xét?

Các thuyết về địa ngục, luân hồi đã nói qua như vậy, còn như việc chết rồi mà hóa thành súc sanh cũng được ghi chép không ít trong các sách của Nho gia.

Trong *Tùy thư*, Lý Sĩ Khiêm[3] có ghi lại những việc ông Cổn

---

[1] Nguyên đế: lên ngôi năm 552 và cầm quyền đến năm 554. Sau khi Võ đế gặp loạn Hầu Cảnh thì Giản Văn đế lên nối ngôi, trị vì trong 2 năm rồi mới đến Nguyên đế kế vị.

[2] Hướng Tĩnh người đời Tấn, có đứa con gái nhỏ bị bệnh. Khi ấy đứa bé cầm một con dao nhỏ mà chơi. Người mẹ giật dao lại chẳng cho nàng cầm, nàng giữ lại làm mẹ bị đứt tay. Sau bệnh không khỏi, bé gái chết. Được một năm sau, người mẹ lại sanh ra một đứa con gái nữa. Đến năm bốn tuổi, bé gái ấy hỏi mẹ rằng: "Con dao hồi trước của con, nay ở đâu?" Người mẹ đáp rằng không biết. Đứa bé nhắc: "Ngày trước, vì giành con dao mà mẹ đứt tay, sao lại nói rằng không biết?" Bà mẹ lấy làm kinh ngạc, bèn đưa ra một lúc nhiều con dao để thử. Đứa bé chọn đúng ngay con dao ngày trước nó cầm chơi. Như vậy, rõ ràng đứa bé đã tái sanh.

[3] Lý Sĩ Khiêm tên tự là Nhượng Chi, làm chức Tham quân ở phủ Khai Phong vào đời Tùy (589-617), nhà rất giàu có, thường ra sức cứu giúp người khốn khó. Một

hóa làm con năng,[1] Đỗ Vũ hóa làm con đề quyết,[2] Bao Quần hóa rồng, Ngưu Ai làm cọp,[3] Bành Sanh hóa thành heo,[4] Như Ý làm chó,[5] Hoàng mẫu làm trạnh,[6] mẹ ông Tuyên Võ làm con ba ba,[7] Đặng Ngãi làm bò, Từ Bá làm cá, Linh Hạ làm chim, Thư Sanh làm rắn...

Ôi! Những chuyện ấy vốn chép ở sách Nho, chẳng phải do đạo Phật nói ra.

Ông Hồng Mại[8] có nói: "Chính tôi từng thấy những kẻ giết

---

hôm, nằm mộng thấy có người mặc áo đỏ bảo rằng: 'Trời xét ông là người có đức, sau này sẽ được báo đáp.' Nói xong, biến mất. Về sau, Lý Sĩ Khiêm thọ đến trăm tuổi, con cháu đều được làm quan.

[1] Sách Tả truyện chép việc ông Cổn làm quan trị thủy vào đời vua Nghiêu (2367-2256 trước Công nguyên), do việc trị thủy không thành bèn tự gieo mình xuống núi mà chết, hồn phách hóa làm con năng vàng (có hình dáng tương tự như con rồng), đi xuống dưới vực sâu. .

[2] Đề quyết: tên khác của chim đỗ quyên, một loài chim ăn đêm có tiếng kêu nghe buồn thảm, thường gọi là chim cuốc.

[3] Sách Hoài nam tử có chép việc Ngưu Ai mang bệnh bảy ngày, sau hóa làm cọp. Người anh của ông bước vào cửa phòng bị ông vồ chết.

[4] Đời Chiến quốc, Trang công trong khi vào yết kiến Tề hầu có qua một vùng đồi núi. Người hầu bỗng nhìn thấy công tử Bành Sanh là người đã bị ông hại chết trước đó, liền kêu lớn: 'Công tử Bành Sanh kìa!' Trang công nhìn về phía trước, thấy một con heo rất lớn, bèn nổi giận quát to rằng: 'Bành Sanh dám hiện ra đi!' Tức thì con heo hiện ra hình người, đứng dậy kêu lớn. Trang công sợ quá, té xuống xe, bị thương nơi chân. .

[5] Triệu vương tên Như Ý, là con thứ của vua Hán Cao tổ (206-195 trước Công nguyên) với Thích phu nhân. Bà Lữ Hậu vợ vua Hán Cao tổ sai người đầu độc giết ông Như Ý, hồn phách ông hóa làm con chó xanh. .

[6] Sách Tục Hán thư có chép việc Hoàng mẫu là người xứ Giang Hạ, sống vào đời vua Linh đế (168-189). Một hôm bà đi tắm, lặn xuống rất sâu mà không thấy trở lên, hóa làm con trạnh. .

[7] Vào đời nhà Hán, mẹ ông Tuyên Võ ở xứ Đan Dương, được tám mươi tuổi. Một hôm, bà xuống ao tắm rồi hóa thành con ba ba. Bốn anh em ông Tuyên Võ mới đóng cửa đào một cái ao trong nhà, thả ba ba xuống đó nuôi. Mấy ngày sau, con ba ba ló đầu lên, ngó bốn hướng, thấy gần cửa có một khoảng trống nhỏ, liền chui qua đó mà đi ra, rồi đi luôn không trở lại nữa.

[8] Hồng Mại tự là Cảnh Lự, giữ chức Hàn Lâm học sĩ vào đời vua Tống Cao tông (1161), Ông là người có học lực tinh thông, có soạn sách Dung trai tùy bút.

heo, dê, tới lúc lâm chung nằm lăn dưới đất cất tiếng kêu la giống như heo, dê...”

Người xưa nói: “Những kẻ hung bạo hết sức thì hóa làm cọp.” Trình tử nói: “Chính tôi từng thấy một người dân làng hóa làm cọp, lại dẫn con cọp khác về nhà bắt lợn ăn.”

Những chuyện như vậy, xưa nay từng có rất nhiều, sao người đời chẳng chịu tin?

Trang Châu[1] nói: “Vạn vật sanh ra do lẽ trời, cũng trở về theo lẽ trời.” Cổ Nghi nói: “Người hóa thành loài khác cũng không đáng lo.” Khổng tử dạy rằng: “Xét từ chỗ cội nguồn cho đến tận cùng, nên biết được thuyết sanh tử.” Tin được lời ấy thì biết rằng người ta không thể giữ mãi cái thân này. Nếu ngược với điều lành, thuận theo điều ác thì không thể tránh khỏi phải làm súc sanh!

Sách *Huyền tông trực chỉ* nói: “Người có lòng dạ như thú vật, khi chết ắt phải làm thú vật. Kẻ sống có tình người, thuận đạo trời, khi chết ắt sanh trong hai cõi trời, người.” Đó là lẽ thật không thay đổi, sao nói rằng chẳng có luân hồi?

Tĩnh Trai học sĩ nói: “Dù thông minh cũng không thể chống lại nghiệp lực, dù giàu sang cũng không thể thoát khỏi luân hồi.”

Theo như trên mà suy ra thì Tam giáo đều có nói về việc này, lẽ nào chỉ vì chưa thấy tận mắt mà không tin hay sao?

Cho nên, đức Phật mở lòng từ bi rộng lớn, chỉ bày giáo pháp năm thừa. *Nhân thừa* dạy người giữ theo *Năm giới*,[2] nhờ đó thường được sanh làm người, không phải đọa làm thân súc sanh. *Thiên thừa* dạy người tu tập *Mười điều lành*,[3] nhờ đó

[1] Trang Châu: tức Trang tử, tác giả Nam hoa kinh.

[2] Năm giới: tức Ngũ giới, bao gồm: không giết hại, không trộm cắp, không tà dâm, không nói dối và không uống rượu.

[3] Mười điều lành, tức Thập thiện đạo, bao gồm: 1. Không sát sanh, thường làm việc tha thứ và phóng sanh; 2. Không trộm cắp, thường tu hạnh bố thí, giúp đỡ, san sẻ với mọi người; 3. Không tà dâm, luôn giữ lòng chung thủy một vợ một

được sanh lên các cõi trời, không ở mãi trong cõi người. Ba thừa sau nữa là *Thanh văn thừa*, *Duyên giác thừa* cho đến *Phật thừa*, nhờ tu tập theo đó mà dứt trừ vĩnh viễn sanh tử luân hồi, sanh về Tịnh độ, được thường còn không diệt mất, chứng đắc trí huệ Vô thượng, trở lại cứu độ chúng sanh.

Ôi! Chân lý cao xa của đạo lớn trong thiên hạ cũng không ngoài những điều này!

13. Nói về việc đầu thai thác sanh luân chuyển

Có người bảo: "Đạo Phật nói việc đầu thai thác sanh luân chuyển lên xuống, lời ấy thật đáng ghét, sao có thể tin được? Chỉ những kẻ ngu muội ở thế gian mới bị mê hoặc, hàng trí giả đọc sách ắt không thể bị dối gạt."

Nhất Nguyên hỏi: "Thế ông có phải thuộc hàng trí giả đọc sách biết rộng đó chăng?"

Đáp: "Phải."

Nhất Nguyên nói: "Ông là trí giả, ắt có thể thông suốt đến tột cùng cái lý của vạn vật. Xin ông phân tích rõ hai việc ấy."

Người kia nói: "Việc mang thai và sanh sản ắt là do nơi vợ chồng giao cảm mà có, làm sao lại có cái chi ở bên ngoài đầu thai vào? Ví như có đi nữa, thì cũng phải thấy được là từ đâu mà đến, từ đâu mà vào? Nên nói rằng có việc đầu thai thác sanh thì quyết không thể tin được.

"Còn nói rằng có việc luân chuyển lên xuống, việc ấy thật không có. Ví như có việc ấy, tại sao người chẳng sanh ra thú

chồng; 4. Không nói dối, luôn nói lời chân thật; 5. Không nói trau chuốt, thô tục, thường nói những lời có ý nghĩa, có ích lợi; 6. Không nói đâm thọc, gây chia rẽ, thường nói những lời tạo ra sự đoàn kết, thương yêu nhau; 7. Không nói lời độc ác, gây tổn hại, thường nói những lời ôn hòa, nhu thuận; 8. Không tham lam, luôn quán xét rằng mọi thứ của cải vật chất đều chỉ là giả tạm, không thường tồn; 9. Không sân nhuế, thường tu tập hạnh từ bi, nhẫn nhục; 10. Không ngu mê, tà kiến, thường sáng suốt tu tập theo chánh kiến.

vật, thú vật chẳng sanh ra người, chỉ thấy người sanh người, thú sanh thú mà thôi? Xét hai việc ấy ắt là không thể tin được."

Nhất Nguyên cười mà nói rằng: "Ông đã nhận là hàng trí giả thì chẳng nên tự làm mê muội lòng mình. Lão tăng ở núi này tuy là quê mùa ngu dốt, nhưng chẳng thể bị ông lừa dối."

Người kia nói: "Nếu thầy thông suốt lý ấy, sao không giảng rõ cho tôi nghe?"

Nhất Nguyên đáp: "Được, tôi sẽ nói, ông hãy lắng nghe cho kỹ. Ông vừa nói rằng việc đầu thai thác sanh đều là do nơi sự giao cảm mà có, nhưng ở đời có những kẻ không con, dù đã lấy rất nhiều vợ, đều có giao cảm, mà trọn đời cũng không có con cái. Tại sao vậy?

"Nên biết rằng, trong việc đầu thai thác sanh, ắt phải do đủ nhân duyên trong ngoài mới được thành tựu. Thế nào là nhân duyên trong ngoài? Nghiệp lực của mỗi người, đó là nhân bên trong. Hình thể cha mẹ ban cho, đó là duyên bên ngoài. Nhân duyên trong ngoài hòa hợp mà có. Nếu không có nghiệp đời trước làm nhân, thì không thể có việc thác sanh. Vì sao vậy? Cha mẹ ví như nước và đất, thần thức ví như hạt giống. Nếu không có hạt giống, chắc chắn không thể có sự nảy sanh.

"Ông không tin có cái chi ở ngoài vào mà đầu thai và thác sanh; và ví như có thì cũng phải thấy được từ đâu mà đến và từ đâu mà vào. Nay tôi lại đưa ra một ví dụ để dứt lòng nghi cho ông. Ví như có người đang ở trong phòng kín, có mùi hoa thơm từ ngoài bay vào. Người ấy nghe mùi hương, dường như thấy được vậy. Nhưng hương hoa vốn không hình tướng, cũng không bị ngăn ngại, gió thoảng đưa nó đến là tự nhiên vậy thôi.

"Thần thức đầu thai cũng giống như vậy, cũng không có hình tướng, cũng không bị ngăn ngại, cũng do ngọn gió nghiệp thổi đến, cũng là tự nhiên vậy thôi. Lại như những ý tưởng lan man trong tâm người, chúng có ngăn ngại gì đâu? Lại như những việc xảy ra trong mộng, so với lúc tỉnh thức thì cảm nhận cũng giống nhau, mà mộng cũng không có hình tướng, cũng không bị ngăn ngại, cũng đều là tự nhiên vậy thôi.

"Thần thức đầu thai cũng giống như vậy. Nên biết rằng, bào thai với nhà ở chẳng khác gì nhau. Thần thức đầu thai ví như người ta đi vào nhà, cũng là tự nhiên vậy thôi."

Người kia hỏi: "Nhà thì rất lớn, bào thai thì rất nhỏ, làm sao dung chứa được cái thân?"

Nhất Nguyên đáp: "Thần thức là tánh linh không hình tướng. Linh tánh ấy có thể lớn lên hay nhỏ lại. Khi lớn thì không có bờ bến, khi nhỏ thì nhìn không thấy được. Thế nên khi vào bào thai không thấy là nhỏ, khi vào nhà ở cũng chẳng cho là lớn. Đó là lẽ tự nhiên, sao phải hoài nghi?

"Ông lại nói rằng, người sanh ra người, thú sanh ra thú, làm gì có việc luân chuyển lên xuống? Ví như có, thì tại sao người chẳng sanh ra thú vật, thú vật chẳng sanh ra người? Đó là lời nói của kẻ không biết, hết sức ngu si! Ví như kẻ sĩ muốn làm quan, ắt phải tìm cầu nơi cửa quan. Nếu rời bỏ cửa quan mà được làm quan, thật là vô lý! Vả lại, như con người tuy hình thể giống nhau, nhưng muốn theo các nghề nghiệp khác nhau đều phải tùy theo từng chỗ thích hợp mới được. Như tìm cầu không đúng nơi mà được thì thật là vô lý!

"Thần thức cũng vậy, đều là giống nhau, do chỗ tạo nghiệp khác nhau nên có sự đầu thai khác nhau. Vào thai người thì làm người, vào thai thú thì làm thú, sao có thể nói rằng người sanh ra thú, thú sanh ra người?

"Cũng như tính chất của nước vốn là như nhau, nhưng tùy theo chỗ chảy vào mà gọi tên khác nhau (như sông, hồ, suối...). Lại như tính chất của vàng đều như nhau, làm ra các món đồ khác nhau thì có hình dáng khác nhau. Thần thức đầu thai lên xuống trong các cảnh giới cũng giống như vậy."

Người kia thưa: "Lời thầy nói thật đã rõ ràng."

Nhất Nguyên nói: "Lại còn rất nhiều cách thọ thai, không thể nói hết. Ý nghĩa của hai việc trên chỉ nói sơ qua như vậy.

"Còn nói về việc thành hình, không chỉ có một cách sanh từ bào thai, còn có những loài sanh ra từ trứng, từ nơi ẩm ướt, hoặc do biến hóa mà sanh ra.[1] Ông đọc sách của Nho gia, chỉ riêng trong một cõi người này còn chưa biết hết, làm sao biết được việc trong Mười cảnh giới?"

Người kia hỏi: "Những gì là mười cảnh giới?"

Nhất Nguyên đáp: "Đó là cảnh giới chư Phật, cảnh giới chư Bồ Tát, cảnh giới Duyên giác, cảnh giới Thanh văn, cảnh giới chư thiên, cảnh giới nhân loại, cảnh giới *A-tu-la*, cảnh giới ngạ quỷ, cảnh giới súc sanh và cảnh giới địa ngục. Trong Mười cảnh giới này, bốn cảnh giới đầu là thuộc về bậc thánh, sáu cảnh sau là thuộc về bậc phàm.

"Nếu thần thức làm những việc tương ứng với cảnh giới chư Phật thì sanh về cảnh giới chư Phật. Nếu làm những việc tương ứng với cảnh giới Bồ Tát ắt sanh về cảnh giới Bồ Tát. Nếu làm những việc tương ứng với cảnh giới Duyên giác, sẽ sanh về cảnh giới Duyên giác. Nếu làm những việc tương ứng với cảnh giới Thanh văn, ắt sanh về cảnh giới Thanh văn.

"Nếu tạo nghiệp cõi trời thì sanh lên cảnh giới chư thiên. Nếu tạo nghiệp cõi người ắt sanh vào cảnh giới loài người. Nếu tạo nghiệp *a-tu-la*, sẽ sanh vào cảnh giới *a-tu-la*. Nếu tạo nghiệp ngạ quỷ, ắt sanh vào cảnh giới ngạ quỷ. Nếu tạo nghiệp súc sanh thì sanh vào cảnh giới súc sanh. Nếu tạo nghiệp địa ngục, ắt phải sanh vào cảnh giới địa ngục. Cho nên nói rằng thần thức vốn không xác định, chỉ tùy theo nghiệp mà thọ báo. Trong kinh Hoa Nghiêm có nói:

Nếu ai muốn rõ biết,
Ba đời, mười phương Phật.
Nên quán tánh Pháp giới,
Hết thảy đều do tâm.

"Chẳng phải đúng vậy sao?

[1] Trong kinh điển có nói đến bốn cách sanh ra này bao gồm: thai sanh, noãn sanh, thấp sanh và hóa sanh.

“Nếu ông muốn thấu rõ chân lý, phải đọc qua kinh Phật, tự suy xét bản tánh, mới có thể được xem là người có trí, học rộng. Phải thận trọng chớ nên nhìn trời qua ống nhỏ[1] rồi chê bai Chánh pháp của đạo Phật!”

Người kia thưa: “Tôi tuy có đọc sách nhưng thật chưa đạt tới lý lẽ này. Nay may gặp được thầy mở bày chỉ bảo, khác nào như trong đêm tối có được ngọn đèn, như kẻ nghèo khổ bắt được của báu.”

Nhất Nguyên nói: “Ông chẳng nên chấp chặt lấy chỗ thấy biết hẹp hòi mà bỏ qua việc lớn sanh tử. Nên trở về tu tập các nghiệp lành, phát nguyện được thoát ra khỏi vòng khổ não.

“Người xưa có dạy rằng:

Những bậc tài nhân giỏi văn chương,
Thương vì chẳng gặp đấng Pháp vương.
Uổng phí thông minh không lợi ích,
Chẳng thoát khỏi tay quỷ vô thường.

“Lời ấy đúng lắm thay!

“Than ôi! Nay tôi sẽ dẫn vài tích xưa nhân quả để khuyên ông thức tỉnh! Xưa có một vị tăng tên Minh Sâm, học thông cả Phật pháp và các môn học thế tục. Ông thường vẽ hình rắn, chế tác ra trận thế *Thường sơn* dựa theo hình rắn[2] và bàn luận việc rắn. Rồi ngay khi đang sống bỗng hoá hình thành rắn!

“Lại có Lý Bá Thời thường vẽ hình ngựa, chế tác trận thế

---

[1] Nhìn trời qua ống nhỏ: như người nhìn lên trời qua cái ống nhỏ, rồi cho rằng bầu trời chỉ nhỏ hẹp như những gì mình thấy, cũng tương tự như thành ngữ “ếch ngồi đáy giếng coi trời bằng vung”. Cách nói này để chỉ những người kiến thức hẹp hòi nhưng cố chấp vào đó cho là chân lý, không thể nhận biết được những gì cao xa hơn chỗ biết của mình.

[2] Trận thế Thường sơn dựa theo hình rắn (Thường sơn xà thế): núi Thường sơn, quận Cối Kê có loài rắn rất tinh quái, bị đánh ở đầu thì dùng đuôi quật đến, bị chặn ở đuôi thì dùng đầu tấn công kẻ địch chứ không tháo chạy. Binh pháp Tôn Vũ cũng có nói đến loại trận thế dựa theo tính cách của loại rắn này, gọi là “đánh đầu thì đuôi ứng”.

ngựa đá bánh xe. Rồi ngay khi đang sống bỗng hóa ra hình ngựa.

"Dựa vào hai việc ấy thì thấy rõ rằng: niệm Phật nhất định sẽ thành Phật, cầu sanh Tịnh độ thì nhất định được về Tịnh độ. Sao ông lại không phát tâm niệm Phật, cầu sanh Tịnh độ?"

Người kia thưa: "Xin kính cẩn vâng lời thầy dạy, sẽ lo việc tu trì."

Rồi ân cần lễ kính, từ tạ ra về.

14. Biện minh định nghiệp của Lương Võ đế[1]

Có người hỏi: "Lương Võ đế[2] trọn đời thờ Phật, sau phải mất nước tán thân. Tại sao có việc như vậy?"

Vô Tận đáp: "Đáng thương thay cho những người không rõ định nghiệp.[3] Thuở xưa, Khuê Thiền sư ở núi Tung Nhạc nói rằng: 'Có ba việc Phật làm được và ba việc không thể làm được.

"Phật có thể xem tất cả hình tướng đều là không, thành tựu trí tuệ biết hết tất cả, nhưng không thể diệt trừ định nghiệp.

"Phật có thể rõ biết tâm tánh chúng sanh cùng mọi sự việc

---

[1] Trích trong Hộ pháp luận của Thừa tướng Trương Thương Anh, đời Tống. Trương Thương Anh tên tự là Thiên Giác, hiệu là Vô Tận cư sĩ, người đất Thục châu. Vào đời Tống Anh Tông (1064-1085), ông thi đỗ Tiến sĩ, làm quan đến chức Thừa tướng. Ông trước có ý muốn bài xích đạo Phật để xiển dương đạo Nho, đến khi đọc hiểu kinh Phật mới thấy được nghĩa lý sâu xa mầu nhiệm. Từ đó thường nghiên tầm Phật học, từng tham bái nhiều vị danh tăng để học đạo. Ông có soạn bộ Hộ pháp luận lưu hành ở đời. Bài này được trích ra từ Hộ pháp luận của ông.

[2] Lương Võ đế tên là Tiêu Diễn, thuộc hoàng tộc nước Tề, cầm quân có công lớn được vua Tề phong làm Lương vương. Năm 502, ông phế vua Tề, tự lên ngôi, xưng là Lương Võ đế, mở đầu triều đại nhà Lương. Ông ở ngôi đến năm 549, được 48 năm.

[3] Định nghiệp: nghiệp đã tạo từ trước, nay đến lúc phải thọ nhận. Vì không thể tránh né hay thay đổi nên gọi là định nghiệp.

trong muôn ngàn kiếp, nhưng không thể giáo hóa những kẻ không có duyên.

"Phật có thể cứu độ hết thảy hữu tình, nhưng không thể độ hết các cõi chúng sanh.[1]

"Đó là ba việc mà Phật làm được và không thể làm được."

"Nay có những kẻ trong lòng hừng hực, miệng ấm ức, nghe đến tiếng Phật dường như oán thù, nhìn thấy chư tăng dường như rắn rết. Đối với hạng người ấy, tôi thật chẳng biết làm sao! Cho đến Phật còn không giáo hóa được những kẻ vô duyên, thì tôi biết làm gì giúp họ?

"Những kẻ nghị luận đều cho rằng vua Lương Võ đế thờ Phật mà mất nước. Những người nói như vậy thảy đều là chưa học hiểu lẽ Phật, chưa đủ sức để cùng nghị luận.

"Vận nước dài hay ngắn, việc đời được an ổn hay loạn lạc, ta nào biết được là do đâu? Như vua Nghiêu, vua Thuấn là bậc đại thánh, mà ở ngôi chỉ có một đời.[2] Về sự truyền ngôi đó, do nơi con của hai ngài không tốt nên mới truyền ngôi cho người khác. Con cái không tốt, lẽ nào là lỗi của trời hay sao? Từ thuở

---

[1] Về việc thứ ba này, có nghĩa là mỗi một hữu tình đều có thể được Phật cứu độ, nhưng Phật không thể cứu độ tất cả chúng sanh trong pháp giới. Đây là sự thật, vì cho dù đã có vô số đức Phật ra đời nhưng vẫn còn có những chúng sanh chìm trong biển khổ. Các bản cũ dịch ý câu này là: "Phật không thể làm cho dứt hết các cõi chúng sanh" hay "dẹp hết cái thế giới của chúng sanh". Chúng tôi thấy không hợp văn cảnh ở đây, đang nói đến những điều "muốn làm nhưng không thể làm được", như việc diệt trừ định nghiệp hay giáo hóa kẻ vô duyên đều là những chuyện mà đức Phật dù "muốn làm cũng không làm được". Trong ý nghĩa này, nếu nói đức Phật muốn "dứt hết" hay "dẹp hết" các cõi chúng sanh thì không đúng, mà chỉ có thể là muốn "cứu độ hết các cõi chúng sanh" mới hợp lý. Với tâm nguyện đại bi, chắc chắn chư Phật đều muốn cứu độ hết chúng sanh trong pháp giới, nhưng vì điều này là không thể làm được cho nên đến nay vẫn còn có vô số chúng sanh chìm trong biển khổ.

[2] Vua Nghiêu, vua Thuấn đều không truyền ngôi cho con cháu. Vua Nghiêu trị nước đến cuối đời thì truyền cho vua Thuấn là người hiền. Vua Thuấn sau lại truyền cho vua Vũ cũng không phải con cháu. Từ vua Vũ về sau mới bắt đầu lệ cha truyền con nối. .

mở nước[1] cho đến đời Hán Minh đế,[2] đạo Phật chưa đến Trung Hoa, thế mà đất nước vẫn gặp nhiều ách nạn, đó là tại sao vậy?

"Theo ghi chép của Trương Yến Công đời Đường thì triều Lương có bốn vị đại thần rõ biết hết mọi việc biến hóa của trời đất, quỉ thần, như nhìn trong lòng bàn tay. Thái tử Chiêu Minh[3] cũng được tôn xưng là bậc thánh. Đối với các bậc thánh nhân như thế thì việc trị nước, giữ thiên hạ chẳng qua chỉ là chút kiến thức dư thừa, lẽ nào không đủ sáng suốt để thấy biết trước mà thận trọng chọn lấy những việc nên làm để bảo cho Võ đế biết hay sao? Chỉ vì định nghiệp không thể tránh khỏi đó thôi.

"Than ôi! Với định nghiệp thì không thể làm gì được, cũng như không thể nhảy vào chỗ nước lửa! Nghiệp báo đúng kỳ thì đến, cũng như bốn mùa không hề sai chạy. Như ngài Sư Tử Tôn giả[4] ở Ấn Độ, ngài Nhị tổ Đại sư[5] ở xứ này, đều không tránh

---

[1] Từ thuở mở nước: ở đây nói nước Trung Hoa.

[2] Hán Minh đế, niên hiệu Vĩnh Bình, từ năm 58 đến năm 75, tức thế kỷ 1.

[3] Thái tử Chiêu Minh: con lớn của Lương Võ đế, tên là Nhuệ. Từ nhỏ đã đọc thông kinh sách, mộ đạo Phật. Ngài có cho xây dựng điện Huệ Nghĩa để tiếp đón các bậc danh tăng trong thiên hạ. Tất cả kinh luận của đạo Phật hiện có đương thời đều được ngài xem qua. Năm hai mươi tuổi, ngài rời bỏ cung điện, chuyên tâm tu tập và có chú thuật nhiều kinh luận.

[4] Sư Tử Tôn giả, cũng gọi là Sư Tử Bồ-đề, là Tổ sư đời thứ 24 của Ấn Độ. Tổ sư đời thứ 23 là Hạc Lặc Tôn giả khi truyền pháp cho ngài có nói trước rằng: "Ta qua đời được 50 năm sẽ có nạn đến với con." Về sau, quả nhiên có kẻ ngoại đạo giả dạng tăng sĩ đến thích khách nhà vua nhưng không thành. Vua giận dữ nói rằng: "Từ trước tới nay ta kính tin Tam bảo mà nay lại bị tăng sĩ làm hại." Liền ra lệnh huỷ phá chùa chiền, giết hại tăng chúng. Đích thân vua mang gươm đến chém đầu Sư Tử Tôn giả. Tổ sư điềm nhiên chấp nhận. Đầu ngài rơi xuống, máu chảy ra chỉ thấy màu trắng như sữa, và một cánh tay của vua cũng tự nhiên rụng theo. Bảy ngày sau vua chết. Tuy Tôn giả chứng đắc thần thông tự tại, nhưng do định nghiệp cũng không tránh được bị vua sát thương.

[5] Nhị tổ Đại sư: tức ngài Huệ Khả, được Tổ Bồ-đề Đạt-ma truyền pháp, làm Tổ thứ hai của Thiền tông Trung Hoa. Tương truyền ngài thọ đến 107 tuổi. Bấy giờ có Hòa Pháp sư đang giảng kinh Niết-bàn, nhưng thính chúng rủ nhau đến nghe pháp nơi ngài Huệ Khả, chẳng còn ai nghe ông giảng. Vị pháp sư này sanh lòng sân hận, liền bày chuyện gièm pha với quan Ấp Tể là Địch Trọng

được quả báo. Lại nữa, chẳng những ngài Sư Tử và ngài Nhị tổ, cho đến Phật *Thích-ca* cũng không tránh khỏi nghiệp báo phải ăn lúa ngựa,[1] huống chi những kẻ phàm phu sơ học!

"Cho nên, người tu tập là thay đổi lỗi lầm ngày trước, tu sửa việc ngày sau. Nếu nghiệp xưa đã phải trả, thì điều lành trong tương lai lẽ nào lại không đến với ta? Như người hiện nay mang thân nữ, quả thật có nhiều điều kém hơn nam giới.[2] Dù có gắng sức theo Phật tu trì, lẽ nào có thể biến hình thành nam giới được sao? Tất nhiên phải chịu trải qua cho hết thân nữ trong hiện tại, nguyện lực dù có cũng phải đợi đến đời sau vậy.

"Lương Võ đế thọ 86 tuổi, không phải yểu mạng. Ông chết vì bệnh, không đến mức đại ác. Chỗ sai lầm đến nỗi bỏ mạng là khi thấy trước có họa sắp đến, bói được quẻ Càn, nơi thượng cửu có biến, lấy theo ý là "*sang quý mà không có ngôi vị, ở trên cao mà không có dân*" nên vua tự cho mình kém cỏi, muốn mưu

---

Khản. Khản nghe lời gièm pha mà làm hại Nhị tổ. Nhị tổ tuy trí huệ sáng suốt cũng không tránh được nạn này, chỉ vì nghiệp trước đã tạo nên đến nay phải thọ nhận.

[1] Nghiệp báo ăn lúa ngựa: Kinh Lăng Nghiêm, quyển 6 và Thiện kiến luật Tỳ-bà-sa đều có chép việc đức Phật Thích-ca có lần nhận lời thỉnh cầu của vua xứ Tỳ-la-nhiên là A-kỳ-đạt, cùng đại chúng đến nước ấy an cư trong ba tháng. Khi Phật và đại chúng đã đến mùa an cư, đức vua quên hẳn việc hứa cúng dường, nên Phật và đại chúng không có gì để ăn. Tình cờ có một người khách buôn ở xứ Ba-la-nại đi ngang qua, phát tâm muốn cúng dường nhưng lại chẳng có gì khác ngoài số lúa mang theo cho ngựa ăn. Thế là trong suốt 3 tháng an cư năm đó, đức Phật và đại chúng gồm 500 vị A-la-hán đều phải ăn toàn loại lúa của ngựa ăn. Qua việc ấy, đức Phật kể lại cho đại chúng nghe về nguyên nhân đã dẫn đến nghiệp báo này. Trong quá khứ, khi Phật còn là một vị thầy Bà-la-môn, cùng với 500 người đệ tử của mình đã buông lời hủy báng chư tăng, bảo rằng họ chỉ đáng ăn lúa ngựa mà thôi. Do tâm địa xấu ấy mà nay phải cùng với 500 vị A-la-hán (trước đây chính là đệ tử của thầy Bà-la-môn) cùng chịu quả báo phải ăn toàn lúa ngựa. .

[2] Ở đây nói kém hơn chỉ là có ý so sánh những sự thuận lợi trong việc tu tập mà thôi. Nam giới có rất nhiều điểm thuận lợi hơn so với nữ giới trong việc tu tập, dù là xuất gia hay tại gia. Chẳng hạn, nữ giới khi phải chịu đựng những sự khắc khổ trong môi trường tu tập thì yếu ớt hơn nam giới, sanh hoạt hằng ngày cũng có nhiều bất tiện hơn.v.v..

việc ngăn họa cầu phước. Lương Võ đế tự mình hiểu sai như vậy, nào có liên quan gì đến Phật pháp?

"Lương Võ đế vốn căn khí Tiểu thừa, chỉ tin nơi nhân quả hữu vi, nên không nhận hiểu được đại pháp của ngài *Đạt-ma*. Vua lại quá câu nệ theo lối cũ, làm theo không chút quyền biến, cũng có thể là do định nghiệp xui khiến như vậy chăng? Hơn nữa, bậc thánh nhân lập nên Chánh pháp là vì cả thiên hạ đời sau, nào phải chỉ riêng vì một người?

"Khổng tử nói: 'Người nhân được sống thọ.' Ngài cũng hết lời khen ngợi Nhan Hồi là người nhân. Thế mà Nhan Hồi lại chết yểu! Lẽ nào cho rằng lời của Khổng tử không đúng sao? Chẳng qua lời ấy không phải chỉ nói riêng cho một người. Việc Lương Võ đế thờ Phật cũng giống như đức nhân của Nhan Hồi đó thôi!

"Quân loạn Hầu Cảnh tới mà chỉ tập họp các vị *sa-môn* tụng kinh *Đại Bát-nhã Ba-la-mật*, đó là quá tin vào tích xưa mà không có sự quyền biến thích hợp. Thật giống như Hướng Hủ đời Hậu Hán, khi Trương Giác làm loạn lại dâng tờ biểu tiện nghi, phần nhiều chê trách các quan tả hữu. Ông cho rằng không cần hưng binh chống cự, chỉ dẫn binh tướng đến Hà Thượng, quay mặt về hướng bắc mà đọc Hiếu Kinh, giặc sẽ tự nhiên lui mất.

"Lại như truyện Cái Huân đời Hậu Hán kể rằng, niên hiệu Trung Bình thứ nhất,[1] người Khương ở phía bắc và bọn Biên Chương nổi loạn ở Lũng Hữu, Phù Phong. Quan thái thú là Tống Kiêu lo sợ vì có nhiều kẻ phản loạn liền bảo Cái Huân: 'Dân Lương Châu ít học nên người phản loạn rất nhiều. Nay phải cho chép thật nhiều Hiếu kinh, buộc mỗi nhà đều phải học tập, may ra sẽ làm cho họ biết việc nghĩa.' Đó cũng là người dùng không đúng cách, lẽ nào lại đổ lỗi cho Hiếu kinh hay sao?

"Lại biết đâu rằng nghiệp trước của Lương Võ đế lẽ ra phải

[1] Trung Bình nguyên niên: tức năm 184, đời vua Hán Linh đế.

chịu tai họa không chỉ chừng ấy, nhưng nhờ ngài làm việc lành nên đã giảm bớt đi mới sống thọ được như thế.

“Vua thường hỏi thiền sư Chí Công về vận nước dài hay ngắn. Thiền sư chỉ đưa tay chỉ vào nơi cổ họng. Đó là lời đoán trước cái nạn Hầu Cảnh.[1] Khi ngài Chí Công sắp viên tịch, Lương Võ đế lại gạn hỏi việc sắp tới. Chí Công nói: ‘Khi nào ngôi tháp của bần tăng hư hoại, xã tắc của bệ hạ cũng mất theo.’

“Sau khi ngài Chí Công viên tịch, người vâng lệnh vua làm tháp vừa xong, Võ đế bỗng nghĩ rằng: ‘Tháp bằng cây gỗ làm sao được lâu bền?’ Liền ra lệnh phá bỏ để xây tháp bằng đá, có ý muốn cho không bị hư hoại, mong được ứng với lời của Chí Công. Ngờ đâu việc phá tháp vừa xong thì quân loạn Hầu Cảnh cũng vừa vào thành! Bậc chí nhân há chẳng biết trước đó sao? Lại như các vị An Thế Cao,[2] Bạch Pháp Tổ,[3] cố ý trả nghiệp đời

---

[1] Hầu Cảnh (侯景) là tên viên tướng làm phản, chữ hầu 侯 cùng âm với chữ 喉 là cổ họng, chữ cảnh 景 đồng âm với chữ 頸 là cái cổ. Vì thế, thiền sư Chí Công chỉ vào cổ họng để ngụ ý báo trước cái loạn Hầu Cảnh.

[2] An Thế Cao: một trong các vị cao tăng đến truyền bá đạo Phật từ rất sớm (khoảng năm 148 đến 176). Ngài vốn là hoàng tử xứ An Tức (安息), họ An, tên thế tục là An Thanh (安清), nhưng đã bỏ ngôi vua xuất gia, hiệu là Thế Cao (世高). Ngài là một trong các vị tăng tham gia sớm nhất trong việc dịch kinh tạng sang Hán ngữ và truyền bá Phật giáo ra khắp nơi. Ngài đến Trung Quốc năm 148, vào đời Hậu Hán, và ở lại đây trong khoảng hơn 20 năm. Những kinh sách do ngài dịch được ghi nhận trong khoảng thời gian từ năm 34 đến năm 176, hiện còn để lại trong Đại Tạng Kinh được 55 bộ. Tuy nhiên, số lượng thật sự mà ngài đã dịch được tin là lớn hơn con số này rất nhiều. Cuối đời, ngài biết nghiệp xưa đã đến nhưng vẫn an nhiên đi vào chợ Cối Kê trong lúc loạn lạc. Quả nhiên bị giặc loạn giết lầm.

[3] Bạch Pháp Tổ: cao tăng người Hà Nội (Hà Nam, Thẩm Châu), sống vào thời Tây Tấn (265-317). Ngài từ thuở nhỏ đã có đạo tâm, thỉnh cầu với cha xin được xuất gia. Ngài thông minh kiệt xuất, học rộng biết nhiều, chuyên cần đọc tụng kinh điển, bác thông văn từ nghĩa lý, đối với các học thuyết thế tục cũng am hiểu tinh tường. Sau ngài đến Trường An kiến lập tinh xá, hết lòng giáo hóa đồ chúng, môn đệ có đến ngàn người. Những năm cuối đời Huệ Đế, thanh danh của ngài lan truyền khắp nơi, các bậc thức giả đương thời đều kính phục. Đến khi loạn lạc nổi lên, ngài phải lánh mình về đất Lũng Thạch, tình cờ trên

trước nên không chịu tránh né, tự đi vào chỗ chết, vì biết rằng định nghiệp không thể trốn tránh. Hoặc như Quách Phác[1] đời Tấn (265-420) cũng biết mình chẳng khỏi định nghiệp. Huống chi người biết rõ lẽ hư huyễn, xem cái chết như chỗ đi về! Lẽ nào biết rõ có nợ đời trước mà đời này lại muốn tránh né hay chống cự để khỏi trả hay sao?"

15. Biện minh ranh giới các cõi đông tây

Có người khách hỏi thiền sư Diệu Minh rằng: "Phật giáo là pháp của người di địch,[2] người trung quốc[3] chúng ta không nên theo. Đức Khổng tử nói: 'Dân di địch lúc có vua cũng không

đường cùng đi với quan thứ sử Tần Châu là Trương Phụ. Trương Phụ từng nghe danh đức của ngài được nhiều người quy kính, nên có ý đồ bảo ngài hoàn tục nhận quan chức trợ giúp ông ta. Ngài không bằng lòng. Trương Phụ đem lòng hiềm hận, sau tìm người đến tranh luận với ngài. Lời cùng ý tận không bắt bẻ gì được mà luôn bị ngài khuất phục, hết thảy đều xấu hổ mà ra về. Ngày kia, ngài cùng với Trương Phụ đàm luận, nói lời không hợp ý. Trương Phụ sai người tìm bắt. Ngài biết oan nghiệp đời trước nay đã đến nên không lẩn tránh, cùng đồ chúng bái biệt, mang hết y cụ tài vật phân phát cho mọi người, rồi tự mình tìm đến cửa quan chịu phạt. Ngài trước niệm danh hiệu mười phương chư Phật, sau phát nguyện xem Trương Phụ là thiện tri thức, không muốn cho ông này chịu tội sát nhân. Phát nguyện rồi chịu đánh 50 roi. Sau đó mới an nhiên ngồi thị tịch.

[1] Quách Phác tinh thông Lý dịch, từ lúc trẻ đã biết trước mình không thoát họa sát thân. Khi Vương Đôn phản Tấn, mộng thấy một cái cây cao vút tận trời, bèn vời Quách Phác đến hỏi. Trước khi đi, Phác nói với người nhà rằng: "Hôm nay ta chết." Khi Phác đến nơi, Vương Đôn đem việc chiêm bao ra hỏi, Quách Phác nói thật rằng: "Đó là điềm báo việc chẳng thành." Đôn nổi giận, hỏi rằng: "Ngươi biết việc sống chết được sao?" Phác đáp: "Tôi đã biết việc chết hôm nay." Đôn liền giết Quách Phác, rồi cử binh đánh Tấn. Quả nhiên việc chẳng thành.

[2] Di địch (夷狄): mọi rợ, người Trung Hoa xưa dùng với ý khinh miệt, chỉ các dân tộc thiểu số, vì họ cho là kém văn minh, không học đạo lý. Người Trung Hoa xưa tự cho rằng chỉ mình là văn minh và ở giữa trời đất (trung quốc), còn các dân tộc ở chung quanh đều là mọi rợ (di, địch, nhung, man). Do định kiến sai lầm này mà họ vẫn thường gọi người Ấn Độ là rợ Hồ.

[3] Chữ trung quốc ở đây dùng với ý nghĩa là đất nước, xứ sở ở trung tâm, vì khi ấy Trung Hoa chưa có tên gọi Trung Quốc như ngày nay.

bằng dân Trung Hoa[1] lúc biến loạn.'[2] Mạnh tử nói: 'Ta từng nghe nhờ người Trung Hoa cải hóa dân man di, chưa từng nghe việc thay đổi theo man di.' Vả lại, như thầy từ lâu cũng đã học theo phép tắc của Nhị đế, Tam vương,[3] từng trau giồi *Lục kinh* và các sách thánh hiền,[4] nay lại bỏ hết đi để theo học những lời của người Tây Vực,[5] chẳng phải là thiếu suy nghĩ lắm sao?"

Thiền sư Diệu Minh đáp: "Ngày trước, khi chưa thấy được ý chỉ sâu xa mầu nhiệm của bậc Đại Thánh,[6] tôi cũng thường nói ra lời ấy. So với chỗ hiểu biết của ông bây giờ cũng không khác nhau mấy. Nhưng nay thì không phải như vậy.

"Nếu như ông chỉ biết đến cái vẻ đẹp bên ngoài của lễ nhạc mà không thấy rõ được cái chân thật của đạo đức, thì có khác nào chỉ thoáng thấy ánh lửa của ngọn đuốc mà chưa nhìn được ánh sáng của mặt trời, mặt trăng. Lời đức Khổng tử nói ra đó là vì ghét giận các vua chư hầu thời bấy giờ bỏ mất lễ giáo. Còn Mạnh Tử nói như vậy là có ý chê trách thuyết chuyên nông của

---

[1] Nguyên tác dùng chữ Hạ (夏) để chỉ dân Trung Hoa, cũng có khi gọi là Hoa Hạ.

[2] Ý nói dân trung quốc có lễ nghĩa, nên dùng khi biến loạn không có vua cũng vẫn còn hơn dân di địch, vì họ chẳng có lễ nghĩa.

[3] Nhị đế, Tam vương: chỉ 5 đời đế vương từ thời cổ đại, được xem là những bậc thánh nhân đã đặt nền móng cho văn minh Trung Hoa. Nhị đế, Tam vương chỉ hai đời đế, ba đời vương. Nhị đế là Đế Nghiêu (2357-2256 trước Công nguyên) và Đế Thuấn (2255-2206 trước Công nguyên), cũng thường gọi là Nghiêu, Thuấn, là hai đời vua được xem là thái bình thịnh trị nhất trong lịch sử Trung Hoa. Tam vương là vua Đại Vũ (2205-2198 trước Công nguyên) nhà Hạ, vua Thành Thang (1783-1754 trước Công nguyên) nhà Thương và Văn vương (1134-1116 trước Công nguyên) nhà Chu. .

[4] Nguyên tác dùng Lục kinh, chư tử. Lục kinh chỉ sáu bộ sách quan trọng nhất trong Nho học thời xưa, gồm kinh Thi, kinh Thư, kinh Lễ, kinh Nhạc, kinh Dịch và kinh Xuân thu. Chư tử chỉ chung trước tác của tất cả các vị học giả, triết nhân trong khắp nước.

[5] Tây Vực: chỉ Ấn Độ, vì nằm về phía tây Trung Hoa, cũng có khi gọi là Tây Trúc, Tây Thổ.

[6] Đại Thánh: chỉ đức Phật.

Trần Tương.[1] Đều là những lời nói ra có chủ đích, chẳng phải lý lẽ tuyệt đối.[2]

"Vả lại, như vua Thuấn sanh ở Đông di, vua Văn vương sanh ở Tây di, vua Đại Vũ sanh ở xứ Thạch Điền, ông Nhật Đạn[3] sanh ở đất Phan, ông Do Dư[4] sanh ở đất Nhung, ông Quý Trát[5] sanh ở đất Man. Ba vị thánh vương và ba vị tôi hiền ấy đều là người di địch, lẽ nào cho rằng vì họ là di địch mà chẳng nên noi theo hay sao?

Thái Khương,[6] Châu U[7] là những vua hoang dâm; Doanh Tần[8]

[1] Thuyết chuyên nông của Trần Tương: Trong sách Mạnh tử, quyển 3 có chép việc Trần Tương nói rằng tất cả mọi người đều nên tự mình cày ruộng mà ăn, cho đến vua chúa cũng vậy. Mạnh tử bác bỏ thuyết ấy, cho rằng xã hội có sự phân công hợp lý, không thể ai cũng như ai. Có những việc mà hạng quân tử phải làm, cũng có những việc mà hạng tiểu nhân phải làm.

[2] Ở đây biện luận rõ về lời nói của Khổng tử và Mạnh tử vừa dẫn trên. Khổng tử nói "Dân di địch lúc có vua cũng không bằng dân Trung Hoa lúc biến loạn" là để cổ xúy cho việc duy trì lễ nghĩa, vì dân Trung Hoa sở dĩ hơn di địch là nhờ có lễ nghĩa. Mạnh tử nói "từng nghe người Trung Hoa cải hóa dân man di, chưa từng nghe việc thay đổi theo man di" là để chê trách thuyết chuyên nông của Trần Tương khác nào như theo nếp sanh hoạt man di, từ bỏ hết các nền tảng văn minh như hành chánh, đạo đức, lễ nhạc.. .

[3] Nhật Đạn: một vị quan hiền đức đời vua Hán Văn đế (179-157 trước Công nguyên).

[4] Do Dư: một bậc hiền sĩ vào đời vua Tần Thủy Hoàng (246-210 trước Công nguyên).

[5] Quý Trát: một bậc hiền sĩ đời nhà Chu, là cháu đời thứ 19 của vua Thái Bá.

[6] Thái Khương: vua nhà Hạ, ở ngôi 29 năm, từ năm 2188 đến 2160 trước Công nguyên, là một ông vua đam mê tửu sắc cho nên bị phế.

[7] Châu U, tức U vương nhà Chu, ở ngôi 11 năm (781-770 trước Công nguyên). Vua say mê nàng Bao Tự, phế bà Thân hậu. Vì nghe lời Bao Tự mà đốt lửa hiệu giả làm có biến, giễu cợt chư hầu. Sau quân Khuyển Nhung đến đánh thật, vua đốt lửa hiệu nhưng chư hầu chẳng ai tiếp cứu. Quân Khuyển Nhung giết U vương, lập con của bà Thân hậu lên ngôi hiệu là Chu Bình vương (770-720 trước Công nguyên).

[8] Doanh Tần, tức Tần Thủy Hoàng, tên là Lữ Chánh, con của Lữ Bất Vi, diệt nhà Chu và sáu nước chư hầu rồi lên ngôi Thiên tử, trị nước 37 năm (246-210 trước Công nguyên). Tần Thủy Hoàng làm nhiều việc vô đạo, tàn ác, đốt sách chôn học trò, người người đều oán giận.

với Thạch Triệu[1] là những ông vua bạo ngược; Lý Tư[2] và Triệu Cao[3] là những bề tôi siểm nịnh; Hầu Cảnh[4] với Vũ Văn[5] là những bề tôi phản nghịch. Bốn ông vua và bốn người bề tôi ấy đều sanh ở *trung quốc*, lẽ nào vì họ là người *trung quốc* mà lại noi theo hay sao?

"Ngày trước, có lần đức Khổng tử muốn đến sống nơi miền *Cửu di.*[6] Có người hỏi: 'Dân ấy thô lỗ, biết làm sao?' Khổng tử đáp: 'Người quân tử đã ở đó thì làm sao còn có sự thô lỗ?' Như vậy, chẳng phải bậc thánh hiền câu nệ phân biệt di địch với *trung quốc*, chỉ tại người đời tự phân biệt như vậy mà thôi.

"Hơn nữa, như sao Bắc thần ở giữa trời mà ở nước Tề thấy là phương bắc. Theo đó mà xét ra thì các xứ Tề, Lỗ, Hán, Ngụy chắc gì đã là ở giữa? Như ở nơi đây gọi đó là giống rợ miền tây, thì nơi đó lại gọi đây là lũ mọi phía đông. Như vậy biết đâu là ở giữa?

"Dưới vòm trời cao, trên mặt đất rộng, sông núi mênh mông có biết bao nhiêu là xứ sở, lấy số triệu ức mà ghi chẳng xiết, biết nơi nào là ở giữa, nơi nào là bờ mé?

"Đức Phật nhìn khắp vũ trụ bao la này, thấy một thế giới

---

1 Thạch Triệu, tức Triệu Thạch Lặc, người đời Đông Tấn (317-420). Thạch Triệu mạo xưng đế hiệu, làm nhiều việc tàn bạo, sau bị em là Thạch Hổ giết chết.

2 Lý Tư: gian thần đời Tần Thủy Hoàng, hùa theo với Thủy Hoàng làm nhiều điều bạo ngược, sau bị Triệu Cao đầu cáo, nhân đó bị tội tru diệt.

3 Triệu Cao: gian thần đồng thời với Lý Tư. Triệu Cao giết vua Nhị Thế là con của Tần Thủy Hoàng, lập con thứ của Thủy Hoàng là Tử Anh lên ngôi. Tử Anh lên ngôi xong liền xử Triệu cao tội tru di ba họ. .

4 Hầu Cảnh: loạn thần đời vua Lương Võ Đế (502-540), khởi binh làm phản, bắt nhốt Lương Võ Đế cho đến chết. Sau bị Trần Bá Tiên giết chết.

5 Vũ Văn, tức Vũ Văn Hóa Cập, bề tôi của Tùy Dương Đế (589-604), sau phản nghịch giết vua, cuối cùng bị nghĩa thần của Tùy Dương Đế là Bộc Xạ giết chết.

6 Sách Hán thư chép rằng, di địch ở phương đông có 9 giống: Khuyển di, Ư di, Phương di , Huỳnh di, Bạch di, Xích di, Huyền di, Phong di và Dương di. Miền Cửu di là chỉ xứ sở của 9 giống dân di địch này, tức nằm về biên giới phía đông của Trung Hoa.

có trăm ức mặt trời mặt trăng chẳng qua chỉ như một hạt cải, huống chi cái thế giới nhỏ chỉ có một mặt trời và một mặt trăng này!

"Sách *Luận ngữ* nói: '*Nghe nhiều, chọn lấy điều tốt mà làm theo.*'[1] Vì thế tôi tôn trọng cái học rộng lớn của đạo Phật mà làm theo. Ví như một giọt nước biển chứa đủ mùi vị trăm dòng sông, nếu rõ biết được đạo pháp xuất thế thì cái học của thế gian không cần nhọc sức cũng tự nhiên nắm được."

16. Biện minh kinh điển của Tam giáo

Khách lại hỏi[2] thiền sư Diệu Minh rằng: "Ngọc cực quý thì sáng chói mà không có vẻ đẹp tầm thường, lời thấu lý thì không trau chuốt hoa mỹ; nói giản lược mà thấu lý mới là lời hay, việc làm ít mà đạt kết quả mới là sáng suốt. Cho nên châu ngọc ít mà được quý trọng, ngói gạch nhiều mà bị xem rẻ. Thánh nhân làm ra Lục kinh không quá mấy vạn lời, Lão tử nói Đạo đức kinh không hơn năm ngàn chữ. Nay thấy kinh Phật có đến hàng vạn quyển, hàng trăm ngàn lời, sức một người không thể tiếp nhận nổi, là bởi quá rườm rà mà không thiết yếu."

Thiền sư Diệu Minh đáp: "Mâu tử[3] nói rằng: 'Biển Đông sâu rộng nên khác với vũng nước đọng bên đường, Thái sơn cao lớn nên khác với đồi gò.' Nếu chẳng sâu hơn vũng nước đọng thì đứa trẻ con cũng tắm được tận đáy; nếu chẳng cao hơn đồi gò thì con dê què cũng lên được tới đỉnh.

---

[1] Trích từ sách Luận ngữ, chương VII, tiết 27.

[2] Bài này nối tiếp cuộc đối thoại trong bài trước.

[3] Mâu tử, học giả Phật giáo sống vào đời Hiến Đế (190-219), cuối triều Hán. Ông là người có tài, học lực uyên bác nhưng không ra làm quan mà chỉ chuyên nghiên cứu Phật học. Ông có trước tác sách Lý hoặc luận gồm 37 thiên, bày tỏ những điểm chí lý, chân chánh của đạo Phật để phá trừ những sự nghi hoặc, tà kiến.

"Loài chim bay tận trời xanh chẳng náu mình trong đám lau sậy; loài cá lớn nuốt cả con thuyền không sống trong nước suối, nước ao. Như mổ bụng con trai để tìm hạt châu minh nguyệt, mò tổ chim trên cây quýt hôi[1] để tìm trứng chim loan chim phụng, ắt là khó được! Vì sao vậy? Vì chỗ nhỏ hẹp không chứa nổi vật lớn lao, mà vật lớn lao chẳng ở nơi nhỏ hẹp. Cho nên, không thể dùng nước trong chén làm đầy cái vạc[2] muôn hộc,[3] cái thùng một quân[4] không thể chứa cả dòng nước suối. Cây to một ôm lẽ nào dùng làm cột chống lều tranh? Cây táo gai nhỏ bé sao có thể chống đỡ ngôi nhà to rộng?

"Cho nên đồ vật có rộng hẹp, sức chứa có lớn nhỏ, tài có cao thấp, vật có đắt rẻ, đức có dày mỏng, đạo có sâu cạn, pháp có quyền thật, cơ có lớn nhỏ, tùy chỗ mà phân bố chưa từng có sự trái lẽ.

"Lại nói về kinh Phật, trước thì nói việc xảy ra trong trăm ngàn kiếp, sau thì nói chuyện thiết yếu của muôn đời, cho đến thuở ban sơ chưa có muôn vật, trời đất vừa mới tượng hình, thật là xa xôi không thể suy lường, việc nhiều không thể ghi chép, nhỏ nhiệm không thể nắm bắt, kín hẹp không thể bước vào. Đức Phật thông hiểu mọi việc rộng lớn bên ngoài, phân tích chỗ sâu xa nhỏ nhiệm nhất bên trong, cho đến cõi trời vô tận về phía trên, cõi đất vô tận về phía dưới, không gì mà không chỉ rõ như trong lòng bàn tay.

"Chỗ sáng tỏ đã bao trùm đến thế thì văn từ đâu phải rườm rà, dù đến hàng vạn quyển, hàng trăm ngàn lời cũng chưa đủ gọi là nhiều, có chỗ nào là không thiết yếu đâu? Lẽ nào chỉ xét

[1] Quýt hôi, còn gọi là cây câu quất, cây chanh gai, là loại cây tương tự như cây cam nhưng quả rất đắng, thân có nhiều gai nhọn, quả dùng làm thuốc. Quả hái non bào chế thành chỉ thật, quả hái vào mùa thu bào chế thành chỉ xác, đều là các vị thuốc bắc.

[2] Vạc: dụng cụ thời xưa dùng để nấu, giống như cái chảo lớn nhưng có 3 chân để tự đứng vững, như ngày nay vẫn còn nghe nói đến vạc dầu.

[3] Hộc: tên một dụng cụ đo lường thời cổ, mỗi hộc bằng 10 đấu, mỗi đấu lại có 10 thăng.

[4] Quân: đơn vị đo lường thời xưa, mỗi quân có ba mươi cân.

ở chỗ sức một người tiếp nhận hết mới cho là được hay sao? Ví như người khát uống nước, đã cơn khát thì thôi, cần chi biết đến chỗ nước còn thừa?

"Cái học cạn cợt của người đời nay, chỉ theo định kiến mà bài bác đạo Phật, vừa đọc qua vài mươi quyển sách đã khởi tâm hừng hực như lửa đốt, gấp rút xem việc bài bác đạo Phật là cấp bách!

"Than ôi! Sức của người đời mà bài bác đạo Phật, khác nào như nghiêng bàn tay để che ánh mặt trời, như ôm một hòn đá mà ngăn con sông lớn! Ra công như thế, chẳng phải cũng là mệt nhọc lắm đó sao?"

17. Biện minh chỗ chí đạo trong Tam giáo

Tôi có nghe rằng:[1] Chư Phật vì một việc nhân duyên lớn nên vào núi tu hành, chứng thành đạo quả cứu độ chúng sanh. Những người hậu học ắt phải noi theo chỗ làm của bậc đã giác ngộ mới có thể thấu rõ việc đại sự ấy, nên cũng phải ẩn mình trong rừng núi mà suy xét việc này. Có người tìm đến hỏi rằng: "Thầy ở đây làm gì?"

Nhất Nguyên đáp: "Học đạo Phật."

Lại hỏi: "Có thể nói cho tôi nghe cái lý của đạo Phật được chăng?"

Đáp: "Ông cứ tùy ý hỏi, tôi sẽ đáp."

Khách nói: "Giáo pháp của hai đạo Thích, Lão vốn đều là những sự dị đoan, thầy theo học làm gì?"

Nhất Nguyên hỏi: "Vì sao ông lại nói như vậy?"

Khách đáp: "Cái hư vô của đạo Lão, sự tịch diệt của đạo Phật, chẳng phải đều là dị đoan đó sao?"

[1] Lời ngài Nhất Nguyên Tông Bổn tự xưng.

Nhất Nguyên cười hỏi lại rằng: “Ông đã từng đọc những sách nói về hư vô, tịch diệt hay chưa?”

Đáp: “Đó là giáo pháp dị đoan, chẳng cần xem đến.”

Nhất Nguyên nói: “Kinh sách của họ ông còn chưa đọc, sao biết được là đạo dị đoan? Như vậy chẳng phải giáo pháp các đạo ấy là dị đoan, mà chính là tự ông chấp lấy sự dị đoan. Nếu ông hiểu được Khổng tử, ắt sẽ hiểu được Phật, Lão. Vì không hiểu Khổng tử nên mới chống báng với Phật, Lão đó thôi. Trương Vô Tận nói rằng: ‘Ta nhờ học Phật rồi sau mới rõ được đạo Nho.’ Lời ấy thật đúng lý thay!”

Khách chắp tay vái, hỏi tiếp rằng: “Thầy có thể nói cho tôi nghe lý rốt ráo của cả Tam giáo được chăng?”

Đáp: “Nghe thì có thể được, chỉ sợ ông không thể làm theo. Nếu như thường làm theo thì có thể trở thành như Khổng tử, như Lão tử, cũng có thể thành Phật. Còn như nghe mà chẳng tin, hoặc tin mà chẳng làm, thì có khác chi cái bánh vẽ, không thể no lòng.”

Khách thưa rằng: “Xin thầy giảng giải, tôi nguyện sẽ làm theo.”

Nhất Nguyên nói: “Chỗ rốt ráo trong cả Tam giáo chỉ một sự nhất tâm mà thôi. Tâm là nguồn cội của con người. Đạo Phật nói: ‘*Tâm là vua các pháp.*’ Đạo Lão nói: ‘*Tâm là vua của chúng.*” Đạo Nho nói: ‘*Tâm là chủ của người.*’

“Tất cả pháp đều không ra ngoài tâm. Nếu vua chẳng động ắt muôn dân đều yên ổn, tâm không rối loạn thì những điều tà vạy không sanh khởi. Đó thật là: Tâm có chủ định ắt không thể rối loạn.

“Đạo Phật dạy: ‘*Pháp môn tâm địa không phải ở nơi sự biện luận.*’ Đạo Lão nói: “*Tâm địa ra công, việc đời dứt sạch.*” Đạo Nho nói: ‘*Nói không bằng làm, làm không bằng đạt tới.*’ Thảy đều nói sự thiết yếu là chỗ rốt cùng chân thật, đạt tới nguồn cội này, thấu rõ thật nghĩa, quay về cội gốc, tùy cơ duyên mà có sự cảm ứng.

"Cho nên, đức Khổng tử lấy sự vắng lặng chẳng động làm *thể*, chỗ *dụng* là cảm ứng mà thông suốt; đức Phật lấy tâm an định làm *thể*, chỗ *dụng* là trí huệ. Lão tử lấy hư vô làm *thể*, chỗ *dụng* là hiện hữu nhiệm mầu. Đều là cùng một ý như thế.

"Than ôi! Không chỉ là học giả đời nay không thấy được đạo Phu tử, không hiểu được lòng Phu tử, cho đến trong số môn đệ đương thời có Nhan tử[1] được xem là đầy đủ đức hạnh của bậc thánh,[2] nhưng dùng hết sức bình sanh cũng chỉ nói được rằng: '*Mới nhìn thấy trước mặt, bỗng hiện lại sau lưng...*"[3] như đứng sừng sững đó nhưng rốt cùng chẳng thể nắm bắt, sờ mó được.

"Tuy vậy, đức Khổng tử đã mở bày chỉ bảo rất rõ ràng. Ngài dạy các môn đệ rằng: '*Các ông cho rằng ta có chỗ che giấu ư? Ta không che giấu điều chi cả.*'[4] Theo đó mà xét ra, thánh nhân chưa hề có sự che giấu, tránh né các đệ tử, chỉ do hàng đệ tử tự có chỗ sai lệch, hiểu lầm đó thôi.

"Lại như trong kinh Pháp hoa, Phật dạy: "*Kinh này mở cánh cửa phương tiện, chỉ rõ tướng chân thật.*" Kinh Pháp hoa này hàm chứa sự sâu xa, kiên cố và ẩn mật, huyền nhiệm, không ai có thể thấu triệt nổi. Vì sao vậy? Pháp này không thể

---

1 Nhan tử: tức Nhan Hồi, cũng gọi là Nhan Uyên.

2 Sách Mạnh tử, quyển 2, chương Công Tôn Sửu (thượng) nói: ".. Các ông Tử Du, Tử Hạ, Tử Trương đều có một phần đức hạnh của bậc thánh; các ông Nhiễm Ngưu, Mẫn Tử, Nhan Uyên có đủ các đức hạnh của bậc thánh, chỉ là kém hơn." (子夏,子游,子張皆有聖人之一體。冉牛,閔子,顏淵則具體而微。- Tử Hạ, Tử Du, Tử Trương giai hữu thánh nhân chi nhất thể, Nhiễm Ngưu, Mẫn Tử, Nhan Uyên tắc cụ thể nhi vi.) Nguyên bản Hán văn chỉ nói Nhan tử "hiệu vi cụ thể" (號爲具體), chính là chỉ đến ý nghĩa đoạn này.

3 Trong sách *Luận ngữ*, quyển 5, chương 9, tiết 10, ông Nhan Uyên khen rằng: "Đạo của thầy ta càng trông lên thì thấy càng cao, càng dùi vào thì càng biết là kiên cố, mới nhìn thấy trước mặt, bỗng hiện lại sau lưng..".

4 Sách *Luận ngữ*, chương 7, tiết 23: "Nhị tam tử, dĩ ngã vi ẩn hồ? Ngô vô ẩn hồ nhĩ! Ngô vô hành nhi bất dữ nhị tam tử giả. Thị Khâu dã. (二三子以我為隱乎？吾無隱乎爾！吾無行而不與二三子者，是丘也。) "Các ông cho rằng ta có chỗ che giấu ư? Ta không che giấu điều chi cả. Ta không làm điều gì mà không cho các ông biết. Khâu này là như vậy." .

dùng sự suy lường phân biệt mà hiểu được. Hết thảy Thanh văn, Duyên giác đều không hiểu nổi, cho đến tất cả các vị đại Bồ Tát cũng không hiểu nổi. Chỉ riêng Phật với Phật mới có thể cứu xét đến cùng pháp ấy.

"Than ôi! Các vị hiền thánh trong ba thừa[1] còn không thể suy lường trí Phật, huống chi phàm phu lại có thể xét lường được sao? Lấy cái tình thức của người phàm mà suy lường trí Phật, khác nào dùng chút lửa đom đóm mà đốt núi *Tu-di*! Thật không chút ảnh hưởng gì, chỉ uổng công khó nhọc. Nào biết rằng Pháp thân chân thật của Phật dường như hư không, ứng theo vật mà hiện ra hình như trăng dưới nước, khi rộng thì bao trùm cả pháp giới, khi hẹp thì nhỏ như hạt cải cũng khó lọt vào, khi dùng đến thì cả pháp giới đều hiện rõ, khi buông bỏ thì một hạt bụi cũng chẳng thành, cho đến nỗi hư không nát nghiền, cõi đất san bằng, chìm mất, chúng ma ngoại đạo kinh hồn, khắp hàng trời người khiếp sợ. Chỗ rốt ráo của đạo là như thế, có thể dùng văn tự, ngôn ngữ mà suy lường được sao?

"Kinh Hoa nghiêm có ý chính rằng: 'Chỗ rộng lớn của pháp giới, hư không chẳng sánh bằng. Chỗ mầu nhiệm chân thật duy nhất, dù ngàn vị thánh ra công cũng không theo kịp. Chính là chỗ dùng, cũng lìa khỏi chỗ dùng,[2] phấn chấn như cọp ra oai;[3]

---

[1] Ba thừa: Thanh văn thừa, Duyên giác thừa và Bồ Tát thừa. Các vị tu tập theo Thanh văn thừa chứng từ sơ quả (quả vị thấp nhất) Tu-đà-hoàn trở lên đều được tôn xưng là bậc thánh.

[2] Ngài Bách Trượng đến tham học với Mã Tổ. Tổ đưa tay chỉ cây phất trần dựng cạnh giường. Bách Trượng nói: 'Chính là chỗ dùng, cũng lìa khỏi chỗ dùng.' Tổ nói: 'Ông ngày sau bóc mở vài miếng da, lấy ai là người?' Bách Trượng cầm cây phất trần dựng lên. Tổ nói: "Chính là chỗ dùng, cũng lìa khỏi chỗ dùng.' Bách Trượng treo cây phất trần lên chỗ cũ. Mã Tổ liền hét lớn. Bách Trượng nhân đó đại ngộ, nhưng vì tiếng hét lớn quá nên tai điếc đến ba ngày. .

[3] Hoàng Bá đến tham vấn Bách Trượng, Tổ hỏi: "Ở đâu đến đây?" Hoàng Bá đáp: "Từ núi Đại Hùng." Bách Trượng hỏi: "Ở núi Đại Hùng, có thấy con cọp lớn không?" Hoàng Bá bèn giả làm tư thế con cọp. Bách Trượng cầm cây búa, giả thế như chém cọp. Hoàng Bá liền tát trúng Bách Trượng một cái. Bách Trượng cười ha hả, hôm sau thăng đường nói với đại chúng: "Núi Đại Hùng có một con cọp lớn, lão tăng vừa bị nó vả một phát.".

chỗ sáng đến, chỗ tối đến,[1] mạnh mẽ như uy thế con trâu sắt;[2] ném cả thế giới Đại thiên ra ngoài tám hướng cũng không ngay không lệch; ép núi *Tu-di* vào trong một hạt cải cũng không chèn ép, chật hẹp.

"Bảo đó là không, sao riêng có sự chân thật hiển bày; còn bảo là có, thì dù một dấu tích nhỏ nhiệm cũng không tồn tại. Hàng Thanh văn, Duyên giác không thể thấy được bờ bến; cho đến hàng Bồ Tát từ Sơ địa trở lên[3] cũng chưa hiểu rõ hết chỗ viên dung. Chỉ có bậc căn cơ cao tột mới đốn ngộ tức thời, còn hạng căn khí nhỏ nhoi ắt phải tu tập trải qua nhiều đời nhiều kiếp.

"Như vậy, kẻ phàm tục ngu si, thấy biết nông cạn, lẽ nào có thể xét lường được sao?

"Kinh Kim Cang dạy rằng:

Nếu dùng sắc thấy Ta,
Dùng âm thanh cầu Ta.
Là người hành tà đạo,
Chẳng thể thấy Như Lai.

"Lại nói: 'Không một pháp nào có thể thuyết, đó gọi là thuyết pháp... Chẳng chấp giữ nơi tướng, như như chẳng động.'

---

[1] Sách Ngũ đăng hội nguyên, quyển 4, kể chuyện hòa thượng Phổ Hóa thường rung một cái chuông nhỏ rồi nói: "Sáng đến thì đánh chỗ sáng, tối đến thì đánh chỗ tối, bốn phương tám hướng đến thì đánh như gió xoáy, hư không đến thì đánh không dừng nghỉ." (明頭來, 明頭打 。暗頭來, 暗頭打 。四方八面來, 旋風打 。虛空來, 連架打 。– Minh đầu lai, minh đầu đả. Ám đầu lai, ám đầu đả. Tứ phương bát diện lai, toàn phong đả. Hư không lai, liên giá đả.).

[2] Uy thế con trâu sắt (thiết ngưu chi thế): dựa theo ý trong một bài kệ của cư sĩ Bàng Uẩn, nói rằng chỉ có con trâu bằng sắt là không sợ tiếng gầm của loài sư tử. Ý nói sự dũng mãnh không còn biết sợ là gì.

[3] Nguyên bản Hán văn dùng "đăng địa Bồ Tát". Hàng Bồ Tát tu tập lần lượt trải qua 52 địa vị, từ thấp đến cao gồm có: Thập tín, Thập trụ, Thập hạnh, Thập hồi hướng, Thập địa, Đẳng giác và Diệu giác. Từ khi chứng đắc Sơ địa trong Thập địa thì gọi là Bồ Tát đăng địa. .

"Lão giáo nói: 'Nhìn không thể thấy, nghe chẳng thể nghe, lìa khỏi mọi giới hạn, đó gọi là diệu đạo.' Lại nói: 'Đạo khó giảng nói, phải tự chứng ngộ. Pháp có thể truyền, nhưng đạo không thể truyền.'

"Nho giáo nói: 'Thấy không dùng mắt, nghe chẳng dùng tai, lìa bỏ chỗ dùng của mắt và tai tự nhiên đạt được tánh.' Lại nói: 'Đạo vốn không lời. Khởi nên lời nói thì chân lý tiêu mất. Nếu dùng âm thanh, hình sắc để giáo hóa dân thì đó chỉ là việc ở ngọn mà thôi.'

"Xét thật sâu xa chỗ rốt ráo của đạo trong Tam giáo, đều không do nơi sự truyền dạy bằng văn tự. Trang tử nói: '*Ví như đạo có thể truyền được, sao người ta lại không truyền cho con cháu? Ví như đạo mà dâng hiến được, sao người ta lại không dâng hiến cho những người mình tôn kính?*' Sở dĩ đạo không thể truyền, không thể dâng hiến, chỉ là vì khi bên trong chưa làm chủ được tâm thì bên ngoài thật không có gì để chứng đắc.

"Lại kể chuyện rằng: 'Phu tử[1] muốn gặp Ôn Bá Tuyết tử đã lâu. Đến khi gặp rồi, lặng thinh không nói lời nào. Khi ra về, Tử Lộ lấy làm lạ hỏi rằng: '*Thầy muốn gặp Ôn Bá Tuyết tử đã lâu, nay sao lại không nói lời nào?*' Khổng tử đáp: '*Người ấy chỉ cần được tận mắt nhìn thấy thì còn có đạo, không thể chấp nhận lời nói, ngôn ngữ.*'

"Nên biết rằng đạo của Phu tử thật là vượt khỏi ngôn ngữ, không giống như người đời nay chỉ giỏi văn tự mà không tu đạo đức, chỉ đặt nặng danh vị với con người mà không tu lấy sự cao quý theo đạo trời.

"Sách *Luận ngữ* viết: '*Trời nói gì đâu? Bốn mùa chuyển vận, trăm vật sanh sôi. Trời có nói gì đâu?*'[2] Lại nói: '*Văn chương của*

---

[1] Phu tử: tức Khổng tử.

[2] Đây dẫn lời đức Khổng tử ghi trong *Luận ngữ*, chương Dương hóa thứ 17. Nguyên văn của tiết 18 này là như sau: 子曰：予欲無言！子貢曰：子如不言，則小子何述焉？子曰：天何言哉？四時行焉，百物生焉，天何言哉？(Tử viết: Dư dục vô ngôn! Tử Cống viết: Tử như bất ngôn, tiểu tử hà thuật yên? Tử viết: Thiên hà ngôn tai? Tứ thời hành yên, bách vật

đức Phu tử có thể được nghe, còn lời Phu tử nói về bản tánh cùng với thiên đạo thì không thể được nghe."[1] Lại nói: '*Đức hạnh là cội gốc, văn nghệ là ngọn.*"

"Trong sách *Thông thư* của Chu tử[2] có nói: '*Không chuyên đạo đức mà giỏi văn từ, đó chỉ là cái nghề mà thôi.*' Thuở xưa, Tề Hoàn Công đọc sách nơi thư phòng, có người thợ làm bánh xe bảo rằng: '*Ngài đọc sách đó chỉ là cặn bã của cổ nhân, không thể có được cái mùi vị chân thật thuần khiết.*'

"Ngài *Đạt-ma* từ Ấn Độ sang đây, không lập thành văn tự, riêng truyền ngoài giáo điển, chỉ thẳng nơi tâm người, thấy tánh thành Phật, nào có câu nệ nơi văn tự, ngôn ngữ?

"Từ trước các bậc thánh trong Tam giáo vốn là không nói, không thuyết, chỉ vì người đời sau mê mờ chân trí nên bất đắc dĩ mới khai mở ra giáo môn để dạy người hậu thế. Tiếc thay, người đời sau lại chẳng làm theo, như vậy là lỗi của ai?

"Hòa thượng Phật Nhãn Viễn nói: '*Người học không nên câu nệ ở văn tự, ngôn ngữ. Hết thảy văn tự, ngôn ngữ đều là dựa theo người khác mà hiểu nên làm chướng ngại sự tỏ ngộ của chính mình, khiến cho không thể thoát ra khỏi cái giới hạn biểu đạt của ngôn từ.*'

"Ngày trước, lần đầu ông Đạt Quan Húc gặp hòa thượng Thạch Môn Thông, chỉ muốn tranh tài biện luận. Hòa thượng nói: 'Những điều ông nói đều chỉ là lời ghi chép trên giấy, đều chưa đạt tới chỗ uyên áo rốt cùng, cần phải có sự tham cứu cho đến chỗ chân thật chứng ngộ. Đạt ngộ rồi thì siêu việt sừng sững giữa trời, chẳng dựa theo lời nói, chẳng trói buộc nơi câu chữ, như sư tử chúa gầm rống, các loài thú đều khiếp sợ, quay nhìn lại cái học văn tự khác nào như lấy hàng chục so với hàng trăm, lấy hàng ngàn so với hàng vạn.

---

sanh yên. Thiên hà ngôn tai? - Khổng tử nói: Ta muốn không nói. Tử Cống thưa: Nếu Thầy không nói, chúng con biết học theo như thế nào? Khổng tử nói: Trời nói gì đâu? Bốn mùa chuyển vận, trăm vật sanh sôi. Trời có nói gì đâu?).

[1] Đây dẫn lời Tử Cống trong *Luận ngữ*, chương 5, tiết 12.

[2] Chu tử: tức Chu Liêm Khê.

"Này các vị! Huống chi, nguồn đạo vốn chẳng xa, biển tánh thật không ngăn cách, chỉ cần quay lại cầu nơi chính mình, đừng chạy theo người khác mà tìm; dù tìm cũng không có được, dù được cũng không phải chân thật. Người có thể làm cho đạo rộng truyền, đạo không thể làm cho người phát triển. Kinh Dịch nói: '*Trăm họ thường dùng hằng ngày mà không biết, thật đáng thương thay!*'

"Than ôi! Ngay trong đời này nếu không liễu ngộ, ắt phải mãi mãi chìm trong luân hồi. '*Sáng được nghe đạo, chiều chết cũng vui.*'[1]

"Khổng tử dạy rằng: '*Muốn học chỗ rốt ráo của đạo, phải dứt mọi niệm tưởng từ khi còn chưa chớm, trị tâm ý khi chưa sanh khởi... Đừng cho rằng giấu kín thì không thấy, việc nhỏ thì không bày rõ.*' Đó chính là làm cho tâm ý chân thành, không tự dối mình.

"Lão tử nói: '*Muốn được chỗ rốt ráo của đạo, phải lìa bỏ sự thấy, nghe, nhận biết; quên tâm, quên cảnh, cho đến quên cả cái quên. Quên được điều không thể quên mới thật là quên.*'

"Đức Phật *Thích-ca* dạy rằng: '*Muốn vào được chỗ rốt ráo của đạo, phải lìa bỏ hết mọi sự tạo tác, dừng nghỉ, nhận lấy, diệt bỏ. Nếu nói có chỗ giác ngộ tức là chưa lìa khỏi huyễn ảo. Ngay cả sự lìa khỏi huyễn ảo cũng lìa bỏ đi. Một mà ba, ba mà một, đó là đạo vậy.*'

"Đạo Nho dạy: '*Không giữ ý riêng, không định thời hạn, không cố chấp điều đã biết, không lo cho riêng mình.*' Đạo Lão dạy: '*Không hình tướng, không tên gọi, không có người làm, không có việc được làm.*' Nhà Phật nói: '*Không có tự ngã, không có người khác, không oán ghét, không luyến ái.*' Cho nên, thánh nhân trong Tam giáo đều không vượt qua một lý đạo ấy.

"Khổng tử nói: '*Ta biết được gì chăng? Ta không biết chi cả.*'

Kinh Lăng Nghiêm nói: '*Thấy biết mà cho là biết, tức là gốc của vô minh. Thấy biết mà không thấy biết, đó tức là Niết-bàn.*'

---

[1] Đây trích lời đức Khổng tử: "Triêu văn đạo tịch tử khả hỹ.".

"Kệ *Bát-nhã* rằng: '*Bát-nhã* không biết nhưng không việc gì không biết; *Bát-nhã* không thấy nhưng không việc gì không thấy.

"Ngài *Không Sanh*[1] lấy sự không nói để nói, Thiên đế[2] lấy sự không nghe để nghe. Đó là đạo nhiệm mầu của *Bát-nhã* chân thật.

"Liệt tử nói: 'Cho nên, bậc thánh nhân công cao như trời đất mà chẳng nhân; sáng tỏ như mặt trời, mặt trăng mà thường tối. *Chẳng nhân* là thi ân mà không mong sự báo đáp; *thường tối* là chiếu sáng một cách vô tâm. Không làm mà trị yên cũng là nghĩa ấy.'

"Khổng tử dạy người '*làm tỏ rạng đức tánh sẵn có, làm cho dân ngày càng mới mẻ, đạt đến mức chí thiện*". Nếu xét theo lẽ ấy mà làm thì có thể được như Khổng tử.

"Lão tử dạy người '*lấy đức chân thành mà vào, lấy sự lặng lẽ mà giữ, lấy sự nhu thuận mà dùng*'. Nếu xét theo lẽ ấy mà làm thì có thể được như Lão tử.

"Đạo Phật dạy người 'thi hành rộng rãi *từ, bi, nguyện, lực.*' *Đại từ* là mang điều vui đến cho tất cả chúng sanh. *Đại bi* là cứu vớt khổ đau cho tất cả chúng sanh. *Đại nguyện* là nguyện cho tất cả chúng sanh đều thành Chánh giác. *Đại lực* là độ cho hết thảy chúng sanh đều ra khỏi *Ba cõi.*"[3] Nếu xét theo lẽ ấy mà làm thì có thể thành Phật.

---

[1] Không Sanh: tức ngài Tu-bồ-đề (Subhūti), dịch nghĩa là Thiện Hiện, Thiện Cát, Thiện Nghiệp.. Ngài là một trong 10 vị đại đệ tử của Phật, được Phật khen ngợi là Giải không đệ nhất (người hiểu rõ nhất về nghĩa không) trong các đệ tử hàng Thanh văn.

[2] Thiên đế (Sanskrit: Indra), hay Thiên Đế thích, tên là Thích-đề-hoàn-nhân (釋提桓因), dịch nghĩa là Năng thiên chủ, là vị vua ở cõi trời Đao-lợi, gồm 33 cảnh trời (Tam thập tam thiên 三十三天; Sanskrit: trāyas-triṃśa).

[3] Ba cõi (Tam giới): tức Dục giới, Sắc giới và Vô sắc giới. Tất cả chúng sanh trong vòng luân hồi không ra ngoài ba cõi này, nên nói 'ra khỏi ba cõi' cũng đồng nghĩa như nói 'thoát khỏi luân hồi'.

"Chỗ rốt ráo của đạo ví như vầng trăng thu lướt giữa trời cao rộng, như đám mây bồng bềnh vừa thoát khỏi khe núi, hoát nhiên tự tại, linh hoạt sanh động, tròn vành vạnh, sáng rỡ rỡ, đã nhiệm mầu lại càng thêm mầu nhiệm.

"Nay tôi đã nói sơ qua chỗ rốt ráo của đạo trong Tam giáo để ông được biết. Nếu nói về lý nhiệm mầu thì dù trọn kiếp cũng không nói hết.

"Ôi! Thánh nhân luống phí tâm từ bi, kẻ hiểu nhau đâu cần phải nói nhiều. Tôi khuyên mọi người hãy cùng nhau phát khởi tâm *Bồ-đề*, cùng tu theo đạo Phật, cùng sanh về cõi Phật, cùng thành tựu quả Phật."

Khách cúi đầu bái biệt, thưa rằng: "Tôi xin tin nhận và kính cẩn làm theo."

18. Biện minh chỗ hơn kém trong Tam giáo, khuyến tu Tịnh độ

Có người hỏi rằng: "Trong ba đạo là Nho, Thích và Lão, có chỗ nào giống nhau hoặc khác nhau chăng? Có điểm nào hơn kém nhau chăng?"

Nhất Nguyên đáp: "Ba đạo ấy giống nhau, lại cũng khác nhau; có hơn nhau, lại cũng không hơn nhau."

Người kia hỏi: "Thầy nói vậy là ý thế nào?"

Đáp: "Người có tâm lượng rộng lớn biết vận dụng thì là giống nhau, hơn nhau. Kẻ căn cơ thấp kém cố chấp vào đạo mình chỉ thấy là những điều khác nhau, kém nhau.[1] Cả ba đạo

[1] Câu hỏi đặt ra trong quan hệ so sánh, hàm ý muốn biết xem đạo nào hơn, đạo nào kém. Câu trả lời trong nguyên tác đã khéo léo chuyển sang quan hệ chọn lọc bằng cách dùng "bất ưu" (không hơn) thay vì "liệt" (thua kém). Trên cơ sở đó, thiền sư Nhất Nguyên biện giải vấn đề bằng cách nhấn mạnh tầm quan trọng của nhận thức chủ quan, và chỉ ra một khuynh hướng thực tế là: Đối với những kẻ hẹp hòi, nông cạn thì chỉ luôn nhìn thấy sự khác biệt và những điểm

đều từ nơi một bản tánh mà khởi dùng, chỉ do căn cơ và sự thấy biết khác nhau nên mới có chỗ giống nhau, khác nhau, hoặc hơn hoặc kém."

Lại hỏi: "Tôi có thể được nghe cái lý giống nhau, khác nhau, hoặc hơn hoặc kém đó hay chăng?"

Đáp: "Trương Vô Tận có lần hỏi thiền sư Đại Huệ: 'Các vua Nghiêu, Thuấn, Thang, Vũ đều là thánh nhân, sao đạo Phật chẳng bao giờ nói đến?' Thiền sư hỏi lại: 'Nghiêu, Thuấn, Thang, Vũ so với Phạm vương, Đế thích có hơn kém gì chăng?' Trương Vô Tận đáp: 'Nghiêu, Thuấn, Thang, Vũ vốn không thể sánh với Phạm vương, Đế thích, nói chi đến chuyện hơn kém?' Thiền sư nói: 'Phật xem Phạm vương, Đế thích cũng là phàm phu. Theo đó có thể biết về những hạng khác.' Trương Vô Tận vỗ tay ngợi khen rằng: 'Nghiêu, Thuấn, Thang, Vũ đều kém xa Phạm vương, Đế thích. Phật xem Phạm, Thích chỉ là phàm phu, đủ biết rằng Phật là bậc thánh cao nhất trong các thánh, vị thiên chủ cao nhất trong chư thiên, là bậc Pháp vương cao trổi nhất, bậc Chánh đẳng Chánh giác!'

"Ngày trước, chúa Ngô là Tôn Quyền[1] hỏi quan Thượng thư là Hám Trạch rằng: 'Khổng tử và Lão tử có thể đem so sánh với Phật chăng?' Hám Trạch đáp: 'Nếu đem cả hai nhà Khổng, Lão ra mà so sánh với pháp Phật thì càng so sánh lại càng cách xa thêm.' Lẽ tất nhiên là như vậy. Đạo Khổng và đạo Lão được lập ra dựa theo phép trời để chế định rồi vận dụng, chẳng dám trái với trời. Đức Phật lập ra giáo pháp, chư thiên đều kính cẩn làm theo, chẳng dám trái lời Phật. Dựa theo đó mà nói thì quả thật không thể so sánh được, rõ ràng là như vậy.

"Kinh Thư nói: 'Kẻ sĩ kính ngưỡng người hiền, người hiền

---

xấu của người khác (chứ không phải những điểm tốt của mình); ngược lại, người có tâm lượng rộng lớn thì luôn nhìn thấy những điểm tương đồng, những điều tốt đẹp của mình cũng như của người khác.

[1] Tôn Quyền: chúa nước Ngô, một trong ba nước thời Tam quốc (Ngô, Thục và Ngụy). Tôn Quyền lên ngôi năm 200, đến năm 249 thì mất.

kính ngưỡng bậc thánh, bậc thánh kính ngưỡng trời.' Cao quý nhất trời không ngoài Ngọc đế. Ngọc đế đem so với vị *A-la-hán* cũng như người thơ lại[1] đem so với vị tiến sĩ, huống chi là Phật? Phật là thầy của hàng Bồ Tát Duyên giác, Thanh văn, nên chính là thầy của các vị thánh.

Người kia lại hỏi: "Thế đạo Tiên[2] so với đạo Phật thì thế nào?"

Nhất Nguyên đáp: "Thần tiên nằm trong sự cai quản của Ngọc đế, lẽ nào có thể đem so với Phật? Huống chi, đạo Tiên khó tu, lại vẫn có ngày phải rơi xuống những cảnh giới thấp kém hơn; đạo Phật dễ học, đã tu theo thì mãi mãi không bao giờ thối chuyển.

"Kinh Lăng Nghiêm nói: 'Trong đời có mười loại tiên, thảy đều chưa từng tu đạo Chánh giác. Khi phước báo hết phải rơi vào các cảnh giới thấp kém hơn.' Như muốn thoát vòng sanh tử, vượt trên cả hai bậc thánh phàm, chỉ duy nhất có một đường tu Phật mà thôi.

"Thuở trước, đức *Thích-ca* ngợi khen Phật *Phất-sa*[3] rằng:

Khắp đất trời không ai như Phật,
Trong cả mười phương cũng chẳng bằng,
Từng xem khắp thảy thế gian này,
Không ai tôn quý như đức Phật!

"Quả là như vậy!

[1] Thơ lại: người làm công việc ghi chép (tương tự như thư ký), sức học chỉ đủ làm công việc này, nên so với sức học của người đỗ tiến sĩ thì cách biệt rất xa.

[2] Đạo Tiên: Trong tín ngưỡng Ấn Độ thời cổ thì việc tu tiên được xem là phổ biến, nhưng trong bối cảnh tín ngưỡng Trung Hoa vào thế kỷ 11-12 thì đạo Tiên thật ra chỉ là một biến thể của đạo Lão, khi những người theo tín ngưỡng này ngày càng nghiêng về các thuật luyện đan, tu tiên kèm với việc sử dụng phù chú, pháp thuật.

[3] Phật Phất-sa (Tiṣya): một đức Phật đời quá khứ. Khi đức Phật *Thích-ca* còn trong giai đoạn tu tập, đã từng đem thân lễ Phật Phất-sa, miệng ngợi khen Phật Phất-sa, liên tiếp như vậy bảy ngày bảy đêm, liền được công đức tức thời vượt qua chín kiếp tu tập.

"Sách *Liệt tử* chép việc Thái tể Thương hỏi đức Khổng tử rằng: 'Thầy có phải bậc thánh chăng?'

"Khổng tử đáp: 'Ta nghe nhiều nhớ giỏi, nhưng chẳng phải bậc thánh.'

"Lại hỏi: '*Tam vương*[1] có phải là thánh chăng?'

"Đáp: 'Tam vương dựa vào trí dũng, còn thánh hay không thì Khâu này không biết.'

"Lại hỏi: 'Như vậy, hẳn *Ngũ đế*[2] phải là bậc thánh?'

"Đáp: '*Ngũ đế* gánh vác được nhân nghĩa, còn thánh hay không thì Khâu này không biết.'

"Lại hỏi: 'Thế *Tam hoàng*[3] đời thượng cổ có phải thánh chăng?'

"Đáp: 'Tam hoàng đời thượng cổ giỏi vận dụng theo thời cơ, còn như thánh hay không thì Khâu này chẳng biết.'

"Thái tể hỏi: 'Vậy ai là thánh?'

"Bấy giờ, đức Khổng tử đổi hẳn sắc mặt, đáp: 'Bên phương tây[4] có vị đại thánh nhân, không trị mà dân chẳng loạn, không nói mà dân tin cậy, không giáo hóa mà dân thi hành, dường mênh mông rộng lớn thay, dân không thể nào nói ra hết được!'

"Quả thật là: 'Muôn hình vạn tượng đến chỗ không là rốt cùng; trăm sông cùng chảy đến biển cả là rốt cùng; hết thảy hiền thánh đến quả Phật là rốt cùng; hết thảy giáo pháp đến tâm là rốt cùng.' Tâm là cội gốc nhiệm mầu của sự thâu tóm, giữ gìn; là cội nguồn lớn lao của muôn pháp; cũng gọi là kho

---

1 Tam vương: chỉ Vũ vương nhà Hạ, Thành Thang nhà Thương và Văn vương nhà Chu, thường được người đời tôn xưng là ba vị Thánh vương. .

2 Ngũ đế: chỉ các vị Thiếu Hiệu (2597-2514), Chuyên Húc (2513-2436), Đế Cốc (2435-2366), Đế Nghiêu (2357-2256) và Đế Thuấn (2255-2206).

3 Tam Hoàng: Ba vị vua Trung Hoa thuở ban sơ, từ khoảng 2598 trước Công nguyên trở về trước, gồm có Phục Hy, Thần Nông và Hoàng Đế.

4 Chỉ Ấn Độ, vì nằm về phía tây Trung Hoa, nhiều nơi cũng gọi là Tây Trúc, Tây Vực.

chứa đại trí huệ, là *Niết-bàn Vô trụ*, cho đến trăm ngàn muôn tên gọi cũng đều chỉ là những hiệu khác nhau của tâm mà thôi.

“Sách *Mạnh tử* nói: ‘Ai cũng có thể làm vua Nghiêu, vua Thuấn.’ Sách *Tuân tử* nói: ‘Người đi trên đường đó, ai cũng có thể làm vua Vũ.’ Bồ Tát *Thường Bất Khinh*[1] nói: ‘Tôi không dám xem thường các ông, các ông đều sẽ thành Phật.’

“Đó là ý nghĩa: ai ai cũng có thể là thánh hiền, người người đều có thể thành Phật.

“Tây phương Tịnh độ là pháp môn thiết yếu, thẳng tắt mau chóng, ai ai cũng tu được, cho dù là xuất gia hay tại gia, chỉ cần phân rõ lẽ tâm. Vốn thật không có nam nữ, vì sao phải vướng mắc nơi hình tướng? Kẻ mê mờ mới sai lầm phân biệt Tam giáo, người đã thấu rõ rồi thảy đều ngộ ở một tâm.

“Vả lại, tâm của thánh nhân là chân chánh, lời dạy của thánh nhân là tốt lành, chẳng cần phải là tăng sĩ hay nho sĩ, đạo này hay đạo kia. Có đạo này, đạo kia là do *tình thức*; phân biệt tăng sĩ, nho sĩ là do *hình tích*. Thánh nhân truyền lại hình tích vì giữ lấy gốc; thánh nhân làm theo tình thức vì thuận theo tánh. Giữ lấy gốc mà không trói buộc nơi hình tích, nên có thể nói pháp quyền biến; thuận theo tánh mà không đắm mê nơi tình thức, nên có thể nói pháp chân thật.

“Nói về đạo lớn, chỉ một tâm này gọi là đạo; rộng truyền đạo ấy gọi là giáo pháp. Giáo pháp là hình tích để lại của thánh nhân; đạo là cội gốc lớn lao của muôn loài. Vì thế, người học chỉ nên lìa bỏ tình trần mà hợp theo linh giác, không thể nhận lấy sự giả dối mà mê lấp sự chân thật.

“Này các vị! Đạo Nho, không nhất định là Nho; đạo Lão, không nhất định là Lão; cho nên biết rằng tất cả đều có thể thành Phật. Không chỉ riêng người trong Tam giáo, mà cho đến người trong tất cả các học phái cũng đều có thể thành Phật. Như vậy sao người còn không tu hành? Sao lại xem thường Tịnh độ mà chẳng sanh về?”

---

[1] Bồ Tát Thường Bất Khinh: nói đến ở phẩm kinh cùng tên trong kinh Pháp Hoa.

Người kia hỏi: "Chỉ cần tự mình rõ biết việc sanh tử, cần chi phải khổ nhọc khuyên dạy người khác?"

Đáp rằng: "Chẳng phải vậy. Ông há chẳng nghe rằng: Đức Như Lai ra đời, không một pháp nào không vì lợi ích chúng sanh; Bồ Tát tu hành, không một mảy may lo cho riêng mình. Pháp môn này, nếu người khác được biết, cũng như ta biết, chẳng vui sướng lắm sao? Nếu người khác không biết, như ta không biết, chẳng đau xót lắm sao?

"Kinh Hoa Nghiêm dạy: 'Không phải chúng sanh thỉnh cầu ta phát tâm, tự ta vì chúng sanh làm người bạn không đợi cầu thỉnh.'

"Sách *Luận ngữ* nói: 'Tự mình muốn dựng lập, hãy giúp người dựng lập; tự mình muốn thành đạt, hãy giúp người thành đạt.'[1] Suy lòng mình, hiểu được lòng người, đó là tâm địa của người có đức nhân.

"Nếu dừng ở chỗ tự tu cho riêng mình, đó là hàng Thanh văn, gọi là *Tiểu thừa*. Tiểu thừa ví như cỗ xe nhỏ, chẳng qua chỉ chở được riêng mình mà thôi, nên Phật nói là dứt mất hạt giống Phật. Nếu có thể rộng khuyên nhiều người thì gọi là hàng Bồ Tát Đại thừa. Đại thừa ví như cỗ xe lớn, chở được cả mình và người khác. Như vậy đạt được vô lượng phước báo, nhờ đó có thể tiến lên quả Phật.

"Chư Phật mười phương nhiều như số cát sông Hằng đều ngợi khen công đức của Phật *A-di-đà* là không thể nghĩ bàn, nghĩa là không thể đem tâm trí mà xét, không thể dùng lời nói mà luận. Công đức như vậy có thể gọi là đến mức cùng cực. Cho nên Bồ Tát Đại Từ có kệ khuyến tu rằng:

Khuyên được vài người tu,
Ví như tự tinh tấn.
Khuyên được hơn mười người,
Phước đức thật vô lượng.
Khuyên được trăm, ngàn người,

[1] Câu này trích ở sách Luận ngữ, chương VI, tiết 28.

Đó thật là Bồ Tát.
Khuyên được hàng vạn người,
Chính thật A-di-đà!

"Do đó mà suy ra, thuyết Tây phương có thể phổ biến khắp thiên hạ, hết thảy chúng sanh trong biển khổ đều có thể sanh về Tịnh độ. Nếu thấy một người lui bước, chúng ta nên cùng nhau hợp sức mà nâng đỡ, dẫn dắt; nếu có kẻ qua đời rời bỏ cõi phàm này, chúng ta nên thay nhau chiếu cố.[1]

"Dù không đủ sức rộng truyền giáo pháp lợi ích muôn loài, nhưng ta cũng có thể nghĩ nhớ lại việc xưa để biết việc ngày nay.

"Thí cho người một chút tiền bạc, người liền nói lời biết ơn; vậy giúp cho người một lời nói có ích, lẽ nào người lại không biết hay sao?

"Bố thí tiền bạc hẳn cứu giúp được sự nghèo khó cho người. Bố thí thức ăn hẳn cứu giúp được mạng sống cho người. Bố thí Chánh pháp ắt có thể khiến cho người vượt ra khỏi thế tục, công đức có gì sánh bằng?

"Bố thí tài vật ví như ngọn đèn, chỉ sáng trong căn nhà nhỏ. Bố thí Chánh pháp ví như mặt trời, soi chiếu khắp cõi thế giới. Tham tiếc Chánh pháp mà chẳng rộng khuyên người tu tập thì phải nhiều kiếp đọa vào địa ngục đen tối. Tự xét lòng mình mà đem Chánh pháp giáo hóa người khác, ngay trong đời này đã là Phật *Di-đà*.

"Rất mong ai nấy đều khởi lòng từ, thay nhau khuyên người phát tâm tu tập, do bi nguyện này mà kết mối duyên lành thanh tịnh, vớt lấy kẻ chơi vơi chìm đắm; cứu lấy người mê muội quên tánh giác, cùng nhau sanh về Cực Lạc, trọn báo đền ơn Phật. Đó gọi là: Với hết thảy chúng mê, nguyện đưa về bến giác!"

---

[1] Thay nhau chiếu cố: nghĩa là lo việc trợ niệm danh hiệu A-di-đà và tổ chức tang lễ cho phù hợp với ý nguyện vãng sanh của người quá cố. .

19. Biện minh việc đản sanh trước sau của ba vị Thánh nhân Tam giáo

Sách *Tam giáo pháp số* nói rằng: "Đời vua thứ tư của nhà Chu là Chu Chiêu Vương,[1] vào năm Giáp Dần, đức Phật *Thích-ca* đản sanh tại thành *Ca-duy-vệ*.

"Đời Chu Mục Vương,[2] năm thứ năm mươi ba, Nhâm Thân,[3] đức Như Lai nhập *Niết-bàn*, thọ 80 tuổi.

"Sau khi Phật diệt độ 1080 năm,[4] Phật pháp truyền đến Trung Hoa vào đời *Hán Minh đế*, niên hiệu *Vĩnh Bình*.[5]

"Phật đản sanh trước, đến 422 năm sau đức Lão tử mới ra đời, vào đời *Chu Định Vương*.[6]

---

[1] Chu Chiêu Vương tên Hà, con của Chu Khang Vương, lên ngôi năm 1052 trước Công nguyên, cai trị 51 năm, đến năm 1002 trước Công Nguyên đi tuần thú ở phương nam rồi mất ở đất Hán. Trong đời Chiêu Vương chỉ có một năm Giáp Dần là năm 1027 trước Công nguyên. Nhưng theo những tư liệu hiện được công nhận rộng rãi thì đức Phật Thích-ca đản sanh vào năm 624 trước Công nguyên.

[2] Chu Mục Vương lên ngôi năm 1001 trước Công nguyên, sau khi Chiêu Vương mất. Vua này tại vị 55 năm, mất năm 946 trước Công nguyên.

[3] Nhâm Thân: tức năm 949 trước Công nguyên.

[4] Từ năm Mục Vương thứ 53 (949 trước Công nguyên) đến năm Vĩnh Bình thứ 10 (67) chỉ có 1016 năm chứ không phải 1080 năm.

[5] Hán Minh đế lên ngôi năm 58, đặt niên hiệu Vĩnh Bình năm thứ nhất, kéo dài đến năm 75, là niên hiệu Vĩnh Bình thứ 18. Sái Âm đi sứ Ấn Độ về vào năm Vĩnh Bình thứ 10 (tức năm 67), mang theo nhiều kinh tượng và thỉnh một số cao tăng đến truyền pháp, đánh dấu mốc đầu tiên trong việc truyền Phật pháp đến Trung Hoa.

[6] Chu Định Vương lên ngôi năm 606 trước Công nguyên, tại vị đến năm 585 trước Công nguyên (21 năm). Theo bài này, Lão tử sanh trong giai đoạn này, và phải tính từ năm Phật đản sanh đã nói ở trước (1027), sau 422 năm tức là năm 605 trước Công nguyên, tức Chu Định Vương năm thứ hai; vì nếu tính từ năm Phật nhập Niết-bàn (muộn hơn khoảng 80 năm) thì không rơi vào đời Chu Định Vương.

"Phật đản sanh trước, đến 477 năm sau đức Khổng tử mới ra đời, vào đời *Chu Linh Vương*.[1]

"Nay thuật văn này để người đời sau đều được biết,[2] như cái vạc kia tuy phân ra có ba chân nhưng vẫn cùng chung một mục đích."[3]

20. Biện minh về tinh, khí, thần

Sách *Huyền tông trực chỉ* ghi: "Giới dùng để dưỡng tinh, định dùng để dưỡng khí, huệ dùng để dưỡng thần."

Nhất Nguyên nói: "Người ngộ thì tự biết đó là nguồn tinh, nguồn khí, nguồn thần. Người ngu mê muội sai lầm nhận lấy nơi xác thân này là tinh khí thần. Thật ngu muội sai lầm thay! Kỳ lạ thay, đau đớn thay!

"Trương Tử Dương nói rằng: 'Tinh, khí, thần đó là nguồn tinh, nguồn khí, nguồn thần, vốn có từ trước cả trời đất.'

"Nguồn tinh không phải cái tinh của sự dâm dật. Nguồn khí không phải cái khí của sự hô hấp. Nguồn thần không phải

[1] Chu Linh Vương lên ngôi năm 571 trước Công nguyên, tại vị 27 năm, tức là đến năm 544 trước Công nguyên. Theo bài này thì Khổng tử sanh vào năm 550 trước Công nguyên, khá chính xác so với niên đại hiện nay được biết là năm 551 trước Công nguyên.

[2] Theo nội dung bài này, tuy năm đản sanh của đức Phật Thích-ca không phù hợp với những gì chúng ta hiện biết, nhưng năm sanh của Khổng tử có thể xem là chính xác, lại nói chắc về năm sanh của Lão tử, là điều mà các nhà nghiên cứu hiện nay vẫn còn chưa quyết định. Chúng tôi dịch lại nguyên văn với các chú giải về niên đại là để tiện so sánh, hy vọng có thể là nguồn tham khảo thêm cho vấn đề này. Dù sao cũng là cách nhìn của một bậc tiền bối từ khá sớm (thế kỷ 11), và câu hỏi cần đặt ra là: Soạn giả đã có trong tay những cứ liệu nào để viết ra những niên đại có tính xác quyết trong bài này?.

[3] Cái vạc ngày xưa dùng để nấu, tương tự như cái chảo lớn nhưng có 3 chân để tự đứng vững chứ không cần đặt trên bếp lò. Câu này có ý nói việc phân ra Tam giáo vẫn có cùng một mục đích giáo hóa những điều tốt đẹp cho chúng sanh mà thôi.

cái thần nhớ tưởng lo nghĩ. Kẻ ngu si không hiểu ý này, trông gà hóa cuốc![1] Mắt nhìn đã chẳng rõ ràng, lý lẽ không thông suốt, lại dối gạt những người có lòng tin trong sạch. Khư khư giữ lấy cái túi da hôi thối này[2] mà làm công kia việc nọ, mê lấp tánh Phật thuần chân, xoay vần trong chốn luân hồi, lại nói bậy rằng đó là tu hành. Thật đáng thương thay!

"Tôi lấy làm hổ thẹn đứng trong hàng Phật tử, lẽ nào ôm của báu mà để cho nước nhà rối loạn?[3] Nên phải mở bày chỉ bảo cho người đời sau, để cùng bước vào đạo *Bồ-đề* chân chánh.

"*Tinh* là cái nguồn tinh vốn có xưa nay. *Giới* là sự thuần nhất không hỗn tạp, đầy đủ các tướng trong sạch thanh tịnh. Đó chính là *Pháp thân thanh tịnh*. Pháp thân thanh tịnh tức là *tự tánh* của các ông đó.

"*Khí* là cái nguồn khí vốn có xưa nay. *Định* là sự vắng lặng an nhiên chẳng động, đầy đủ vô số ý nghĩa nhiệm mầu. Đó chính là *Báo thân viên mãn*. Báo thân viên mãn tức là *trí tuệ* của các ông đó.

"*Thần* là cái nguồn thần vốn có xưa nay. *Huệ* là sự cảm ứng mà thông suốt, đầy đủ vô số công dụng nhiệm mầu. Đó chính là *Hóa thân thiên bách ức*. Hóa thân thiên bách ức tức là *đức hạnh* của các ông đó.

"Lại cũng gọi là *Pháp thân*, là *Bát-nhã*, là *Giải thoát*; cũng gọi là *Giới, Định, Huệ*; cũng gọi là *Nhất thể Tam bảo*.

"Kẻ tà mê lấy cái tinh của sự dâm dật mà gọi là Phật bảo;

---

[1] Nguyên bản dùng "hoán úng tác chung", dịch sát nghĩa là "gọi cái vò là cái chuông", chỉ sự nhầm lẫn giữa những thứ giống nhau.

[2] Cái túi da hôi thối này: ví sắc thân tứ đại như cái túi da đựng những xương thịt, máu mủ.. và biết bao thứ hôi hám, bất tịnh.

[3] Nguyên tác là "hoài bảo mê bang", lấy ý từ sách Luận ngữ, quyển 9, chương 17, tiết 1, là lời Dương Hóa nói với Khổng tử: "Hoài kỳ bảo nhi mê kỳ bang, khả vị nhân hồ?" (懷其寶而迷其邦，可謂仁乎。) (Ôm của báu mà để cho nước nhà rối loạn, có thể gọi là người có đức nhân hay chăng?).

lấy cái khí của sự hô hấp mà gọi là Pháp bảo; lấy cái thần nhớ tưởng lo nghĩ mà gọi là Tăng bảo.

"Những kẻ mê lầm như thế là dối mình dối người, tự mình sai lầm cũng làm cho người khác sai lầm theo, không chỉ gạt gẫm người đời sau mà cũng là khinh chê bậc thánh đời trước.

"Xin hết lòng khuyên răn các ông, chớ nên hiểu biết sai lầm. Người xưa chỉ sai lầm một chữ "*không*" mà phải đọa làm chồn 500 kiếp![1] Lẽ nào lại đem Chánh pháp của Như Lai mà hóa làm thuốc độc của ma? Tội ấy thật không thể tha thứ.

"Bọn thầy tà như vậy, ắt phải vào địa ngục nhanh như tên bắn!

"Kính khuyên những người hậu học phải nhớ lấy, nhớ lấy! Trân trọng, trân trọng!"

21. Lìa hình tướng, rõ chân tánh, vãng sanh Tịnh độ

Có người hỏi: "Nữ giới niệm Phật có được sanh về Tịnh độ chăng?"

Nhất Nguyên đáp: "Sao ông nói vậy? Chim vẹt, chim sáo niệm Phật còn được vãng sanh, huống chi con người?"

---

[1] Lấy ý từ Vô môn quan, tắc thứ 2: Con chồn hoang của Bách trượng. Nội dung như sau: Hòa thượng Bách Trượng mỗi khi giảng pháp đều có một ông già đến nghe. Khi tăng chúng lui ra, ông lão cũng đi mất. Một hôm, nghe pháp xong ông lão vẫn không đi. Hòa thượng hỏi: "Ông là ai vậy?" Ông lão nói: "Tôi thật không phải người. Vào thời Phật Ca-diếp trong quá khứ tôi đã từng ở núi này tu tập. Nhân có người đến học, hỏi rằng: Bậc tu hành lớn có rơi vào nhân quả hay chăng?" Tôi đáp: Không. Liền phải đọa làm thân chồn hoang 500 kiếp. Nay thỉnh hòa thượng ban cho một câu chuyển ngữ, may ra được thoát kiếp chồn." Nói xong liền hỏi: "Bậc tu hành lớn có rơi vào nhân quả hay chăng?" Hòa thượng đáp: "Không che mờ nhân quả." Ông lão nghe xong đại ngộ, lễ bái rồi nói rằng: "Nay tôi đã thoát kiếp chồn, bỏ xác sau núi, xin thầy chôn cất theo lễ của người tu.".

Lại hỏi: "Nữ giới có mười điều thua kém, làm sao có thể được vãng sanh? Một là lúc sanh ra cha mẹ không vui mừng.[1] Hai là khi nuôi nấng không dành cho những món ngon quý. Ba là trong lòng thường sợ sệt người khác. Bốn là khiến cha mẹ phải lo lắng việc cưới gả. Năm là phải xa lìa khi cha mẹ còn sống. Sáu là phải sợ sệt tánh khí chồng thay đổi. Bảy là phải mang thai và sanh nở, là việc rất khó khăn. Tám là lúc nhỏ phải chịu sự quản chế khắt khe của cha mẹ. Chín là khi đã trưởng thành phải chịu sự cấm chế của chồng. Mười là đến tuổi già phải chịu sự nặng lời của con cháu.[2] Từ khi sanh ra cho đến cuối đời, nữ giới luôn thiếu sự tự do.

"Nữ giới lại có năm điều chướng ngại. Một là không thể làm Phạm Thiên vương, hai là không thể làm Đế Thích, ba là không thể làm Ma Vương, bốn là không thể làm Chuyển luân Thánh vương, năm là không thể làm Phật. Như vậy thân nữ sao có thể mau chóng thành Phật được?"

Nhất Nguyên đáp: "Nếu luận về hình tướng, quả thật có những điều như vậy. Nhưng luận về sự cốt yếu của bản tánh thì không có những việc ấy. Thời Phật tại thế có vị Long nữ[3] mới 8 tuổi nhưng trí huệ đầy đủ, căn cơ nhanh nhạy, thành

---

[1] Văn này viết từ thế kỷ 11, trong bối cảnh xã hội Nho giáo Trung Hoa xưa vốn trọng nam khinh nữ, khi sanh con chỉ muốn sanh con trai nối dòng mà thôi. Quan điểm này ngày nay tất nhiên không còn được chấp nhận nữa vì đã trở thành bất hợp lý. Nhưng trong thực tế vẫn còn có không ít người chịu ảnh hưởng nhất định của quan điểm xa xưa này.

[2] Cả 10 điều thua kém của nữ giới được kể ra ở đây đều xuất phát từ quan điểm trọng nam khinh nữ xưa kia, không còn phù hợp với thực trạng xã hội ngày nay. Tuy nhiên, ngay trong xã hội hiện đại thì nữ giới vẫn có những điều thua kém nam giới, xét theo ý nghĩa phải chịu đựng nhiều khó khăn, bất tiện hơn. Chẳng hạn, thể chất phụ nữ nói chung yếu ớt hơn nên phải gắn bó với công việc trong nhà nhiều hơn, phụ nữ phải đảm nhận thiên chức làm mẹ, có rất nhiều khó khăn mà nam giới không thể chia sẻ tất cả, hoặc phụ nữ không được gần gũi cha mẹ sau khi lấy chồng..

[3] Long nữ: con gái của Long vương.

Phật chỉ trong chốc lát.[1] Vậy lẽ nào việc thành Phật lại do nơi hình tướng nam, nữ, già, trẻ hay sao?

"Trong Thiền tông có rất nhiều người thuộc nữ giới mà ngay trong đời này cũng rõ được tâm, thấy được tánh, làm thầy làm tổ, huống chi là việc vãng sanh sau khi đã bỏ thân này?

"Nếu ông cố chấp cho cái hình tướng nữ giới là thật, quả là rất không thông đạt lý tánh. Người không thông đạt lý tánh mới chính là nữ nhân; như nắm hiểu được chỗ cốt yếu của bản tánh thì thật là không có nam nữ.

"Kinh Đại Bát *Nê-hoàn*[2] dạy rằng: 'Như có người nam không biết rằng thân mình tự có tánh Như Lai, dù thế gian gọi người ấy là nam nhưng Phật nói rằng hạng người ấy là nữ. Như có người nữ biết được rằng thân mình tự có tánh Như Lai, dù thế gian gọi người ấy là nữ nhưng Phật nói rằng người ấy là nam.'

"Sách *Tông kính lục* nói: 'Thân tứ đại này nhìn vào có những hình tướng sanh, diệt, nam, nữ; nhưng tánh linh giác thật không có những hình tướng sanh, diệt, nam, nữ.'

"Như nay ông nhận hiểu tánh ấy thì gọi là được tuổi thọ lâu dài, cũng gọi là tuổi thọ đồng với Như Lai, cũng gọi là đạt được tâm *Niết-bàn* mầu nhiệm.

"Lại nói: 'Nếu có tâm thức thì hết thảy đều thành Phật.' Cho nên, hiện nay đang đi đó là Phật đi, đang ngồi đó chính là Phật ngồi. Nên nói rằng: 'Y báo và chánh báo địa ngục *A-tỳ* đều sẵn có trong tự tâm bậc thánh, pháp thân chư Phật chưa từng lìa khỏi một niệm phàm phu.'

"Bùi Tướng quốc nói: 'Những loài có khí huyết khí ắt có nhận biết. Nếu có nhận biết ắt là đồng thể.' Đó chính là: 'Hết

---

[1] Chuyện này được nói đến trong kinh Diệu pháp liên hoa (tức kinh Pháp Hoa), phẩm Đề-bà-đạt-đa thứ 12.

[2] Kinh Đại Bát Nê-hoàn, 6 quyển, bản dịch Hán văn của ngài Pháp Hiển đời Đông Tấn, thuộc Đại chánh tạng, quyển 12, kinh số 376. Rất nhiều người nhầm lẫn bản kinh này với kinh Đại Bát Niết-bàn, bản dịch Hán văn của ngài Đàm-vô-sấm, 40 quyển, thuộc Đại chánh tạng, quyển 12, kinh số 374.

thấy những loài có linh tánh biết cử động đều sẵn đủ tánh Phật. Huống chi là nữ giới?"

Người kia lại hỏi: "Đã sẵn có tánh Phật, sao những loài có linh tánh biết cử động không thành Phật, lại ở mãi trong luân hồi chịu khổ?"

Nhất Nguyên đáp: "Chỉ vì lúc trước làm người vướng chấp hình tướng, mê lấp chân tánh, ngược với chánh giác mà hợp theo sáu trần, tạo ra mọi thứ ác nghiệp, nên nay phải đọa vào loài vật mà chịu khổ.

"Hãy tạm gác lại việc của những loài có linh tánh biết cử động, đến như những kẻ hiện nay được mang thân người còn chẳng chịu ăn chay giữ giới, niệm Phật cầu sanh Tịnh độ, lại có thể giáo hóa loài khác thành Phật được sao?"

Người kia lại hỏi: "Có những bậc thiện tri thức thấy nữ giới ăn chay, giữ giới, niệm Phật liền nguyện cho người nữ ấy qua đời sau được chuyển làm nam thân để tu hành. Việc ấy thế nào?"

Nhất Nguyên đáp: "Những người như thế chỉ lạm xưng là tri thức, vì họ thật không hiểu biết lý lẽ, quả là rất si mê.

"Kinh Duy-ma có đoạn: '*Xá-lợi-phất* hỏi một vị thiên nữ rằng: Sao không chuyển đổi thân nữ?

"Thiên nữ đáp: Từ mười hai năm qua tôi vẫn cầu cái tướng nữ nhân mà không được, lấy gì mà chuyển đổi? Ví như có một nhà ảo thuật tạo ra một cô gái ảo. Nếu có người hỏi: Sao không chuyển đổi thân nữ? Vậy câu hỏi của người ấy có chính đáng chăng?

"*Xá-lợi-phất* đáp: Không, sự ảo hóa không có hình tướng nhất định, lấy gì mà chuyển đổi?

"Thiên nữ nói: Tất cả các pháp cũng đều như vậy, vốn không có hình tướng nhất định. Sao lại hỏi việc không chuyển đổi thân nữ?

"Liền đó, thiên nữ dùng sức thần thông khiến cho *Xá-lợi-phất* hóa thành hình thiên nữ, còn thiên nữ lại hóa thành *Xá-lợi-phất*, rồi hỏi: Sao không chuyển đổi thân nữ?

"*Xá-lợi-phất* trong hình tướng thiên nữ đáp rằng: Nay tôi chẳng biết vì sao lại hóa làm thân nữ.

"Thiên nữ nói: Như *Xá-lợi-phất* có thể chuyển đổi thân nữ ấy thì tất cả nữ nhân cũng đều có thể chuyển đổi thân nữ. Như *Xá-lợi-phất* vốn chẳng phải là nữ mà hiện ra thân nữ, tất cả nữ nhân cũng đều như vậy, tuy hiện ra thân nữ nhưng chẳng phải là nữ. Cho nên Phật dạy rằng tất cả các pháp vốn thật không có nam nữ.

"Dứt lời, thiên nữ lại thâu lại sức thần thông, *Xá-lợi-phất* hiện thân trở lại như cũ.

"Như vậy, trong tánh chân như lẽ nào lại có tướng nam, tướng nữ hay sao? Huống chi trong kinh *Pháp Hoa* có chép việc nữ nhân được sanh về thế giới Cực Lạc, lẽ nào không phải vậy sao?

"Lại như trong *Vãng sanh truyện* có chép việc nữ nhân vãng sanh Tây phương, số nhiều không kể xiết!

"Bậc trí thức vì sao lại không hiểu biết?"

22. Thân tuy xuất gia, chẳng cầu Tịnh độ

Hòa thượng Thiên Như nói: "Gần đây có những người xuất gia, tuy nói lìa tục nhưng thói tục chẳng bỏ, xưng là xuất trần nhưng duyên trần chẳng dứt. Kinh sách giáo điển đã không biết đến, việc tham thiền lại không chỗ hội nhập. Tâm như con vượn lăng xăng, ý như con ngựa hối hả. Những kẻ ấy kết thành bè đảng, suốt ngày quát tháo, đánh nhau. Chẳng những uổng cơm tín thí mà còn làm mai một linh tánh của chính mình. Một mai khi dứt bỏ thân này, biết đi về đâu?

"Thật rõ ràng như giữa ban ngày, đã không biết đến cha mẹ,[1] mà việc tu hành chưa chứng lại nói rằng chứng, chưa được lại nói rằng được, thật uổng thay cho việc bước vào cửa *Không*,[2] phí cả một đời!

"Xin hỏi các vị rằng: Vì điều chi mà xuất gia? Vì cơm áo chăng? Vì tham phú quý chăng? Vì cầu được an vui chăng? Cha mẹ cho con xuất gia chỉ mong có một ngày sẽ siêu độ cha mẹ, báo đáp bốn ơn,[3] nhưng hiện nay các vị tự thân còn không đáng nương dựa vào, huống chi lại có thể cứu vớt người khác hay sao? Một mai Diêm vương sẽ cùng các vị tính sổ cơm tiền,[4] các vị lấy gì mà đền trả? Nếu không đọa vào các cảnh giới địa ngục, ngạ quỷ, ắt cũng phải sanh làm các loài súc sanh. Người xuất gia như thế thật đáng thương thay! Thật đau xót thay!

"Này các vị! Ngay trong lúc tuổi già chưa đến, thân này không có bệnh, hãy sớm thực hành nếp sống tốt đẹp, bền lòng ăn chay giữ giới, niệm Phật tụng kinh, lễ tán phát nguyện cầu sanh Tịnh độ. Sau khi được gặp đức Phật *A-di-đà*, mới có thể siêu độ cha mẹ, mới có thể báo đáp bốn ơn, mới có thể cứu vớt muôn loài, mới có thể được an vui mãi mãi. Người xuất gia như vậy mới xứng đáng là đệ tử Phật.

---

[1] Không biết đến cha mẹ: người xuất gia dứt hẳn việc gia đình, dù cha mẹ còn sống cũng không thể lo việc phụng dưỡng. Văn Quy sơn cảnh sách nói: "Làm người xuất gia, chẳng thể dâng cho cha mẹ miếng ăn ngon ngọt, cho đến quyến thuộc cũng đều dứt bỏ.".

[2] Bước vào cửa Không: chỉ việc xuất gia, vì người xuất gia quan trọng nhất là tu tập để thấu triệt được tánh Không của vạn pháp.

[3] Bốn ơn (tứ ân): Bốn ơn nặng mà chúng ta thọ nhận. Một là ơn cha mẹ (cha mẹ sanh dưỡng mình), hai là ơn chúng sanh (mọi nhu cầu của mình chỉ được đáp ứng nhờ có những chúng sanh khác), ba là ơn quốc gia (đã cho mình một môi trường sống tốt đẹp, an lành), bốn là ơn Tam bảo (đã chỉ ra cho mình con đường chân chánh tu tập để thoát mọi nẻo khổ).

[4] Tính sổ cơm tiền: tức món nợ cơm áo bình sanh đã nhận của thập phương tín thí. Thiền môn có dạy: "Tín thí nan tiêu." (Sự cúng dường của tín thí rất khó bỏ phí.) Nếu đã nhận sự cúng dường của tín thí thì phải đáp trả xứng đáng bằng việc chuyên tâm tu tập, lợi ích muôn loài. Bằng ngược lại thì cũng không khác gì vay nợ kẻ khác, ắt có ngày phải trả đủ cả vốn lẫn lãi.

"Than ôi! Lại có một hạng người làm tăng, tu đạo, khi dạy người khác việc cầu sanh Tịnh độ luôn nói rằng: Các người hiện nay công hạnh không có, công phu chưa đủ, chỉ nên cầu cho đời sau được sanh làm nam giới, rồi lại xuất gia, tu hành từng bước tiến tới mới có thể sanh về Tịnh độ. Đó là hạng người hèn kém thối chí,[1] ngu si thái quá. Tự mình mê lầm còn có thể tha thứ, lại còn muốn dối gạt người khác!

"Xin hỏi các vị, nay được làm thân nam tử xuất gia, không cầu sanh Tịnh độ thì đợi đến bao giờ?

"Người xưa dạy rằng: 'Kiếp này chẳng được vãng sanh, thì trăm kiếp sau cũng sẽ lặp lại sai lầm ấy. Thân này không cầu giải thoát trong kiếp này, lại chờ đến kiếp nào mới được giải thoát?' Lời nói đúng lắm thay!

"Này các vị, nếu luận về việc tu tập công hạnh, công phu để mong thành Phật, ắt phải chờ mãi đến Phật *Di-lặc* đản sanh, ngàn đức Phật ra đời. Còn nói về pháp môn *Chín phẩm*[2] cầu sanh Tịnh độ thì chỉ cần một niệm khởi lòng tin, trong thời gian khảy móng tay đã có thể sanh về cõi Phật! Vì sao vậy? Đó là nhờ nương vào sức Phật.

"Sách *Liên tông bảo giám* nói rằng: 'Tu tập những pháp môn khác, ví như con kiến bò lên núi cao, còn tu pháp môn

---

[1] Về sự thối chí của người tu hành, có 3 điều. Một là Bồ-đề quảng đại khuất, nghĩa là thấy quả Phật quá cao xa, đạo Bồ-đề quá rộng lớn mà sanh ra thối chí. Hai là Vạn hạnh nan tu khuất, nghĩa là thấy những công hạnh tu tập quá khó khăn mà sanh ra thối chí. Ba là Chuyển y nan chứng khuất, nghĩa là thấy các đạo quả chuyển y mầu nhiệm rất khó chứng đắc mà sanh ra thối chí. .

[2] Chín phẩm: Kinh Đại A-di-đà dạy rằng chúng sanh được vãng sanh Tịnh độ có 9 hạng, chia làm 3 phẩm, từ thấp lên cao là: Hạ phẩm hạ sanh, Hạ phẩm trung sanh, Hạ phẩm thượng sanh; Trung phẩm hạ sanh, Trung phẩm trung sanh, Trung phẩm thượng sanh; Thượng phẩm hạ sanh, Thượng phẩm trung sanh và Thượng phẩm thượng sanh. Vì thế, chín hạng này thường gọi là chín phẩm, bao gồm tất cả các mức độ tu tập khác nhau, từ những người mang nhiều ác nghiệp nhưng chí thành niệm Phật được vãng sanh (đới nghiệp vãng sanh) cho đến những bậc công hạnh viên mãn, ngay khi còn sống đã thể hiện đầy đủ sự giác ngộ (hiện thế A-di-đà).

vãng sanh Tịnh độ, ví như thuyền buồm thuận gió xuôi dòng. Phật *A-di-đà* tiếp dẫn, thẳng tới quả *Bồ-đề*; các vị thánh dìu dắt, vượt thoát ngay Ba cõi. Bậc *Thượng phẩm*[1] liền đạt quả Phật; bậc *Hạ sanh*[2] vẫn còn hơn cung điện các cõi trời. Khuyên tất cả các vị đừng nghi ngờ nữa, hãy cùng nhau tu tập không lùi bước.

"Trong *Quyết nghi luận* có dạy rằng: '*Thân người thật khó được, Tịnh độ dễ sanh về.*' Vì sao vậy? Nếu không giữ trọn Năm giới thì không thể sanh trong hai cõi trời, người. Năm giới giữ trong sạch thì mới được làm người. Huống chi, Năm giới đã khó giữ theo, lại không có nguyện lực hỗ trợ. Vì vậy nên nói rằng: *Thân người thật khó được.* Còn người tu Tịnh độ thì không nhất thiết việc giữ giới có được trọn vẹn hay không, chỉ thường nhớ niệm danh hiệu Phật *A-di-đà*, dù có tội nghiệp cũng có thể sám hối. Đến khi lâm chung thì đức Phật *A-di-đà*, các vị Bồ Tát Quán Âm, Thế Chí và đại chúng thanh tịnh nhiều như biển lớn cùng hiện đến, tất cả các vị ấy đều có nguyện lực tiếp dẫn, đón nhận mình. Vì vậy cho nên nói rằng: *Tịnh độ dễ sanh về.*

"Kinh *Thập lục quán*[3] dạy rằng: 'Chí tâm niệm một tiếng *A-di-đà* Phật thì dứt được các tội nặng trong tám mươi ức kiếp sanh tử. Đó là nói từ những bậc đạt được *nhất tâm bất loạn*,[4] cho đến kẻ chỉ trọn đủ mười niệm. Cho dù đã phạm vào *Năm tội nghịch*,[5] *Mười điều ác*,[6] nhưng khi lâm chung niệm Phật

---

[1] Thượng phẩm: tức hàng Thượng phẩm thượng sanh như vừa nói trên, tức là bậc cao nhất trong Chín phẩm.

[2] Hạ sanh: tức hàng Hạ phẩm hạ sanh như vừa nói trên, tức là bậc thấp nhất trong Chín phẩm.

[3] Kinh Thập lục quán (Thập lục quán kinh): tức kinh Quán Vô Lượng Thọ Phật, cũng thường gọi tắt là Quán kinh. .

[4] Nhất tâm bất loạn: yếu chỉ của kinh A-di-đà, nghĩa là người niệm Phật đạt đến mức không còn bất cứ vọng niệm nào trong tâm, chỉ duy nhất có danh hiệu Phật mà thôi, không hề có sự tán loạn.

[5] Năm tội nghịch (Ngũ nghịch tội): là các tội giết cha, giết mẹ, giết *A-la-hán*, phá hòa hiệp Tăng, làm thân Phật chảy máu.

[6] Mười điều ác (Thập ác, hay Thập bất thiện đạo): gồm có: 1. Giết hại, 2. Trộm cắp, 3. Tà dâm, 4. Nói dối, 5. Nói thêu dệt, nói lời vô nghĩa, 6. Nói hai lưỡi,

A-di-đà mười tiếng cũng được vãng sanh Tịnh độ, huống chi người xuất gia ăn chay, giữ giới, niệm Phật lại chẳng được vãng sanh hay sao?

"Than ôi! Đối với pháp môn mau chóng thẳng tắt này, chỉ sợ người không chịu tin nhận mà thôi. Nhưng nếu không tin nhận và kính cẩn làm theo thì việc xuất gia liệu có ích gì?"

23. Bùi Tướng quốc luận việc thân tâm là hư giả

Đời Đường, tướng quốc Bùi Hưu nói rằng: "Từ vô thủy đến nay, cái thân mà các ông nhận là thân của mình, chính là cái thân tạm hợp bởi đất, nước, lửa, gió.[1] Nhưng cái thân đó lúc hợp lúc tan, thuộc về pháp vô thường, thật chẳng phải thân của mình.

"Từ vô thủy đến nay, cái tâm mà các ông nhận là tâm của mình, chính là cái tâm hư vọng chạy theo trần cảnh bên ngoài.[2] Nhưng cái tâm đó chợt khởi chợt mất, thuộc về pháp vô thường, thật chẳng phải tâm của mình.

"Chúng ta có cái thân chân thật, tròn đầy rỗng lặng, chính là thân của mình. Chúng ta có cái tâm chân thật, rộng lớn thường nhận biết, chính là tâm của mình. Rỗng lặng thường nhận biết, công dụng khôn lường, tự do tự tại; tánh ấy hàm chứa muôn đức hạnh, thể ấy dứt sạch mọi sự phân biệt có không.[3]

---

nói đâm thọc, gây chia rẽ người khác, 7. Nói lời độc ác, 8. Tham lam, 9. Sân hận, 10. Si mê.

[1] Đất, nước, lửa, gió: tức Tứ đại, bốn yếu tố cấu thành vật chất. Đất tượng trưng cho các độ rắn, nước tượng trưng cho sự ẩm ướt, lửa tượng trưng cho năng lượng, và gió tượng trưng cho sự chuyển động.

[2] Trần cảnh bên ngoài: chỉ Lục trần, tức âm thanh, hình sắc, mùi hương, vị nếm, sự xúc chạm và các pháp.

[3] Nguyên bản Hán văn dùng "tuyệt bách phi". Từ điển Phật học Đinh Phúc Bảo giải thích hai chữ "bách phi" là: 百者，舉大數也。非者，非有非無等。(Bách giả, cử đại số dã. Phi giả, phi hữu phi vô đẳng. - Nói một trăm tức là con số tượng trưng, nói không tức là không hữu cũng không vô.).

"Như vầng trăng sáng tròn vành vạnh, do đám mây mê lầm che lấp nên không tự rõ biết. Khi trừ được sự mê lầm rồi, mới biết chân tâm xưa nay vốn thường thanh tịnh. Tâm của chư Phật mười phương, tâm của tất cả chúng sanh và Tâm của ta đây, cả ba đều không khác gì nhau. Đó chính là tâm thể *Bồ-đề*.

"Nay bỏ cái tâm ấy mà không nhìn nhận, lại nhận lấy cái tâm vọng niệm trong thân xác nhơ nhớp phụ thuộc vào sự sống chết, cùng với các loài cầm thú chen nhau chịu khổ. Bậc trượng phu như vậy lẽ nào không thấy hổ thẹn lắm sao?"

24. Cư sĩ Long Thư bàn về sự dâm dục và giết hại

Việc ăn uống và tình dục giữa nam nữ là hai sự ham muốn lớn nhất của con người. Có thể kiềm chế cho đến mức không còn nữa là bậc thánh. Hạn chế không phóng túng là người hiền. Phóng túng không hạn chế là hạng ngu si hèn kém.

Cả hai việc ấy đều là chỗ khiến cho người tạo nghiệp. Giết hại sanh mạng để được ăn ngon miệng, no bụng, chẳng phải là gây tội hay sao? Dâm dục làm mất đi tánh chân thật trời ban, chẳng phải là gây tội hay sao? Huống chi hai việc ấy đều nương theo nhau mà phát triển. Ăn nhiều món ngon nên khí huyết sung thạnh; khí huyết sung thạnh thì dâm dục nhiều; dâm dục nhiều ắt trở lại hao tổn khí huyết; khí huyết hao tổn lại phải dựa vào việc ăn uống để tự tẩm bổ. Vậy là hai việc ấy đều thay nhau tạo nghiệp.

Muốn giảm bớt cái tội do việc ăn uống, trước hết phải hạn chế sự dâm dục. Nếu có thể hạn chế sự dâm dục, tự nhiên cái tội do việc ăn uống sẽ giảm bớt. Đó là phương cách để được yên thân và sống lâu. Nếu hạn chế được sự dâm dục cho đến dứt bỏ đi, thì dù ăn uống đạm bạc cũng thấy ngon lành. Còn như buông thả phóng túng, số phần được hưởng vốn có giới hạn, khi dùng hết ắt phải dứt sớm.

Thiền sư Từ Giác nói rằng:

Mỗi ngày hai bữa nuôi thân mạng,
Dở ngon tùy phận, món thuốc thường;[1]
Nuốt vào trong bụng thành gì thế?
Sao chẳng lưu tâm khéo xét lường!

Nếu thường suy xét như vậy thì có thể tự mình giảm bớt được tội lỗi gây ra do việc ăn uống.

Vụ Thật Dã Phu có bài thơ rằng:

Một bao da chứa thịt, máu, xương...
Gọi là xinh đẹp, ấy dối lường.
Xưa nay quân tử đều ôm ấp,
Trăm tuổi nào ai thoát mộ đường?

Nếu thường suy xét như vậy thì có thể tự mình giảm bớt sự dâm dục.

Nếu quả thật thấu hiểu được cả hai điều này, thì đời sống không do đâu mà phải chịu tật bệnh, chết yểu. Đến sau khi bỏ thân này, cũng không do đâu mà rơi vào những cảnh giới địa ngục, súc sanh.

Người tu Tịnh độ phải hết sức cẩn thận giữ gìn đối với hai việc này.

25. Lý và sự tức thời trọn vẹn

Phật Thiên chân chẳng từ bên ngoài đến, hết thảy chúng sanh đều sẵn có đầy đủ, chỉ vì vọng niệm hư dối trôi lăn, hai điều chướng ngại[2] che lấp nên không thể rõ biết. Cho nên, Bồ Tát tu Sáu *ba-la-mật*[3] và muôn công hạnh,[4] chứng được sự giác

[1] Kinh Phật dạy nên xem món ăn như vị thuốc để chữa bệnh, chỉ vì nuôi sống thân này nên phải dùng đến, không có sự đắm mê, ham thích.

[2] Hai điều chướng ngại: Có 2 nghĩa. Một là phiền não chướng (những cảm xúc buồn, giận, yêu, ghét.. làm che lấp chân tánh) và sở tri chướng (những sự hiểu biết không chân thật làm che lấp trí huệ). Hai là lý chướng (cố chấp vào lý) và sự chướng (cố chấp vào sự).

[3] Sáu ba-la-mật (Lục ba-la-mật, hay Lục độ), gồm bố thí ba-la-mật, trì giới ba-la-mật, tinh tấn ba-la-mật, nhẫn nhục ba-la-mật, ba-la-mật thiền định và trí huệ ba-la-mật. .

[4] Muôn công hạnh (vạn hạnh): chỉ chung tất cả mọi công hạnh tu tập.

ngộ sáng suốt tròn đầy, với trí huệ không phân biệt, soi tỏ lý chân như; ở trong đạo kim cang dứt sạch hai điều chướng ngại phiền não và sở tri; ở trong đạo giải thoát hiển bày pháp thân trong sạch, như dùng thuốc mà lau kính.

Thiền sư Vĩnh Minh Thọ nói rằng: "Tâm là nguồn cội của pháp giới; đối với các pháp, tâm là quan trọng nhất. Nếu rõ biết được tâm ắt có thể rõ biết tất cả các pháp."

Kinh Đại quán đỉnh nói: "*Tỳ-kheo* Thiền Tư không tưởng niệm điều chi khác, chỉ giữ lấy một pháp, rồi sau thấy được tâm."

Pháp sư Anh ở Đồng Giang[1] nói: "Này tâm, này tâm! Vốn là tự nhiên, sừng sững đứng riêng, vắng lặng thanh tịnh vững chắc, mầu nhiệm nhất trong các sự mầu nhiệm, huyền diệu hơn cả trong các sự huyền diệu; không đến không đi, không đổi không dời, do thể minh giác mà sanh ra các duyên, như gương soi hàm chứa muôn hình tượng, như biển lớn dung nạp trăm dòng sông. Thâu tóm lại, thần khí ẩn trong gang tấc; trải rộng ra, soi chiếu khắp thế giới Đại thiên; tự do biến hóa, tác dụng vô cùng; là chúng sanh, mà cũng là Phật; là chân thật, mà cũng là quyền biến; khi mê trôi lăn mãi trong chốn mông mênh; lúc ngộ thường rõ biết trong từng giây phút."

Đạo Phật dạy: "Chỉ một pháp là chính yếu, các pháp không nương vào; duyên bên ngoài tự dứt, tánh mầu nhiệm hiển bày; tâm ý quay về một mối thì trí tuệ nào lại không sáng rõ? Theo dòng tìm được nguồn cội thì chỗ nghi nào lại không thấu suốt? Về ý nghĩa cốt yếu, không còn gì hơn điểm này."

Kinh Thư nói: "Chỉ một chỗ tinh chuyên, không có hai. Tinh chuyên là quan trọng nhất. Trước phải sửa trị thân tâm, sau mới sửa trị được việc nhà, việc nước."

---

1 Pháp sư Anh ở Đồng Giang, tức pháp sư Đức Tạng Trạch Anh (德藏擇瑛), người Hàng Châu, chùa Tường Phù, có soạn Quán tâm lục, được đưa vào sách Truy môn cảnh huấn (緇門警訓 - Đại chánh tạng, quyển 48, số hiệu 2023). Đoạn trích ở đây lấy từ Quán tâm lục.

Kinh Phật dạy rằng: "Thường giữ tâm chân chánh, chẳng học điều gì khác."

Mạnh tử nói: "Cái đạo của sự học hỏi không phải gì khác, chỉ tìm lại được cái tâm lạc lối của mình là xong."[1]

Người xưa nói: "Biết được tâm mình đang lạc lối, đó chính là chỗ công phu. Không sợ niệm tưởng sanh khởi, chỉ sợ chậm rõ biết. Rõ biết sớm thì dừng lại sớm, hai việc ấy tương quan khéo léo với nhau; biết sai liền sửa lỗi, có thể học theo Cừ, Nhan."[2]

Kinh Lăng-già dạy rằng: "Phật dạy tâm là chính yếu. Hàng phục được tâm là thành đạo, muôn hạnh đều thành tựu. Lý duy tâm ấy không thể quên được. Mới biết rằng, từ nơi đất mà muôn vật đều sanh sôi; từ nơi lý mà muôn hạnh đều thành tựu."

Bùi Tướng quốc nói: "Cái tâm bao gồm hết thảy muôn vật, phân chia ra thành giới, định, huệ; mở thông thành sáu *ba-la-mật*; chia nhỏ ra thành muôn công hạnh. Muôn hạnh chưa từng lìa khỏi tâm chuyên nhất; tâm chuyên nhất chưa từng trái với muôn hạnh. Cho nên nói rằng muôn hạnh hiển bày tông chỉ chân thật."

Sách *Tông kính lục* nói rằng: "Lý thuyết và thực hành hỗ trợ cho nhau, không thể thiếu đi một. Pháp hữu vi tuy là hư dối, nhưng nếu bỏ đi thì đạo Phật khó thành; pháp vô vi tuy là chân thật, nhưng nếu vướng chấp vào đó thì tánh trí huệ không thể sáng.

"Cho nên đức *Văn-thù* y theo lý mà thực hành các hạnh,

---

[1] Trong sách Mạnh tử, quyển 6, Cáo tử chương cú thượng, tiết 11, Mạnh tử than rằng: "Người ta có con gà, con chó chạy lạc thì lo đi tìm lại, nhưng tâm ý lạc lối thì lại không biết tìm về. Cái đạo của sự học hỏi không phải gì khác, chỉ tìm lại được cái tâm lạc lối của mình là xong." (人有雞犬放，則知求之，有放心，而不知求。學問之道無他，求其放心而已矣。- Nhân hữu kê khuyển phóng tắc tri cầu chi, hữu phóng tâm nhi bất tri cầu. Học vấn chi đạo vô tha, cầu kỳ phóng tâm nhi dĩ hỹ.).

[2] Cừ, Nhan: tức Cừ Bá Ngọc và Nhan Hồi, đều là bậc hiền sĩ. Cừ Bá Ngọc là quan đại phu hiền đức ở nước Vệ, khi đức Khổng tử lưu lạc từng ở trọ nơi nhà ông. Nhan Hồi (tức Nhan Uyên) là vị đệ tử nổi tiếng hiền hậu nhất của Khổng tử. Ông mất năm 31 tuổi.

nhờ đó đạo sai biệt không thiếu; đức Phổ Hiền y theo hạnh mà hiểu được lý, nhờ đó pháp môn căn bản chẳng mất.

"Nếu trái với sự mà suy ra lý, ắt rơi vào chỗ thiếu trí của hàng Thanh văn. Nếu lìa khỏi lý mà thực hành sự việc, tức đồng với sự vướng chấp của phàm phu. Việc làm có đủ cả lý và sự, chính là hàng Bồ Tát Đại thừa."

Lại nói rằng: "Nếu muốn thành bậc *Đại giác*, ắt phải làm theo *Trung đạo*. *Trung đạo* nghĩa là không thiên lệch, không dựa vào. Không thiên lệch về chỗ *không*, không dựa vào chỗ *có*; đối với chỗ *có* không vướng mắc; đối với chỗ *không* cũng không cho là *không*. Như thế gọi là *Trung đạo*."

Trong bài *Tâm phú*[1] có câu:

Có ai muốn viếng ao trong mát,
Mắt nhìn, chân bước mới đến nơi.

"Ao trong mát, đó là chỉ biển tánh Nhất thừa tức thời trọn đủ. *Mắt* nhìn mà *chân* không bước thì không đến được ao trong mát ấy. *Mắt* là gì? Là sự thấu hiểu được lý. Lý ấy là gì? Là tâm chuyên nhất. *Chân* là gì? Là thực hành sự việc. Sự việc đó là gì? Là muôn công hạnh."

Quả thật là: "Đạt thấu lý chân thật thì dù một mảy bụi trần cũng không nhận lấy, nhưng trong các pháp môn Phật sự thì dù một pháp cũng không buông bỏ."

Vì sao vậy? Phải biết rằng tâm chuyên nhất là gốc của muôn pháp; trong tâm chuyên nhất có đủ cả muôn pháp. Pháp là pháp của cái tâm trọn vẹn; tâm là tâm của tất cả các pháp. Tâm là pháp; pháp là tâm. Đó chính là *thể* với *dụng* chẳng phải hai; *lý* với *sự* đều sáng rõ. Tu tập trọn vẹn ba phép quán[2] liền thẳng vào cảnh giới Như Lai.

---

[1] Tâm phú (心賦), trích từ sách Thiền quan sách tấn (禪關策進), Đại chánh tạng quyển 48, số hiệu 2024.

[2] Ba phép quán (Tam quán): tức Không quán, Giả quán và Trung quán. Không quán là quán xét nghĩa không của muôn pháp. Giả quán là quán xét tính chất giả hợp, vô thường. Trung quán là quán xét lý Trung đạo, thấy rõ ý nghĩa rốt ráo muôn pháp chẳng phải không, chẳng phải giả.

26. Làm người quân tử

Ông Long Thư nói rằng: "Ở đời, ai cũng có thể làm người quân tử nhưng lại chẳng chịu làm; thật không nên làm kẻ tiểu nhân nhưng lại cố ý làm.

"Như những đức thành tín và cung kính, ôn hòa và ngay thẳng, khuyến khích điều lành, xiển dương điều thiện, tùy lúc thích hợp mà làm lợi ích cho người khác... đều là việc của người quân tử. Làm những việc ấy nào có khó khăn gì, nhưng người ta lại chẳng chịu làm. Vì sao vậy?

"Như những thói dối trá và ngạo mạn, thô bạo và dua bợ, nói điều lỗi, phát triển việc xấu, phóng túng làm hại người khác... đều là việc của kẻ tiểu nhân. Làm những việc ấy nào có lợi ích gì, nhưng người ta lại cố ý làm. Vì sao vậy?

"Làm người quân tử thì người khác vui mừng, thần minh phù hộ, tai họa chẳng sanh ra, phước lộc lâu dài, chỗ đạt được rất nhiều. Tuy cũng có lúc thất bại, nhưng đó là do số mạng, chẳng phải do làm quân tử mà bị thất bại. Giá như không làm người quân tử cũng vẫn thất bại, là vì số mạng đã có phần sẵn định.[1]

"Làm kẻ tiểu nhân thì người khác oán ghét, thần minh tức giận, tai họa kéo đến, phước thọ ngắn ngủi, chỗ mất mát rất nhiều. Tuy cũng có lúc thành tựu, nhưng đó là do số mạng, chẳng phải do làm tiểu nhân mà được thành tựu. Giá như không làm kẻ tiểu nhân cũng vẫn được thành tựu vậy, là vì số mạng đã có phần sẵn định.

"Đức Khổng tử dạy rằng: '*Không hiểu được số mạng, chẳng lấy gì để gọi là quân tử.*'

"Nếu ai xét kỹ được lẽ này thật đáng gọi là quân tử, như gọi là tiểu nhân thì thật oan uổng. Được như vậy rồi tu Tịnh độ, ắt không chỉ vãng sanh vào hàng Hạ phẩm."

---

[1] Nói số mạng là theo Nho học. Theo Phật học, ở đây nên hiểu là định nghiệp.

27. Luận về cái tình thường

Ông Long Thư nói rằng: “Mừng, giận, ưa, ghét, tham muốn... đều là những tình thường. Đối với những tình thường ấy, nuôi lớn chúng thì xấu ác, buông thả chúng thì hư hỏng, làm chủ được chúng thì hiền thiện, dứt bỏ được chúng là bậc thánh.

“Ăn uống chuộng thức ngon lạ, y phục chuộng loại quý đẹp, cư xử khoa trương... những việc như vậy gọi là nuôi lớn tình thường.

“Ăn uống tham cho được nhiều, y phục cố trang sức cho đẹp hơn, cư xử không biết chán... những việc như vậy gọi là buông thả tình thường.

“Bị xâm phạm mà không tranh giành, bị xúc phạm mà không nổi giận, bị thương tổn mà không oán hận... đó gọi là làm chủ được tình thường.

“Bị xâm phạm, bị xúc phạm, bị thương tổn mà xem như không có gì, lại đem lòng thương xót kẻ ngu si đã làm những việc ấy, đó gọi là dứt bỏ được tình thường.

“Hiểu rõ được lẽ ấy thì tâm địa thường trong sạch, cũng như đang ở nơi Tịnh độ.”

28. Bàn về nhân, quả nhỏ nhặt

Ông Long Thư nói rằng: “Có người sửa cầu, có kẻ làm hỏng cầu. Đó là những cái nhân nhỏ của thiên đường, địa ngục.

“Có người ngồi trên kiệu, có kẻ đi khiêng kiệu. Đó là những cái quả nhỏ của thiên đường, địa ngục.

“Mọi cảm xúc phát triển trong lòng đều có thể thấy được. Nếu thường soi xét tự tâm như vậy để tu pháp Tịnh độ thì có thể vãng sanh vào hàng Thượng phẩm, không còn nghi ngờ gì nữa.”

29. Hai vị thiên nhân

Ông Long Thư nói: "Trong kinh dạy rằng,[1] người đời khi còn sống luôn có hai vị thiên nhân theo sát, một vị tên là Đồng Sanh, một vị tên là Đồng Danh. Thiên nhân thường thấy được người, nhưng người không thấy thiên nhân.

"Hai vị thiên nhân ấy, lẽ nào không phải đồng tử của hai bộ thiện, ác đó sao? Người ta mỗi khi khởi ý, mở lời, cất bước... như thường nghĩ đến hai vị thiên nhân luôn nhìn thấy mình, sao có thể không tự thẹn với lòng (mà làm việc xấu)? Cứ như thế mà tu Tịnh độ, chắc chắn phải được sanh vào hàng Thượng phẩm thượng sanh."

Có người hỏi rằng: "Nếu mỗi người đều có hai vị thiên nhân, chẳng phải quá nhiều thiên nhân hay sao?"

Đáp: "Một vầng trăng chiếu hiện khắp những nơi có nước, lẽ nào lại có quá nhiều trăng hay sao?

30. Bàn về sự chuẩn bị trước

Ông Long Thư nói: "Có ngày thì có đêm, nên phải chuẩn bị cho lúc đêm về. Có nóng thì có lạnh, cho nên phải chuẩn bị cho lúc rét lạnh. Có sống thì có chết, cho nên phải chuẩn bị cho khi chết.

"Chuẩn bị những gì cho đêm? Ấy là đèn đuốc, giường ngủ. Chuẩn bị những gì cho khi rét lạnh? Ấy là chăn, áo ấm, than, củi. Chuẩn bị những gì cho khi chết? Ấy là lo tu phước, huệ và Tịnh độ."

---

[1] Nguyên tác Hán văn nói là kinh Hoa Nghiêm, nhưng chúng tôi chỉ tìm thấy một đoạn có ý nghĩa tương tự trong Vô Lượng Thọ Kinh nghĩa sớ (無量壽經義疏), không thấy nội dung này trong kinh Hoa Nghiêm.

31. Bàn về việc gửi kho công đức

Ông Long Thư nói rằng: "Tôi đã xem khắp tạng kinh, không có chỗ nào nói việc gửi kho âm phủ.[1] Xin khuyên người đời dùng tiền của xài phí trong việc ấy mà thỉnh chư tăng thiết lễ cúng hướng về Tây phương.

"Một lòng hướng về Tây phương, ắt được vãng sanh. Nếu không làm những công đức Tịnh độ, chỉ tin việc gửi kho âm phủ, tức là lòng hướng về âm phủ, khi chết ắt phải xuống âm phủ.

"Ví như có người không học theo đức hạnh bậc quân tử, tuy giao kết với hiền nhân quân tử nhưng lại lo gửi tiền cho quan cai ngục, đợi khi nào mình vào ngục thì dùng tiền ấy mà chuộc tội, chẳng phải là sai lầm lắm sao?"

32. Bàn về ba đại kiếp quá khứ, hiện tại và vị lai

Trong tạng Kinh chép rằng: Kiếp quá khứ tên là *Trang nghiêm*, kiếp hiện tại tên là *Nhân hiền*, kiếp tương lai tên là *Tinh tú*. Trong ba kiếp ấy, mỗi kiếp đều có đủ bốn giai đoạn là *thành, trụ, hoại, không*. Bốn giai đoạn này hợp lại thành một *Đại kiếp*.

Nay tạm gác lại không bàn đến kiếp quá khứ và kiếp vị lai, chỉ nói về kiếp hiện tại là *Nhân hiền*.

Giai đoạn *thành* có 20 tiểu kiếp, giai đoạn *trụ* có 20 tiểu kiếp, giai đoạn *hoại* có 20 tiểu kiếp, giai đoạn *không* có 20 tiểu kiếp.

Khoảng thời gian của một *tiểu kiếp* là một lần tăng và một

[1] Đây nói việc người đời thường đốt tiền giấy vàng mã cùng với quần áo, vật dụng để gửi xuống âm phủ cho người chết.

lần giảm. Khởi đầu từ lúc tuổi thọ con người được 84.000 tuổi, là lúc kiếp tăng hết mức.

Trải qua 100 năm thì tuổi thọ con người giảm đi 1 tuổi, giảm dần cho tới khi tuổi thọ con người còn 30 tuổi thì nạn đói khởi lên; giảm đến còn 20 tuổi thì bệnh dịch khởi lên; giảm đến còn 10 tuổi là hết mức, nạn đao binh khởi lên.

Sau nạn đao binh rồi thì cứ qua 100 năm tuổi thọ con người lại tăng lên 1 tuổi. Tăng mãi cho đến 84.000 tuổi là đủ một *tiểu kiếp*.

Mỗi giai đoạn *thành, trụ, hoại, không* đều có đủ 20 tiểu kiếp; 20 tiểu kiếp hợp thành 1 *trung kiếp*; 4 *trung kiếp* hợp thành một *đại kiếp*.

Lại nói về giai đoạn *trụ* hiện nay có 20 tiểu kiếp. Trong 8 tiểu kiếp không có Phật ra đời, đến tiểu kiếp thứ chín, từ khi tuổi thọ con người là 84.000 tuổi giảm dần cho đến còn 60.000 tuổi thì đức Phật *Câu-lưu-tôn* ra đời.

Từ lúc tuổi thọ con người là 60.000 tuổi giảm dần cho đến còn 40.000 tuổi thì đức Phật *Câu-na-hàm Mâu-ni* ra đời.

Từ lúc tuổi thọ con người là 40.000 tuổi giảm dần cho đến còn 20.000 tuổi thì đức Phật *Ca-diếp* ra đời.

Từ lúc tuổi thọ con người là 20.000 tuổi giảm dần cho đến còn 100 tuổi thì đức Phật *Thích-ca Mâu-ni* ra đời.

Sang tiểu kiếp thứ mười, từ khi tuổi thọ con người là 84.000 tuổi giảm dần cho đến còn 80.000 tuổi thì đức Phật *Di-lặc* ra đời. Từ sau Phật *Di-lặc*, trong suốt 4 tiểu kiếp không có Phật ra đời.

Đến tiểu kiếp thứ mười lăm sẽ có 994 đức Phật lần lượt ra đời. Tiếp theo sau đó, lại trong suốt 4 tiểu kiếp không có Phật ra đời.

Đến tiểu kiếp thứ hai mươi, từ lúc tuổi thọ con người là 10 tuổi tăng dần cho đến 84.000 tuổi thì giai đoạn *kiếp trụ* vừa dứt, bấy giờ đức Phật *Lâu-chí* sẽ ra đời, do bổn nguyện của ngài là ra đời vào lúc kiếp tăng.

Khi giai đoạn *kiếp hoại* đến, sẽ có ba tai kiếp lớn xảy ra. Về sự tướng của ba tai kiếp lớn và ba tai kiếp nhỏ, đã có nói đầy đủ ở quyển trung,[1] trong bài *Long hoa tam hội*.

33. Kinh Thi-ca-la-việt lễ bái sáu phương[2]

Khi Phật ở tại thành Vương Xá,[3] vào buổi sáng sớm đi khất thực, nhìn xa xa về phía núi Kê Túc[4] thấy có một chàng con nhà trưởng giả tên *Thi-ca-la-việt*[5] đang chải đầu, súc miệng,

[1] Xem bài Lược nói về Long Hoa tam hội, trang 770.

[2] Kinh này có tên Phạn ngữ là **Śīgalovāda-sūtra**, được tìm thấy trong Đại chánh tạng, quyển 1, số hiệu 16, với nội dung khác biệt so với bản được khắc trong sách này. Tên Hán văn là Phật thuyết Thi-ca-la-việt lục phương lễ kinh (佛說尸迦羅越六方禮經), do ngài An Thế Cao dịch sang Hán văn vào khoảng năm 148 đến 176, thuộc đời Hậu Hán. Trong bản chữ Vạn (Càn Long), kinh này còn có thêm tên khác là Trường A-hàm Thiện Sanh kinh (gọi tắt là kinh Thiện Sanh), được xếp vào quyển 54, kinh số 551, từ trang 418 đến trang 422. Ngoài ra, kinh này còn được ngài Chi Pháp Độ dịch vào đời Tây Tấn (khoảng năm 301) với tên là Phật thuyết Thiện Sanh tử kinh, được xếp vào Đại chánh tạng, quyển 1, kinh số 17. Trong bản chữ Vạn, kinh này thuộc quyển 54, kinh số 591, từ trang 686 đến trang 692. Chúng tôi vẫn chưa thể xác định được ngài Tông Bổn khi soạn sách này đã dựa vào bản dịch nào, vì có đôi chỗ rất giống với bản của ngài An Thế Cao nhưng phần lớn lại có cấu trúc khác biệt khá xa. Phải chăng vào thế kỷ 11 vẫn còn lưu hành một bản dịch khác của kinh này mà đến nay không còn nữa?

[3] Thành Vương Xá, tên Phạn ngữ là **Rājagṛha**, dịch âm là La-duyệt.

[4] Núi Kê Túc (Kê Túc sơn), tên Phạn ngữ là **Kukkuṭapada**, dịch âm là Khuất-khuất-trá-bá-đà (屈屈吒播陀). Núi này thuộc địa phận nước Ma-kiệt-đà (Magadha), cũng có tên là núi Gurupada (Cũ-lô-bá-đà - 窶盧播陀), dịch nghĩa là Tôn Túc, là nơi Tôn giả Ca-diếp từng nhập định. .

[5] Thi-ca-la-việt, phiên âm từ Phạn ngữ là **Sīṅgālaka**, dịch nghĩa là Thiện Sanh. Có nơi gọi ông này là **Sujāta**, dịch âm là Tu-xà-đà (須闍陀). Về nhân vật trong kinh này, có lẽ là con trai của ông Thi-ca-la-việt thì đúng hơn, mặc dù trong hầu hết các đoạn đều chỉ gọi là Thi-ca-la-việt. Chúng tôi ngờ như thế là vì: thứ nhất, trong tên kinh gọi là "Thiện Sanh tử" (con trai ông Thiện Sanh); thứ hai, phần cuối có một câu kệ cũng gọi nhân vật này là Thi-ca-la-việt tử; thứ ba, trong bản Phật thuyết Thiện Sanh tử kinh do ngài Chi Pháp Độ dịch có kể rõ trong đoạn khởi đầu rằng: "Ông cư sĩ Thiện Sanh bị bệnh nặng không qua khỏi, gọi con trai đến dặn dò việc lễ lạy sáu phương.".

rửa mặt, thay y phục sạch sẽ, rồi hướng về phương đông lạy 4 lạy, hướng về phương nam, phương tây, phương bắc cũng lạy mỗi phương 4 lạy, lại hướng lên trời lạy 4 lạy, hướng xuống đất lạy 4 lạy.

Đức Phật liền đến nhà người ấy, hỏi: "Con đang làm gì vậy?"

Thi-ca-la-việt đáp: "Con ở đây lễ lạy sáu phương."

Đức Phật hỏi: "Lễ lạy sáu phương như vậy là theo pháp gì?"

Thi-ca-la-việt đáp: "Khi cha mẹ còn sống có dạy con mỗi buổi sáng sớm phải lễ lạy sáu phương, con cũng không hiểu để làm gì. Nay cha mẹ đã qua đời, con không dám trái lời dạy."

Phật nói: "Cha con dạy việc lễ lạy sáu phương không phải dùng thân lễ lạy như thế. Con đã hiểu sai ý của cha con rồi."

Thi-ca-la-việt liền quỳ xuống thưa: "Xin Phật từ bi vì con giảng giải ý nghĩa việc lễ lạy sáu phương."

Phật dạy: "Được, con hãy lắng nghe cho kỹ! Hãy để tâm vào lời dạy, ta sẽ vì con giảng rõ.

"Hàng trưởng giả, những người trí thức, nếu như có thể trừ dứt sáu pháp xấu ác, đó chính là lễ lạy sáu phương.

"Những gì là sáu pháp xấu ác? Một là tham uống rượu, hai là mê cờ bạc, ba là thích ngủ sớm dậy trễ, bốn là ưa mời thỉnh khách khứa, năm là thích kết giao cùng kẻ xấu, sáu là ham thích việc giết hại, lừa gạt, dan díu vợ người. Nếu có thể trừ dứt sáu việc ấy, đó là lễ lạy sáu phương.

"Nếu con không trừ được sáu việc ấy thì sự lễ lạy nào có ích gì? Lại còn lan tràn tiếng xấu, việc nhà rối loạn, tiền của tiêu tốn, thân thể yếu đuối, gầy còm, việc lành ngày càng mai một, kẻ xa người gần không còn ai kính trọng.

"Này chàng trai! Nên biết chọn người tốt để giao tiếp, học hỏi theo; tránh xa những người xấu ác. Như ta từ vô số kiếp trước vẫn thường gần gũi những bậc thiện tri thức, nay mới được thành quả Phật."

Phật lại bảo *Thi-ca-la-việt*: "Bảo con lễ lạy phương đông là có ý nghĩa phụng dưỡng cha mẹ phải nhớ 5 điều. Một là hết lòng hiếu kính, chăm nom thăm viếng, thường khiến cha mẹ vui lòng. Hai là mỗi ngày dậy sớm, sắp xếp việc nhà, việc cơm nước, luôn giữ theo nếp nhà cần kiệm. Ba là thay cha mẹ làm mọi việc nặng nhọc. Bốn là luôn nhớ nghĩ đến ơn đức của cha mẹ. Năm là khi cha mẹ có bệnh tật hết lòng lo lắng, tìm thầy thuốc chữa trị.

"Cha mẹ đối với con cũng có 5 điều. Một là dạy con bỏ điều ác, làm điều lành. Hai là dạy con thường gần gũi những người hiểu biết. Ba là dạy con chuyên cần, chú trọng việc học hỏi. Bốn là khi đến tuổi thì lo việc dựng vợ gả chồng. Năm là chia phần tài sản trong gia đình cho con.

"Lễ lạy phương nam là có ý nghĩa người học trò phụng sự thầy phải nhớ 5 điều. Một là giữ lòng cung kính, sợ sệt. Hai là y theo lời thầy dạy bảo. Ba là có những việc giặt giũ, sửa sang phải gắng sức làm. Bốn là chuyên cần học hỏi không chán nản. Năm là sau khi thầy qua đời phải giữ lòng kính ngưỡng, nhớ tưởng, ngợi khen những đức độ của thầy, nhất thiết không được luận bàn đến những điều sai trái, lầm lỗi trước đây của thầy.

"Thầy dạy đệ tử cũng có 5 điều. Một là hết lòng dạy bảo không mỏi mệt, khiến cho học trò mau được hiểu biết. Hai là mong muốn học trò của mình vượt hơn học trò người khác. Ba là muốn cho học trò không quên những kiến thức đã học. Bốn là khi học trò có những chỗ khó khăn, không hiểu, phải tận tình giảng rõ. Năm là mong muốn dạy dỗ sao cho học trò có được trí tuệ vượt hơn cả thầy.

"Lễ lạy phương tây là có ý nghĩa người vợ đối với chồng phải nhớ 5 điều. Một là khi chồng từ bên ngoài đi vào phải đứng lên chào đón. Hai là khi chồng vắng nhà phải lo việc bếp núc, quét dọn, giữ lòng kính trọng mà chờ đợi. Ba là không được khởi lòng dâm dục với người ngoài, phải giữ chặt cửa khuê phòng. Bốn là khi chồng có nặng lời, không được tùy tiện đối đáp, lộ vẻ giận tức; chồng có dạy răn điều gì phải cung kính nghe theo; có sở hữu món gì cũng không được cất giấu để dùng riêng. Năm là phải đợi chồng nghỉ ngơi trước, tự mình xem xét cẩn thận việc nhà rồi mới đi nghỉ sau.

"Chồng đối với vợ cũng có 5 điều. Một là mỗi khi ra vào đều giữ lòng tương kính. Hai là việc ăn uống có giờ giấc thích hợp, không để vợ phải khó nhọc, buồn bực. Ba là khi vợ muốn mua sắm quần áo, đồ trang sức... chớ nên trái ý; nhà giàu có thì sắm đủ, nghèo khó thì tùy sức. Bốn là giao phó tài sản trong nhà cho vợ coi sóc, gìn giữ. Năm là không được dan díu tư tình với người khác, khiến vợ phải sanh lòng nghi ngờ.

"Lễ lạy phương bắc là có ý nghĩa trong sự giao tiếp cư xử với thân thuộc, bạn bè, đôi bên đều phải nhớ 5 việc. Một là khi có người làm việc xấu ác, lỗi lầm, những người khác phải thay nhau khuyên bảo, can gián, ngăn chặn. Hai là khi có người gặp tai nạn rủi ro, ốm đau tật bệnh, những người khác phải quan tâm chia sẻ giúp đỡ, chữa trị bệnh tật. Ba là khi một ai đó có lời nói riêng trong nhà, những người khác không được mang ra nói với người ngoài. Bốn là phải giữ lòng kính trọng, ngợi khen điều tốt của nhau; duy trì quan hệ tới lui thăm viếng; nếu như có lúc đụng chạm, xung đột nhau cũng không được sanh lòng buồn giận, oán hờn. Năm là trong quan hệ có sự khác biệt giàu nghèo chẳng giống nhau, nên giúp đỡ, hỗ trợ, cứu vớt lẫn nhau; khi có món ngon vật quý nên chia sẻ cho nhau.

"Lễ lạy phương dưới là có ý nghĩa người chủ đối với những kẻ giúp việc phải biết 5 điều. Một là trước hết phải lưu tâm đến các nhu cầu đói no, lạnh nóng của họ, rồi sau mới sai khiến công việc. Hai là khi họ có bệnh phải lo mời thầy thuốc chữa trị. Ba là không được sai lầm dùng đến đòn roi, đánh đập, cần phải tra xét sự việc rõ ràng rồi sau mới trách phạt. Việc có thể tha thứ thì nên tha thứ; không thể tha được mới phải trách phạt để dạy dỗ. Bốn là khi họ có đôi chút tiền riêng không được tìm cách đoạt lấy. Năm là khi cung cấp, phân chia món gì cho họ đều phải công bằng, bình đẳng như nhau, không được có ý thiên vị.

"Người giúp việc đối với chủ cũng có 5 việc. Một là phải lo dậy sớm, không đợi chủ gọi. Hai là phải biết những việc nên làm thì tự lưu tâm làm, không để nhọc lòng chủ sai khiến. Ba là phải biết thương tiếc quý trọng tài sản của chủ, không được coi rẻ mà vất bỏ, làm hư hỏng. Bốn là mỗi khi chủ nhà có việc ra vào, phải lưu tâm đưa đón. Năm là chỉ nên ngợi khen những điểm tốt đẹp của chủ, không được bàn nói những việc xấu lỗi.

"Lễ lạy phương trên là có ý nghĩa người cúng dường các bậc *sa-môn*, thiện tri thức phải nhớ 5 điều. Một là phải dùng tâm chân thật hướng về. Hai là phải cung kính làm việc phụng sự, không cho là khó nhọc. Ba là phải thường nhiều lần thưa hỏi đạo lý. Bốn là phải lắng nghe, suy ngẫm rồi tu tập làm theo. Năm là phải thưa hỏi rõ về tông chỉ của việc niệm Phật, tham thiền, ngày đêm chuyên cần tu tập.

"Hàng *sa-môn*, thiện tri thức khi chỉ bày cho người cũng phải nhớ 5 điều. Một là dạy người tu tập các pháp bố thí, trì giới, nhẫn nhục, tinh tấn, định tâm,[1] trí huệ. Hai là dạy người những điều thuộc về oai nghi, lễ tiết, không để buông thả, phóng túng. Ba là dạy người giữ cho lời nói với việc làm luôn tương xứng, hoặc thà nói ít làm nhiều chứ không được nói nhiều làm ít. Bốn là dạy người chuyên cần lễ bái Tam bảo, khởi lòng thương xót hết thảy mọi loài chúng sanh. Năm là dạy người hồi hướng công đức, phát nguyện cầu sanh Tịnh độ, chứng đắc đạo *Bồ-đề* rồi sẽ trở lại hóa độ chúng sanh.

"Làm theo đúng như những điều trên gọi là cung kính vâng theo lời cha lễ lạy sáu phương. Nếu không làm được như vậy, dù lễ lạy cũng là vô ích."

---

[1] Về pháp thứ năm trong sáu ba-la-mật, hầu hết các kinh điển được dịch về sau đều dịch là "thiền định". Riêng ở đây ta thấy dịch là "định tâm", còn trong bản dịch của ngài An Thế Cao là "nhất tâm". Chúng tôi thấy những cách dịch này có vẻ thích hợp hơn trong bối cảnh chung của sáu phẩm chất đang được đề cập. Cách dịch là thiền định dường như do ảnh hưởng sự phát triển mạnh của Thiền tông trong giai đoạn sau này.

Bấy giờ, *Thi-ca-la-việt* liền xin thọ trì Năm giới, ân cần lễ bái Phật.

Đức Phật liền nói kệ tóm lại rằng:

Gà gáy sớm thức dậy,
Mặc áo, bước xuống giường,
Rửa mặt, súc miệng sạch,
Hai tay dâng hương hoa.
Khêu đèn, thay nước sạch
Cúng dường Phật, Pháp, Tăng.
Chắp tay cung kính lễ,
Phát nguyện đền Bốn ơn.
Sáu pháp ba-la-mật,
Thảy thảy đều tu học.
Bố thí trừ tham lam,
Trì giới không hủy phạm,
Nhẫn nhục hết nóng giận,
Tinh tấn khỏi mê trầm,
Định tâm không tán loạn,
Trí huệ dứt ngu si.
Ngày tháng chẳng đợi người,
Chuyên cần không lười nhác.
Khổ sanh, già bệnh, chết,
Mạng người nào được lâu!
Huống chi lúc lâm chung,
Thân thuộc không thể giúp,
Lại không nơi trốn tránh,
Không thuốc nào cứu được.
Phước trời còn phải hết,
Phước người được bao lâu?
Cha mẹ cùng vợ, con...
Như khách cùng quán trọ,
Cùng ngủ nghỉ qua đêm,
Sáng ra, người một nẻo.
Vô thường cũng như vậy,

Sớm lo hướng cõi Phật.
Huống chi trong sáu đường,
Luân hồi không tạm nghỉ.
Nay may được làm người,
Lại nghe pháp sâu mầu.
Tự tu, dạy người tu,
Ta, người đều lợi ích.
Ba-la-mật là thuyền,
Vượt qua biển sanh tử.
Cực Lạc A-di-đà,
Nguyện lực khó nghĩ bàn.
Dẫn bước lên thềm vàng,
Được thọ ký quả Phật.
Bốn chúng[1] *vâng làm theo,*
Cầu sanh về Cực Lạc.
Con trai ông Thiện Sanh,[2]
Nghe Phật thuyết pháp rồi,
Lòng hân hoan phấn khởi,
Lễ bái tin nhận lời.

34. Lời dạy của các vị Thái Thượng, Đông Nhạc

Ngài Thái Thượng, trong thiên *Cảm ứng* có dạy: "Họa phước không có cửa vào, chỉ do người tự chuốc lấy.

"Việc báo ứng thiện ác cũng như bóng theo hình. Mỗi khi trong lòng khởi lên điều thiện, tuy chưa làm nhưng vị thần ban phước lộc đã theo rồi. Mỗi khi trong lòng khởi lên điều ác, tuy chưa lộ ra bên ngoài nhưng vị thần gieo tai họa đã theo rồi.

"Như có người đã từng làm việc ác, rồi sau tự mình hối cải, lâu ngày ắt được phước lành. Đó là chuyển họa thành phước vậy."

---

[1] Bốn chúng: chỉ chung hàng Phật tử xuất gia và tại gia, gồm tỳ-kheo, tỳ-kheo ni, ưu-bà-tắc (cư sĩ nam) và ưu-bà-di (cư sĩ nữ).

[2] Thiện Sanh: tức Thi-ca-la-việt. Tên gọi Thiện Sanh là dịch theo nghĩa.

Ngài Đông Nhạc Thánh đế có dạy rằng: "Trời đất không thiên vị, thần minh ngấm ngầm soi xét; không vì hưởng sự cúng tế mà ban phước, không vì thiếu lễ cúng mà giáng họa.

"Người đời khi được thế lực cũng đừng hết sức dựa vào, được phước lộc cũng đừng bo bo hưởng trọn, với kẻ nghèo cùng khốn khổ cũng đừng ra sức chèn ép. Ba việc ấy là sự xoay vần của trời đất, trải qua đủ rồi thì trở lại như xưa.

"Cho nên, làm thiện một ngày thì phước tuy chưa đến mà họa đã tránh xa; làm ác một ngày thì họa dù chưa đến mà phước đã rời xa.

"Người làm thiện như cỏ trong mùa xuân, không thấy cỏ tăng trưởng, nhưng mỗi ngày mỗi lớn lên. Kẻ làm ác như hòn đá mài dao, không thấy đá hao tổn, nhưng mỗi ngày mỗi nhỏ lại. Nên những việc hại người để có lợi cho mình phải tự răn giữ chớ phạm vào."

Lại dạy rằng: "Thấy việc lành dù nhỏ, cũng nên tạo điều kiện để người thực hiện; thấy việc ác dù nhỏ, cũng nên khuyên người đừng làm. Việc ăn mặc biết tùy theo phận mình[1] thì tự nhiên được vui vẻ, khoan khoái.

"Cần chi đến những việc bói toán, xem vận mạng? Hại người là gây họa, giúp người là tạo phước. Lưới trời lồng lộng, báo ứng rất nhanh.

"Lắng nghe, xét kỹ những lời này ắt quỷ thần đều khâm phục."

35. Luận răn đời của Tử Hư Nguyên Quân

Phước sinh ra từ sự trong sạch, kiệm ước; *đức* sinh ra từ sự khiêm nhượng; *đạo* sinh ra từ sự an ổn, vắng lặng; *mạng* sinh ra từ sự hòa hợp, vui sướng; *bệnh tật* sinh ra vì quá dâm dục;

[1] Ăn mặc tùy theo phận mình (y thực tùy phận): nghĩa là không đua đòi theo người khác, chỉ dựa theo khả năng thu nhập của chính mình, thích hợp với hoàn cảnh của mình. .

tai vạ sinh ra vì quá tham lam; *lầm lỗi* sinh ra vì kiêu mạn, khinh người; *tội ác* sinh ra vì thiếu lòng nhân ái.

Răn giữ đôi mắt đừng nhìn chỗ sai quấy của người; răn giữ lời nói đừng bàn luận chỗ kém khuyết của người; răn giữ tâm ý đừng buông thả theo lòng tham và sự nóng giận; răn giữ tự thân đừng học theo bạn bè xấu ác.

Lời không có ích đừng nói bậy; việc không liên can chớ làm càn.

Vắng lặng an nhiên, các bậc thần tiên từ đó được.
Khoan dung tha thứ, bao nhiêu tai họa thảy đều tiêu.
Kham nhẫn nhận chịu, oán thù muôn kiếp nhờ đó dứt.
Buông bỏ việc đời, công danh buộc trói có là chi!

Giữ lòng trung với chủ, hiếu với cha mẹ, tôn kính bậc trưởng thượng, cúng dường bậc đức độ, phân biệt hiền ngu, khoan thứ người không biết. Vật thuận đến thì không chống lại, vật đã rời đi chớ tìm theo. Thân chưa gặp thời đừng mong mỏi, việc đã qua rồi chớ nghĩ nhớ.

Kẻ thông minh lắm càng mắc phải nhiều tối tăm, mờ mịt; kẻ tính toán nhiều thì mất đi sự thuận lợi dễ dàng; gây tổn hại cho người, rốt cùng là tự mình mất mát; dựa vào thế lực, tai họa liền theo ngay.

Răn nhắc tự trong lòng, giữ gìn nơi chí hướng. Vì không tiết chế mà tan nát cửa nhà; vì thiếu sự thanh liêm mà mất cả địa vị.

Khuyên người hãy luôn cảnh tỉnh trong đời sống, có thể đáng khen đó, đáng kinh ngạc đó, mà cũng đáng sợ lắm đó. Trên có thiên thần soi xuống, dưới có địa thần xét lên. Nơi sáng rõ có phép nước thường nghiêm; chỗ khuất lấp có quỉ thần luôn theo dõi. Chỉ nên giữ theo điều chân chánh, lòng không dối trá. Nhớ lấy, nhớ lấy!

36. Văn khuyến thiện của tiên sinh Khang Tiết

Hạng người cao cả nhất, không cần dạy bảo đã tự là người tốt. Hạng người trung bình, nhờ được dạy bảo rồi sau thành người tốt. Hạng người kém cỏi nhất, dù được dạy bảo vẫn không thành người tốt.

Không cần dạy bảo đã tự là người tốt, chẳng phải bậc thánh đó sao? Nhờ được dạy bảo rồi sau thành người tốt, chẳng phải người hiền đó sao? Dù được dạy bảo vẫn không thành người tốt, chẳng phải người ngu đó sao? Vậy nên biết rằng, do nơi việc làm lành mà gọi là người tốt, do nơi việc làm dữ mà gọi là kẻ xấu.

Người tốt thì mắt chẳng nhìn những cảnh không hợp lễ nghĩa; tai chẳng nghe những tiếng không hợp lễ nghĩa, miệng chẳng nói những lời không hợp lễ nghĩa; chân chẳng bước đến những chỗ không hợp lễ nghĩa; chẳng giao du với người không tốt, chẳng nhận những vật phi nghĩa;[1] gần gũi người hiền như cỏ chi, cỏ lan;[2] tránh xa kẻ ác như sợ loài rắn rết. Nếu ai bảo đó chẳng phải người tốt thì ta không tin được.

Kẻ xấu thì nói lời quỉ quyệt, làm việc thâm hiểm, tham điều lợi, trau chuốt che đậy điều sai quấy, tham dâm dục, thích hại người; ghét người lương thiện như kẻ thù; phạm vào luật pháp như cơm bữa; tội nhỏ thì hại thân mất mạng, tội lớn thì hại cả dòng họ, khiến cho không còn người nối dõi. Nếu ai bảo đó chẳng phải kẻ xấu thì ta không tin được.

Có lời dạy rằng: "Người tốt làm việc lành, không chỉ một ngày mà đủ; kẻ xấu làm việc ác, cũng không chỉ một ngày mà đủ."[3] Các ông muốn làm người tốt hay kẻ xấu?

---

[1] Vật phi nghĩa: vật có được bằng những cách bất nghĩa như trộm cắp, lường gạt, cướp đoạt..

[2] Cỏ chi, cỏ lan: hai loại cỏ thơm, thường được ví với người đức hạnh, cao quý. Việc gần gũi người hiền được ví như ở nơi có cỏ chi, cỏ lan, vì dù mình không tự biết nhưng cũng có được ảnh hưởng tốt, như quyện lấy hương thơm của cỏ. .

[3] Câu này có ý: không chỉ một ngày mà thành người tốt hay kẻ xấu, đều là sự tu dưỡng hay tập nhiễm lâu ngày mới thành. Vì thế cần phải thận trọng việc cảnh tỉnh lấy mình trong cuộc sống. .

37. Phương thuốc trị tâm của Đại sư Vô Tế

Đại sư[1] khi giảng dụ người đời có dạy rằng: "Những ai muốn sửa sang việc nhà, trị yên việc nước, học theo chánh đạo, tu dưỡng thân mình thì trước hết nên dùng phương thuốc hay mười vị của ta, sau mới có thể thành tựu.

"Mười vị là gì? Đó là:

1. *Lòng tốt* .... một đoạn
2. *Tâm từ bi* .... một tấm
3. *Ôn hòa nhu thuận* .... nửa lượng
4. *Đạo lý* .... ba phân
5. *Tín hạnh* .... rất cần thiết
6. *Lòng trung trực* .... một khối
7. *Hiếu thuận* .... mười phân
8. *Chân thật* .... một tấm
9. *Phước nghiệp* .... dùng trọn
10. *Phương tiện* .... gia giảm tùy ý

"Cho mười vị ấy chung vào loại nồi *khoan dung* mà sao, không được *nôn nao*, không được *gấp rút*, khử bớt ba phần *tánh nóng*, rồi để vào loại chậu *bình đẳng* mà nghiền cho thật nhỏ,

[1] Đại sư Vô Tế: cao tăng đời Đường, hiệu Thạch Đầu Hy Thiên, người đất Việt, họ Trần. Đại sư nghe danh Lục tổ ở Tào Khê nên tìm đến theo học. Sau khi Lục tổ viên tịch vẫn chưa chứng ngộ, ngài đến núi La Phù thọ giới, tình cờ nghe tiếng thiền sư Hành Tư ở núi Thanh Nguyên (cũng là đệ tử của Lục tổ), liền tìm đến theo học, sau được truyền pháp. Niên hiệu Thiên Bảo năm đầu (720), ngài đến núi Nam Nhạc, dựng am nhỏ trên một tảng đá lớn để tu trì. Người bấy giờ tôn kính gọi ngài là Hòa thượng Thạch Đầu. Năm 785, niên hiệu Trinh Nguyên thứ 16, ngài viên tịch, thọ 91 tuổi. Vua ban sắc phong là Vô Tế Đại sư. .

dùng loại bột *cân nhắc thận trọng*[1] trộn đều với sáu *ba-la-mật*[2] mà vò thành hoàn cỡ hạt *Bồ-đề*.

"Mỗi ngày dùng ba lần, lúc nào cũng được. Dùng chất nước dẫn thuốc là *hòa khí* để đưa xuống.

"Nếu dùng đúng như vậy, không bệnh nào không khỏi.

"Thuốc này kiêng kỵ nhất là nói lời thanh bai mà hành động xấu xa, mưu lợi cho mình mà tổn hại người khác, lén lút hại người, lòng dạ độc ác, ngoài miệng cười đùa trong lòng mưu hại, cư xử như rắn hai đầu, vô cớ gây ra xung đột. Cho nên, bảy việc vừa kể trên phải mau mau ngăn giữ.

"Mười vị thuốc này nếu dùng trọn vẹn thì có thể được phước lớn, tuổi thọ dài lâu, cho đến thành Phật, làm Tổ. Nếu chỉ dùng trong ấy chừng bốn, năm vị cũng được dứt tội, sống lâu, tai qua nạn khỏi.

"Như không dùng bất cứ vị nào trong phương thuốc này, thì về sau có hối hận cũng chẳng ích gì. Khi ấy dù có thần y như Biển Thước, Lư Y, chỉ e bệnh đã quá trầm trọng nên khó lòng liệu trị. Dù có cầu đảo trời đất, khấn vái thần minh cũng chẳng được gì.

"Huống chi, phương thuốc ấy người uống chẳng sợ lầm, chẳng tốn tiền mua, chẳng nhọc công sắc nấu! Vì sao lại không chịu uống?"

---

[1] Nguyên tác dùng "tam tư", nghĩa là ba lần suy nghĩ. Mọi hành vi của con người, nếu cân nhắc kỹ đều có ba lần suy nghĩ. Một là khi sắp nói hay làm điều gì có sự suy nghĩ phán xét, thẩm định trước về lời nói hay việc làm ấy, gọi là *Thẩm lự tư*. Hai là sự suy nghĩ quyết định sẽ nói ra hay sẽ làm, gọi là *Quyết định tư*. Ba là sự suy nghĩ mạnh mẽ nhất về hành động thiện hay ác chính thức được thực hiện, gọi là *Động phát thắng tư*. Hai sự suy nghĩ trước thuộc về ý nghiệp, vì chưa phát khởi ra lời nói hay việc làm. Sự suy nghĩ thứ ba thuộc về thân nghiệp, khẩu nghiệp, vì chính nó xác định tính chất thiện ác của lời nói hay việc làm.

[2] Sáu ba-la-mật: gồm các pháp tu bố thí ba-la-mật, trì giới ba-la-mật, nhẫn nhục ba-la-mật, tinh tấn ba-la-mật, định tâm ba-la-mật và trí huệ ba-la-mật.

Kệ rằng:

Thuốc này tuyệt diệu, hợp cơ mầu,
Thần y tái thế cũng chẳng cầu.
Khuyên khắp thiện nam cùng tín nữ,
Mau mau dùng lấy, chớ ngờ lâu.

38. Bài toát yếu khuyên thực hành nhẫn nhục

Mạnh tử[1] nói: "*Người quân tử có mối lo một đời nên không có cái họa trong một ngày.*"[2]

Sách *Luận ngữ* viết: "*Trong một cơn giận nhất thời mà làm hại thân mình, còn hại đến cả thân thuộc, chẳng phải là sai lầm lắm sao?*"[3]

Lại viết: "*Không nhẫn chịu được việc nhỏ ắt làm rối loạn việc lớn.*"[4]

Sách *Cảnh hành lục* nói rằng: "Tánh người ví như nước. Nước một khi chảy đi rồi thì không kéo lại được; tánh người một khi buông thả phóng túng thì không thể trở lại như trước. Ngăn giữ nước ắt phải dùng bờ đê bảo vệ; ngăn giữ tánh người ắt phải dùng lễ nghi phép tắc. Nhẫn chịu được cơn giận nhất thời, tránh được mối lo dài lâu. Việc nhẫn chịu được thì nên nhẫn chịu, việc răn giữ được thì nên răn giữ. Nếu không nhẫn chịu, không răn giữ, ắt việc nhỏ nhặt cũng hóa thành nghiêm trọng."

---

[1] Nguyên tác Hán văn ghi là sách Luận ngữ, nhưng thật ra câu này trích trong sách Mạnh tử, phần Ly lâu chương cú hạ, tiết 28, nguyên văn là: 是故君子有終身之憂，無一朝之患也。(Thị cố quân tử hữu chung thân chi ưu, vô nhất triêu chi hoạn dã.).

[2] Mối lo một đời của người quân tử là luôn tu sửa thân tâm, thực hành điều thiện, giữ theo đạo thánh hiền; nhờ đó mà không có ngày xảy ra tai họa. .

[3] Luận ngữ, chương 12 Nhan Uyên, tiết 20.

[4] Luận ngữ, chương 15 Vệ Linh Công, tiết 16.

Hết thảy mọi phiền não,
Do không nhẫn mà sanh.
Nhẫn: con đường vui sống,
Nhưng đời ít người đi.
Nhẫn: vật báu của thân,
Không nhẫn: họa đến gần.
Lưỡi mềm thường tồn tại,
Răng cứng phải rụng dần.
Xét suy một chữ nhẫn,
Là cách sống thường vui.
Không nhẫn trong phút chốc,
Phiền não hoài tháng năm.
Kẻ ngu hèn giận tức,
Đều vì chẳng rõ thông.
Lửa tâm đừng thêm nữa,
Xem như gió ngoài tai.
Tốt, xấu đâu cũng có,
Nóng, lạnh chốn chốn đồng.
Thị phi không thật tướng,
Rốt ráo đều là không.

Trương Kính Phu nói: “Kẻ được cái dũng nhỏ, đó là cái dũng của khí huyết; người được cái dũng lớn, đó là cái dũng của lễ nghĩa.” Cái dũng huyết khí đó, không nên có; cái dũng lễ nghĩa đó, không nên thiếu. Nếu biết được lẽ này thì thấy được chỗ chân chánh của tánh tình, biết được chỗ phân chia giữa lẽ trời với lòng dục của người.

Kẻ ác mắng người lành,
Người lành không mắng trả.
Nếu người lành mắng trả,
Hóa ra đều ngu si.
Không mắng, lòng an nhiên,
Kẻ mắng, miệng như lửa.
Ngửa mặt phun nước bọt,

Nước bọt rơi trở về.
Nếu bị người mắng chửi,
Giả điếc, không phân bua.
Như lửa cháy khoảng không,
Không chữa, tự nhiên tắt.
Lửa giận cũng không khác,
Gặp vật mới cháy bùng.
Lòng ta như hư không,
Mặc tình người mắng chửi.

Người xưa dạy rằng: "Xử sự ở đời nên lưu lại chút tình cảm thì về sau có gặp lại nhau mới tốt đẹp." Lời ấy đúng lắm thay!

Lại có chuyện rằng: Tử Trương sắp đi xa, đến cáo từ đức Khổng tử, xin ngài dạy cho một lời hay để làm theo suốt đời. Khổng tử dạy rằng: "Trong chỗ căn bản của trăm đức hạnh, đức nhẫn là trên hết."

Tử Trương hỏi: "Nhẫn để làm gì?"

Phu tử đáp:

Bậc thiên tử biết nhẫn,
Đất nước được yên bình.
Hàng chư hầu biết nhẫn,
Nước càng thêm lớn mạnh.
Hàng quan lại biết nhẫn,
Địa vị được thăng tiến.
Anh em nhà biết nhẫn,
Gia thế được giàu sang.
Vợ chồng cùng biết nhẫn,
Sống với nhau trọn đời.
Bạn bè cùng biết nhẫn,
Danh tiếng chẳng mất đi.
Tự thân nếu biết nhẫn,
Tai họa thảy tiêu trừ.

Tử Trương lại hỏi: "Nếu không biết nhẫn thì sao?"

Phu tử đáp:

Thiên tử không biết nhẫn,
Đất nước ắt tiêu tan.
Chư hầu không biết nhẫn,
Thân mạng ắt không còn.
Quan lại không biết nhẫn,
Lưới pháp luật mắc vào.
Anh em không biết nhẫn,
Phải cô độc sống riêng.
Vợ chồng không biết nhẫn,
Con trẻ phải mồ côi.
Bạn bè không biết nhẫn,
Giao tình phải nhạt nhẽo.
Tự thân không biết nhẫn,
Tai họa ắt liền theo.

Tử Trương khen rằng: "Hay thay, hay thay! Đức nhẫn ấy khó thay, khó thay! Không biết nhẫn chẳng xứng làm người; chẳng phải người thì không biết nhẫn!"

Trong kinh Di giáo, đức Phật *Thích-ca* dạy rằng: "*Tỳ-kheo* các con! Nếu có người đến cắt xẻo thân thể ra từng mảnh, hãy tự nhiếp tâm không nên nóng giận; cũng phòng hộ nơi miệng, chớ nói lời ác độc. Nếu buông thả tâm nóng giận là tự mình làm hại đạo, mất hết lợi ích công đức.

"Nhẫn nhục là đức tính mà trì giới với khổ hạnh cũng chẳng bì kịp. Người có thể nhẫn nhục mới đáng gọi là bậc đại nhân có sức mạnh. Như người chẳng thể vui lòng nhận lời mắng chửi độc ác như uống nước cam lộ, thì chẳng thể gọi là bậc trí huệ đã nhập đạo. Tại sao vậy? Cái hại của sự nóng giận là phá hoại các pháp lành, làm mất danh tiếng tốt, khiến cho đời này và đời sau chẳng ai muốn gặp gỡ mình.

"Nên biết rằng tâm nóng giận còn hơn cả lửa dữ, phải thường phòng hộ, không để cho nhập vào. Giặc cướp công đức thì không gì hơn tâm nóng giận."

Thật không nên nóng giận vậy.

Kinh Hoa Nghiêm dạy rằng: "Khởi một niệm sân hận, tạo trăm ngàn chướng ngại."

Có thể không nhẫn được sao? Đã hiển nhiên như vậy, nên hàng xuất gia và tại gia, dù nam hay nữ cũng đều nên thực hành đức nhẫn!

39. Khuyên người tôn trọng giữ gìn giấy có chữ viết

Khoảng niên hiệu Đại Minh,[1] sách *Khuyến thiện* dạy rằng: "Kẻ sĩ trong đạo Nho đều nên kính trọng giấy có chữ viết."

Lại như vào triều Tống, người cha của Vương Nghi Công mỗi khi thấy giấy có chữ viết rơi dưới đất thì nhặt lên, dùng nước thơm rửa sạch chỗ dơ, rồi sau mới đốt đi.

Một đêm kia ông nằm mộng thấy Tiên Thánh[2] vỗ vai bảo rằng: "Ta cảm cái công khó của ông kính trọng giấy có chữ viết của ta, nhưng tiếc vì ông đã lớn tuổi không còn thành tựu được nữa. Ngày sau sẽ cho Tăng Sâm[3] sanh vào nhà ông, làm hiển vinh gia thế."

Quả nhiên, chẳng bao lâu sanh được một con trai, liền đặt tên là Vương Sâm, thông minh, ham đọc sách, về sau thi đỗ Trạng nguyên."

Theo đó mà suy ra, đối với giấy có chữ viết thật không nên vất bỏ bừa bãi và giày đạp lên. Nếu biết y theo lời dạy của người xưa mà kính trọng giữ gìn giấy có chữ viết, thì đời đời sanh ra đều được tài biện luận. Nếu không làm như vậy ắt phải chịu tội báo lớn.

[1] Niên hiệu Đại Minh, vào đời Tống Vũ Đế, từ năm 457 đến năm 464.

[2] Tiên Thánh: chỉ đức Khổng tử.

[3] Tăng Sâm: tức Tăng tử, đệ tử của đức Khổng tử, là người biên thuật sách Đại học trong bộ Tứ thư và trước thuật sách Hiếu kinh. .

Kệ rằng:

Giấy mang chữ viết cũng như kinh,
Rơi vãi, nhặt cho vào lửa hồng,
Hoặc thả trôi sông, chôn đất sạch,
Mai sau được phước thọ khôn cùng.
Ngũ kinh của nhà Nho,
Cùng kinh Phật, sách Lão,
Giấy chữ không dùng nữa,
Như kinh điển, khác nào.
Kẻ ngu không hiểu biết,
Dùng vào chỗ nhớp nhơ.
Thân đọa muôn ngàn kiếp,
Làm giòi trong phẩn dơ.
Tiếc nhặt muôn ngàn chữ,
Tuổi thọ thêm một kỷ,[1]
Sanh con thảo, cháu hiền,
Phước dài lâu chẳng dứt.[2]

---

[1] Một kỷ: tức 12 năm.

[2] Tình cờ trong khi chuyển dịch bài này, chúng tôi lại đọc thấy trong sách "Pháp tu Tây Tạng" do đức Đạt-lai Lạt-ma thuyết giảng (Pháp tu Tây Tạng - bản dịch tiếng Việt của Hồng Như) có một đoạn nói về việc kính trọng giữ gìn kinh sách với nội dung tương tự như lời ngài Tông Bổn ở đây. Xin lược trích như sau: ."Kinh sách Phật Pháp chứa đựng lời dạy của Phật; có năng lực chở che chúng sinh không rơi vào ác đạo, lại có khả năng khai mở con đường giác ngộ. Vì vậy chúng ta cần thận trọng giữ gìn kinh sách, không nên để dưới đất, hay đặt nơi người khác có thể giẫm đạp lên, bước ngang qua hay ngồi lên trên. Khi mang theo bên mình nên bao bọc cẩn thận; khi cất giữ nên để nơi cao ráo sạch sẽ, không để chung với các loại đồ dùng thế tục khác. Tránh không đặt vật dụng thế tục lên trên kinh sách, không thấm nước miếng lật sách, vì làm như vậy là tự tạo ác nghiệp. Bao giờ cần tiêu hủy tài liệu có nội dung Phật pháp, nên đốt, không nên vất bỏ..".

40. Khuyên tu Tây phương Tịnh độ

Ông Long Thư nói rằng: “Người ta khi còn sống có đủ mọi vật, như cha mẹ, vợ con, nhà cửa, ruộng vườn, bò dê, xe ngựa... cho đến bàn ghế, chén bát, y phục... Những vật ấy, dù lớn dù nhỏ, hoặc do cha ông để lại, hoặc tự mình làm ra, hoặc do con cháu hay người khác giúp cho mà có. Hết thảy những vật ấy đều là của mình.

“Đến như một tờ giấy mỏng là nhỏ nhặt, bị người khác xé rách cũng sanh lòng giận; một cây kim chẳng đáng là bao, bị người lấy mất cũng sinh lòng tiếc! Kho lẫm chứa đầy, lòng vẫn không thấy đủ; vàng lụa đã nhiều, vẫn sắm mãi không thôi. Mỗi một hành vi trong đời sống đều nặng lòng ái luyến, vướng chấp. Vắng nhà một đêm mà lòng đã canh cánh nỗi nhớ nhà. Người giúp việc chưa kịp về đã lo rằng đi mất. Không một công việc nào không ôm lòng lo lắng.

“Một mai khi cái hạn kỳ lớn nhất trong đời[1] đã đến, mọi thứ đều phải vất bỏ hết. Đến như thân xác này cũng là vật bỏ đi, huống chi những vật ngoài thân?

“Lắng lòng mà suy xét, thấy cuộc đời này thật mơ hồ như giấc mộng!

“Cho nên Trang tử nói rằng: “Phải có sự tỉnh giác lớn rồi sau mới rõ biết được giấc mộng lớn lao này.”[2]

“Người xưa nói:

Một mai vô thường đến,
Mới hay mộng đời dài.

---

[1] Hạn kỳ lớn nhất trong đời: chỉ cái chết. Vì cái chết như một hạn kỳ được đặt ra từ lúc mới sanh, không ai trong đời có thể tránh khỏi, sớm muộn gì cũng phải đối mặt. Đây là hạn kỳ dài nhất, lớn nhất, vì khi nó đến rồi thì không còn bất cứ hạn kỳ nào khác nữa.

[2] Giấc mộng lớn lao này: ý so sánh cả cuộc đời này không khác chi một giấc mộng lớn.

Muôn vật đều vất bỏ,
Chỉ còn nghiệp mang theo.

"Lời ấy thật rất hay! Vì thế tôi mượn hai câu sau, thêm vào hai câu thành bài kệ rằng:

Muôn vật đều vất bỏ,
Chỉ còn nghiệp mang theo.
A-di-đà thường niệm,
Cõi Phật ắt sanh về.

"Nói nghiệp đó là chỉ cả nghiệp lành và nghiệp dữ. Cả hai loại nghiệp ấy sau khi chết đều mang theo. Vậy lẽ nào không thể dùng phép tu Tịnh độ làm nghiệp của mình hay sao?

"Có vị trưởng lão đã thấu triệt sáng suốt, rộng vì mọi người mà giảng giải. Ngài chỉ vào thân này mà nói: 'Thân này là vật chết, nhưng bên trong có chỗ linh hoạt, đó là vật sống. Đừng dựa trên vật chết mà thực hành phương thức sống, nên dựa trên vật sống mà thực hành phương thức sống.' Tôi rất thích lời dạy ấy nên thường đem ra nói với người khác.

"Nói chung mọi sự tham muốn những vật bên ngoài để cung phụng cho cái thân này đều là dựa trên vật chết mà thực hành phương thức sống. Người đời cho dù chưa ai thoát được việc ấy, nhưng trong cuộc mưu sanh để nuôi sống cái thân này, nếu có được một khoảnh khắc nào đó quay về soi rọi tự tâm, đem lòng hướng về *Tịnh độ*, thì đó chính là dựa trên vật sống mà thực hành phương thức sống.

"Bằng như cứ mãi hối hả gấp rút trong công việc làm ăn, thì cho dù giàu có đến như *Thạch Sùng*,[1] sang quý đến bậc nhất phẩm,[2] cuối cùng rồi cũng có hạn kỳ chấm dứt, lẽ nào sánh được với cõi *Tịnh độ* an vui mãi mãi hay sao?"

---

[1] Thạch Sùng: nhân vật trong truyện kể tượng trưng cho sự giàu có tột bực nhưng cuối cùng vẫn không có đủ những gì mình muốn.

[2] Nhất phẩm: phẩm bậc cao nhất trong hàng quan lại thời xưa, đứng đầu trong 9 phẩm.

41. Rộng khuyên việc tu trì Tịnh độ

Ông Long Thư nói rằng: "Ở đời, đã nhận sự khuyên dạy của thầy hay bạn tốt, nhận sự dìu dắt của người ơn, nhận sự đãi ngộ của những kẻ mình giao du, ắt nên đem pháp tu Tịnh độ nói cho họ biết để báo đáp.

"Cho đến đối với hết thảy mọi người, dù mình đã chịu ơn một bữa cơm, một tách trà, hoặc chỉ là một lời chào đón, một chỗ mời ngồi, thậm chí với những kẻ giúp việc đã có công phục vụ mình... nói chung là đối với tất cả những ai từng đem công sức, trí tuệ ra phục vụ cho mình, đều nên đem pháp tu Tịnh độ này nói cho họ biết, giúp họ được thoát khỏi biển khổ.

"Không chỉ là như thế, mà đối với hết thảy mọi người, dù có quen biết hay không, mình đều muốn đem pháp tu Tịnh độ mà giáo hóa, khiến cho tất cả đều được cùng nhau sanh về Tịnh độ.

"Lại không chỉ là như thế, vào thời đức Phật *Thích-ca* còn tại thế, dân chúng trong một thành kia rất khó giáo hóa. Phật nói: 'Dân trong thành ấy có nhân duyên với *Mục-kiền-liên*.' Liền bảo *Mục-kiền-liên* đến thành ấy giáo hóa, dân trong thành đều nghe theo lời dạy của ông.

"Đại chúng thưa hỏi Phật: 'Dân trong thành ấy có nhân duyên gì với *Mục-kiền-liên*?' Phật dạy: 'Vào đời quá khứ, *Mục-kiền-liên* từng làm một tiều phu, một hôm ở trong núi làm kinh động cả đàn ong. *Mục-kiền-liên* khi ấy nói với đàn ong rằng: Sau khi ta đắc đạo sẽ hóa độ tất cả các ngươi. Ngày nay, dân trong thành ấy chính là đàn ong ngày xưa. Vì *Mục-kiền-liên* có nói ra một lời lành với họ, nên có nhân duyên.'

"Theo đó mà suy ra, không những đối với hết thảy mọi người nên khuyên tu Tịnh độ, cho đến đối với tất cả các loài chim, thú, cho đến các loài côn trùng động vật, nói chung hết thảy các loài có hình tướng nhìn thấy được, nhân khi nhìn thấy ta liền vì chúng mà niệm mấy câu *A-di-đà* Phật, phát nguyện lành rằng: 'Nguyện cho các ngươi đều được sanh về thế giới Cực Lạc.' Hoặc là: 'Sau khi ta đắc đạo sẽ hóa độ tất cả các ngươi.'

"Cũng không chỉ là đối với các loài có hình tướng nhìn thấy được như vậy, mà ngay cả đối với các loài không thấy được hình tướng, ta cũng nên niệm Phật như vậy, phát nguyện lành như vậy.

"Cứ như vậy thì cái tâm niệm lành của ta sẽ rất thuần thục, đối với hết thảy chúng sanh đều là có nhân duyên, việc vãng sanh vào hàng Thượng phẩm thượng sanh ắt là chắc chắn, mà ngày sau hóa độ chúng sanh ai ai cũng sẽ vui lòng tin theo."

Tông Bổn này[1] nói: "Nên biết rằng tâm niệm của ông Long Thư chính là ý nguyện của đức Phổ Hiền, tất cả đều phù hợp với lời vàng,[2] đều có chỗ căn cứ. Xin lược dẫn một đoạn trong kinh *Phạm võng*: 'Như người Phật tử thường khởi lòng đại bi... nếu thấy những loài bò ngựa, dê lợn, hết thảy súc sanh, nên khởi tâm niệm, miệng nói rằng: 'Các ngươi là súc sanh, hãy qui y Tam bảo, phát *Bồ-đề* tâm.' Khi Bồ Tát đi vào hết thảy các nơi như núi rừng, sông suối, đồng ruộng, đều khiến cho hết thảy chúng sanh phát tâm *Bồ-đề*. Nếu Bồ Tát không phát tâm như vậy thì phạm vào *khinh giới*.'[3]

"Này các vị! Nên y theo lời dạy của Phật Tổ, đừng trái với lời khuyên của ông Long Thư. Được như vậy thì tốt đẹp biết bao!"

---

[1] Đây là lời ngài Tông Bổn đưa thêm vào khi soạn lại bài này.

[2] Lời vàng (kim văn): chỉ những điều được ghi chép trong kinh điển.

[3] Nguyên bản Hán văn dùng "khinh cấu tội", chỉ việc phạm vào một trong các khinh cấu giới hay khinh giới, tiếng Phạn là duṣkṛta, dịch âm là đột-kiết-la. Các khinh giới được thiết lập trong mối quan hệ so sánh với 10 trọng giới, vì thế mà gọi là khinh giới, có nghĩa là nhẹ hơn so với các trọng giới, chứ hoàn toàn không có nghĩa là đáng xem thường. Các kinh luận nói về khinh giới có phần khác biệt nhau, nhưng theo kinh Phạm Võng thì có 48 khinh giới thuộc Bồ Tát giới, và giới đang nói đây là giới thứ 45, có tên là *bất hóa chúng sanh giới* (不化眾生戒), cũng gọi là *bất hóa hữu tình giới* (不化有情戒).

42. Chuẩn bị hành trang trên đường về Tịnh độ

Ông Long Thư nói rằng: "Ví như người vừa đến một thành phố lớn, trước hết phải tìm một nơi trú ngụ, rồi sau mới đi lo công việc. Đến khi chiều tối mới có chỗ nghỉ ngơi.

"*Trước hết phải tìm một nơi trú ngụ*, đó là nói phải lo tu tập pháp môn Tịnh độ. *Đến khi chiều tối*, đó là nói khi cái hạn kỳ lớn nhất trong đời đã đến. *Có chỗ nghỉ ngơi*, đó là nói được hóa sanh từ hoa sen, không đọa vào các cảnh giới xấu ác.

"Lại ví như người đi xa vào mùa mưa,[1] trước hết phải chuẩn bị áo đi mưa. Khi trời thình lình đổ mưa mới không bị cái nạn ướt dầm khốn khổ.

"*Trước hết phải chuẩn bị áo đi mưa*, đó là nói phải lo tu tập pháp môn Tịnh độ. *Khi trời thình lình đổ mưa*, đó là nói khi mạng sống sắp dứt. *Không bị cái nạn ướt dầm khốn khổ*, đó là nói không phải chìm đắm vào các nẻo dữ mà nhận chịu khổ não.

"Vả lại, việc trước hết tìm nơi trú ngụ cũng không hại gì đến công việc phải làm; việc chuẩn bị áo đi mưa cũng không hại gì cho việc đi xa. Cũng vậy, việc tu tập pháp môn Tịnh độ không hại gì cho hết thảy mọi công việc trong đời sống. Vậy mọi người vì sao lại không tu?

"Dù là người đã phạm tội ác cũng có thể tu. Vì sao vậy? Ví như sắt đá rất nặng, nhưng nhờ có ghe thuyền nên có thể chở qua sông. Như cây kim tuy là nhẹ, nhưng nếu không nhờ vào ghe thuyền cũng không thể đưa qua sông.[2]

[1] Dịch sát theo nguyên tác là mùa xuân, chỉ mùa có nhiều mưa. Chúng tôi theo ý mà dịch. .

[2] Ví dụ này lấy ý từ kinh Tỳ-kheo Na-tiên, đoạn đối thoại thứ 6 trong phần 3 (Tu tập và giải thoát) của quyển hạ. Ngài Na-tiên so sánh hàng trăm hòn đá vẫn có thể nổi trên mặt nước nhờ xếp lên một chiếc thuyền, trong khi chỉ một hòn đá nhỏ vừa ném xuống nước đã phải chìm ngay. .

"Cho nên nói rằng, người dù có tội nặng nhưng nương nhờ sức Phật vẫn có thể sanh về Tịnh độ. Dù tạo tội nhẹ mà không nương nhờ sức Phật cũng không thể được vãng sanh.

"Lại như loài kiến, dù có trải qua muôn kiếp sống cũng không đi được đến một dặm, nhưng nếu bám trên thân người thì có thể đến được nơi xa ngàn dặm! Người nương nhờ sức Phật được vãng sanh Tịnh độ cũng giống như vậy.

"Trong lúc còn đang khỏe mạnh nếu không chuẩn bị, đến khi nhắm mắt biết làm thế nào? Cho nên phải gấp rút tu trì, cầu sanh Tịnh độ.

"Sự đời có ngày ắt phải có đêm, có lạnh ắt phải có nóng, ai ai cũng rõ biết không thể che giấu được. Cũng như nói có sống ắt phải có chết, nhưng người ta lại sợ chẳng dám nói ra! Sao lại che giấu quá đáng vậy?

"Này các vị! Nếu ngay bây giờ không lo tu thì đáng tiếc lắm thay! Thật đáng tiếc lắm thay!"

43. Lâm chung chánh niệm được vãng sinh

Ông Tri Qui tử thưa hỏi hoà thượng Thiện Đạo[1] rằng: "Việc lớn ở thế gian không gì hơn chuyện sống chết. Một hơi thở ra

[1] Hòa thượng Thiện Đạo (613-681): cao tăng đời Đường, hoằng truyền giáo pháp Tịnh độ, được người đời tôn xưng là Tổ thứ hai của Bạch liên xã (Tịnh độ tông). Ngài họ Châu, người đất Lâm Chuy (nay là huyện Lâm Chuy ở Sơn Đông), nhưng cũng có tài liệu nói ngài là người Tứ châu. Năm Trinh Quán thứ 19, ngài đến Trường An hoằng truyền pháp môn niệm Phật. Ngoài việc giáo hóa đồ chúng theo pháp môn Tịnh độ, Ngài còn sao chép kinh A-di-đà đến mấy vạn quyển, lại vẽ tranh Tịnh độ biến tướng đến hơn 300 bức. Niên hiệu Vĩnh Long thứ hai (681), ngày 14 tháng 3, ngài có chút bệnh nhẹ, an nhiên viên tịch, thọ 69 tuổi. Đệ tử lớn của ngài là Hoài Uẩn cùng các môn đệ khác an táng di thể tại núi Chung Nam, Trường An, xây chùa lập tháp tại đây để kỷ niệm, nay chính là chùa Hương Tích, tháp Sùng Linh. Ảnh hưởng sự giáo hóa của ngài vẫn còn cho đến tận ngày nay. Ngày 14 tháng 5 năm 1980, Hiệp hội Phật giáo Trung Quốc cùng với Tịnh độ tông Nhật Bản đã quy tụ rất đông tín đồ Phật giáo cả 2 nước, cử hành đại lễ kỷ niệm 1300 năm Đại sư Thiện Đạo viên tịch. .

không trở vào đã chuyển sang đời khác; một niệm tưởng sai lầm liền đọa ngay trong chốn luân hồi. Con từng được Thầy chỉ dạy pháp môn niệm Phật cầu vãng sanh, việc ấy đã sáng rõ. Chỉ sợ đến khi lâm bệnh, cái chết gần kề, tâm thức tán loạn, lại bị người khác làm cho rối loạn chánh niệm, mất đi cái nhân lành thanh tịnh. Vậy cúi xin Thầy chỉ dạy cho một lần nữa pháp môn nhanh chóng thẳng tắt này, để con thoát khỏi nỗi khổ trầm luân."

Hòa thượng Thiện Đạo nói: "Thật khéo hỏi thay! Nói chung tất cả mọi người, khi lâm chung muốn vãng sanh về Tịnh độ thì không nên sợ chết. Nên quán tưởng rằng thân xác này là nơi tụ họp, vấn vít lẫn nhau của nhiều nỗi khổ, của những thứ bất tịnh cùng đủ mọi nghiệp ác. Nếu được buông bỏ xác thân nhơ nhớp này mà siêu sanh Tịnh độ, hưởng vô số những điều khoái lạc, giải thoát khỏi chốn sanh tử khổ não, đó mới điều thỏa lòng hợp ý, cũng như cởi bỏ cái áo xấu mà mặc vào y phục quý giá. Chỉ nên buông xả thân tâm, đừng sinh lòng luyến ái, vướng mắc.

"Mỗi khi có bệnh, nên quán niệm lẽ vô thường, sẵn sàng chờ đợi cái chết. Phải căn dặn kỹ những người nhà, người nuôi bệnh cũng như những kẻ tới lui thăm viếng, rằng mỗi khi gặp mặt chỉ nên vì mình niệm Phật, đừng nhắc đến những chuyện thế sự hỗn tạp, những việc tốt xấu trong nhà... cũng không nên dùng những lời mềm yếu mà an ủi, hay cầu chúc được yên vui. Đó đều là những lời sáo rỗng, chẳng có ích gì.

"Nếu gặp cơn bệnh nặng sắp qua đời, những người thân thuộc không được rơi lệ khóc than, cũng không được nói những lời ai oán, khóc kể buồn thảm, làm cho người sắp chết phải rối loạn tâm thần, để mất chánh niệm. Chỉ nên cùng nhau cất tiếng niệm Phật để giúp thêm cho việc vãng sanh. Đợi khi đã tắt hơi hồi lâu mới được than khóc.

"Nếu chỉ còn một mảy may tâm luyến ái thế gian cũng là chướng ngại, không được giải thoát. Nếu được những người hiểu rõ pháp môn Tịnh độ thường đến khích lệ thì đó là điều may mắn rất lớn.

"Nếu y theo như trên mà làm, chắc chắn sẽ vãng sanh, không còn nghi ngờ gì nữa."

Lại hỏi rằng: "Có nên mời thầy đến dùng thuốc điều trị chăng?"

Hòa thượng Thiện Đạo đáp: "Việc mời thầy đến dùng thuốc điều trị với việc cầu sanh Tịnh độ hoàn toàn không có gì trở ngại cho nhau. Nhưng dùng thuốc chỉ có thể trị được bệnh, không cứu được mạng. Nếu mạng đã dứt, thuốc có làm gì được? Còn như việc giết hại vật mạng để làm thuốc thì dứt khoát không nên làm."

Lại hỏi: "Còn như việc cầu khấn, cúng vái thần linh thì thế nào?"

Hòa thượng Thiện Đạo nói: "Mạng người dài ngắn đã định sẵn từ lúc sanh ra,[1] làm sao nhờ quỉ thần kéo dài thêm được? Nếu mê lầm tin theo tà my, giết hại chúng sanh cúng tế quỉ thần, chỉ tăng thêm tội nghiệp, sẽ tác dụng ngược lại làm giảm bớt tuổi thọ. Mạng lớn nếu đã dứt thì đám quỷ nhỏ có làm gì được? Bỗng không sinh lòng sợ sệt thật chẳng có ích gì, cho nên phải hết sức thận trọng. Nên chép lại văn này treo ở nơi dễ thấy để thường xem lại, tránh trường hợp đến lúc khẩn thiết lại quên mất.

Lại hỏi: "Như người cả đời chưa từng niệm Phật, có thể theo pháp này được chăng?"

Hòa thượng Thiện Đạo đáp rằng: "Pháp tu này dù là người xuất gia hay tại gia, nam hay nữ, người chưa từng niệm Phật, nếu làm theo đều được vãng sanh, chắc chắn không phải nghi ngờ.

"Tôi từng thấy nhiều người lúc bình thường niệm Phật, lễ bái, phát nguyện cầu sanh Tây phương, nhưng khi mắc bệnh lại sợ chết, không còn nói gì đến việc giải thoát vãng sanh. Chờ

[1] Ở đây nên hiểu là do định nghiệp.

đến lúc người chết thần khí tiêu tan, mạng sống đã dứt, thần thức sa vào cảnh giới tối tăm, bấy giờ mới đánh chuông niệm mười tiếng Phật, khác nào như đợi kẻ cướp đi rồi mới đóng cửa, có ích gì đâu?

"Cửa chết là việc lớn, nên tự mình gắng sức mới được. Chỉ một niệm sai lầm phải chịu khổ trong nhiều kiếp, có ai chịu thay cho mình được? Hãy suy xét kỹ, suy xét kỹ!

"Trong khi còn được bình an vô sự, nên tinh tấn niệm Phật, hết sức thọ trì, đó là lo cho việc lớn lúc lâm chung.

"Đó gọi là:

Một đường lồng lộng đến Tây phương,
Thẳng tắt về nhà không vấn vương.

44. Ba điều nghi lúc lâm chung

Trong sách *Tịnh độ thập môn cáo giới*,[1] ngài Từ Chiếu Tông chủ có dạy rằng: "Những người niệm Phật, nếu lúc lâm chung có ba điều nghi thì không vãng sanh Tịnh độ.

"Thứ nhất là nghi mình suốt đời tạo nhiều nghiệp nặng, việc tu hành chưa được bao lâu, có lẽ không được vãng sanh.

"Thứ hai là nghi mình còn thiếu nợ người, hoặc có điều tâm nguyện chưa làm xong, lòng tham lam, sân hận, si mê chưa dứt, có lẽ không được vãng sanh.

"Ba là nghi mình tuy có niệm Phật *A-di-đà*, nhưng sợ vào lúc lâm chung Phật không đến tiếp dẫn.

"Do nơi ba mối nghi này mà thành chướng ngại, để mất chánh niệm, không được vãng sanh."

Cho nên, người niệm Phật cần phải hết lòng tin tưởng vào những gì đã nói rõ trong kinh Phật, chớ sinh lòng nghi.

---

[1] Sách Lô sơn Liên tông bảo giám niệm Phật chánh hạnh gọi tên tác phẩm này là Tịnh độ thập môn giáo giới.

Trong kinh *Thập lục quán* có dạy: "Chí tâm niệm một tiếng *Nam mô A-di-đà Phật* có thể diệt được tội nặng trong tám mươi ức kiếp sanh tử. Trên từ hàng thượng căn nhất tâm bất loạn, dưới cho đến kẻ hạ căn niệm tròn mười tiếng, thảy đều được sinh về chín phẩm hoa sen,[1] khiến cho lìa bỏ năm sự uế trược."[2]

"Nếu có thể giữ tâm thường sáng suốt, niệm thường không thay đổi, ắt lòng nghi phải dứt sạch, chắc chắn được vãng sanh.

"Có thể nói là:

Vượt đường vạn dặm trong thoáng chốc,
Một chút lòng nghi, cách muôn trùng.

45. Bốn cửa ải lúc lâm chung

Về bốn cửa ải, trong sách *Tịnh độ thập môn giáo giới* ngài Từ Chiếu Tông chủ có dạy rằng:

"Kẻ phàm phu tuy có lòng tin niệm Phật nhưng do nghiệp chướng ngày trước còn nặng, lẽ ra phải đọa vào địa ngục, nhờ nương sức Phật nên chỉ phải chịu bệnh tật nằm liệt giường, đó là chuyển nặng thành nhẹ. Nếu nhân sự bệnh khổ đó mà sinh lòng hối lỗi, tỉnh ngộ thân tâm, ắt sẽ được vãng sanh Tịnh độ.

"Những kẻ ngu si không hiểu rõ việc ấy nên nói rằng: 'Nay mình niệm Phật lại phải chịu bệnh khổ!' Liền trở lại báng bổ đức *A-di-đà*. Do nơi một niệm tưởng xấu ác đó phải đọa ngay vào địa ngục. Đó là cửa ải thứ nhất.

"Thứ hai là tuy có trì giới niệm Phật nhưng chỉ nói Tịnh độ ngoài miệng mà trong lòng thường tham luyến chốn *Ta-bà*, không có sự mong cầu căn lành xuất thế, vì tham muốn cảnh

---

1 Chín phẩm hoa sen: tức chín bậc vãng sanh, từ Hạ phẩm hạ sanh cho đến Thượng phẩm thượng sanh.

2 Năm sự uế trược (Ngũ trược): là năm tính chất bất tịnh vốn có ở thế giới Ta-bà này, bao gồm: Kiếp trược, Kiến trược, Phiền não trược, Chúng sanh trược và Mạng trược.

nhà to vườn rộng. Đến khi lâm chung có bệnh, tham sống sợ chết, tin theo những việc đồng bóng, cầu thần khấn quỉ, đốt giấy vàng bạc, giết hại chúng sanh. Do tâm tà mỵ đó nên không có Phật đến tiếp dẫn, nhân đó phải trôi nổi, đọa vào ba đường ác.[1] Đó là cửa ải thứ nhì.

"Thứ ba là nhân khi có bệnh dùng thuốc phải có rượu, các món tanh, hoặc do người thân, anh em nhà nài ép, khuyên lơn, tự mình lại không có ý chí quyết định nên căn lành phải tiêu mất. Đến khi lâm chung bị lôi đến trước Diêm vương, mặc tình phán xử. Đó là cửa ải thứ ba.

"Thứ tư là đến phút lâm chung lại nhớ tưởng đến công việc làm ăn sinh sống, bị trói buộc vào tiền bạc của cải, luyến ái quyến thuộc, tâm buông thả không dừng được nên mất cả chánh niệm. Vì vậy mà ở ngay nơi chốn nhà cửa của mình đọa vào cảnh giới của loài quỷ, loài thú, chuốc mối họa lớn, hoặc sinh làm con chó tiếc của, hoặc làm thân rắn, quanh quẩn gìn giữ cửa nhà, dường như ngày trước còn sống. Đó là cửa ải thứ tư."

Cho nên, ông Dương Đề Hình có nói rằng:

Không vì nặng luyến ái,
Chẳng sinh nơi Ta-bà.
Tâm niệm không chuyên nhất,
Chẳng sinh về Tịnh độ.

Lời ấy thật đúng thay!

Người tu Tịnh độ cần phải chọn lấy điều chân thật, trừ bỏ những ý tưởng vu vơ không thật, một lòng vắng lặng, thường niệm đức Phật *A-di-đà*, toàn thân đều buông bỏ. Chỉ cần kiên trì giữ mãi một niệm như thế, liền phá tan được bốn cửa ải kia, ắt tòa sen nơi Tịnh độ cũng không còn xa nữa.

Có thể gọi là:

Một niệm Di-đà không xen tạp,
Khảy tay chẳng nhọc đến Tây phương.

[1] Ba đường ác: địa ngục, ngạ quỷ và súc sanh.

Sơn cư bách vịnh - Phần âm Hán Việt

1.

Sơn cư cổ kính cửu mai trần,
Kim nhật tùng ma khí tượng tân.
Ngấn cấu tịnh trừ quang thủy hiện,
Phân minh diện kiến bổn lai nhân.

2.

Sơn cư lực học ngộ thiền tông,
Nhật dụng tiên tu đạt khổ không.
Bất thức bổn lai chân diện mục,
Niêm hoa vi tiếu, táng gia phong.

3.

Sơn cư u ẩn bạch vân thâm,
Học đạo tiên đương yếu thức tâm.
Đại tắc phóng chi châu pháp giới,
Quyến chi tắc thối bất dung châm.

4.

Sơn cư học đạo chỉ cầu tâm,
Hà tất khu khu hướng ngoại tầm.
Cử bộ tiện ưng đăng bảo sở,
Mạc tương hoàng diệp đáng chân kim.

5.

Sơn cư phản chiếu khán tâm điền,
Thối bộ nguyên lai, thị thướng tiền.
Mật mật công phu vô gián đoạn,
Tất nhiên tham thấu Tổ sư thiền.

6.

Sơn cư tịch tịch dưỡng lương tri,
Duy tại đương nhân tự bảo trì.
Tình niệm dịch lai vi đạo niệm,
Quả nhiên thành Phật dĩ đa thì.

7.

Sơn cư xích sái tịnh vô ai,
Chung nhật như ngu, dưỡng thánh thai.
Bổn phận sanh nhai, thùy thức đắc?
Thế nhân hàm tiếu ngã si ngai.

8.

Sơn cư mao ngõa trúc vi chuyên,
Thủ đạo an bần lạc tự nhiên.
Tận nhật bế quan vô biệt sự,
Trường thân lưỡng cước, chẩm vân miên.

9.

Sơn cư phong cảnh dị nhân gian,
Vân điểu phi hành tự vãng hoàn.
Vật ngã nhất như vong bỉ thử,
Sài môn tuy thiết vị thường quan.

10.

Sơn cư tự cổ viễn hiêu trần,
Tuyệt học vô vi nhàn đạo nhân.
Phong nguyệt mãn hoài cùng khoái hoạt,
Cao ca nhất khúc hòa dương xuân.

11.

Sơn cư lão nạp bách vô năng,
Cúng Phật thường nhiên nhất trản đăng.
Bất giả thiêm du, quang xán lạn,
Thập phương thế giới tất viên minh.

12.

Sơn cư nhật nhật thị lương triêu,
Lệ phạn sung trường, thủy nhất biều.
Thùy thức lão tăng cùng đáo để,
Đình tiền bách thụ đáng hương thiêu.

13.

Sơn cư khô đạm quả nhiên cùng,
Hiên đảo thiền sàng lãn há công.
Thánh giải phàm tình câu bất lập,
Nhất luân minh nguyệt chiếu hư không!

14.

Sơn cư môn yểm trúc lâm u,
Vân tự phi hề thủy tự lưu.
Thủ kỷ an bần tùy phận quá,
Hữu nhân vấn ngã, chỉ đê đầu.

15.

Sơn cư xuất nhập phóng đầu đê,
Bất lý nhân gian thị dữ phi.
Thâu thập thân tâm quy cố lý,
Miễn giao đái thủy hựu đà nê!

16.

Sơn cư bốc trúc ẩn nham a,
Miễn đắc tùy lưu trục thế ba.
Tri túc an bần, thường khoái lạc,
Mộc nhân tề xướng thái bình ca!

17.

Sơn cư cảnh trí lạc thiên thành,
Kham thán Diêm-phù thế bất bình!
Nghịch thuận, thị phi, đa lợi hại,
Mạc như giam khẩu quá bình sanh.

18.

Sơn cư dưỡng chuyết độ dư niên.
Vinh nhục phân minh tại mục tiền.
Thật nãi thế tình triêu mộ cải,
Tất nhiên thương hải biến tang điền.

19.

Sơn cư súc thủ đắc tiện nghi,
Tịch diệt thân tâm ná cá tri?
Bất thị du an duy tỵ họa,
Danh cương lợi tỏa tận phao ly.

20.

Sơn cư vô vật tác sanh nhai,
Đạm phạn hoàng tê trục nhật ai.
Phú quý công danh phi ngã sự,
Đắc khoan hoài xứ thả khoan hoài.

21.

Sơn cư nhất vị thái căn hương,
Vật ngoại nhàn nhân tuế nguyệt trường.
Trục nhật ai lai khiên bổ quá,
Minh triêu hà tất dự tư lương?

22.

Sơn cư xúc xứ thể an nhiên,
Diệc khả phương hề, diệc khả viên.
Chỉ hữu lưỡng ban trừ bất đắc,
Cơ lai khiết phạn khốn lai miên.

23.

Sơn cư vô sự khả bình luận,
Nhật vị tà thời tiện yểm môn.
Phú quý thâu tha thiên vạn bội,
Thanh nhàn hoàn ngã nhị tam phân.

24.

Sơn cư mao ốc lưỡng tam gian.
Lạc đạo vong tình bất yểm quan.
Thước táo nha minh đàm Bát-nhã,
Thanh phong minh nguyệt bạn tăng nhàn.

25.

Sơn cư nhất Phật nhất lư hương,
Tĩnh lý càn khôn nhật nguyệt trường.
Khát ẩm, cơ xan vô biệt sự,
Hàn lai hướng hỏa noãn thừa lương.

26.

Sơn cư sái lạc nhiệm ngâm nga.
Phạn hậu trà lai khiển thụy ma.
Thế thượng hoàng kim hà túc quý?
Nhất thân an lạc trị tiền đa.

27.

Sơn cư độn tích vạn duyên hưu,
Thất lạc tiên thằng lại khán ngưu.
Tán đản vô câu do ngã lạc,
Chư nhân hà bất tảo hồi đầu?

28.

Sơn cư lão nạp niệm thành hôi.
Ỷ trượng nhàn quan tòng trúc mai.
Phật tổ thượng nhiên do lãn tố,
Khách lai chỉ đắc cưỡng tương bồi.

29.

Sơn cư xử sự xuất tầm thường,
Mạc sử thân tâm phân ngoại mang.
Tích nhật Triệu Châu thù ứng lại,
Vương lai do bất há thiền sàng.

30.

Sơn cư thâm ẩn bế thiền quan,
Hỷ đắc phù sanh nhật nhật nhàn.
Tọa thính tòng phong đàm diệu pháp,
Đại vương gia soạn, thục năng xan?

31.

Sơn cư qui ẩn lạc tiên thiên,
Mặc khế chân như giáo ngoại truyền.
Đại đạo bổn lai vô sở nhiễm.
Mạc manh vọng niệm ố tâm điền.

32.

Sơn cư mặc tọa thị chân tu,
Học đạo vô như yết niệm đầu.
Y lý minh châu nguyên bất thất,
Hà tu tân khổ ngoại biên cầu.

33.

Sơn cư hối tích dưỡng chân tâm,
Đa thiểu cuồng mê trục ngoại tầm.
Thủy tín cổ nhân ngôn bất thác,
Vô huyền cầm thưởng thục tri âm?

34.

Sơn cư hồi thủ tự trầm ngâm,
Trượng thiết yên năng bác thốn câm?
Hải hữu khô thì, chung kiến để,
Thế nhân chí tử bất tri tâm.

35.

Sơn cư ngột tọa kháp như si,
Tâm địa phân minh liễu liễu tri.
Phong tác tùng đào lai quát nhĩ,
Ngang nhiên bất cố thả ca thi.

36.

Sơn cư khiển hứng ngẫu thành thi,
Nhân nhược đam thi diệc thị si.
Sanh tử mạng căn như vị đoạn,
Mạc tồn tri kiến bả tâm khi.

37.

Sơn cư tuấn hiểm thiểu nhân đăng,
Trúc tháp già phu nhất cá tăng.
Quí ngã tịch liêu vô bạn lữ,
Tự tri phương thốn lãnh như băng.

38.

Sơn cư lãnh đạm Phật gia phong,
Thật thị thân cùng đạo bất cùng.
Vô giá ma-ni nhân hãn thức,
Khả lân đối diện bất tương phùng!

39.

Sơn cư tịch mịch chánh tương nghi,
Hảo bả lương tâm dưỡng phiến thì.
Nguyệt chiếu hàn tùng minh tổ ý,
Cá trung năng hữu kỷ nhân tri?

40.

Sơn cư phong vật tự thiên nhiên,
Đại đạo chiêu chiêu tại mục tiền.
Bất thức tổ tông thâm mật chỉ,
Đồ lao niệm Phật dữ tham thiền!

41.

Sơn cư bao nạp thái hư không,
Vạn tượng sum la tận tại trung.
Tả hữu phùng nguyên giai Phật sự,
Bất tiêu bổng hát, bất thi công.

42.

Sơn cư mặc tọa ngộ chân không,
Nhất pháp thông lai vạn pháp thông.
Phi đãn ngã kim năng đạt liễu,
Hằng sa chư Phật thể giai đồng.

43.

Sơn cư tùy phận tức tu hành,
Vô lự vô ưu quá thử sanh.
Bổn hữu chân không phi ngộ đắc,
Thánh nhân diệc thị cưỡng an danh.

44.

Sơn cư thường phủ bất huyền cầm,
Nhất khúc vô sanh duyệt ngã tâm.
Trực hạ phản văn, văn tự tánh,
Thùy gia ốc lý một Quán Âm?

45.

Sơn cư độc tọa đại hùng phong,
Diện diện hiên song xứ xứ thông.
Vân khứ vân lai già bất trụ,
Nhất thừa cao hiển thái hư không.

46.

Sơn cư không tịch ngọa thiền tăng.
Trú dạ thường trì Bát-nhã kinh.
Thủy thức chúng sanh nguyên thị Phật,
Tùng lai nhiệt thủy tức hàn băng.

47.

Sơn cư dao yểu tự vô trần.
Bất giả tu trì kiến bổn chân.
Chân Phật hà tằng ly tả hữu?
Kim nhân tiện thị cựu thời nhân.

48.

Sơn cư như ý nhiệm đông tây,
Đại đạo hà tằng hữu ngộ mê?
Hảo nhục oan sang nan hạ thủ,
Bát vu thiêm bính diệc thành phi.

49.

Sơn cư cao ngọa thủ thanh hư,
Ẩm trác tùy duyên lạc hữu dư.
Bất dụng tương tâm trừ vọng niệm,
Yếu tri vong niệm tức chân như.

50.

Sơn cư tuy thị tiểu mao am,
Đại đạo đương dương trực chỉ nam.
Mạc trụ hóa thành vong bảo sở,
Trùng gia tinh tấn cấp tu tham.

51.

Sơn cư cao ẩn bạch vân trung,
Đa thiểu manh mê bất kiến tung.
Hướng ngoại tầm chân chân chuyển viễn,
Khắc chu cầu kiếm uổng thi công.

52.

Sơn cư bình địa hữu thâm khanh,
Chỉ quí đương nhân cụ nhãn minh.
Phục hổ hàng long giai mạt sự,
Pháp thân bất động ngộ vô sanh.

53.

Sơn cư độc xuất chúng cao phong,
Tứ bích vô y triệt cốt cùng.
Thuyết dữ thế nhân hồn bất tín,
Khu khu chỉ đắc tự tiêu dung.

54.

Sơn cư liêu lạc đạo nhân gia,
Nhất chủng bình hoài độ tuế hoa.
Cơ khiết Kim Ngưu vô mễ phạn,
Khát lai tiện ẩm Triệu Châu trà.

55.

Sơn cư tham học chí cô cao,
Vị đạo vong khu bất cố lao.
Tọa đáo ngũ canh thiên dục hiểu,
Thanh tùng trích lộ thấp thiền bào.

56.

Sơn cư ký tích tạm y thê,
Sanh tử hà tằng hữu định kỳ?
Phân phó đương nhân cao trước nhãn,
Cấp tu đả điểm xuất đầu thì.

57.

Sơn cư kết thảo tại trùng nham,
Hỷ đắc phiên thân xuất náo lam.
Tri túc tiện vi An Lạc quốc,
Mạc giáo quá phận thái vô tàm.

58.

Sơn cư khổ hạnh nhất đầu đà,
Phế tẩm vong xan tự trác ma.
Liễu đắc duy tâm chân Tịnh độ,
Phương tri Cực Lạc tại Ta-bà.

59.

Sơn cư thắng cảnh dị tầm thường,
Phổ thị chư nhân bất phú tàng.
Thủy điểu thọ lâm tuyên diệu pháp,
Cao sơn bình địa tổng Tây phương.

60.

Sơn cư phu tọa nhất bồ đoàn,
Nhật dụng công phu tại phản quan.
Bổn mạng nguyên thần tri lạc xứ,
Thiệt đầu bất bị biệt nhân man.

61.

Sơn cư khách đáo vấn công phu,
Tịch chiếu song vong nhất tự vô,
Mạc quái lão tăng vô pháp thuyết,
Tùng lai lại đắc khởi qui mô.

62.

Sơn cư duy trí nhất thiền sàng
Định lý tâm vong pháp diệc vong.
Lâm Tế, Đức Sơn thi bổng hát,
Lão tăng bất động kiến Không vương.

63.

Sơn cư tự tại khả tàng thân,
Thiên hạ tri tâm hữu kỷ nhân?
Trừ khước ngã gia thân đích tử,
Thế gian nghi giả bất nghi chân.

64.

Sơn cư trần cấu bất tương xâm,
Tự tại tiêu diêu lạc đạo tâm.
Thử sự nhân nhân giai khả học,
Bổn lai phi cổ diệc phi kim.

65.

Sơn cư cùng lý tự hoan ngâu,
Bất bị hư danh ảo tướng câu.
Tam giáo bổn lai đồng nhất thể,
Phi tăng phi đạo diệc phi nho!

66.

Sơn cư tĩnh địa ám ta hu,
Hồng tử phân phân phản loạn châu.
Yếu thức tiên thiên giai thử lý,
Cốc thần, thái cực tức chân như.

67.

Sơn cư nhàn xứ nhạo thanh u,
Tán lự tiêu diêu đắc tự do.
Trầm mặc tịch liêu tình niệm tận,
Trú miên dạ mỵ vạn duyên hưu.

68.

Sơn cư không tịch học vô vi,
Quá khứ nhân duyên mạc yếu truy.
Hiện tại thượng ưng vô sở trụ,
Vị lai khởi khả dự tiền tư?

69.

Sơn cư mặc tọa dưỡng hy di,
Ngạch hạ tàng châu yếu bảo trì.
Khai khẩu hướng nhân ngôn bất đắc,
Điểm đầu duy hứa tự gia tri.

70.

Sơn cư độc lạc tự gia tri,
Tả hữu phùng nguyên nhậm sở chi.
Tâm địa nhược năng vô quái ngại,
Hà phương thuyết kệ dữ ngâm thi?

71.

Sơn cư cô huỳnh tại cao nhai,
Khiếu nguyệt ngâm phong xứng ngã hoài.
Kham thán thế nhân toàn bất tỉnh,
Nhất luân chân tánh vĩnh trầm mai.

72.

Sơn cư vô sự bất khai môn,
Độc tọa cùng tâm mẫn kiến văn.
Chỉ trướng mai hoa tòng nguyệt chiếu,
Nhân gian biệt thị nhất càn khôn.

73.

Sơn cư thâm viễn lộ điều điều,
Đại đạo vô hình bổn tịch liêu.
Nhật lý thanh phong tần tảo địa,
Dạ lai minh nguyệt quải tùng sao.

74.

Sơn cư độc lập thế sàm nham,
Minh nguyệt thanh phong nhất đảm đam.
Vấn ngã Tây lai hà tổ ý?
Tiền tam tam dữ hậu tam tam.

75.

Sơn cư thường bả chánh môn khai,
Đại đạo đương cơ nhậm khách lai.
Nhược đắc lão tăng thân khám quá,
Nhân nhân khả tác đống lương tài.

76.

Sơn cư dục nhập mịch thiên chân,
Tiên độc khai mông thượng đại nhân.
Độc đáo lao quan tri lễ xứ,
Thập phương thế giới hiện toàn thân.

77.

Sơn cư thâm ẩn bạch vân ôi,
Phong nhập tòng lâm chấn pháp lôi.
Kinh động thế gian hôn thụy hán,
Tốc khai lưỡng nhãn mạc bồi hồi.

78.

Sơn cư cao chiếu nhật tiên lai,
Trực hạ thừa đương nhãn tiện khai.
Minh liễu nhất thừa viên giáo chỉ,
Hà lao hựu khứ phỏng Thiên thai.

79.

Sơn cư tứ bạn khởi yên hà,
Thạch đỉnh phần hương tụng Pháp hoa.
Tam giới vô an như hỏa trạch,
Lão tăng trường giá bạch ngưu xa.

80.

Sơn cư dạ bán tử qui đề,
Bộc bố nham tiền tả bích khê.
Vị đáo tận kinh sơn hiểm tuấn,
Tằng lai phương thức lộ cao đê.

81.

Sơn cư hưu bả tự tâm man,
Thủy thức đăng cao nhãn giới khoan.
Phóng khứ đại thiên già bất trụ,
Thâu lai chi tại nhất hào đoan.

82.

Sơn cư tri thức dị thường luân,
Minh kính đương đài biện nghiệm nhân.
Nghiên xú nan man đô chiếu xuất,
Bổn lai minh kính tuyệt sơ thân.

83.

Sơn cư tiểu bích lẫm nhiên hàn,
Bảo kiếm đương hiên thục cảm khan?
Ngoại đạo tà ma câu não liệt,
Lão tăng thiền định chánh khinh an.

84.

Sơn cư biệt thị nhất gia phong,
Bất dữ nhân gian thú vị đồng.
Mộc mã bôn tê thiên ngoại khứ,
Đạp vô âm tín tuyệt hành tung.

85.

Sơn cư lộ hiểm tín nan thông,
Hạt hán yên năng đạt thử tông?
Chỉ hứa tác gia thi thủ đoạn,
Tương phùng tận tại bất ngôn trung.

86.

Sơn cư khách đáo vấn thiền tông,
Thủy giác tùng tiền thác dụng công.
Khai khẩu dĩ tri lai lịch xứ,
Khả lân bất thức ngộ chân không.

87.

Sơn cư ngộ đắc nhất chân không,
Ná vấn Nam tông dữ Bắc tông?
Như ý bảo châu trì tại thủ,
Quang minh hà xứ bất viên thông?

88.

Sơn cư học đạo vị vi gian,
Duy hữu an tâm thủ đạo nan.
Bách xích can đầu trùng tấn bộ,
Nhất chùy đả toái Tổ sư quan.

89.

Sơn cư hồi thủ thán quy dư,
Thức phá nguyên lai tổng thị hư.
Mạc khứ duyên môn cùng khất thực,
Tự gia y lý hữu minh châu.

90.

Sơn cư thanh khổ bất xa hoa,
Khách đáo hao thang tiện đáng trà.
Cụ nhãn thiệt đầu tri vị hảo,
Thông thân sái lạc tảo quy gia.

91.

Sơn cư thường ẩn bạch vân gian,
Đạo tại kỳ trung ý tự nhàn.
Công án hiện thành nhân bất thức,
Ngoại tuần chi diệp cưỡng truy phan!

92.

Sơn cư hoàng diệp trục phong phiêu,
Thủ ác không quyền diệc bất tiêu.
Phật tổ chỉ truyền gia lý sự,
Phùng nhân lãn đắc khẩu lao thao.

93.

Sơn cư diệp lạc tất qui căn,
Độc lộ chân thường hiển pháp thân.
Thử sự bất minh đa phí lực,
Bá thành yên thủy miểu vô ngân.

94.

Sơn cư đạo giả hữu hà năng?
Pháp pháp toàn chương tối thượng thằng.
Thuấn mục dương my giai Tổ ý,
Niêm chùy thụ phất diệc chân tình.

95.

Sơn cư phú ốc chỉ thiêm mao,
Lãnh đạm thanh hư tuyệt thế giao.
Nhất phiến bạch vân hoành cốc khẩu,
Kỷ đa qui điểu tận mê sào!

96.

Sơn cư hồn bất yếm cư sơn,
Tựu thụ tru mao phược bán gian.
Nhất cá lão tăng du thị trách,
Khởi dung tục khách đáo thiền quan?

97.

Sơn cư kiến đạo dĩ vong sơn,
Vạn pháp do lai bổn tự nhàn.
Nam bắc đông tây hồn bất biện,
Thử thân thường tịch thái hư gian.

98.

Sơn cư mãn mục thị thanh sơn,
Tuấn điệp kỳ khu hành lộ nan.
Hành đáo thủy cùng sơn tận xứ,
Tự nhiên đắc bảo bất không hoàn.

99.

Sơn cư diệc tại khổ Ta-bà,
Bá tuế quang âm nhất sát-na.
Tận thử báo thân sanh Cực Lạc,
Tiền đầu hiểm lộ dĩ vô đa.

100.

Sơn cư độc xử lạc thiên chân,
Minh nguyệt thanh phong chuyển pháp luân.
Nhất đại tạng kinh đô thuyết tận,
Bất tri thùy thị cá trung nhân!

Tông Bổn ẩn cư kệ

Sơn cư tĩnh lý ngộ chân không,
Phổ khuyến nhân gian Tịnh độ công.
Nhất khỏa kế châu thân thọ đắc,
Vân lâm ẩn giả viễn tương tùng.

PHỤ LỤC

Trăm bài thơ vịnh đời sống nơi núi sâu

Ngài Tông Bổn trong khi ẩn cư nơi núi sâu có ngẫu hứng trước tác 100 bài thơ vịnh đời sống ẩn cư tu tập, mỗi bài đều bắt đầu bằng hai chữ *Sơn cư*, nên gọi là *Sơn cư bách vịnh*, được đưa vào làm phụ lục của quyển hạ. Nguyên tác còn có phần lời tụng theo sau các bài thơ,[1] nhưng chúng tôi cho rằng tự thân các bài thơ đã hàm chứa ý muốn diễn đạt của tác giả, nên đã lược đưa các bài tụng vào chung với các chú giải. Hy vọng như vậy sẽ giúp cho việc tiếp nhận ý thơ khách quan hơn, tránh được ảnh hưởng của các lời tụng.

1.

Núi cao, gương cũ lắm bụi trần,
Nay thường lau rửa, sắc trong ngần.
Bụi trần đã sạch, vầng sáng hiện,
Mặt mũi xưa nay thấy rõ dần.[2]

2.

Núi cao, gắng học rõ thiền tông,
Ngày ngày suốt thấu lẽ khổ, không.
Mặt thật xưa nay nếu không biết,
Nhìn hoa cười mỉm, đạo chẳng đồng.[3]

---

[1] Phần lời tụng này không phải do ngài Tông Bổn trước tác, mà được thêm vào sau này.

[2] Chỗ sáng suốt tỏ ngộ của người tu tập trong núi sâu không phải từ ngoài có được hay ngày nay mới có, chính thật là sự sáng suốt vốn có từ xưa nay, chỉ vì bụi trần che lấp mà không hiển bày, nay nhờ sự tu tập "lau rửa" thường xuyên mà mặt gương trở lại sáng rõ như xưa.

[3] Lẽ cốt yếu của người tu tập là thấu suốt lẽ khổ, không; nhận biết được chân tâm thanh tịnh thường tồn. Nếu không được như vậy, dù có bày ra cái tướng "nhìn hoa mỉm cười" như ngài Ca-diếp thuở xưa cũng chẳng có ý nghĩa gì.

3.

Núi cao, mây trắng mấy tầng sâu,
Rõ biết chân tâm ấy đạo mầu.
Mở ra phủ trọn toàn cõi pháp,
Thâu về kim nhỏ chẳng lọt đầu.[1]

4.

Núi cao, học đạo chỉ cầu tâm,
Ngoài tâm đừng nhọc sức truy tầm.
Cất bước thẳng lên tòa Chánh giác,
Vàng ròng, lá úa chớ so nhầm![2]

5.

Núi cao, quay lại xét tự tâm,
Một bước lui về, đường trước thông.
Công phu miên mật đừng gián đoạn,
Thiền ý Tổ sư ắt rõ thông.[3]

6.

Núi cao, vắng lặng dưỡng tánh trời,
Chỉ nên gìn giữ chẳng buông lơi.
Khéo chuyển niệm tình thành niệm đạo,
Lẽ ra thành Phật đã bao đời.[4]

---

[1] Rõ biết chân tâm là yêu cầu trước tiên của người học đạo. Chân tâm ấy chẳng những thường thanh tịnh sáng suốt (thể) mà còn có công năng biến thông khắp pháp giới, cho đến sâu kín nhỏ nhiệm không gì bằng (dụng).

[2] Nhận biết chân tâm là yếu chỉ của người học đạo, nên đừng chạy theo những tri kiến bên ngoài mà mong rõ biết được tâm. Người tu phải một đường thẳng tới sự giác ngộ chân thật là quả vị Phật, đừng nhầm lẫn với những quả vị phương tiện của hàng nhị thừa, vốn cũng giống như chiếc lá vàng được người ta dùng khi dỗ trẻ con mà bảo đó là vàng.

[3] Trong việc tu tập thì hồi quang phản chiếu là điều hết sức quan trọng. Tuy nói lui về quán sát tự tâm mà thật ra chính là vượt lên phía trước trên con đường tu tập. Nếu có thể công phu miên mật không gián đoạn như vậy thì chắc chắn sẽ rõ thông được yếu chỉ của chư Tổ.

[4] Việc tu tập là nuôi dưỡng tánh chân thật sáng suốt, không phút buông thả theo trần cảnh, nhờ đó mà mỗi niệm chạy theo phàm tình đều được chuyển thành niệm tưởng đạo pháp. Nếu quả thuần thục như thế thì đã thành Phật từ lâu rồi! .

7.

Núi cao, phủi sạch hết bụi trần,
Ngày tháng ngu ngơ, dưỡng tánh chân.
Ai biết đó thật là nghiệp sống,
Kẻ thế cười chê bảo ngu đần.[1]

8.

Núi cao, am nhỏ lợp cỏ tranh,
Giữ đạo, an nhiên vui tự thành.
Suốt ngày cửa đóng, không việc khác,
Gối mây nằm ngủ, duỗi thẳng chân.[2]

9.

Núi cao, phong cảnh khác cõi trần,
Mây bay, chim hót, tự xoay vần.
Ta, người một lẽ, quên phân biệt,
Cửa sài[3] *tuy có, thường mở toang.*[4]

10.

Núi cao, huyên náo vắng từ lâu,
Tăng nhàn, dứt học, làm chi đâu?
Một bụng gió trăng, vui thỏa thích,
Hòa ánh xuân nồng, hát mấy câu.[5]

---

[1] Người tu tập nhận biết được chân tánh sáng suốt cũng giống như người câm nằm mộng, tuy rõ biết mà không thể nói cho ai biết, nên mọi người đều cho là ngu đần.

[2] Cuộc sống thanh bần tuy không có những tiện nghi thế tục nhưng lòng giữ theo chánh đạo nên tự nhiên vui vẻ, thoải mái. Cửa sáu căn đã đóng, trần cảnh không lối vào, nên mặc tình nghỉ ngơi thanh thản mà lòng vẫn không thiếu sự tinh tấn tu tập.

[3] Cửa sài, nghĩa là cửa đan kết bằng cỏ, nhưng thường dùng để chỉ cánh cửa gỗ đơn sơ của nhà nghèo. Truyện Kiều câu 529-530: "Cửa sài vừa ngỏ then hoa, gia đồng vào gửi thư nhà mới sang.".

[4] Trần cảnh qua lại tùy duyên bên ngoài không mảy may ảnh hưởng đến người tu, vì chẳng còn phân biệt giữa ta với người hay ta với cảnh. Cuộc sống trở nên an nhiên tự tại, cũng chẳng có chi để phòng bị, giữ gìn, nên cửa thường để ngỏ chẳng cài then.

[5] Người tu tập trong núi sâu xa trần cảnh, dứt cái học tri kiến, không còn việc chi phải làm nên ra vẻ an nhàn tự tại, sống hòa điệu với thiên nhiên, tự lấy làm vui thích.

11.

Núi cao, lão nạp chẳng tài tình,
Cúng Phật ngọn đèn, thắp lung linh.
Không đợi thêm dầu, đèn vẫn sáng,
Mười phương thế giới thảy quang minh.[1]

12.

Núi cao, mỗi ngày đều ngày tốt,
Cơm lức bụng no, nước một vốc.
Ai biết lão tăng nghèo đáo để,
Cây bách trước sân làm hương đốt.[2]

13.

Núi cao, nghèo kiết sống khô khan,
Giường thiền nghiêng ngả lười sửa sang,
Thánh phàm hai cõi đều quên sạch,
Một vầng trăng sáng giữa rỗng rang.[3]

14.

Núi cao, cửa khép, rừng tre tối,[4]
Mặc tình nước chảy với mây trôi.
Vui sống phận nghèo, thường an ổn,
Có ai đến hỏi, cúi đầu thôi.[5]

---

[1] Thắp lên một ngọn đèn nhỏ nhoi cúng Phật, dù chẳng có tài cán gì nhưng do nơi tâm thức đã sạch mọi trần cấu nên ngọn đèn không cần dầu vẫn tự chiếu sáng, lại chiếu ánh sáng ra khắp cả mười phương thế giới.

[2] Cuộc sống giữa núi sâu tuy không có gì khác hơn cơm lức nước trong, nhưng ngày nào cũng là ngày tốt, dù không có hương đốt cúng Phật thì đã sẵn có cây bách trước sân thay vào.

[3] Trong tâm thức không còn dựng lập những cõi phàm, cõi thánh phân biệt nhau, chỉ có một vầng trăng tuệ giác soi chiếu giữa hư không rỗng rang, nên những việc tầm thường của thế tục không còn làm mình quan tâm đến.

[4] Câu này lấy ý từ một câu thơ của Hối Am: "Môn yểm trúc lâm u.".

[5] Cuộc sống dù nhìn dưới mắt thế nhân là nghèo túng chẳng có chi, nhưng người tu tập luôn vui thích và an ổn. Nước chảy mây trôi đều thuận theo thời tiết nhân duyên tan hợp, vậy khi có người hỏi đạo còn biết nói thêm điều gì nữa? Nên chỉ cúi đầu thôi!.

15.

Núi cao, lưng thẳng bước ra vào,
Việc đời phải quấy, khoát tay chào.
Thân tâm một mối về quê cũ,
Chẳng ai sai khiến chuyện tầm phào.[1]

16.

Núi cao, hang đá ẩn bên trời,
Khỏi cuốn trôi theo ngọn sóng đời.
Biết đủ, thường vui, nghèo an ổn,
Người gỗ cùng ta hát nên lời.[2]

17.

Núi cao, vui đẹp tự cảnh trời,
Thương thay cõi thế rối bời bời.
Phải, quấy, ngược, xuôi... nhiều lợi hại,
Sao bằng ngậm miệng sống hết đời.[3]

18.

Núi cao, tài vụng sống qua ngày,
Vinh, nhục bày ra trước mắt đây.
Việc đời sớm tối đà xoay chuyển,
Lạ chi biển hóa ruộng dâu đây.[4]

---

[1] Những việc thị phi của nhân gian đều không còn vướng bận nên chẳng có gì trói buộc, chẳng có gì khiến mình phải khom lưng uốn gối, chỉ đem hết cả thân tâm hướng về cội nguồn quê cũ để đạt đến sự giải thoát chân thật rốt ráo.

[2] Sống giữa thiên nhiên, hòa quyện cùng đất trời, ra khỏi sự cuốn hút của thế tục nên có được niềm vui thường tồn, biết đủ và an ổn trong cảnh đạm bạc thanh nhàn. Sống được như thế thì người gỗ cũng hát lên được khúc ca bình an vô sự.

[3] Vui cảnh thiên nhiên tạo hóa sẵn dành cho mà thương kẻ xuôi ngược bon chen nơi thế tục, nhưng dù vậy cũng không bằng ngậm miệng sống yên vì trong chỗ thị phi ấy nói ra lại có ích gì?.

[4] Cuộc sống ẩn cư trên núi cao không cần phải bày ra chỗ khéo léo cho người biết, nên thường nuôi dưỡng cái "tài vụng" của chính mình. Việc đời vinh, nhục, được, thua đều sẵn bày trước mắt, chỉ tại người đời không chịu thấy đó thôi, như lẽ thường xưa nay, đến biển cả lâu ngày còn hóa thành ruộng dâu xanh tốt!.

19.

Núi cao, sống ẩn thanh thản thay,
Thân tâm vắng lặng, mấy ai hay?
Chẳng phải cầu an, chỉ tránh họa,
Lợi danh trói buộc dứt từ nay.[1]

20.

Núi cao, chẳng lấy gì sinh nhai,
Cơm nhạt, muối dưa tạm qua ngày.
Phú quý công danh không màng đến,
Được lúc khoan thai cứ khoan thai.[2]

21.

Núi cao, ăn củ với rau hoài,
Người nhàn thoát vật tháng năm dài.
Ngày qua cứ sửa dần lỗi cũ,
Lo trước làm chi việc sáng mai?[3]

22.

Núi cao, đâu cũng tự thích nghi,
Tròn, vuông đều được chẳng ngại chi.
Chỉ còn hai việc không sao dứt:
Lúc đói phải ăn, mệt ngủ khì.[4]

---

[1] Nhờ thu mình sống nơi vắng vẻ mà được sự thanh thản không trói buộc. Giữ thân tâm vắng lặng, chưa nói đến việc được an ổn, chỉ cần không mắc phải bao nhiêu tai họa của cuộc thị phi, cũng đã đủ để cuộc sống này có ý nghĩa hơn nhiều rồi. .

[2] Lục tổ dạy: "Xưa nay không một vật, chỗ nào bám bụi trần." Có thể nói như vậy là được chỗ khoan thai không lo nghĩ.

[3] Chỉ cần mỗi ngày đều xét mình để tự sửa lỗi. Được vậy thì việc sáng ngày mai đâu cần lo liệu trước?.

[4] Gặp việc tiếp cảnh thảy đều an nhiên vô ngại, vì sao còn có hai việc không thể dứt?.

23.

Núi cao, chẳng có việc chi bàn,
Mặt trời chưa khuất, cửa khép ngang.
Phú quý thua người muôn vạn điểm,
Hơn được vài phân cái sự nhàn![1]

24.

Núi cao, lều cỏ vài ba gian,
Vui đạo quên tình, cửa mở toang.
Quạ kêu, chim hót, lời Bát-nhã,
Trăng trong gió mát bạn tăng nhàn.[2]

25.

Núi cao, mỗi Phật một lò hương,
Đất trời yên tịnh tháng ngày nương.
Đói ăn, khát uống, không việc khác,
Lạnh sưởi, nóng chờ gió bốn phương.[3]

26.

Núi cao, rảnh rỗi tùy ngâm nga,
Cơm xong, muốn tỉnh nhấp ngụm trà.
Cõi thế vàng ròng đâu đủ quý,
Được sống an vui ấy mới là...[4]

27.

Núi cao, sống ẩn dứt muôn câu,
Roi mất, thêm lười việc giữ trâu.
Thả ra không buộc càng vui thú,
Ai ơi sao chẳng sớm quay đầu?[5]

---

[1] Phú quý chẳng hơn được người khác, nhưng cũng hơn được đôi chút thanh nhàn. Bình tâm xét kỹ, còn có gì hơn được sự thanh nhàn ấy chăng?.

[2] Gió mát đuổi theo dòng nước chảy, trăng sáng vô tình với mây bay.

[3] Quả thật như thế cũng đã là nhiều việc lắm, đâu chỉ là hai việc?.

[4] Thế sự chẳng bận lòng thì ngâm nga những câu gì? Cuộc sống an vui đó đáng giá bao nhiêu?.

[5] Giữ trâu giữa núi, cỏ và nước đều sẵn có, sao gọi chẳng quay đầu?.

28.

Núi cao, tâm niệm chút tro tàn,
Chống gậy xem quanh trúc, mai vàng...
Dẫu làm Phật Tổ, lười không muốn,
Khách đến gượng ngồi tiếp xuềnh xoàng.[1]

29.

Núi cao, đời sống vượt lẽ thường,
Thân tâm chớ để việc ngoài vương.
Ngày trước Triệu Châu lười đối đáp,
Vua đến còn không xuống khỏi giường.[2]

30.

Núi cao, ẩn kín, cửa khép ngang,
Mừng được ngày qua chẳng rộn ràng.
Gió thoảng rừng thông, lời diệu pháp,
Mấy ai được hưởng tiệc vua ban?[3]

31.

Núi cao, về ẩn vui tánh trời,
Vắng lặng chân như khế hợp rồi.
Đạo lớn xưa nay không chỗ nhiễm,
Chỉ dừng vọng niệm, sáng tâm thôi.[4]

32.

Núi cao, ngồi lặng thật tu thiền,
Học đạo gì hơn dứt niệm triền.

---

[1] Sao phải gượng ngồi mà tiếp nhau? Nếu ta thật chẳng mua, người làm sao bán được?.

[2] Đó chẳng phải lười nhác, mà thật ra là chẳng có lời nào để đối đáp, cũng chẳng có giường nào để bước xuống!.

[3] A-di-đà Phật! Thỉnh quý thầy dùng bữa, rồi thỉnh quý thầy lên giảng đường thuyết pháp!.

[4] Việc tu chứng thật chẳng phải không, nhiễm ô thật không thể được. Chính cái "không thể được" đó là chỗ chư Phật xưa nay đều hộ niệm.

Ngọc quý trong áo[1] chưa từng mất,
Cớ sao mãi khó nhọc đi tìm?[2]

33.

Núi cao, sống lặng dưỡng chân tâm,
Kẻ mê tìm kiếm, mãi sai lầm.
Mới biết người xưa lời chẳng dối,
Đàn không dây, mấy kẻ tri âm?[3]

34.

Núi cao, quay về tự suy ngẫm,
Sắt cây sao đổi được vàng trâm?
Biển có lúc khô còn thấy đáy,
Người đời đến chết chẳng biết tâm.[4]

35.

Núi cao, ngồi mãi tựa ngu si,
Mà tâm sáng rõ, chẳng sót chi.
Gió giật rừng thông, tai rộn tiếng,
Mặc kệ, thơ còn, ngâm tiếp đi.[5]

36.

Núi cao, ngẫu hứng mấy vần thơ,
Người nếu mê thơ, ấy dại khờ.
Luân hồi sinh tử còn chưa dứt,
Đừng ôm tri kiến dối tâm cơ.[6]

---

[1] Ngọc quý trong áo: lấy ý từ câu chuyện người có viên ngọc quý giấu trong chéo áo mà quên mất, phải lang thang đi tìm mãi.

[2] Ngọc quý giấu trong chéo áo là hình tượng được nêu ra trong kinh Pháp Hoa để ví với chân tâm xưa nay chưa từng mất. Nhưng thử hỏi, ngọc sáng ấy nay đang ở chỗ nào?.

[3] Người không nói thì ta không nghe. Không nói, không nghe, đó mới thật là Bát-nhã.

[4] Thầy tăng ở núi suy ngẫm chuyện gì? Ấy thật là: trăm ngàn muôn ức kiếp khó gặp.

[5] Gặp người chơi kiếm cho xem kiếm; không gặp bạn thơ chớ bàn thơ.

[6] Đêm vắng chớ đề thơ tuyệt cú, e rằng sao sáng lạc sông băng.

37.

Núi cao, đường hiểm ít người lên,
Giường tre yên tĩnh lặng ngồi quên.
Phận hèn vắng vẻ không bè bạn,
Tự biết lòng ta đã nhẹ tênh.[1]

38.

Núi cao, nếp sống thường nhạt nhẽo,
Thân nghèo nhưng thật đạo chẳng nghèo.
Hạt châu như ý mấy ai biết,
Thương thay đối mặt cách núi đèo![2]

39.

Núi cao, vắng lặng thích hợp thay,
Khéo giữ tâm lành qua tháng ngày.
Trăng chiếu rừng thông, sáng ý Tổ,
Hỏi ra trong đó mấy ai hay?[3]

40.

Núi cao, phong cảnh vốn tự nhiên,
Đạo lớn bày ra trước mắt liền.
Chẳng rõ ý sâu mầu của Tổ,
Uổng công niệm Phật với tham thiền.[4]

41.

Núi cao, trùm khắp cả hư không,
Muôn hình vạn tượng thảy vào trong.

---

[1] Đường hiểm giữ chặt, thánh phàm đều không qua lại. Như người uống nước, nóng lạnh chỉ tự mình biết lấy.

[2] Ngày trước Tào Tháo chạy qua đường Hoa Dung, từng gặp Quan Công nơi ngõ hẹp.

[3] Trong núi vắng vẻ không người biết, chỉ có người ở núi biết được tâm tình ấy thôi. .

[4] Không rõ biết yếu chỉ sâu xa mầu nhiệm, uổng công giữ niệm thanh tịnh. Thấy đạo quên núi mới có chỗ lợi ích rộng khắp.

Xoay quanh bốn phía đều Phật sự,
Không hét, không dùng gậy nhọc công.[1]

42.

Núi cao, ngồi lặng rõ tánh không,
Một pháp suốt thông, vạn pháp thông.
Nào chỉ riêng mình ta thấu biết,
Hằng sa chư Phật thể chung đồng.[2]

43.

Núi cao, tùy phận ấy tu hành,
Không lo, không nghĩ, đời qua nhanh.
Chân không vốn có, nào ngộ được,
Thánh nhân cũng chỉ gượng giả danh.[3]

44.

Núi cao, thường khảy đàn không dây,
Một khúc vô sinh, lòng vui thay!
Quay lại lắng nghe, nghe tự tánh,
Nhà nào chẳng có Quán Âm bày![4]

45.

Núi cao, ngồi giữa chót vót cao,
Bốn phía cửa song đều thông nhau.
Mây trôi qua lại, ngăn chẳng được,
Cưỡi mây trời rộng rõ tầng cao.[5]

---

[1] Chuyển thức thành trí, nơi chỗ chuyển ấy cũng chẳng lưu tâm thì dù rộn ràng trăm việc vẫn ở trong đại định.

[2] Di-lặc, quả thật là Di-lặc! Hóa thân trăm ngàn vị, thường hiện ra trước người đời mà không ai tự biết.

[3] Ngày trước ngài Bách Trượng chỉ vào cái bình mà nói: "Gọi tên là đụng chạm, không gọi thì trái ngược." Quy Sơn liền hất ngã cái bình, Bách Trượng nhận cho là được.

[4] Tìm tâm, tâm nhóm về một mối; quay về một mối cố tìm tâm. Biết đâu là chỗ tìm cầu nữa, lại niệm Nam-mô Quán Thế Âm. .

[5] Trên đỉnh cao chót vót có một con trùng lớn chễm chệ ngồi trên, bao nhiêu người đến đó đều táng thân mất mạng.

46.

Núi cao, vắng lặng nằm cũng thiền,
Lời kinh Bát-nhã tụng triền miên.
Mới biết chúng sinh vốn là Phật,
Nước nóng, băng lạnh thể tương liên.[1]

47.

Núi cao, xa tít vắng bụi trần,
Chẳng đợi tu trì, thấy nguồn chân.
Xưa nay tánh Phật chưa từng mất,
Người trước, người nay chẳng khác phần.[2]

48.

Núi cao, bốn hướng mặc đi về,
Đạo lớn chưa từng có ngộ, mê.
Thịt da lành lặn khó cắt xẻo,
Bình bát thêm quai rõ thật mê.[3]

49.

Núi cao, nằm đó giữ sạch trong,
Ăn uống tùy duyên đủ vui lòng.
Nào phải cố công trừ vọng niệm,
Vọng niệm, chân như, một thể đồng.[4]

50.

Núi cao, tuy ở giữa am tranh,
Đường lớn đưa tay chỉ đến nhanh.
Chớ dừng quán trọ, quên nhà cũ,
Càng thêm tinh tấn, đạo mau thành.[5]

---

1 Dám hỏi lão tăng: Thế nào là kinh Bát-nhã? Đáp rằng: Sắc tức là không. Lại hỏi: Thọ trì như thế nào? Đáp: Không chẳng khác sắc.

2 Chỉ đổi chỗ đã làm ngày trước, không đổi người đã làm khi xưa.

3 Người tốt thật khó làm, việc tốt chẳng bằng không có.

4 Đêm khuya người vắng, chợt có tiếng la báo trộm; thắp đèn đuốc lên tìm, hóa ra là người trong nhà.

5 Chưa rời mặt biển, núi đồi u ám; đến giữa trời cao, nước non đều sáng rõ.

51.

Núi cao, ẩn giữa mây muôn trùng,
Kẻ mê nào thấy được hành tung.
Hướng ngoài tìm đạo, đạo xa tít,
Vạch thuyền nhớ kiếm[1] chỉ uổng công.[2]

52.

Núi cao, hầm hố giữa đất bình,
Nên người phải đủ mắt sáng tinh.
Dẹp rồng, bắt hổ đều chuyện nhỏ,
Pháp thân chẳng động, chứng vô sinh.[3]

53.

Núi cao, chót vót trời một phương,
Bốn bề trơ trọi lạnh buốt xương.
Nói ra người khác không tin được,
Khư khư riêng được chỗ không lường.[4]

54.

Núi cao, vắng vẻ một am tranh,
Một lòng bình thản lặng ngắm cảnh.
Đói dùng cơm Kim Ngưu[5] không gạo,
Khát uống trà Triệu Châu[6] mát lành.[7]

---

[1] Vạch thuyền nhớ kiếm: chỉ việc làm vô lý, vì thế dẫn đến sự vô ích, dựa theo điển tích: Xưa có người đi thuyền làm rơi thanh kiếm báu xuống sông, liền vạch nơi mạn thuyền để làm dấu ghi nhớ chỗ rơi kiếm, hy vọng sau này dựa vào đó để lặn xuống tìm thanh kiếm ấy.

[2] Tìm kiếm khắp đông tây đều không thấy, bất chợt cớ sao lại gặp nhau?.

[3] Thấy đạo quên núi, núi có chủ; thấy núi quên đạo, đạo không người.

[4] Bốn núi vút cao lớp lớp dày, ngộ ra bản thể đều là không.

[5] Cơm Kim Ngưu: Hòa thượng Kim Ngưu thường tự làm cơm để cúng dường chúng tăng. .

[6] Trà Triệu Châu: Hòa thượng Triệu Châu mỗi khi có học nhân đến tham vấn thường bảo: "Uống trà đi!".

[7] Tánh lặng chẳng phiền vị trà nhạt, tâm sạch tự biết mùi cơm thơm.

55.

Núi cao, học đạo quyết phải xong,
Trải bao khó nhọc chẳng nao lòng.
Ngồi đến canh năm, trời sắp sáng,
Sương rơi thấm đẫm áo nâu sòng.[1]

56.

Núi cao, chỉ ẩn tạm đôi khi,
Sống chết nào đâu có định kỳ.
Việc lớn đời người cần rõ biết,
Phải mau chuẩn bị giờ ra đi.[2]

57.

Núi cao, am cỏ đá chênh vênh,
Mừng được thoát thân khỏi thị thành.
Biết đủ, đây là cõi An Lạc,
Chẳng nên quá phận không tự trách.[3]

58.

Núi cao, giữ hạnh khổ đầu đà,
Quên ăn bỏ ngủ tự giồi mài.
Rõ biết tâm này là Tịnh độ,
Mới hay Cực Lạc tại Ta-bà.[4]

59.

Núi cao, cảnh đẹp khác cõi thường,
Bày rõ với người khắp bốn phương.
Nước chảy, chim kêu, cây nói pháp,
Đất bằng, đồi núi thảy Tây phương.[5]

---

1 Sinh ra ngồi chẳng nằm, lúc chết nằm chẳng ngồi; cũng là nắm xương hôi, làm sao được công quả?.

2 Trời tạnh phải mau mau bước tới, chớ đợi khi mưa phải ướt đầu.

3 Người biết đủ, nghèo mà giàu; kẻ không biết, giàu mà nghèo.

4 Thân tuy chưa đến giữa ao sen, trước hãy hướng tâm về Cực Lạc.

5 Tiếng suối nghe ra lời chân thật, sắc núi đều là thân sạch trong.

60.

Núi cao, một gối tròn ngồi tịnh,
Ngày đêm gắng sức tự xét mình.
Biết chỗ tánh chân thường tồn tại,
Đầu lưỡi còn ai dối được mình?[1]

61.

Núi cao, khách hỏi sự dụng công,
Vắng, soi đều mất, một chữ không.
Chớ lạ, lão tăng không pháp thuyết,
Xưa nay lười nhác, chẳng ra công.[2]

62.

Núi cao, am trống một giường thiền,
Trong định quên tâm, pháp cũng quên.
Lâm Tế vung gậy, Đức Sơn hét,
Lão tăng chẳng động thấu cơ thiền.[3]

63.

Núi cao, chẳng trói buộc, ẩn thân,
Người đời mấy kẻ biết được tâm?
Chỉ trừ con nối dòng chính thống,
Thế gian đều giả, chớ nên nhầm.[4]

64.

Núi cao, bụi bẩn chẳng nhiễm vào,
Tự tại, ung dung vui đạo mầu.
Việc ấy người người đều học được,
Chẳng xưa, cũng chẳng phải nay đâu![5]

---

[1] Ngồi trên bồ đoàn nhướng mày nhướng mắt, quay lại nhìn hắn, mà hắn là ai vậy?.

[2] Chớ bảo vô tâm thật là đạo, vô tâm còn cách mấy quan san.

[3] Bốn đại vốn là không, chẳng phải ngã, ngã sở; lão tăng đặt giường thiền ở nơi đâu?.

[4] Chẳng sợ gió tây, bày hình thể; ngại chi sao bắc phải ẩn thân? .

[5] Quên tâm, nhìn lại lửa rực sáng; vui đạo, ruột kêu như dây đàn chín khúc. .

65.

Núi cao, thấu lý, vui xênh xang,
Tướng hảo, danh hư chẳng buộc ràng.
Tam giáo xưa nay cùng một thể,
Chẳng tăng, chẳng đạo, chẳng nho quan.[1]

66.

Núi cao, đất vắng, thương người tối,
Hồng hồng, tía tía, đỏ thêm rối.
Nên biết nguyên sơ một lẽ này:
Cốc thần, thái cực, chân như đối.[2]

67.

Núi cao, ưa chỗ vắng sống nhàn,
Quên lo, được tự tại, thanh thản.
Vắng vẻ lặng yên niệm tình dứt,
Đêm ngày say ngủ, muôn duyên dừng.[3]

68.

Núi cao, không tịch, học pháp không,
Nhân duyên quá khứ chớ bận lòng.
Hiện tại còn không nên bám víu,
Tương lai sao phải bận trông mong?[4]

69.

Núi cao, ngồi lặng dưỡng lòng vui,
Hạt châu dưới trán giữ chắc thôi.
Mở miệng nói ra người chẳng hiểu,
Gật đầu chỉ nhận tự biết rồi![5]

---

1 Một tăng, một đạo, một nho gia; bàn luận cùng nhau mấy năm rồi?.

2 Đầy đủ cái tâm ấy, đồng một cái lý ấy, nên quyết mang đạo này dạy cho dân chúng.

3 Núi cao nước chảy bao điều thích; tự có tri âm cười hả hê.

4 Hoa sen bày lá báo người biết, ra khỏi nước đâu còn như lúc chưa ra?.

5 Có mắt không nhìn thấy, nơi tai cũng chẳng nghe, có miệng khó nói ra, rõ biết tâm rồi không cần phân biện.

70.

Núi cao, vui thú tự mình hay,
Bốn bề chân thật tự tại thay!
Trong lòng nếu được không ngăn ngại,
Ngâm thơ, thuyết kệ cũng là hay.[1]

71.

Núi cao, chót vót sườn núi cao,
Ngắm trăng cười gió thỏa xiết bao!
Thương xót người đời không ai biết,
Lấp vùi chân tánh mãi thế sao![2]

72.

Núi cao, không việc, cửa khép ngăn,
Ngồi lặng, tâm cùng, dứt kiến văn.
Rèm buông trăng chiếu, tùng, mai sáng,
Riêng đây trời đất khác nhân gian.[3]

73.

Núi cao, hun hút đường xa xôi,
Đạo vốn vô hình, vắng lặng thôi.
Ngày thường quét đất trong gió mát,
Đêm về trăng sáng, ngọn tùng trôi.[4]

74.

Núi cao, riêng đứng vút tầng xa,
Một vai gánh cả gió, trăng ngà.
Hỏi xem ý Tổ từ tây đến,
Trước ba ba sau lại ba ba.[5]

---

[1] Không không, sắc sắc vốn đồng nhau, sinh tử làm sao nhấn chìm một bên?.

[2] Muôn dặm nước dài trôi về biển, một vầng trăng rụng giữa trời xanh.

[3] Hoa nơi cửa động sao còn mãi; nước chảy đường xuôi chẳng trở về.

[4] Có một vật trước cả trời đất, vốn vô hình, vắng lặng; thường chi phối muôn hiện tượng, không theo bốn mùa mà tàn đi.

[5] Rõ biết một là nhiều, ít ai quên đi một; mê ba cho là nhiều, hiếm người biết được ba. .

75.

Núi cao, cửa mở thường canh giữ,
Đạo lớn tùy cơ, khách đến thử.
Nếu được lão tăng tự nghiệm xét,
Ai ai cũng đáng bậc hán tử.[1]

76.

Núi cao, muốn đến tìm tánh chân,
Trước học vỡ lòng, kính người trên,
Đến cửa tử sinh rõ phép tắc,
Mười phương thế giới hiện toàn thân.[2]

77.

Núi cao, ẩn kín, mây cuộn lên,
Gió thổi rừng thông, sấm pháp rền.
Người mê cõi thế đều kinh động,
Mau mau tỉnh thức chớ chần chừ.[3]

78.

Núi cao, gần trời, ngày đến trước,
Cơ duyên trực nhận, nhìn rõ bước.
Yếu chỉ nhất thừa tròn sáng rõ,
Thiên thai đâu phải nhọc công tìm.[4]

79.

Núi cao, bốn bề ánh mây xa,
Lò đá xông hương, tụng Pháp Hoa.
Ba cõi không yên, như nhà cháy,
Xe trâu trắng đẹp, ngồi thoát ra.[5]

---

[1] Giữ ải phải dùng quan tinh nghiêm, không phân biệt rõ chẳng cho qua.

[2] Nói thì trẻ thơ cũng nói được; làm thì đến già làm chẳng xong.

[3] Vũ môn chợt thấy ba tầng sóng, đất bằng bỗng nghe sấm nổ vang.

[4] Khe sáng vầng trăng núi tây rụng, ấy lúc mộng tàn giữa đầm tiên.

[5] Cùng tử tự mê theo hươu nai, chẳng biết đang ngồi xe trâu trắng.

80.

Núi cao, tiếng cuốc vọng khuya nghe,
Thác bạc đầu non dội nước khe.
Chưa đến sợ núi cao hiểm trở,
Từng qua mới biết đường thấp cao.

81.

Núi cao, thôi chẳng tự dối lòng,
Mới biết tầm cao, nhìn suốt thông.
Buông ra trời rộng không ngăn ngại,
Thâu về chỉ ở một mảy lông.

82.

Núi cao, bè bạn chẳng tầm thường,
Gương sáng thường soi xét mọi đường.
Đẹp, xấu, dối lừa đều soi thấu,
Xưa nay gương sáng thường vô tư.

83.

Núi cao, chót vót lạnh kinh hồn,
Kiếm báu vung cao, ai nhìn lên?
Ngoại đạo tà ma đều nát óc,
Lão tăng thiền định lòng nhẹ tênh.

84.

Núi cao, riêng một nếp gia phong,
Thú vị nhân gian, thật chẳng đồng.
Ngựa gỗ hí vang ngoài trời rộng,
Không còn tin tức, dứt hành tung.

85.

Núi cao, đường hiểm khó tin truyền,
Kẻ mù sao đạt tông uyên nguyên?
Chỉ thuận cho người bày mánh khóe,
Biết nhau chẳng ở lời huyên thuyên.

86.

Núi cao, khách đến hỏi thiền tông,
Mới biết từ xưa nhầm dụng công.
Mở miệng biết ngay từ đâu đến,
Thương thay chẳng rõ biết lẽ không.

87.

Núi cao, thấu rõ một lẽ không,
Chẳng cần phân biệt nam, bắc tông.
Hạt châu như ý cầm tay chiếu,
Sáng khắp muôn nơi, chốn chốn thông.

88.

Núi cao, học đạo chưa là khó,
Tâm bình giữ đạo mới cam go.
Đầu sào trăm thước còn tiến bước,
Vung chùy đập cửa Tổ ra tro.

89.

Núi cao, nghĩ lại về đi thôi,
Rõ biết xưa nay toàn hư dối.
Chớ gõ cửa người xin cơm nữa,
Nhà ta, trong áo có minh châu.

90.

Núi cao, đạm bạc chẳng xa hoa,
Khách đến, nước cỏ hao thay trà.
Đạt đạo, đầu lưỡi biết vị ngon,
Toàn thân thanh thoát, sớm về nhà.

91.

Núi cao, khuất giữa tầng mây trắng,
Đạo nằm trong ấy, lòng yên lắng.
Công án hiện bày, người chẳng biết,
Chỉ nương cành lá gượng níu phăng.

92.

Núi cao, lá rụng gió cuốn bay,
Một nắm tay không, không chưa bày.
Phật Tổ chỉ dạy người trong cuộc,
Gặp người lười nhác miệng thày lay.

93.

Núi cao, lá rụng về cội nguồn,
Bày rõ pháp thân, lộ chân thường.
Chẳng rõ việc này, thêm phí sức,
Trăm thành mây nước phủ mênh mông.

94.

Núi cao, người tu không tài cán,
Một đạo tối thượng, muôn pháp sáng,
Chớp mắt, nhướng mày đều ý Tổ,
Nắm chày, dựng chổi thảy tình chân.

95.

Núi cao, am nhỏ mái tranh che,
Thanh đạm, dứt việc đời chẳng nghe.
Một cụm mây trôi, che cửa động,
Ngơ ngẩn tìm đâu tổ chim về!

96.

Núi cao, sống mãi hồn không chán,
Gom cây, phát cỏ, vừa nửa gian.
Chỉ một lão tăng còn chật hẹp,
Làm sao đón khách tục ghé sang?

97.

Núi cao, thấy đạo quên núi sông,
Muôn pháp xưa nay tự rỗng thông.
Nam bắc đông tây, chẳng phân biệt,
Thân này thường lặng giữa hư không.

98.

Núi cao, bốn hướng núi xanh rì,
Chập chùng, hiểm trở đường khó đi.
Đi đến nơi nước dừng, núi tận,
Tự nhiên được báu vật mang về.

99.

Núi cao, vẫn cảnh khổ Ta-bà,
Trăm năm thoáng chốc đã vèo qua.
Chờ dứt thân này sinh Cực Lạc,
Đường trước không còn hiểm trở xa.

100.

Núi cao, riêng sống vui tánh linh,
Gió mát trăng thanh nói pháp lành.
Mang cả tạng kinh ra nói hết,
Chẳng biết ai là người trong kinh?

Kệ ẩn cư của ngài Tông Bổn

Núi cao, vắng lặng rõ tánh không,
Khuyên người niệm Phật cố gắng công.
Bảo châu thiền ý tự rõ biết,
Quan san cách trở đạo vẫn đồng.

MỤC LỤC

QUY NGUYÊN TRỰC CHỈ - QUYỂN TRUNG

QUY NGUYÊN TRỰC CHỈ - QUYỂN HẠ

Lời thưa

Trong kinh Pháp Cú, đức Phật dạy rằng: "Pháp thí thắng mọi thí." Thực hành Pháp thí là chia sẻ, truyền rộng lời Phật dạy đến với mọi người. Mỗi người Phật tử đều có thể tùy theo khả năng để thực hành Pháp thí bằng những cách thức như sau:

1. Cố gắng học hiểu và thực hành những lời Phật dạy. Tự mình học hiểu càng sâu rộng thì việc chia sẻ, bố thí Pháp càng có hiệu quả lớn lao hơn. Nên nhớ rằng **việc đọc sách còn quan trọng hơn cả việc mua sách**.

2. Phải trân quý kinh điển, sách vở in ấn lời Phật dạy. Khi có điều kiện thì mua, thỉnh về nhà để tự mình và người trong gia đình đều có điều kiện học hỏi làm theo. Không nên giữ làm của riêng mà phải sẵn lòng chia sẻ, truyền rộng, khuyến khích nhiều người khác cùng đọc và học theo. Không nên để kinh sách nằm yên đóng bụi trên kệ sách, vì **kinh sách không có người đọc thì không thể mang lại lợi ích**.

3. Tùy theo khả năng mà đóng góp tài vật, công sức để hỗ trợ cho những người làm công việc biên soạn, dịch thuật, in ấn, lưu hành kinh sách, **để ngày càng có thêm nhiều kinh sách quý được in ấn, lưu hành**.

Thông thường, việc chi tiêu một số tiền nhỏ không thể mang lại lợi ích lớn, nhưng nếu sử dụng vào việc giúp lưu hành kinh sách thì lợi ích sẽ lớn lao không thể suy lường. Đó là vì đã giúp cho nhiều người có thể hiểu và làm theo lời Phật dạy. Mong sao quý Phật tử khắp nơi đều lưu tâm đóng góp sức mình vào những việc như trên.

TINH YẾU THỰC HÀNH PHÁP THÍ

- ***Mua thỉnh kinh sách về đọc, tự mình sẽ được rất nhiều lợi ích.***
- ***Chia sẻ, truyền rộng bằng cách cho mượn, biếu tặng kinh sách đến nhiều người thì lợi ích ấy càng tăng thêm gấp nhiều lần.***
- ***Đóng góp công sức, tài vật để hỗ trợ công việc biên soạn, dịch thuật, giảng giải, in ấn, lưu hành kinh sách thì công đức lớn lao không thể suy lường, vì có vô số người sẽ được lợi ích từ việc lưu hành kinh sách.***

www.ingramcontent.com/pod-product-compliance
Lightning Source LLC
LaVergne TN
LVHW090215051026
849517LV00001B/72
* 9 7 9 8 2 1 5 9 5 4 5 0 8 *